हसरे पर्वत

'दिलीपराज प्रकाशन प्रा. लि.'च्या नवीन पुस्तकांची यादी व माहिती हवी असल्यास आपला पत्ता, दूरध्वनी क्रमांक किंवा Email आमच्या *diliprajprakashan@yahoo.in* या Email *address* वर पाठवावा किंवा आमच्याशी दूरध्वनी क्रमांक फॅक्ससहित : ०२०-२४४८३९९५/२४४९५३१४ / २४४७१७२३ यावर संपर्क साधावा. आमच्या वेबसाईटला एकदा अवश्य भेट द्या. ***Website:*** *www.diliprajprakashan.com*

हसरे पर्वत

: मूळ तमीळ लेखक :
के. चिन्नपा भारती

: मराठी अनुवाद :
सौ. शीला बरडे-रणसुभे

दिलीपराज प्रकाशन प्रा. लि.
२५१ क, शनिवार पेठ, पुणे - ४११ ०३०.

हसरे पर्वत / Hasare Parvat

प्रकाशक
राजीव दत्तात्रय बर्वे,
मॅनेजिंग डायरेक्टर,
दिलीपराज प्रकाशन प्रा. लि.,
२५१ क, शनिवार पेठ,
पुणे - ४११ ०३०

© सौ. शीला बरडे-रणसुभे

प्रथमावृत्ती
१५ डिसेंबर २०११ १५ सप्टेंबर २०११

प्रकाशन क्रमांक
१९०९११९....१९००

ISBN
81-7294-344-X

मुद्रक
Repro India Ltd, Mumbai.

टाईपसेटिंग
पितृछाया मुद्रणालय,
९०९, रविवार पेठ,
पुणे - ४११ ००२

मुखपृष्ठ
कैवल्य राम मशीदकर
अनिल उपळेकर

ज्यांनी मला केवळ शिक्षितच केलं नाही, तर सुसंस्कृतदेखील केलं.
लिहिण्या-वाचण्यास प्रोत्साहीत केलं. त्या माझ्या आई व नानांना
स्मृतिशेष ताराबाई बरडे व स्मृतिशेष सांबशिव बरडे
(नागपूर) यांना समर्पित

               - सौ. शीला बरडे-रणसुभे

मनोगत

हा एक विचित्र योगायोग होता की, वयाच्या ५५ व्या वर्षी मी एका नाट्यमय प्रसंगामुळे अनुवादाकडे वळले. माझा इंजिनीअर मुलगा निशित याला वाचनाचे जबरदस्त वेड आहे. इंग्रजी, हिंदी, मराठी या तिन्ही भाषेतील उत्कृष्ट पुस्तके तो वाचत असतो. तमिळचे प्रख्यात लेखक चिन्नप्पा भारती यांची कादंबरी त्याला हिंदीतून उपलब्ध झाली. साखर कारखान्यातील कामगारांच्या जीवनावर आधारलेली 'साखर' नावाची ती कादंबरी वाचून तो इतका प्रभावित झाला की, या कादंबरीचा मराठीत अनुवाद करावा असे त्याला वाटले, आणि त्याची सुरुवातही त्याने केली. याच दरम्यान त्याला नोकरी मिळाल्यामुळे काम अर्धवट सोडून तो नोकरीसाठी निघून गेला. मोठी मुलगी कनुप्रिया ही त्यावेळी नाशिकला होती. घरी आम्ही दोघेच. हे त्यांच्या वाचनात, लेखनात मग्न असतात. जाताना मुलाने सांगितले की, ही कादंबरी मराठीत यायला हवी. तो म्हणाला होता, की मी फक्त सात आठ पानांचाच अनुवाद केलेला आहे. तुला हिंदी व मराठी दोन्ही भाषा चांगल्या येतात. तू हे काम कर. माझ्याकडे वेळ भरपूर होता. पण संकोचही वाटत होता. त्याच्या आग्रहामुळे मी हे काम सुरू केले आणि एका वर्षाच्या आत मी हे काम पूर्ण केले. लातूरच्या भूमी प्रकाशनने 'साखर' नावाने ही कादंबरी प्रकाशित केली. याच्या पाच प्रती मूळ लेखकास पाठवून दिल्या. नंतर अचानक एके दिवशी चेन्नई वरून फोन आला की, तामीळनाडूच्या विख्यात संस्थेने 'नेल्लई' ने उत्कृष्ट अनुवादाचा ११,०००/- रु. चा पुरस्कार या कादंबरीस जाहीर केला आहे. पुरस्कार सोहळा मदुराई येथे होणार आहे. आपल्या पहिल्याच अनुवादाचे असे स्वागत होईल, अशी कल्पनाही मी केलेली नव्हती. त्या नंतर याच अनुवादास अवघ्या एका महिन्यात जालना येथील एका संस्थेने उत्कृष्ट अनुवाद म्हणून एक छोटासा पुरस्कार जाहीर केला.

मदुराई येथे आम्ही दोघे पुरस्कार घेण्यासाठी गेलो आणि तेथे चिन्नप्पा भारती

यांची प्रत्यक्ष भेट झाली. अतिशय साध्या राहणीचे; पण खूप संवेदनशील अशा या लेखकाने माझे खूप कौतुक केले आणि परतताना आपल्या एका दुसऱ्या कादंबरीचा 'दलित संगम'चा हिंदी अनुवाद माझ्या हातात दिला. या अपेक्षेने की त्याचा मराठी अनुवाद मी करावा.

याच दरम्यान हिंदीतील प्रख्यात लेखिका आणि सामाजिक कार्यकर्त्या रमणिका गुप्ता यांची आत्मकथा 'हादसे' याचा मी मराठी अनुवाद करावा असा आग्रह करण्यात आला. पहिल्याच अनुवादाला दोन पुरस्कार मिळाल्याने माझा आत्मविश्वास वाढला होता. त्यामुळे हे आव्हान मी स्वीकारले. डॉ. शरणकुमार लिंबाळे हे रमणिका गुप्तांचे चांगले मित्र आहेत. त्यामुळे हा अनुवाद सुरू झाल्यानंतर ते असे म्हणाले की, ही आत्मकथा दिलीपराज प्रकाशनातर्फे प्रकाशित होईल. मराठीतील इतका मोठा प्रकाशक मिळाल्याचा आनंद मला डॉ. शरणकुमार लिंबाळे यांनी मिळवून दिला, आणि अत्यंत आकर्षक रूपात 'हादसे' दिलीपराज प्रकाशनाने प्रकाशित केले. याच दरम्यान 'हादसे' मधील दोन वेगवेगळी प्रकरणे 'साधना साप्ताहिक' आणि मासिक 'बायजा' मधून प्रकाशित झाले. मुंबई, पुणे, नांदेड, ठाणे, नागपूर इ. शहरातून या उत्कृष्ट अनुवादाबद्दल अभिनंदनाचा वर्षाव झाला. मी खूप सुखावले.

'हादसे'च्या या अनुवादानंतर 'चिन्नप्पा भारती' यांनी दिलेल्या 'दलित संगम' या कादंबरीचा अनुवाद करण्याचे मी ठरविले. आदिवासी जीवनावर आधारलेली ही कादंबरी अस्वस्थ करणारी पण जीवनाबद्दल विश्वास दृढ करणारी मला वाटली. मराठीत आदिवासी जीवनावर अनेकांनी लिहिले आहे. पण या कादंबरीचे वैशिष्ट्य म्हणजे चिन्नप्पा भारती आदिवासी समाजात कित्येक वर्षे राहिले. त्यांच्या सुख-दुःखात सहभागी झाले. त्यांच्या जीवनाचे त्यांनी जवळून निरीक्षण केल्यामुळे या कादंबरीला एक वेगळी धार आलेली आहे. अनुवाद पूर्ण झाल्यानंतर मोठा प्रश्न उभा राहिला तो कादंबरीच्या शीर्षकाचा. मूळ कादंबरीचे शीर्षक मराठीत योग्य वाटत नव्हते. कारण मराठीत दलित शब्दाला एक वेगळा अर्थ आहे आणि या कादंबरीच्या केंद्रस्थानी दलित नसून आदिवासी आहेत आणि हे आदिवासी पर्वतावर राहतात. नोकरशाही, पोलिस, सावकार, व्यापारी व गुत्तेदार आदिवासींचे आर्थिक, शारीरिक, मानसिक, बौद्धिक शोषण करीत असतात. त्यामुळे पर्वतावरील आदिवासींचे जीवन हलाखीचे, दारिद्र्याचे व प्रचंड परिश्रमाचे होते. अतिशय खडतर अशा परिस्थितीत निसर्गाशी झगडत ते जीवन जगत असतात. शासनाच्या कोणत्याही योजना तेथपर्यंत पोहोचत नाहीत. शाळा, दवाखाने, रस्ते, बाजार यांचा अभाव असतो. अशा स्थितीत सिलोनवरून आलेला एक विस्थापित हळूहळू या आदिवासींना

त्यांच्या ताकतीची जाणीव करून देतो. शिक्षणाचे महत्त्व पटवून देतो. अन्यायाच्या विरोधात त्यांना ताठपणे उभे करतो. त्यांना संघटित करतो आणि त्यामुळे पर्वतावरील या आदिवासींच्या चेहऱ्यावर पहिल्यांदा आनंदाची, हास्याची लकेर उमटते. त्यांच्या सुख-दु:खांचा साक्षीदार पर्वतच असतो. कारण हे सर्व त्या पर्वतावरच घडत असते. आणि त्यामुळे या कादंबरीचा उत्तरार्ध लक्षात घेऊन 'हसरे पर्वत' हा मथळा देण्याचा निर्णय मी घेतला.

ही कादंबरी पुस्तक रूपात आणण्याचे पूर्ण श्रेय डॉ. शरणकुमार लिंबाळे व दिलीपराज प्रकाशन यांना जाते. त्यांचे आभार मानण्यापेक्षा त्यांच्या ऋणातच मी राहू इच्छिते. मूळ कादंबरी तमीळ भाषेत असल्यामुळे तेथील पक्ष्यांची नावे वेगळी आहेत. मी मूळ लेखकाशी दूरध्वनी वरून संपर्क साधून चौकशी केली. तेव्हा त्यांनी आपल्याकडील पक्षांशी जवळीक साधणारी नावे लिहिण्याची संमती दिली. त्यांचे आभार. मूळ तमीळ भाषेतील या कादंबरीचा हिंदी अनुवाद 'विजयालक्ष्मी सुंदरराजन्' यांनी केलेला आहे. या हिंदी अनुवादावरून हा मराठी अनुवाद सिद्ध करण्यात आलेला आहे. विजयालक्ष्मी सुंदरराजन् यांचेही आभार.

हिंदी अनुवादाची भाषाशैली अतिशय साधी, सरळ व सोपी असल्यामुळे मराठीत अनुवाद करणे मला सोपे गेले. काही ठिकाणी भाषा भिन्नतेमुळे (तामीळ-हिंदी-मराठी) अडचणी आल्या. परंतु दूरध्वनीवरून मूळ लेखकाशी संपर्क साधून त्याचे मी निरसन केले. अनुवाद सरस होण्यासाठी मी कसोशीने प्रयत्न केला, तरी देखील काही उणीवा असू शकतात. त्याबद्दल क्षमस्व.

सौ. शीला बरडे-रणसुभे

हसरे पर्वत

।। १ ।।

बैलांच्या गळ्यातील घंटा, जंगलातील चिमण्यांचा चिवचिवाट, पक्ष्यांचं तरंगमय संगीत, जंगली भुंगे, जेथे नजर जाईल तेथे खळखळ वाहणारे नाले, कडक उन्हातदेखील गारवा, उस्ऽऽसऽऽसऽऽ असा आवाज करीत पांढऱ्या शुभ्र लोण्यासारखं तुषारासोबत अलगद पडणारं धुकं, दाट वृक्षांनी आच्छादलेलं निळ्या रंगाच्या गालिच्यासारखं पर्वतांचं शिखर, छोट्या-छोट्या टेकड्या आणि तुकड्यांत विभागली गेलेली सपाट जमीन! फणस, लिंबू, संत्री आणि पेरूच्या छोट्या-छोट्या बागा! फणसाच्या सावलीत विलायचीच्या आणि कॉफीच्या रोपट्यांची छोटी-छोटी झुडपंच्या झुडपं, माळरानात काटेरी झुडपं!

वाहनांचा धूर आणि धुळीची चादर यांच्या बदल्यात ऋतुपरत्वे फुलांचा सुगंध, औषधी वनस्पती आणि पानांचा सुवास पसरलेले नैसर्गिक वातावरण! यंत्रयुगाच्या कृत्रिम प्रभावापासून दूर, नैसर्गिक वस्त्रांनी परिपूर्ण असलेली धरती. येथील लोकांचा स्वभाव देखील असाच! हाच कोलीमलै पर्वत आहे.

पठार आणि घाट असलेल्या दगड-धोंड्याच्या डोंगराळ रस्त्यावरून एक जीप विचित्रसारखी उसळत, उड्या मारीत, हेलकावे खात येत होती. थोडे अंतर गेल्यानंतर जीप थांबली. जीपमधून दोघेजण उतरून सडकेपासून आतल्या बाजूस जाणाऱ्या पायवाटेवरून चालू लागले. फांद्यांवर उमललेल्या बाणफुलांचा सुगंध, पिकलेल्या अननसाच्या झाडांच्या वाकलेल्या फांद्या आणि त्यांचा गोड सुवास मन लुब्ध करीत होता. पिकलेले फणस उलून आपला वेगळाच सुवास पसरवित होते. या सर्वांपेक्षा वेगळ्या असलेल्या दवबिंदूंनी भिजलेल्या नवीन पिकांचा मंद मंद सुगंध मन उत्साहित करीत होता.

ते एका झोपडीजवळ गेले. गवताने आच्छादलेल्या कमी उंचीच्या झोपडीचे

छत पावसाने भिजून मळकट झाले होते. झोपडीच्या बाहेर चार-पाच शेळ्या बांधलेल्या होत्या. जेमतेम एकोणीस वर्षांचा एक तरुण—ज्याच्या डोक्यावर मळकट पंचा, रंग उडालेल्या अर्ध्या बाहीचा सदरा, जो जंगली वेलींचा स्राव आणि दूध लागल्यामुळे रंगीबेरंगी झाला होता. कमरेला लंगोट बांधून बसलेला तरुण त्या आलेल्यांना पाहत राहिला. डोळ्यांत दहशत आणि चेहऱ्यावर भीती दिसत होती.

त्याला ते अनोळखी होते. ओळखी-पाळखीचे किंवा नात्या-गोत्याचे नव्हते. तसे असते तर त्याने ओळखले असते; परंतु ते अगदी नवीन होते. आदिवासींच्या भावना, मन, संस्कार, आचार-विचार या सर्वांपासून ते वेगळे होते.

ते का आलेत? त्याच्यासाठी कोणती तरी वाईट बातमी असावी काय? तो विचारू शकत नाही; कारण त्याच्यात तेवढी हिंमत नव्हती. जर त्याने दुरूनच त्यांना पाहिलं असतं, तर तो कुठे तरी पळून जाऊन लपला असता; परंतु त्यांनी त्याला शोधलं असतं; कारण तो त्यांच्या एवढ्या जवळ होता की, त्यांनी त्याचा चेहरा, रंग, रूप सर्व काही ओळखलं असतं.

थंडी असूनदेखील त्याला घाम फुटला. कपाळाच्या नसा ताठरल्या. त्याचं शरीर तापू लागलं; जणू तो विस्तवाच्या अगदी जवळ बसलेला आहे. कोणत्याही पाहुण्यांचे स्वागत करून त्यांना घोंगडी अंथरूण बसविण्याची परंपरागत रीत विसरून तो पुतळ्यासारखा उभा होता.

त्याचं नक्कीच काहीतरी अशुभ होणार आहे. नसता हे दोघे अस्वलासारख्या गाडीत यमदुतासारखे का आले असते? तो कुणी नेता आहे का? किंवा गावचा धर्मप्रमुख? (सामाजिक गुन्ह्याच्या बाबतीत पंचाप्रमाणे निर्णय देणारा असा देवळाचा संरक्षक, देवळाच्या दरवाजाची किल्ली या धर्मप्रमुखाकडेच असते. धर्मप्रमुखाची अशी प्रतिष्ठा असल्यामुळे धर्मप्रमुखाचा दबदबा असतो.) तो तर धर्मप्रमुखही नाही आणि गावचा पुजारीदेखील नाही. तो अस्वस्थ झाला. त्याला रडू आलं.

अंधार झाल्याप्रमाणे सूर्याचा प्रकाश अचानक मंद झाला. वाऱ्याचा आवाज आणि धुक्याची चादर! पानांवर जमलेले दवबिंदू, झाडाखाली वाळलेल्या पानांवर पडून जणू शोकसंगीत ऐकवत होते. समोरच्या वस्तूंना सोडून आजूबाजूला काहीच दिसत नव्हते. कुंभाराच्या भट्टीतून निघणाऱ्या धुरासारखा धुक्याचा पडदा!

"किती धुकं आहे! दिवसादेखील एवढं दाट!" अधिकाऱ्यासारखा दिसणारा माणूस म्हणाला. त्याच्या नाकातून गरम हवा वाफेसारखी बाहेर आली. बोलताना तोंडातून धुरासारखी वाफ निघाली. त्याचे सुकलेले लाल ओठ ओले झाले होते.

"दोन मिनिटांत धुकं जाईल. वैशाखापासून अश्विनपर्यंत असेच राहील." अधिकाऱ्याच्या मदतनिसाप्रमाणे दिसणारा म्हणाला.

त्यांच्या येण्याने घाबरलेल्या तरुणाची द्विधा मन:स्थिती ते अधिकारी समजू शकले नाहीत. ते त्याच्या डोंगराळ प्रदेशात नवीन होते. त्या डोंगराळ प्रदेशात राहणाऱ्या लोकांच्याविषयी त्यांना काही माहीत नव्हते. आता त्यांना सर्व काही जाणून, समजून घ्यावे लागेल; परंतु त्यांचा मदतनीस तसा नव्हता. त्याला या डोंगराळ प्रदेशातील लोकांची मन:स्थिती चांगल्या प्रकारे माहीत होती. कित्येक वर्षांपासून तो त्या डोंगराळ प्रदेशात वणवण भटकला होता.

तरुणाच्या नसानसांतून जणू वीजप्रवाह वाहू लागला. पायांच्या हाडांच्या साध्यांवर जणू कुणी बर्फाचा तुकडा ठेवला असावा. त्याला अवसान गेल्यासारखं वाटत होतं.

ते माझं नाव का विचारीत आहेत? येथे का आले आहेत? मी तर माणूस पाठवून बोलावण्याच्या लायकीचा देखील नाही. नक्कीच यात काही तरी रहस्य आहे. त्या अस्वलासारख्या गाडीतून येणारे बहुतांश पोलीसवालेच असतात. त्यांच्याप्रमाणेच या लोकांनीदेखील जाड खादीचे कपडे घातले आहेत. कदाचित हे पोलीसवालेच असावेत. नाव सांगितलं नाही, तरी देखील अडचण. नाव सांगितलं तर मार खाण्यापासून वाचेन. सांगणेच योग्य आहे. जर टाळाटाळ केली, तर कदाचित त्यांची कृपादृष्टी बदलेल.

तरुण म्हणाला, ‘‘बापू शेतात आहेत.’’ मदतनिसाने विनोद केला, ‘‘दंडूक काढायला सांगितलं, तर शेजाऱ्याची दाढी पकडण्यासारखी गोष्ट झाली.’’ नंतर हसून विचारलं, ‘‘तुझं नाव काय आहे रे?’’

त्याच्या मनात भीती दाटली. मेलो मी, असा विचार करीत तो म्हणाला, ‘‘माझे नाव सावी सडैयन.’’

‘‘तुझ्या वडिलांचे नाव?’’

मनात वृद्धिंगत होणाऱ्या शंकेचे मूळ कारण दृढ झाले. कोणती तरी मोठी तक्रार घेऊन ते आले आहेत. आता कोणतीही चूक होता कामा नये. त्यांना जर वाटले, तर ते त्याला गुन्हेगार ठरवू शकतात. कसंही करून मन मजबूत ठेवायला हवं. संकटातून वाचण्याचा हाच एकमेव मार्ग आहे. तो म्हणाला, ‘‘माझ्या वडिलांचे नाव सावी तिरूमन.’’

‘‘छान! सावी तिरूमनचा मुलगा सावी सडैयन, होय ना?’’

‘‘हो साहेब.’’

आता त्याला मारण्या-झोडपण्याची गरज नव्हती. थोडेसे दरडावणेच पुरेसे आहे. त्याचा पंचा भिजेल आणि तो जमिनीवर पडून लोटांगण घालेल. त्या अधिकाऱ्याच्या मदतनिसाला हे माहीत होतं; परंतु अधिकाऱ्याला समजलंच नाही

की, त्यांचा मदतनीस आपलं काम सोडून जगभराच्या गोष्टी का करतो आहे?

मदतनीस म्हणाला, "बरं, ठीक आहे. जा, आपल्या वडिलांना बोलावून आण. समजलं?"

सडैयनने चूपचाप मान हलवली. तो काहीच बोलू शकला नाही. बोलण्याचं धैर्य त्याच्यात नव्हतं. वडिलांना बोलविण्यासाठी निघता निघता त्याच्या मनात एक गोष्ट विजेसारखी चमकली. आलेल्यांना उभं ठेवून बोलत राहणे त्यांच्या परंपरेच्या विरूद्ध होते. त्याच्या जातीचे, नात्यातील लोक असते, तर हा अनादर फार मोठा अपराध समजला गेला असता. या लोकांच्या बाबतीत त्याच्या मनात आदराऐवजी भीती आणि दहशत निर्माण झाली होती. एका कोपऱ्यात ठेवलेले आपले घोंगडे ओसरीवर अंथरूण त्याने त्यांना बसण्यास सांगितले, "बसा साहेब."

ते अधिकारी आहेत. पर्वतीय प्रदेशातील आदिवासींचा उद्धार करण्यासाठी आले आहेत. त्यांना नेहमी बसण्याचीच सवय आहे. ते कधी उभे राहत नाहीत. त्यांच्यासमोर इतरांनी उभे राहिल्याचे पाहिल्यावर आनंदित होण्याची त्यांची सवय आहे. अशा व्यक्तींसाठी झोपडीत बसण्यासाठी कुठेच योग्य जागा नव्हती. त्यामुळे ते त्या घोंगडीवर बसले. त्यांचं डोकं छताला लागत होतं. धुकं आणि थंडी यांपासून संरक्षणासाठी म्हणून तेथे घरांची छतं कमी उंचीवर असतात. डोंगराळ भागासाठी तर ते दोन मजली घर होते.

सडैयन वडिलांना शोधण्यासाठी निघाला. असाच पळून गेलो तर! पळून जाणं सोपं आहे; पण त्याला शोधणे कठीण आहे; परंतु नेहमीसाठी तो लपून राहू शकतो काय? हे शक्य नाही. एवढेच नव्हे, तर त्यांना त्यांच्या घरचा पत्ता देखील माहीत झाला आहे. त्याचं नाव, त्याच्या वडिलांचं नाव, सर्व काही त्यांना माहीत झालं आहे. आता तर बाबांना त्यांच्यासमोर आणून उभं करावंच लागेल. तो यातून बाहेर पडू शकत नाही.

काटेरी झुडपांतून वाकड्या-तिकड्या पायवाटेवरून तो चालू लागला. काटेरी झुडपांमुळे त्याच्या जांघांना आणि टाचांना ओरखडे पडत होते. त्याच्या कोरड्या शरीराच्या उघड्या भागातून रक्त निघाले नाही. काटे बोचल्यामुळे आडव्या-तिडव्या रेषा पडल्या नाहीत. पाटीवर पेन्सिलीच्या पांढऱ्या रेघांप्रमाणे त्या रेषा त्याच्या शरीरावर रेखाचित्राप्रमाणे उमटल्या होत्या.

जंगलातील आपल्या हिश्श्याच्या भागात तो आला. वालाच्या, घेवड्याच्या शेंगांचे झुपके इकडे-तिकडे पसरले होते; जणू कुणी तरी हिरव्या पानांमध्ये मक्याचे भाजलेले पांढरे दाणे पसरविले असावेत, त्याप्रमाणे ती छोटी-छोटी फुले! आर्द्र धुक्याच्या हवेत मोहाच्या फुलांचा मनमोहक सुगंध!

बाबांचा पत्ता नव्हता! कुठे गेले असतील? कदाचित गावातील एखादी विशेष बातमी ऐकून अचानक परत गेले असावेत. जंगलातील याच भागात मी राहीन असे सांगून गेले होते. जर मी बाबांना त्यांच्याकडे घेऊन गेलो नाही, तर ते मला गुन्हेगार ठरवतील. ते न भेटल्याचे सांगितले, तर बाबांना कुठे तरी लपविले, असा आरोप ते माझ्यावर करतील. तो घाबरला होता आणि भीतीने अस्वस्थ झाला होता.

त्यांना आवाज देऊ? बाजूच्या एखाद्या जंगलात, कुणाच्या तरी झोपडीत बसून आपल्या भूतकाळातील गौरवगाथांचे वर्णन करीत असतील. दोन्ही हात तोंडाला लावून त्याने आवाज दिला, ''बाबाऽऽऽ, ओऽऽऽ बाबाऽ.''

उत्तर मिळाले नाही. त्याने परत आवाज दिला.

जंगलाच्या पूर्वेकडील काटेरी झुडपांमधून लंगोट आवळून बांधत त्याचा बाप सावी तिरूमन बाहेर येत होता.

डोंगराळ भागातील गार वारा आणि सूर्याच्या उष्णतेने तिरूमनचा चेहरा सुकून काळवंडला होता. मोहरी आणि साखरेसारखे काळे-पांढरे केस, म्हाताऱ्या माकडाप्रमाणे आत खळग्यात घुसलेले डोळे, सुकलेले गाल, चेहऱ्यावर सुरकुत्या आणि कपाळावर पडलेल्या आठ्या यावरून त्याचं जीवन एवढं साधारण आणि सोपं नसल्याचं जाणवत होतं.

बाबाला पाहून सडैयन निश्चिंत झाला. बाबा येथेच आहेत, तरी देखील त्याच्या घशात काहीतरी अडकत होतं. त्याला थोडासा थरकाप सुटला.

बापाजवळ मुलगा गेला. नकळत त्याचे डोळे पाणावले. त्यांच्यावर कोण-कोणते गुन्हे थोपवले जातील, याचा त्याला पत्ता नव्हता.

गोंधळून गेलेला सडैयन म्हणाला, ''बाबा! घरी सरकार आले आहे.''

'सरकार' शब्द उच्चारताच जणू त्याची शेंडी कुणीतरी पकडून ओढली असावी. तशाच वेदनेची एक चमक त्याच्या डोक्यापासून पायांपर्यंत सळसळली.

कोल्ली मलैवासी पोलीस आणि वनरक्षा विभागालाच सरकारच्या नावाने ओळखतात. या निष्पाप लोकांच्या आर्थिक उत्पन्नाचा बहुतांश हिस्सा या दोन क्षेत्रातील नोकरांची अघोरी भूक गिळंकृत करीत असते. या दोघांचे शासनच या लोकांचे शासक सरकार आहे. एवढेच या लोकांना कळते. तिरूमनने विचारले, ''सरकार? कोण आहेत?''

त्याच्या आवजातील अस्पष्टता, खोल विहिरीत बुडाल्यासारखी संवेदना ही धुक्यामुळे पडणाऱ्या कडाक्याच्या थंडीतदेखील उकळी आल्यावर उष्णतेमुळे निर्माण होणाऱ्या वाफेसारखी गरम होती.

सडैयन म्हणाला, ''त्या अस्वलासारख्या गाडीतून ते आले आहेत. त्यांनी

खाकी हाफ पँट घातली आहे. पेरूच्या फुलाच्या रंगासारखा सदरा घातला आहे.''

खाकी रंगाची हाफ पँट आणि पेरूच्या फुलांच्या रंगाचा सदरा घातला आहे, तर ते नक्कीच पोलीस असतील. या वेशात तर तेच येतात. तेव्हाच ते अपराध्यांना सहज पकडू शकतात.

पोलीस आले आहेत, तर नक्कीच छोटंसं कारण नसेल. कुणाला अपराध करण्याची काही गरजच नाही. ते स्वतःच त्यांना गुन्हेगार ठरवू शकतात आणि त्यांनी केलेला आरोप हे लोक अमान्य करू शकत नाहीत. नकार देऊ शकत नाहीत. क्षमा मागू शकतात. तरीदेखील गुन्हेगार होण्याच्या शिक्कामोर्तबापासून त्यांची सुटका होऊ शकत नाही. ते कधी सुटू शकत नाहीत. या अधिकाऱ्यांची भूक शांत करावी लागेल. दुसरा कुठलाही पर्याय नाही. यांचा विरोध करणाऱ्यांचे अस्तित्व शिल्लक राहणार नाही. या सर्व गोष्टींचा अनुभव त्याने स्वतः आपल्या जीवनात घेतलेला आहे. त्याच्या बाबतीत अशा घटना घडल्या नाहीत. कदाचित त्याच्यावर अशी वेळ येण्यासाठी इतका वेळ लागला असावा.

दाटलेल्या स्वरात ओल्या हातांनी चेहरा चोळत तिरूमन म्हणाला, ''मग तर पोलीसच असतील. अस्वलाच्या आगमनाने अननसाच्या बागेची जी अवस्था होते, वाऱ्याच्या प्रवाहाने ढगांची जी वाताहात होते, तशीच अवस्था पोलीस घरात घुसल्याने घराची होते, असे थोरा-मोठ्यांनी म्हटले आहे.'' हे ऐकून भीती आणि दहशतीने सडैयनला थरथरी सुटली. बापाला पाहून त्याने विचारले, ''येथूनच कुठे पळून गेलो तर?''

''पळून जाऊ शकतो, पण घरी तर परत जावेच लागेल. तेव्हा मात्र तो चिमट्याने गळ्याचे हाड बाहेर काढेल.''

सडैयनला हे माहीत नव्हते, असे नाही. तरी देखील स्वतःच्या समाधानासाठी आणि स्वतःला धीर देण्यासाठी त्याने विचारले, ''मग काय करावे?''

काय करावे, याचा निर्णय ते घेऊ शकत नव्हते. याचा निर्णय तर आलेले लोकच घेतील. कदाचित पैसे मागतील किंवा तरुण, सुंदर, सुडौल, अल्लड तरुणी घरी असेल, तर तिची मागणी ते करू शकतील. ती मागणी पूर्ण करणे यांचे काम आहे. त्यांच्या इच्छा पूर्ण करण्यासाठीच या लोकांनी जन्म घेतला आहे. त्यांना नकार देऊ नये किंवा विरोध करू नये; कारण तसे करणारा जो कुणी असेल, त्याचे प्रेत काटेरी झुडपांत सापडेल.

वेदना आणि उदासीनतेच्या स्वरात तिरूमन म्हणाला, ''त्यांच्या पाया पडू दुसरा कुठलाच उपाय नाही.''

त्याचे डोळे पाणावले. पाय थकून लुळे पडले होते. एका मोठ्या दगडाला

बांधून ठेवल्याप्रमाणे त्याचे पाय एकाच ठिकाणी घट्ट रुतून बसले होते. अस्वलासोबत मल्लयुद्ध करण्याची ताकद असणारा, चिमणीच्या शिरकावापासूनदेखील दूर असलेले दाट काटेरी जंगल नष्ट करण्याची ताकद असणारा, काचेच्या तुकड्याप्रमाणे अणकुचीदार दगड-धोंडे असलेल्या पर्वताला तुडवीत सहजपणे ओलांडणारा तो, दोन सरकारी सेवकांच्या येण्याची केवळ बातमी ऐकून हताश झाला, घाबरला. या आदिवासी लोकांमध्ये सरकारची काठी, लोखंडी बेड्या आणि बंदुकीच्या मुठीचा आसुरी धाक होता, दहशत होती. ही मंडळी कुठलाही न्याय किंवा प्रामाणिकपणा न पाहता आदिवासींचे प्राण आणि त्यांची संपत्ती दिवसा-ढवळ्या गिळंकृत करीत होते. या अधर्म आणि लूटमारीने त्यांना निष्क्रिय केले होते. ते विचार करण्यास अयोग्य, भित्रे आणि जिवंतपणी चालते-फिरते प्रेत झालेले होते.

तो पुढे म्हणाला, ''आमच्या एखाद्या वैऱ्याने फिर्याद केली असेल.''

परिस्थितीने त्याला तसा विचार करण्यास भाग पाडले होते. वास्तविक त्याचे कुणाशीच वैर नव्हते. गावातील भांडण-तंट्यापासून तो नेहमीच दूर असायचा. आपलं काम बरं आणि आपण बरं, असा तो वागायचा.

मुलगा म्हणाला, ''जर कुणी फिर्याद केली असेल, तर गावची सभा बोलावून न्याय-निवाडा करायला हवा. तेथे तर उत्तर द्यावेच लागेल.''

त्याचे म्हणणे खरे होते. मग कोणतीही गोष्ट असो, गावच्या पंचायतीत तर त्याला यावेच लागेल. गुन्ह्याच्या हिशोबाप्रमाणेच दंड किंवा शिक्षा दिली जाते. त्यापासून कुणाची सुटका नाही.

बापाने मुलाच्या म्हणण्यातील वास्तवतेचे समर्थन केले. ही वास्तविकता आजपासूनच नव्हे, तर शतकानुशतके चालत आली आहे आणि प्रत्येक पिढी याचे पालन करीत आलेली आहे.

स्वतःला समजावीत बाप म्हणाला, ''पाण्यातील बगळा कुणाच्या म्हणण्याने जमिनीवर येईल का? आमचं नशीब आम्हाला सोडून कुठे जाईल?''

बापाचे म्हणणे मुलाला समजले नाही. त्याने त्याचा अर्थ देखील विचारला नाही. दोघेही झोपडीकडे निघाले.

मुलाने सांगितलेली दोन्ही माणसं छताखाली ओसरीवर बसलेली होती. जवळ येऊन बाप-लेकाने डोक्यावरून आपला पंचा काढून तो काखेत दाबून, हात जोडून आलेल्या दोघांनाही नमस्कार केला. त्याचा स्वीकार केल्याचे कुठलेच लक्षण त्यांच्यात दिसले नाही. त्यांचा नमस्कार वरपांगी स्वीकारून त्याचे प्रदर्शन करणे त्यांच्या सन्मानाला आणि अधिकाराला शोभेसे नव्हते. बेजबाबदारीची जाणीव करून देण्यातच त्यांचा मोठेपणा होता. अधिकाऱ्याच्या मदतनिसाने विचारले, ''तुझे

नाव तिरूमन आहे ना?''

त्याच्या आवाजात सौम्यता नव्हती. आवाजात अधिकाराची घमेंड जाणवत होती. ते कोणकोणते गुन्हे सांगतील माहीत नाही. ते कोणकोणत्या वस्तूंची मागणी करतील आणि काय काय हुकूम करतील, ते कोणकोणते आदेश देतील कुणास ठाऊक?

तिरूमनने उत्तर दिले, ''हो.''

जणू त्याचे दोन्ही हात काखेला चिकटले होते. मदतनिसाने पुढे विचारले, ''तू येथेच राहतोस काय?''

त्याच्या प्रश्नाने जणू त्याच्या मस्तकावर हातोड्याने घाव घातला असावा. येथे राहण्याविषयी तो का विचारतो आहे. कदाचित कामवासनेच्या तृप्तीसाठी शिकारीच्या शोधात आले असावेत. या कल्पनेनेच त्याला थरकाप सुटला.

''नाही. ही तर धानाच्या ओंब्या आपटून धान ठेवण्याची जागा आहे.''

''फणसाचे झाड आहे?''

तिरूमनला काहीच समजले नाही. काहीही संबंध नसताना निरर्थक गोष्टी विचारतो आहे. कोणत्या ना कोणत्या प्रकारे आमचे तोंड उघडण्याचे षडयंत्र! काही का असेना, आलेल्या संकटाला रीतीप्रमाणे भोगावेच लागेल. चिंता आणि काळजीने तिरूमन म्हणाला, ''हो साहेब, आहे.''

''फळं पिकली आहेत?''

''हो, साहेब.''

''अननस?''

''हो, जी.''

''केळी आहेत?''

''आहे, सरकार.''

''नरम स्वादिष्ट गोड केळी?''

''हो, ती देखील आहेत मालक.''

''ठीक आहे. चार फणस, केळीचे दोन घड, पंचवीस अननस हे सर्व तोडून आण. माल अगदी चांगला असायला हवा, समजलास?''

पैसे देऊन माल खरिदणारा देखील एवढ्या ऐटीने बोलत नाही. या पर्वतवासीयांकडून वसूल केलेल्या वस्तूंसाठी कोणत्या सरकारी माणसाने कधी पैसे दिले आहेत काय? प्राप्त केलेल्या मालाला वाईट म्हणू नये. त्यासाठी दंड देऊ नये, हीच फार मोठी गोष्ट आहे. त्याच्या मनातील भीती आणि शंका याचे अद्याप निवारण झाले नव्हते. कदाचित या हुकमातदेखील काही कपट असावे. माझ्याच वस्तू घेऊन मला चोर ठरविण्याचे कारस्थान आणि गुन्हेगार ठरविण्याची चलाखी!

मग त्या थोपवलेल्या गुन्ह्यापासून वाचण्याचा मार्ग आणि त्यासाठी द्यावी लागणारी किंमत, याचा तो विचारच करू शकला नाही.

अधिकाऱ्याला वाकून नमस्कार करून मुलाला सोबत घेऊन तो बागेकडे पळत सुटला. गर्भवती स्त्रीच्या शरीराप्रमाणे प्रत्येक अंग चमकणाऱ्या, लावण्याने वाकलेल्या सुंदर फणसाच्या झाडाकडे त्याने पाहिले. कुटुंबाच्या रक्षणाचे ओझे वाहणाऱ्या कुटुंबप्रमुखाप्रमाणे ते झाड कित्येक वर्षांपासून सतत फळ देऊन, त्या कुटुंबाचे आर्थिक प्रश्न सोडवून, त्यांचं रक्षण करीत होते. त्याने विचार केला, या झाडासारखी कर्तव्यभावना या माणसांच्यामध्ये नाही. या विचाराने त्याला वाईट वाटले. त्यांच्या आज्ञेप्रमाणे त्याने त्यांच्यासमोर फळांचा ढीग लावला. त्याच्या कुटुंबातील लोकांनी आयुष्यात एकदादेखील असे चांगले फळ खाल्लेले नाही. चांगल्या, मोठ्या, पिकलेल्या फळांना ते हातदेखील लावत नव्हते. त्यांची चांगली किंमत येईल. अर्धवट पिकलेली, सडलेली, खराब, सुकलेली, रोग पडलेली केळी आणि अननस हेच त्यांच्या समाधानासाठी आणि चवीसाठी पुरेसे होते.

ही फळे पाहून अधिकाऱ्यांचे समाधान झाले. आपला आनंद व्यक्त केल्याने हे असे हीन-दीन राहणार नाहीत. यांना धाकातच ठेवायला हवे; तेव्हाच त्यांचा परंपरागत भित्रेपणा कायम राहील. मदतनिसाने विचारले, ''या सर्व वस्तू चोरीच्या आहेत का?''

तिरूमनने जसा विचार केला होता, अगदी तसाच प्रश्न होता. जणू दूध देणाऱ्याला गाईने अचानक लाथ मारावी, त्याप्रमाणे त्याचं शरीर थरथरू लागलं. तो उभा राहू शकला नाही. तुटलेल्या झाडाप्रमाणे तो त्यांच्या पायावर जाऊन पडला. स्वत:ला निरपराधी सांगून क्षमा मागितली. सर्व फळझाडे आपल्या जमिनीवर, आपल्या कष्टाने लावली असल्याचे त्याने सांगितले. या वस्तू उदारतेने स्वीकारून त्यांनी त्याला क्षमा करावी, अशी त्याने विनंती केली. त्याचे कुटुंब त्यांच्या कल्याणासाठी देवाजवळ प्रार्थना करेल. आयुष्यभर तो त्यांचा कृतज्ञ राहील. त्याचं साधं-भोळं कुटुंब त्यांच्या उज्ज्वल जीवनासाठी शुभेच्छा देईल.

कठोर हृदयाचा तो मदतनीस म्हणाला, ''जर तुझं म्हणणं खरं आहे, तर या वस्तू गाडीत नेऊन ठेव.''

झोपलेल्या बाळाला हळूच पाळण्यात झोपविल्याप्रमाणे बाप-लेकाने सर्व सामान जीपमध्ये सांभाळून ठेवले. वस्तू ठेवताना जर चुकून थोडासा आवाज झाला, तर त्यांचा अपमान केला, असा ते विचार करतील. कदाचित दंड देखील आकारतील.

ते दोघे जीपमध्ये बसले. मदतनिसाने डोकं हलवून तिरूमन आणि सडैयनचा निरोप घेतला. तोंड उघडून काहीच म्हणाले नाहीत. कदाचित या त्रास देणाऱ्यांची

एवढीच ताकद आहे की, त्यांना तोंडाने बोलून निरोप घेण्याची आवश्यकता नाही.

आवाज करीत जीप पुढे गेली. दीर्घ श्वास घेत वाळलेल्या बोरासारख्या राठ केसांतून हात फिरवत तिरूमन आपल्या मुलाला म्हणाला, "मनोऱ्यावर आलेलं संकट कळसासहित दूर झालं." बापाच्या बोलण्याकडे मुलाचे लक्ष नव्हते. तो तर त्या जीपला जाताना बघत होता. जीप वेगाने जात होती.

अधिकाऱ्याला तर या घटना गमतीच्या आणि त्रासदायक वाटल्या. ते तर त्या डोंगराळ प्रदेशात नवीन होते. नुकतीच बदली झाली होती. या शांतिप्रिय लोकांबरोबर मदतनिसाने केलेल्या व्यवहाराचं त्यांना कोडं पडलं होतं. त्यांच्याकडून वस्तू घेण्याची त्याची पद्धत देखील विचित्र होती. त्यांनी विचारलं, "तो आपल्याला ओळखतो काय?" मदतनीस म्हणाला, "तो आपल्याला पोलीस समजलाय."

"त्यामुळेच तू चलाखीने बोलून एवढ्या वस्तू हिरावून घेतल्या आहेस. हे तर पाप आहे. कमीत कमी अर्धी किंमत तर त्याला द्यायची होती."

हे ऐकून मदतनिसाला धक्का बसला. येथील सरकारी अधिकाऱ्यांना किती त्रास होतो, हे यांना अद्याप माहीत नाही. दुरून कुठून तरी बदली होऊन येथे आले आहेत. यांना सर्व काही समजावून सांगावे लागेल.

मदतनीस म्हणाला, "या डोंगराळ प्रदेशाच्या बाबतीत तुम्हाला काही माहीत नाही. दहा वर्षांपासून मी येथे काम करीत आहे. अनुभवाने सर्व शिकलो आहे. हे स्थान उन्हाळ्यात राहण्याच्या योग्यतेचे आहे. आपले कुणीही मोठे अधिकारी जेव्हा येथे कँपवर येतात, तेव्हा पंचायत युनियनच्या प्रमुखाच्या डोक्यावर संकटाचा डोंगर कोसळतो. साहेब येण्यापूर्वी त्यांच्या खाण्यापिण्याची आणि वस्तूंची यादी येते. कोलीमलै पर्वताजवळ जर ते असतील, तर त्यांना मध, फणस, केळी आणि अननस देणे आवश्यक आहे. येणारे पाहुणे किंमत न देता फुकटच या वस्तू चाखतात. त्यांचा पाहुणचार केला नाही, तर ते आमची खोटी तक्रार करतील, आम्हाला दोषी ठरवतील आणि कारण न सांगता नोटीस पाठवतील. या सर्वांपासून वाचण्यासाठी अशी नाटके करावी लागतात. असे करताना मनाला वाईट तर वाटते, परंतु काय करावे? पैसे देवून एवढ्या साऱ्या वस्तू विकत घेण्याची आमची ऐपत कुठे आहे? तिप्पट पगार मिळाल्यानंतरदेखील आम्ही असे करू शकत नाही. मनावर दगड ठेवून सर्व काही करावे लागते. पुढच्या जन्मी या पापाचे प्रायश्चित्त कसे करू?" त्याचे डोळे पाणावले. बोटाने नाक चोळून त्याने रडू थांबविले होते. "पापी पोटासाठी, मोठ्या साहेबाची कृपादृष्टी मिळविण्याकरिता माणुसकी अशी विसरावी लागते? याचा आम्हाला किंवा आमच्या कुटुंबाला काही फायदा नाही, तरीदेखील सर्व काही करावे लागते. हे सर्व अलिखित आदेशच आहेत. नियम

आहेत. परंपरेने असेच चालत आलेले आहे. याच परंपरेला धरून आम्हाला देखील वागावे लागते.''

वस्तुस्थिती माहीत झाल्यावर आधिकाऱ्याने विचार केला. या सर्व आदेशांचे पालन करणारे कर्ता-करविता ते स्वत:च आहेत. त्यांना विचार करण्याची काहीच गरज नाही. हळूहळू ते देखील या कलेत निपुण होतील; जणू एक नियमच तयार केला गेला आहे. या तयार केल्या गेलेल्या नियमाच्या बंधनापासून, त्या शृंखलेतून सुटका पाहिजे असेल, तर... हे सामान्य लोकांना शक्य नाही. हा एक यज्ञ आहे. विद्वानांची कार्यपद्धती आणि त्यांची ही व्यवस्था आहे. मान खाली घालून अधिकारी शांतपणे म्हणाला, ''हो, सरकारी नोकरीत खालच्या श्रेणीत काम करणाऱ्याला एखादा अधिकारी जर वाळलेली विष्टा दाखवून म्हणाला की, 'ही मीठ लावून सुकवलेली मासळी आहे.' तर हाताखाली काम करणाऱ्या अधिकाऱ्याने किंवा नोकराने त्यास दुजोरा दिलाच पाहिजे आणि म्हणावे लागेल, 'हो साहेब, ही तर केवळ मीठ लावून सुकवलेली मासळी नसून मीठ लावून सुकवलेली, तुपात घोळवलेली मासळी आहे.' सरकारी नोकरीचे हेच पाहिले लक्षण आहे. येथील जीवन पद्धतीचा हाच मार्ग आहे.''

पुढे कुणीच काही बोललं नाही. एका अव्यक्त दु:खाने त्यांना घेरलं होतं.

❑❑❑

।। २ ।।

धुकं हळूच बाजूला सारून सूर्यकिरणे तापत होती. लहान मुले मातीची छोटी-छोटी घरे तयार करून खेळत होती. कोंबड्या आहाराचा शोध घेत किडे आणि मुंग्याची वारुळे उकरत होत्या. गुडघे दोन्ही हाताने बांधून, थंडीपासून संरक्षण करण्यासाठी घोंगडं पांघरूण तिरूमन आणि सडैयन उकडं बसले होते. तिरूमनची पत्नी तिरूमी घराच्या उजवीकडे असलेले डुकरांचे आवार साफ करीत होती. डुकरीण दहा पिल्लांना जन्म देऊन पाय पसरून पडली होती. त्यांना पाजण्याएवढे डुकरिणीच्या स्तनात दूध नव्हते. भुकेने व्याकूळ झालेली पिल्ले आईच्या स्तनांना चोखत एकमेकांना धक्का देत होती.

तिरूमी बाजरीच्या पेजमध्ये पांढऱ्या शेळीचे दूध मिसळून ते डुकरांसाठी ठेवलेल्या मातीच्या मोठ्या खोल व रूंद तोंडाच्या डोणीत टाकून त्यावर तांदळाचा थोडा भुसा शिंपडून आपल्या हाताने तो भुसा त्यात मिसळत होती. एकाच डोणीत

ठेवले, तर सर्व पिल्ले एकमेकांना ओरबाडतील, या भीतीने तिने तीन डोणीत हे सर्व मिश्रण ठेवले होते. प्रत्येक डोणीत पेज आणि भुसा मिसळताना सर्व पिल्लं तिकडेच पळत येत होती. आईच्या स्तनाचे दूध पिल्याप्रमाणे ते सर्व तिच्या पायांना चाटत होती. त्या मृदू स्पर्शाने तिला गुदगुदी होऊ लागली. त्यांचा तो स्पर्श एखाद्या मुलाला स्तनपान करण्यासारखा आनंद देत होता आणि ती त्या सुखात मग्न होती.

माणसांशी नाते जोडण्याची त्यांची आतुरता पाहून ती त्यांना मायेने कुरवाळू लागली. तिने एका पिल्लाला उचलून छातीशी धरून त्याचा मुका घेतला. ते तिच्या छातीवर पायाने ओरबाडू लागले. त्या मृदू स्पर्शाच्या माराने तोंड वेंगाळून ती म्हणाली, "एवढंसं पिल्लू, एवढी मस्ती." ते पिल्लू हातातून घसरून खाली पडू नये, या भीतीने तिने त्याला घट्ट पकडून खाली सोडलं. डुकराच्या त्या पिल्लांवरील तिचे प्रेम आणि विश्वास अकल्पनीय आहे. ती विचार करू लागली, या दहा पिल्लांना फार सावधपणे सांभाळावं लागेल. आईचं दूध पुरेसं नाही. अन्नाअभावी त्यांची हाडे निघतील. थंडीने चेहरा सुजेल. सर्व मरतील. त्यांना जगवण्यासाठी एक वेळचं जेवण वाचवून या पिल्लांना पेज पाजावी लागेल. जोपर्यंत ही पिल्ले आईसोबत बाहेर फिरून आपले अन्न स्वत: शोधत नाहीत, तोपर्यंत त्यांना सांभाळावं लागेल. अन्नाची कमतरता असेल, तर बागेतून अर्धवट पिकलेले पेरू आणि अननसाने काम भागवावे लागेल.

केवळ डोणीत पेज ठेवून आपले कर्तव्य पूर्ण होत नाही. पेज अस्ताव्यस्त पसरून खाली पडू शकते. सशक्त पिल्ले अशक्त पिल्लांना बोचकारून पळवून लावतील. त्यांचे खाणे-पिणे पूर्ण होईपर्यंत येथेच थांबावे लागेल. लहान पिल्लांची विशेष काळजी घ्यावी लागेल. डोणीत हात घालून तळाला राहिलेले खाद्य हाताने काढून पिल्लांना खाऊ घालावं लागेल. बाहेर फिरायला जातील, तर लहान मुले दगड मारतील. त्यांच्यापासून यांना वाचवावे लागेल. कुत्री मागे लागून चावतील. त्यांच्यापासूनदेखील यांना दूर ठेवावं लागेल. अशा प्रकारे सांभाळल्यावर ते लवकरच मोठे होतील. काहीही संकट न येता दहाही पिल्ले पोसली जातील.

तिच्यासाठी हे काही सोपं काम नाही. सर्वच स्त्री-पुरुष डोळ्यांत एरंडीचं तेल घालून पाहतात. जंगलात मिळणारी जडीबुट्टी, कंदमुळं, अनावश्यक समजून फेकल्या गेलेल्या वस्तू सर्व गोळा करून आणाव्या लागतात. विकत घेतलेल्या एक एकर जमिनीचे कर्ज कमी करण्यास या वस्तू हातभार लावतील. एवढ्याने भागले नाही, तर उरलेला बगिचादेखील विकून चूपचाप रिकामे बसावे लागेल. व्याजाचं मोठं ओझं! दर वर्षी शंभर रुपयांवर एकशे ऐंशी रु. व्याज!

या घरच्या पुरुषांना जरादेखील लाज-लज्जा नाही. शेवटी एकटी स्त्री कुठपर्यंत

संपूर्ण कुटुंबाचे ओझे सांभाळू शकेल? काय करावं? नांगर ओढणाऱ्या बैलांपैकी एक बैल जर अशक्त आणि आजारी पडला, तर दुसऱ्या बैलावरच सर्व ओझं टाकून काम चालवितात. तसंच कुटुंबातदेखील करावं लागतं; नसता कुटुंब संपेल.

डुकराची पिल्लं पेज पिऊन झाल्यावर आनंदाने एकमेकांवर पडत-झडत तिच्या मांडीवर येऊन पडली. आपल्या विचारांच्या तंद्रीतून बाहेर येऊन, स्वत: सावध होऊन डुकरांच्या आवाराला ताडाच्या पानांच्या ताटीने बंद करून ती बाहेर आली. मुलगी पिडारी नाचणीची पेज शिजवत होती. तिरूमीचा नवरा तिरूमन आणि मुलगा सडैयन हे आजारी कोंबड्याप्रमाणे गुडघ्याला हात बांधून उकडं बसले होते. अजूनदेखील ते थंडीने थरथरत होते.

थंडीपासून संरक्षण करण्यासाठी तिच्याजवळ टाचेपासून ते छातीपर्यंतचा भाग झाकण्यासाठी चारवार साडी (जी छातीच्या वरच्या बाजूस बांधतात) आणि डोके झाकण्यासाठी पंचासारखी एक शाल एवढेच साधन होते. नेहमी आपल्या कामात मग्न, शरीरात चपळता! तेवढ्या थंडीतदेखील शारीरिक कामामुळे तिला थंडी वाजत नव्हती.

तिरूमी आपल्या नवऱ्याला आणि मुलाला पाहून म्हणाली, "आपल्यासारख्या आदिवासींना थंडीचं काय देणं-घेणं? घोंगडं काढून फेका आणि फावडं घेऊन शेतात खोदकाम करा, म्हणजे थंडी पळून जाईल. काम करायला घाबराल, तर थंडीदेखील जास्त वाजेल आणि उपाशी राहाल."

तिरूमीजवळ भविष्यासाठी एक मोठी योजना होती. कुबेराचं स्वप्न नव्हतं, तर पोटासाठी भरपूर पेज मिळण्याची व्यवस्था होती. पोटभर जेवणाची इच्छा असेल, तर जिवंत असेपर्यंत अत्यंत बारकाईने विचार करून योजना आखून काम करावे लागेल. थोडीशी शिथिलता, आळस आणि फाल्तूच्या भांडणात पडल्याने भुकेने आणि दु:खाने मरावे लागेल. विकत घेतलेल्या जमिनीचे कर्ज फेडायचे आहे. मुलाचे लग्न करायचे आहे. मुलीची काळजी नाही. जो मुलगी बघायला येईल, तो स्वत:च कन्याशुल्क देऊन लग्न करून घेईल.

गुडघ्यातून डोकं वर करून पत्नीला उद्देशून तिरूमन म्हणाला, "गावात आणि घरात काम करणाऱ्याला थंडी वाजत नाही. शेतात गुडघ्याएवढे पाणी आणि चिखल यामध्ये काम करणाऱ्यालाच थंडीचा त्रास माहीत असतो."

कडाक्याच्या थंडीत नाक आणि तोंडातून धुरासारखी गरम वाफ बाहेर निघाली. ओठ उलल्यामुळे कोरडे पडले होते. बोलताना तोंडाच्या हालचालीमुळे ओठांना भेगा पडल्या होत्या. त्यातून थोडं रक्त स्रवत होतं. ओठांवर जिभेने थुंकी पसरवून त्याने बाहेर निघणारं रक्त शोषून घेतलं. "असं म्हणतात की, चिखलाला

घाबरणाऱ्या आळशी आदिवासी पुरुषाला एक वेळचं जेवणदेखील मोठ्या प्रयत्नानं मिळतं. त्याच्यासाठी तांदळाचा दुष्काळच पडतो.''

त्याचं बोलणं खरं होतं. जीवनातील अनुभवांचा सारच लोकांमध्ये वाक्प्रचार आणि म्हणीच्या रूपाने प्रचलित होतात. या म्हणी कष्टकरी लोकांच्या खऱ्या जीवनाचे वृत्तांत असतात. सुपीक जमीन घेण्यायोग्य तयार करून वैशाख आणि ज्येष्ठ महिन्यात जेव्हा केवळ थंडी आणि धुकं असतं, तेव्हा कुठल्याही वेळी शेतात काम करण्यास गेल्यावर पाणी आणि चिखल शरीरातील हाडांमध्ये शिरून सुईप्रमाणे बोचतो. या भीतीने जर कुणी शेतात काम करण्यास गेला नाही, तर वेळ हातातून निघून जाईल. हंगाम निघून गेला की पीक येणार नाही. पीक आलं नाही तर घरातील चुलीवर भात शिजणार नाही; नशीबदेखील साथ देणार नाही.

तिने इशाऱ्याने परंतु दृढतेने हे सर्व सांगून टाकले. हे तिचे कर्तव्यच नव्हते, तर अधिकारदेखील होता. तिरूमनलादेखील या गोष्टी माहीत नाहीत असे नव्हे. सततचे शारीरिक श्रम तिला असे बोलण्यास भाग पाडतात. तो त्या कुटुंबाचा प्रमुख आहे, तरीदेखील बिकट प्रश्नांची जबाबदारी केवळ त्याच्यावरच नाही. काबाडकष्ट करणाऱ्या कुटुंबात दोघांची सारखीच कर्तव्ये असतात. घरातील कुटुंबप्रमुख कमावतो. पत्नी खर्च करते, असे तर नाही. दोघेही मिळून श्रम करतात. सुख-दुःख भोगतात. त्यामुळे त्याला तिचे म्हणणे ऐकावेच लागेल.

डोक्यावर पांघरलेलं घोंगडं त्याने मागं सारलं. रक्त शोषणाऱ्या माशीला त्रासलेल्या कुत्र्याप्रमाणे मळ आणि तेलाने बरबटलेल्या केसांना खरखर खाजवत, वाढलेल्या नखांच्या पेरांवरचा मळ बोटांनी घासून त्याची गोळी करीत, त्यातून डोक्यात वळवळणारी ऊ काढून दोन्ही अंगठ्याच्या नखांमध्ये ती ठेवून टिचकावत मारत तिरूमन पत्नीला पाहून म्हणाला, ''खाण्यासाठी काही गरम गरम असेल तर दे. शरीरात थोडी ऊब आणायची आहे. नंतर जाईन.''

त्याच्या आवाजात सहजता, गोडी आणि प्रेम होतं. राग किंवा पती असल्याचा अहंकार त्यात नव्हता.

पतीचे बोलणे ऐकून तिरूमीचं मन द्रवलं. सुई बोचल्याप्रमाणे थंडी होती. शेतात रक्त गोठण्यासारखा चिखल होता. हे सर्व तिला माहीत होतं. त्यांचं जगणं एवढं कठीण आहे, त्याच्याशी झुंज दिली नाही, तर त्यांचा जीवनप्रवास दुःखमय होईल. हे दुःख जीवनाविषयीची मोहमाया संपवेल.

तिने रात्री केलेली शिळी पेज गरम करून पतीला आणून दिली. केवळ पेज पिऊन त्याच्यात उत्साह येणार नाही, असा विचार करून त्याचे समाधान करण्यासाठी ती त्याची खुशामत करीत म्हणाली, ''आता शेतात जा. नंतर तांदळाचा भात आणि

चिंचेचा रस्सा करून आणेन.''

तिच्या वात्सल्यमय व्यवहाराने त्याचे मन गहिवरले. वीस वर्षांपासून अधिक काळ त्यांचे वैवाहिक संबंध आहेत. तिचा आधार आणि तिची असाहाय्यता त्याच्यापेक्षा अधिक कोण जाणू शकतो? तिची कोमलता आणि कठोरता, तिचा राग-लोभ त्याच्यापेक्षा अधिक कोण समजू शकतो? तिचे प्रेम आणि तिच्या तिरस्काराचा अनुभव त्याच्यापेक्षा अधिक कुणाला असेल?

त्या तोडक्या-मोडक्या जर्मनच्या भांड्यातील अर्धी पेज पिऊन झाल्यावर उरलेली पेज त्याने मुलाकडे सरकवली. मुलाने वाकून जांभई दिली आणि चिडून म्हणाला, ''मला नको आहे.''

मुलाला समजावत तिरूमन म्हणाला, ''अरे, थोडीशी पेज पिऊन घे रे बाबा! त्या पाणी आणि चिखल असलेल्या शेताचे आपण मालक आहोत, की तो चिखल आपला मालक आहे? आपले पाय पडताच चिखल आणि पाण्यात उष्णता निर्माण होऊन ते उकळायला हवे. नसता हे आदिवासी लोक केव्हाच या चिखलाचे बळी झाले असते. चल थोडीशी पी..!'' असे म्हणून मुलाला उत्साहित केले.

पेज पिण्यास नकार देऊन ओसरीत ठेवलेला फावडा खांद्यावर ठेवून सडैयन आपल्या बापासोबत शेताकडे निघाला.

चांदीच्या माळांना जणू कुणीतरी फुंकर मारावी, त्याप्रमाणं धुकं आणि गारठा झाडेझुडपे आणि बाग-बगिच्यातून सरकत हळूहळू सर्वत्र पसरलं. पानं, फळं, फुलं, कोवळे गवत इत्यादींवर पाऱ्याच्या थेंबाप्रमाणे पसरलेलं दव हळूच खाली पडलं. कुठेतरी दोन रानकावळे ओरडले. पक्षी आणि जंगली भुंगे गुंजन करू लागले. चाफ्याचा सुवास आणि काटेरी झुडपांचा वास, कुजलेली पाने पडल्यामुळे भिजलेल्या मातीचा वास, धुक्याच्या चादरीतून निघणारा ओलसर धूर, सर्वच मन आकर्षित करीत होतं.

शरीरात आणखी उत्साह येण्यासाठी तिरूमनने डोक्यावर घेतलेल्या धोतराच्या कोपऱ्यात बांधलेल्या गाठीतून तंबाखूचे पान काढून त्याचे दोन तुकडे केले. एक तुकडा तोंडात कोंबला. तंबाखूचा वास गार वाऱ्यात मिसळून आसपास दरवळत होता.

बाप-लेक दोघेही शेतात पोहचले. प्रत्येक शेतात बांधावरून मोटेतून पडणारे पाणी मृत्युशय्येवर असलेल्या रोग्याच्या श्वासाप्रमाणे घर्र-घर्र करीत होते. बांधावर पाय ठेवताच तेथे पसरलेले काजवे शेतातील चिखलात घुसून पुन्हा वर येऊन लपंडाव खेळत होते. ज्याप्रमाणे खोडकर मुलगा डोळे मिचकावून लपत-छपत खेळत असतो, त्याप्रमाणे चिखलात घुसणे, पुन्हा वर येऊन टिमटिम प्रकाश करणे हे सर्व पाहण्यास खूपच रम्य दृश्य होते. आश्चर्य म्हणजे त्यांच्या शरीरास चिखलातील पाणी किंवा माती अजिबात लागली नव्हती.

हे दृश्य पाहून तिरूमनला वाटलं, डोंगराळ भागात जन्मास घालून, एवढा त्रास देऊन, पशूप्रमाणे काम करायला लावून देवाने या काजव्यांना कसे निर्माण केले असावे? यांना थंडीतदेखील थंडी वाजत नाही. शरीरावर पाण्याचा थेंब राहत नाही. हे कसे विचित्र विश्व आहे या किड्यांचे!

तिरूमनच्या या चिंतनासदेखील एक अर्थ आहे. घरात पडून राहून सर्व प्रकारचे सुख उपभोगण्याची इच्छा त्याने ठेवली नाही. तो कठीण श्रम करण्यास तयार आहे. वेळेचादेखील विचार न करता तो काम करतो. कठीण श्रमामुळे निर्माण झालेल्या त्रासाचीदेखील त्याला पर्वा नाही; परंतु बर्फाप्रमाणे रक्ताला गोठवणाऱ्या थंडीत आणि काळ्या मातीच्या चिखलात काम करण्याची शिक्षा मिळू नये, असे त्याला वाटते.

तिरूमनने बांधावरील दगडांमधून एक बंद डबा काढला. त्यात एरंडी आणि इतर वनस्पती औषधींचा रस मिसळून तयार केलेले द्रावण होते. ते द्रावण काढून बापलेकांनी गुडघ्यापासून पायांच्या बोटांपर्यंत सर्वत्र लावले. चिखलामुळे होणाऱ्या फोडं-पुटकुळ्यांपासून संरक्षण मिळण्यासाठी म्हणून या लेपाचा उपयोग होत होता.

ते शेतात आले! जणू दलदलीत उतरले! त्यांच्या कमरेपर्यंत चिखल होता. क्षणात त्यांच्या शरीरावर काटे उभे राहिले. पायापासून जांघेपर्यंत वेदना आणि आग होऊ लागली. जणू रक्तवाहिन्या फुटतील, त्याप्रमाणे पायांच्या बोटांचे सांधे अकडून ठणकत होते. हळूहळू चिखलात उभं राहिल्याची जाणीवच अंगात उरली नाही. पाय बधिर झाले होते.

फावड्याने चिखल मिसळला. वाळलेल्या वेली आणि सडलेला पालापाचोळा, गवत वगैरेंनी थोडा सपाट झालेला चिखल फावड्याने उचलून आणखी खोल असलेल्या चिखलात मिसळला. सपाट पाण्याला कापत पुढे जाणाऱ्या नावेप्रमाणे फावडे आणि आपल्या पायाने तो चिखल तुडवत ते पुढे जात होते. शारीरिक श्रमामुळे रक्त गरम झाले. शरीर आणि कानांच्या कोपऱ्यांना गारठणारी थंडी हळूहळू नाहीशी झाली. पाय लाकडाप्रमाणे बधिर झाल्यामुळे संवेदनाशून्य झाले होते. यंत्राप्रमाणे शारीरिक क्रिया होत होत्या. आता थकल्या-भागल्या अवयवांना स्फूर्ती आणि शक्ती देण्यासाठी त्यांना पेज हवी होती. केवळ पेज पाहूनदेखील त्यांचे शरीर दिवसभर काम करू शकले असते.

डोंगराच्या त्या उतारावर आणि घाटात माणसांचे कार्य अबाधितपणे सुरू होते. म्हशी आणि बैल चिखल तुडविण्यात त्यांना मदत करू शकत नव्हते; कारण जर ते खोल चिखलात फसले, तर त्यांना बाहेर काढण्यासाठी सर्व लोकांना मिळून ताकद लावावी लागली असती. प्रत्येक शेतात काम चालू होते. प्रत्येक कुटुंबाची वेगवेगळी गर्दी होती. संवेदनाशून्य झालेले शरीर काम करीत होते. नांगर-बैल

यांच्याशी संबंधित लोकगीते, उन्मत्त करणारी प्रेमगीते उत्साह आणि उल्हासाने गायली जात होती. शेजारच्या शेतातील तरुणांसोबत सडैयनदेखील गात होता. कुणीतरी एक गाण्याची पहिली ओळ गुणगुणायचा, इतर सर्व त्याच्या आवाजात आपला आवाज मिसळायचे.

येथे कुठल्याही विशेष प्रकारचा एकांत आणि मौन नाही. चिंता उत्पन्न करणारा विचारप्रवाह नाही. औदासीन्य निर्माण करणारी अभावग्रस्तता नाही. चिंता, त्रास देईल असा एकांतदेखील नाही. एकच विचारप्रवाह, एकच गीत!

शेतात काम करणाऱ्यांसाठी त्यांच्या घरून न्याहारी आली. शेताच्या बांधावर स्त्रिया एका ओळीत उभ्या होत्या. जेवणाची दुरडी पाहताच पुरूष काम थांबवून बांधावर येऊ लागले. पेज, भात, चटणी, खिचडी, चिंचेचे पाणी आणि भाजी या सर्वांचा एकत्र सुवास मोकळ्या शेतात पसरून दरवळू लागला. एकमेकांशेजारी बसलेले पुरूष खाण्याचे पदार्थ एकमेकांना वाटून खात होते. तिरूमीने तांदळाचा भात आणि हरभऱ्याच्या डाळीची चटणी करून आणली होती. जवळच्या शेतात काम करणाऱ्या अरप्पलीच्या पत्नीने बाजरीची खिचडी आणि आंबट पानांची भाजी आणली होती. दोघांनी ते वाटून खाल्लं. तिरूमन जेवण झाल्यावर हात धुऊन मळकट पाण्याच्या वरच्या भागात स्वच्छ थरात दोन्ही हातांची ओंजळ करून त्यात आपला चेहरा बुडवून पाण्याचे घोट घेत पाणी पिऊ लागला. जेव्हा त्याने आपले तोंड वर केले, तेव्हा ज्याप्रमाणे धावपटू धावल्यानंतर धापा टाकतात, त्याप्रमाणे तो धापा टाकीत होता.

तंबाखूशिवाय त्याच्या तोंडातील लाळ त्याला बेचव लागली. दातांच्या दुखण्याने त्याला अस्वस्थता जाणवली. मादक पदार्थ खाल्ल्याने निर्माण होणाऱ्या थरथरीसारखं त्याचं डोकं गरगरत होतं. त्याला तंबाखू हवी होती. तोंडात पान आणि तंबाखूशिवाय तो एक क्षणदेखील राहू शकत नव्हता. झोपतानादेखील तंबाखूचे पान तोंडात दाबून तो झोपतो. नसता त्याला झोप येत नाही. त्याने बायकोला विचारले, "तंबाखू आणली आहेस?"

तिरूमी देखील तंबाखू खाते; परंतु तिरूमनप्रमाणे ती त्याच्या आहारी गेली नव्हती. तिच्या छातीवर बांधलेल्या साडीच्या डाव्या बाजूस खोचलेल्या छोट्याशा पिशवीत नेहमी तंबाखू असते. स्वत:साठी नाही, नवऱ्यासाठी ठेवते. पिशवी उघडून त्यातून एक पान काढून तिने ते नवऱ्याकडे सरकवले. त्याच्या वासाने आणि सुगंधाने तिरूमनला नवीन उत्साह आला.

पुरुष पुन्हा शेतातील चिखलात उतरले. स्त्रियांनी बांधावर असलेली वाळलेली पाने, शेणाच्या गवऱ्या, हिरवी पाने, गवत सर्व उचलून शेतात पसरविले. नंतर शेतात उतरून दोन्ही हातांनी ते शेतातील चिखलात मिसळून दाबून टाकले. दुरून

पाहताना हे दृश्य असं जाणवत होतं की, या स्त्रिया दोन्ही हात आळीपाळीने पसरवून शेतात पोहत आहेत.

उष्ण वारे आणि सूर्याची किरणे जमिनीला स्पर्श करीत नव्हती. पनीरच्या तुकड्यांप्रमाणे ढगांचे घोळके पर्वत शिखरांवर, बगिच्यात उतरून गुडघ्यांच्या आधारावर हळूहळू सरकत होते. त्यांना कुणीतरी पिघळवून द्रव करून वाहतं केलं असावं, त्याचप्रमाणे धुक्याची चादर परसवून गार वारे वाहत होते. वर फारच गार वारे आणि खाली शेतात बर्फासारखा चिखल. या दोन्हींमध्ये पोटाची आग विझवण्यासाठी निसर्गाविरूद्ध या जीवांचे शीतयुद्ध. मनाला हादरून सोडणारे कठोर श्रम.

पुरुषांचे फावडे आणि स्त्रियांचे हात चिखलात एकसारखे ताल देत होते. तेल न लावलेल्या स्त्रियांच्या रूक्ष केसांप्रमाणे फावड्याने खोदून, नांगरून मिसळलेली माती, शेतात आणि बांधावर असमान वर-खाली झाली होती. आता या स्त्रियांनी त्या मातीस हाताने एकसारखे मिसळल्याने ती माती जणूकाही तरुणीने आपले केस चांगल्या प्रकारे विंचरून सुंदर वेणी घातलेली असावी, त्याप्रमाणे दिसत होती. थंडीचा त्रास कमी करण्यासाठी तेथे हलकी-फुलकी गाणी गायली जात होती.

स्त्री-पुरुष मिळून गात होते. ताल आणि लय यांचा ठेका होता. गाण्याची शैली मधुर होती. त्यांनी संगीताचा अभ्यास केलेला नव्हता, तरीदेखील संगीताला अनुरूप असे गाणे तयार केले होते. केवळ तिरूमन आणि तिरूमीच त्या संगीत-सागर लहरीत बुडू शकले नाहीत. त्यांना त्याची आवड नव्हती का? ते संगीत त्यांचे मन आनंदित करू शकत नव्हते काय?

त्यांच्यासमोर एक बिकट प्रश्न होता. तरुण मुलगी घरात होती. सणासाठी मामाच्या घरी जाणार होती. तिला एक मारकट्टू साडी हवी आणि त्यावर एक ओढणी. त्यामुळे तिचे सौंदर्य खुलून दिसेल. बहाद्दर, नखरेल तरुण मुले तिला पाहतील. तिच्या आकर्षणामुळे त्यांना हुंड्याचे पैसे अधिक मिळतील.*

तिरूमीने नवऱ्याला विचारलं, "उद्या बाजार भरेल ना?"

"हो." त्याचा स्वर भावनाहीन होता.

"बाजारासाठी किती माणसांचं ओझं असेल?"**

त्याने थोडा विचार केला. ओझं वाहून नेण्यास चार माणसं लागतील, एवढं

---

* तामिळनाडूच्या काही जातींमध्ये आजही मुलाकडची मंडळी नगदी पैसे आणि भेटवस्तू देऊन मुलगी मागतात. या भेटवस्तू आणि नगदी पैशाला 'परिसम' टाकणे असे म्हणतात.

** एक माणूस जेवढं ओझं वाहू शकतो, त्या हिशोबाने एका माणसाचं ओझं, दोन माणसाचं ओझं असा हिशोब येथे केला जातो.

सामान जमा करू शकलो असतो; परंतु दोन-तीन दिवसांपूर्वी त्याने दोन माणसांच्या ओझ्याएवढं सामान पोलिसांना दिलं होतं. चांगली पिकलेली फणसं आणि केळी त्यांच्या घशात गेलीत. तिरूमीला हे माहीत नव्हतं. त्याच्या मुळातील कारण तो समजावू शकणार नाही. समजावल्यावरदेखील ती समजू शकणार नाही.

तो म्हणाला, ''दोन माणसं नेऊ शकतील एवढं ओझं असेल.''

अपराध्यासारखं त्याचं हृदय धडकत होतं. त्याचा आवाज दबलेला होता. कुणाला न सांगण्याविषयी त्याने मुलाला बजावलं होतं. कदाचित मुलाने आईला सांगितलं असावं.

तिरूमीने विचारलं, ''मागच्या वेळीदेखील बाजाराला गेलो नव्हतो, तरी देखील दोन माणसांचंच ओझं असेल?''

जाणून-बुजून असं विचारते आहे काय? असे विचारल्यावर मी सर्व काही सांगून टाकेन, असं तिला वाटत असावं. आधी तिच्या तोंडातून गोष्ट निघाली, तर मुलाने तुला आधीच सांगितले आहे असे म्हणून निभावून नेईल.

तिरूमन म्हणाला, ''जास्त सामान असतं, तर आपल्याजवळच ते असतं. मी तर अंदाजानेच सांगत आहे. थोडं कमी-जास्त असू शकतं.''

ती निरुत्साही झाली. तिचा हिशोब चुकीचा ठरला. तिला वाटलं होतं की, चार माणसांचं ओझं असेल. मुलीसाठी मारकट्टू साडी, जरीची ओढणी घेण्यासाठी हे पुरेसे आहे; परंतु अंदाज चुकीचा ठरला. असं व्हायला नको होतं. कसंही करून तिला आपली इच्छा पूर्ण करायची आहे. तिरूमीने पुढे विचारलं, ''सणासाठी मुलगी जात आहे. नवीन कपडे घ्यायचे आहेत. एवढ्या पैशांत होईल?''

''बाजारात जर चांगली किंमत मिळाली, तर सांभाळून घेऊ. नसता...''

राग आणि आतुरतेने तिने विचारले, ''नाही तर काय कराल?''

''तेच समजत नाही.''

आगीच्या स्पर्शाप्रमाणे तिचं मन भयभीत झालं. आईची माया आणि वात्सल्याने तिचं मन कुरतडत होतं. काय करावं? तिच्या भविष्याच्या स्वप्नांसाठी या डुकरिणीच्या पिल्लांपैकी दोन पिल्ले विकावी लागतील. मुलीच्या प्रतिष्ठेपेक्षा दुसरी कुठली गोष्ट मोठी नाही.

दोघांनी मिळून एक निर्णय घेतला. मुलीसाठी नवीन कपडे घेण्याएवढी त्यांच्या मालाला किंमत आली नाही, तर डुकराची दोन पिल्लं ते विकतील. हे मोठं नुकसान आहे, तरीदेखील मुलीची मान-मर्यादा आणि प्रतिष्ठा त्यापेक्षा मोठी आहे.

मान वर करून त्याने वर पाहिलं. गर्भवती स्त्रीप्रमाणे फुगलेले ढग डोंगराच्या आड वेगाने सरकत होते. मोठ्या डोक्याचे भुंगे गुंजन करीत होते.

तिरूमी म्हणाली, "मोठ्या डोक्याचा भुंगा गुणगुणला, तर मोठा पाऊस पडेल." ती थकलेली होती. सारखं काम आणि आठही प्रहराचा थकवा!

शेतात गाण्याची गुणगुण हळूहळू थांबली. चिखलाने बरबटलेली मानवी यंत्रे बांधाकडे निघाली. उद्या काम करण्यासाठी या लोकांना शक्तीची गरज आहे. ते सर्व आपल्या घराकडे निघाले.

❑❑❑

॥ ३ ॥

"वैल्लेया! अरे ओ पेरियसामी! आंडी!"

अवेळी गावात अशी आरोळी!

चुलीजवळ शरीर दुमडून झोपलेल्या तिरूमनला असे जाणवले, जणू झाडा-झुडपांनी वेढलेल्या डोंगराच्या घाटातून कुणीतरी त्याला बोलावत आहे. अर्धवट जागृतावस्थेत तो कुस बदलत होता. तिरूमी उठली.

बाजाराच्या दिवशी जो कुणी आधी उठतो, तो दुसऱ्याला उठवीत असतो. दर बुधवारी भल्या पहाटे डोंगराच्या पायथ्याच्या त्या सपाट जमिनीवर बाजार भरायचा. डोंगराळ भागात येणारी फळे, कंद, मध इत्यादी वस्तू आणून येथे विकले जायचे. त्याच्या बदल्यात त्या डोंगराळ भागात वास्तव्य करणारे लोक आपल्या गरजेच्या वस्तू विकत घेऊन जात होते. कामाचा व्याप आणि थकवा यामुळे काही जण मंगळवारी संध्याकाळीच निघत आणि रात्र बाजारातच घालवत. काही जण मात्र रात्रीच्या दोन प्रहरापर्यंत अर्धवट झोप घ्यायचे. तिसऱ्या प्रहरी उठून पहाट होण्यापूर्वीच बाजारात पोहचायचे. नवऱ्याला उठवीत तिरूमी म्हणाली, "संपूर्ण गाव जागा झालाय. दारिद्र्याची देवी अजूनदेखील या बाप-लेकांना सोडत नाही." तिच्या स्वरात उपरोध आणि वास्तव होते.

स्वप्नांच्या नशेत कुस बदलताना पायाच्या बोटाला उंदराने चावा घ्यावा, त्याप्रमाणे तिरूमन घाबरून उठून बसला. उठताच त्याने विचारले, "मुलगा उठला काय?"

"बाप वरच्या फांदीवर झोपला, तर मुलगा खालच्या फांदीवर झोपेल. अशी म्हण आहे." नंतर खाकरून आवाज साफ करीत ती म्हणाली, "तुझा मुलगा कसा असेल रे?"

घरी जाण्याचा विचार करूनच तिरूमन झोपला होता. तशी त्याला जाग आली होती. बाहेर जाऊन त्याने लघुशंका केली. आकाशाकडे पाहिले. आकाशात ढगांची गर्दी झाल्यामुळे तारे दिसत नव्हते. पावसाचे थेंब पडत होते. गार वारा शरीराच्या

सांध्यामध्ये घुसून हुडहुडी निर्माण करीत होता. कुठेच कोणती चाहूल नव्हती.

तोंडात दाबलेले तंबाखू असलेले पानाचे तांबूल थुंकून त्याने गुळणी केली. तिरूमीने त्याच्या पूर्वीच उठून शिळी पेज गरम केली होती. मोठ्या ग्लासात ओतून तिरूमीने त्याला पेज दिली. पेज पिल्यानंतर त्याने पुन्हा दुसऱ्यांदा गुळणी केली नाही. तसाच तंबाखूचा तुकडा चावून दाढेत दाबून ठेवला.

बाजाराला जाण्याच्या दिवशी तिरूमनच नेहमी आधी उठायचा. आदल्या दिवशी माती आणि चिखलात काम केल्यामुळे दरिद्री देवीने त्याच्या थकव्याला बांधून ठेवले होते.

एका प्रामाणिक, कष्टकरी आदिवासी माणसासाठी ही लाजीरवाणी गोष्ट होती. असे दिवस त्याच्या आयुष्यात फार कमी आलेत. कधी कधी शारीरिक त्रासामुळे त्याची अशी स्थिती व्हायची. उशिरा उठल्याबद्दल त्याचे मन त्याला बोचत होते. त्याने घाईघाईने केलेल्या कामावरून हेच दिसत होते.

एका ओझ्याच्या गाठोड्यात फणस होते, दुसऱ्यात अननसाची फळे. ओझ्याला बांधलेली दोरीची जाळी योग्य प्रकारे बांधलेली आहे, हे तपासून तो निश्‍चिंत झाला. सर्व व्यवस्थित आहे. बस! आता निघायला हवं.

खांद्यावर ठिगळं लावलेला खाकी सदरा! कमरेचे धोतर सोडून त्याने ते डोक्यावर पगडीसारखं बांधलं होतं. कमरेला लंगोट! माती, मळ, तेलाचा चिकटपणा, त्यातून येणारा वास, या सर्वांचा एकत्र वास येत असलेलं त्याचं ते घोंगडं! हीच त्याची वेशभूषा होती. कडाक्याच्या थंडीत त्याच्या संरक्षणाचे हेच कवच!

झाडाच्या सालीने टांगलेल्या शिंक्यातून भस्म काढून त्याने कपाळाला आणि मानेला लावले. आपल्या कुलदेवतेच्या दिशेला हात जोडून नमस्कार केला आणि चांगल्या विक्रीची प्रार्थना केली. असे झाल्यास खिचडीचा नैवेद्य चढवीन, कोंबड्याचा बळी देईन, विशेष नवस बोलेन. फार मोठी विक्री झाली, तर भाला, त्रिशूळ किंवा घंटी विकत घेऊन चढवेन. एका गरिबाची एवढीच ऐपत होती.

ओझं खांद्यावर उचलून तो तयार झाला. तिरूमी म्हणाली, ''कपडे विकत घेण्यास पैसे कमी पडले, तर कुणाकडून उधार घ्या. आल्यावर डुकरिणीची पिल्ले विकून उधारी देऊ.''

त्याने होकारार्थी मान डोलावली. त्याच्या मुलीने चांगले कपडे घालून, सजून-धजून जावे, अशी त्याचीदेखील इच्छा होती. तिचा प्रसन्न आणि आनंदित चेहरा पाहण्याची त्याची मनापासून इच्छा होती. तिला तिच्या अनुरूप वर मिळायला हवा, अशीदेखील त्याची मनातल्या मनात प्रार्थना होती. मग परक्याला सांगितल्याप्रमाणे बायको हे सर्व आपल्याला का सांगते आहे? पुरुषांमध्ये जो मोठेपणा असतो आणि

जी गंभीरता असते, ती तर तिच्यातदेखील आहे.

प्रेम आणि कर्तव्यभावनेने त्याला दाटून आले. डोळ्यांच्या सांगण्याने पापण्या बंद होतात काय? मनोऱ्याच्या सांगण्याने देवळाची सावली जमिनीवर पडते काय? "मुलीची तुला जेवढी काळजी आणि प्रेम आहे, तेवढी मला नाही का? असं तुझ्या मनात का आलं?" बोलता बोलता त्याचा कंठ दाटून आला. तो भाबडा झाला.

तिरूमीला नवऱ्याची मन:स्थिती समजत होती. त्याचं मुलीवर प्रेम नाही, असं तिनं कधीच म्हटलेलं नव्हतं आणि तो असं कधीही म्हणणार नाही, याचा तिला विश्वास होता. मुलगी उभी राहून जमिनीवर चालण्यापूर्वीच तो तिला पाठीशी आणि छातीशी धरून शेतात आणि जंगलात घेऊन फिरायचा. जेव्हा ती नवऱ्यासाठी न्याहारी घेऊन शेतात जायची, तेव्हा मुलगी चालू लागली होती; तरीदेखील तो तिला खांद्यावर बसवून इकडे-तिकडे फिरवायचा. तिरूमीचे डोळे भरून आले. डोळ्यांचं पाणी पुसत ती म्हणाली, "मला माहीत नाही का की, तुझा तिच्यावर किती जीव आहे? आपल्या घरची परिस्थिती मला असे बोलण्यास भाग पाडते. बरं, आता चल, उशीर होत आहे." असे बोलून तिने त्याला निरोप दिला.

"ठीक आहे. मुलाला लवकर पाठव. मी पुढच्या टोळीत राहीन."

आपापल्या डोक्यावरचं ओझं घेऊन सर्वजण मोहल्ल्यातून बाहेर आले. तेलाने माखलेली मशाल पेटविली गेली. तीच रात्रीच्या प्रवासात मार्गदर्शक, प्रकाशज्योत आहे. वयाला अनुसरून ते वेगवेगळ्या टोळीत विभागले गेले. वयाप्रमाणे बोलणे, गाणे, थट्टा-मस्करी. सडैयन आपल्या समवयस्क मुलांमध्ये जाऊन मिसळला.

आकाशात तारे दिसत नव्हते. वृक्षाच्या जवळपास अंधार होता. जाळीदार गाठोड्यात बांधलेलं फळांचं ओझं खांद्याच्या मागे-पुढे लटकवून ते पुढे चालत होते. मशालीचा प्रकाश रस्ता दाखवत होता. त्यांना मशालीची आवश्यकता नव्हती. त्यांची दृष्टी चांगली आहे. त्यांच्या पायांना या डोंगराळ भागातील काना-कोपऱ्यांतून चालण्याची सवय आहे. डोंगराच्या शिखरापासून पायथ्यापर्यंत कुठे पठार आहे, कुठे दरी आहे, कुठे उतार आहे आणि कुठे वाट बदलावी लागते या सर्वांची त्यांच्या पायांना सवय झालेली आहे. त्यांनी डोळे बंद करून चालणे सुरू केले, तरी ते डोंगराच्या पायथ्याशी पोहचल्यावर डोळे उघडून पाहू शकतात.

त्या वाटेचा आणि डोंगराळ भागातील त्या लोकांच्या पायांचा अतूट असा संबंध आहे. हा संबंध काल-परवाचा नाही, तर युगानुयुगांचा आहे. किती पिढ्यांचे, किती माणसांच्या घामाचे थेंब त्या वाटेवर पडले आहेत, किती माणसांच्या रक्ताचे थेंब तेथे ओघळले असतील! किती माणसांचा बळी घेतला आहे, या रस्त्याने! हे बंधन वाटसरू आणि वाट यांच्यातील संबंधाएवढेच मर्यादित नाही, तर गर्भात

असलेल्या अपत्याच्या आईच्या नाळेशी असलेल्या संबंधासारखे आहे. त्या आदिवासींच्या पायांच्या आवाजाने पर्वत जागा होतो आणि त्यांचे पाय तो ओझं वाहिल्याप्रमाणे आपल्या छातीवर ठेवून घेतो. त्या पायांशी बोलतो, त्यांचे मुके घेतो, त्यांना आपल्या बाहुपाशात घेतो. काहीही त्रास न देता, कोणतीही दुर्घटना होऊ न देता त्यांना खाली उतरवतो आणि वर चढवतोदेखील.

या आदिवासी लोकांशिवाय सपाट जमिनीवर राहणारी कुणीही व्यक्ती ओझं न घेतासुद्धा, पायांना फोड न येता, सूज न येता, पोटऱ्यात रक्ताची गाठ न येता योग्य स्थितीत या पर्वतावर चढू-उतरू शकत नाही. पर्वतावरील रस्तेदेखील रोजच्या सवयीशिवाय, पारंपरिक बंधनाशिवाय कुणाचाही स्वीकार करीत नाहीत. नैसर्गिक वातावरणात वाढलेल्या, त्यांच्याशी नाळ जुळलेल्या व्यक्तींनाच निसर्ग कसा स्वीकारतो! त्याच्याशी नाते कसे जोडतो!

निसर्गाची गाढ झोप, निस्तब्ध रात्र, हिवाळ्यातील थंडगार वारा! रस्त्यात बेडकांचे उड्या मारणे, पाण्यात सापांचे सळसळणे, रानडुकरांची पळापळ, अर्धवट झोपेत असलेल्या पक्ष्यांची फडफड, रानटी पशूंच्या जांभया!

बाजाराचा प्रवास सुरू झाला. अंधाऱ्या कळीतून प्रकाशकिरणे फुटण्यापूर्वी त्यांना बाजारात पोहचायचे होते. एका चांगल्या आदिवासीची यातच प्रतिष्ठा असते. त्यातच त्याचे मोठेपण आहे.

आकाशाच्या पूर्वेस तांबडं फुटण्यापूर्वी ते बाजाराच्या आवारात पोहचले. वस्तू वेगवेगळ्या करून एका ओळीत पसरवून ठेवण्यात आल्या. जाड दोऱ्यात बांधलेली पैशांची पिशवी गळ्यात अडकवून व्यापारी या वस्तूंचे निरीक्षण करीत फिरत होते. आपापल्या मालाजवळ बसलेले हे लोक हात जोडून त्यांना बोलावत होते.

"या बाबू... या बाबूजी!" व्यापारी त्यांच्याकडे लक्ष न देता फळांचे निरीक्षण करीत मान हलवून जात होते. आपली भूक मिटविण्यासाठी गेलेला सडैयन आणि पेरियसामी आणखी काही तरुणांसोबत ओझं उतरवलेल्या ठिकाणी आले. ते एक बातमी घेऊन आले होते.

बाजारात विक्रीसाठी आणलेल्या वस्तूंवर सरकारने विक्रीकर लावण्याचा निर्णय घेतला आहे; परंतु दलाल दुप्पट करापेक्षा अधिक वसूल करीत आहेत. ही तर कित्येक वर्षांपासून चालत आलेली खाजगी बाब आहे. याचा कुणीही विरोध केलेला नव्हता. यास अन्याय समजले गेले नाही. पैसे लावणारा फायदा तर घेणारच. त्यांना याबद्दल विचारण्याचा आम्हाला काय अधिकार आहे? अशीच त्यांची विचारप्रवृत्ती होती; परंतु आज प्रवेशद्वारावर याउलट एक घटना घडलेली आहे.

विकणाऱ्यांनीच नव्हे, तर खरिददारांनी देखील आजपर्यंत हा कर दलालांना

दिले आहे. हा कायदेशीर गुन्हा आहे. तरीदेखील कुणीही याच्या विरोधात आवाज उठवलेला नाही. काही विचारण्यासदेखील मनाई आहे. जर कुणी काही विचारले, तर त्याला दलाल शिकारी कुत्र्यांच्या तावडीत देईल आणि जाब विचारणारा गर्द झाडीत कुत्र्या-लांडग्यांचे भक्ष्य होईल.

आज शहरातील एका दुकानदाराने केळीचा एक घड विकत घेऊन जाताना दलालास विक्रीकर देण्यास नकार दिला. बाजारात आणलेल्या वस्तूंवर कर असायला हवा. त्या वस्तू विकत घेऊन जाताना विक्रीकर वसूल करण्याचा अधिकार नको. एवढेच नव्हे, तर तो असे देखील म्हणाला की, 'डोक्यावर उचलून आणलेल्या ओझ्यासाठी दहा पैसेच कर म्हणून वसूल करायला हवेत. या उलट तीस पैसे वसूल करणे हा गुन्हा आहे!'

दलालांनी तोंड उघडले नाही. त्यांच्या गुंडांनी एकाएकी त्याला घेरले. काल रात्री आमच्या केळीचा घड चोरून पळून गेला, तो हाच. आज आम्हास सापडला. असे म्हणून त्याला खूप मारण्यात आले. आजूबाजूचे लोक चूप बसले. ते तर तमाशा पाहणारे होते. बिचारा आपली विकत घेतलेली केळी सोडून, चोर म्हणवून घेऊन, चोरीचा दंड भरून, सर्व शरीरावर सूज घेऊन, रक्तबंबाळ होऊन तेथून निघून गेला.

ही घटना ऐकण्याचीदेखील त्यांच्यात हिम्मत नव्हती. त्यांना भीती वाटत होती की, जर त्यांनी आम्हालादेखील बंडखोर ठरवले, तर आमचे काय होईल? ती एवढी साधी-भोळी माणसं होती की, त्यांचे अशा गोष्टींशी काहीच देणेघेणे नव्हते.

ऐकणाऱ्यांपैकी एकजण म्हणाला, "लोखंडाला लोखंडानेच कापावे लागेल. कापसाच्या काडीने लोखंड कापता येत नाही. तसे केल्यास कापसाची काडीच तुटेल. असो, सकाळी सकाळी आपण आपले काम बघू. अशा गोष्टींचा आपण विचारदेखील करू नये." असे म्हणून तो विषय तेथेच थांबवण्यात आला. त्यांच्या आवाजात भीती, दहशत, अस्पष्टता आणि अस्वस्थता होती.

त्यांचे जीवन असेच आहे, युगानुयुगे फसवणूक केले गेलेले. त्रास सहन करण्यासाठीच त्यांचा जन्म झालेला आहे. त्यांना धोकाच खायचा आहे. तेच त्यांच्या नशिबात आहे. देवच त्यांना वाचवू शकतो. त्यांचा तारणकर्ता देवच आहे.

काही वेळ थांबलेल्या श्वासासारखी स्तब्धता.

एक व्यापारी आला. तिरूमनच्या अननसाचे ओझे पाहून विचारले, "एवढ्या अननसाची किती किंमत?"

"तुम्ही सांगा बाबू."

एका दुष्ट हास्याने त्याच्या भुवया उंचावल्या. तो म्हणाला, "माल तुझा

आहे. तूच किंमत सांग.''

तिरूमनने आपली बत्तिशी दाखविली. कत्थेचा रंग चढलेले दात, म. पो. सारखी मिशी (एक तामिळ विद्वान, ज्यांची मिशी प्रसिद्ध आहे.), जिच्या टोकावर पान, तंबाखूच्या थुंकीचा रंग लागला होता.

''चाळीस रुपये द्या मालक.''

''का? आपलं वजन देखील त्यात मिसळलं आहेस काय?''

शरीर आकसून, दाढी खाजवीत तो म्हणाला, ''मालकाकडून घेणार नाही, तर मग कुणाकडून घेऊन जगू शकेन?''

त्यांना कोणत्या अवजाराने मारायला हवे, हे या व्यापाऱ्यांना चांगल्या प्रकारे माहीत होते. डोंगर पर्वतावरून ओझं उचलून त्यांनी मैदानात माल आणला आहे. तो पुन्हा परत घेऊन जाणे त्यांना शक्य नाही आणि या सर्व वस्तू सडणाऱ्या आहेत.

व्यापारी दया दाखवीत म्हणाला, ''पसतीस घे रे..''

एवढी किंमत मिळेल असे तिरूमनला वाटले नव्हते. जी किंमत तोंडात आली, ती सांगून टाकली होती. व्यापाऱ्याच्या भाव ठरविण्यावरून बाजार तेजीत असल्याचे दिसते. मी कमी किंमत तर सांगितली नाही? त्याने आपल्या शेजारी पाहिले. एकदा कुणी बोली लावली, तर मग त्या वस्तूवर त्यापेक्षा अधिक किंमत लावता येत नाही. मालाच्या हिशोबाप्रमाणे किंमत कमी होऊ शकते. त्याच्या आजूबाजूस बसलेल्या लोकांनी मान हलवून किंमत आणखीन वाढू शकते, याची जाणीव करून दिली; परंतु आता तो आपल्या मालाची किंमत जास्त वाढवू शकत नव्हता. जेवढा उशीर होईल, तेवढी जास्त किंमत मिळेल. डुकरिणीची पिल्ले न विकताच मुलीसाठी साडी आणि जरीची ओढणी विकत घेण्यासाठी पैसे मिळतील.

तिरूमनने विचार केला, मालक, जर तुम्हाला एवढी किंमत देणे शक्य नाही, तर सोडून द्या, असे तो बोलू इच्छित होता; परंतु लहान तोंडी मोठा घास होईल. एवढी मोठी गोष्ट बोलण्याची त्याची योग्यता नाही. तो गरीब आहे, लहान माणूस आहे.

व्यापारीदेखील घाबरत होता की, जर त्याने त्याची बोली मान्य केली, तर त्याला तेवढे पैसे द्यावे लागतील. त्याला या आदिवासींचा स्वभाव माहीत होता. जेव्हापासून त्याने खांद्यावर झोळी सांभाळली, तेव्हापासून त्यांची मानसिकता, अज्ञान तो जाणतो. प्रत्येक वेळी बाजारात धोका खाऊनदेखील मागच्या अनुभवातून धडा शिकण्याची तीव्र बुद्धी त्यांच्यात नाही, हे तो चांगल्या प्रकारे जाणत होता. तो रागाने म्हणाला, ''हातात आलेल्या लक्ष्मीला तू पायाने ठोकर मारतो आहेस?'' असे म्हणून शेजारी बसलेल्या फणस विक्रेत्याला तो विचारतो, ''तू काय किंमत

सांगतो आहेस रे?''

तो विचारात पडला, तिरूमनप्रमाणे किंमत कमी करून सांगायला नको.

''हे ओझं (हा माल) पन्नास रुपये, मालक.''

तसेच उपरोधात्मक हसून व्यापारी म्हणाला, ''तहानलेल्याला पाणी दिले, तर तो खिचडीची मागणी करू लागला, अशीच तुझी गोष्ट! मला वाटले, घासाघीस करावी लागणार नाही. एकच बोली लावायची; परंतु तुम्ही सर्व हत्ती-घोड्याची किंमत सांगत आहात. कुणालाही विका, मला नको.'' असे बोलून खोट्या रागाचा आव आणून तो पुढे निघून गेला.

तो गेल्यानंतर थोड्या वेळाने दुसरा व्यापारी आला. ''काय किंमत आहे, सांग.''

''आता आमच्या सेलमच्या माणसाने विचारले होते. मी पन्नास रुपये सांगितले,'' तो म्हणाला.

सेलमवाल्याने किती किमतीला मागितले, ही गोष्ट त्या व्यापाऱ्याने विचारली नाही. त्यांच्यामधील व्यापारी तडजोड आणि त्याचा अर्थ या पर्वतवासीयांना कसा समजू शकेल? दर आठवड्याला हे सर्व व्यापारी मिळून छळाचा जो व्यूह रचतात, त्याला ही भोळी माणसं बळी पडतात. उंदरांसाठी ठेवलेल्या त्या सापळ्याला ते समजू शकले नाहीत. सापळा पाहूनदेखील ते त्याला रोज बळी पडत होते. त्यांचा व्यवहारदेखील तसाच होता.

व्यापाऱ्याने विचारले, ''चाळीसमध्ये देशील?''

''कसं मालक? किंमत तर फार कमी आहे.''

''अरे, यापेक्षा अधिक किंमत कोण देईल? यात किती पिकले आहेत आणि किती कच्चे आहेत, कुणास ठाऊक? कापून तर पाहत नाही. काय माहीत, किती नुकसान होईल?''

''असं झालं तर मी जबाबदार आहे.''

''अरे, आम्ही काय घरी नेऊन सर्व खातो? कसं समजेल?''

''आता आम्ही काय बोलावं बाबूजी?''

व्यापाऱ्याचं म्हणणं जरी मान्य केलं, तरी ते काही कारण सांगून नाकारतील. तेवढी किंमत देऊन विकत घेण्याची त्यांची इच्छा नाही. अशा प्रकारे अधिक किमतीच्या लोभापायी त्यांना तासन्तास बसवून ठेवायचं. नंतर ते मन मारून आपला माल अर्ध्या-पाऊण किमतीस विकण्यास नाइलाजास्तव तयार होतात. अशा प्रकारे त्यांच्या आशा-आकांक्षावर दुहेरी आघात करणे, हाच या व्यापाऱ्यांचा उद्देश होता. ''ठीक आहे, ठेवून घे आपला माल. बाजार बंद होईपर्यंत बसून राहू शकतोस. तुम्ही चार पैसे कमावले, तर आम्हालादेखील आनंदच होईल.''

"मालक, अशा प्रकारे बसून, माल विकून कुबेराचे धन कमवू काय? वाटलं होतं, थोडी कमी-जास्त किंमत मिळाली, तरीदेखील आपला माल विकून दिवस मावळण्यापूर्वी आपल्या गावाला पोहचावं. भाऊ, तुम्ही किंमत सांगा. दोन पैसे जास्त दिले, तर पर्वत चढण्या-उतरण्याचा थकवा घालविण्यासाठी दोन घोट पेज पिऊत, नसता तुमचं राज्य घेऊन जावूत का?"

"अरे, आम्ही आहोत कोण, जे दुसऱ्याच्या राज्याचा मोल भाव करीत आहोत. तुझा माल आहेच किती? एका माणसाच्या डोक्यावरचं ओझं! तुम्ही सर्वांनी थोडीशी मदत केली, तर माझं काम होईल. जर नगदी खरेदीचे पैसेदेखील मिळाले नाही, तर कसला व्यापार? आम्ही तर बरबाद होऊ. तुमची गोष्ट वेगळी आहे. तुमचा स्वत:चा माल आहे. त्यात तुमचं काहीच नुकसान नाही."

जीवनाचं ओझं प्रत्येकाला चमत्कारिक बोलण्यास भाग पाडतं. नाइलाजास्तव त्यांना अशा प्रकारे विचार करावा लागतो.

बोली लावून तो देखील तिथून निघाला. घाईगर्दी केली नाही, तर चांगली किंमत मिळण्याची आशा आहे, असा पर्वतवासी विचार करीत होते.

हळूहळू वेळ जात होता. आता आधीच्या किमतीपेक्षा अर्धी किंमत लावली जात होती. त्यापेक्षा अधिक किंमत कुणी विचारली नाही. तिरूमनला चिंता वाटू लागली. एवढं ओझं वाटून आणल्याचा थकवादेखील एवढा चिंताजनक नव्हता. हाता-पायांची एक एक नस जणू तुटू पाहते. भूकदेखील मंद झाली होती.

त्याच्या योजनेप्रमाणे काहीच होत नाही. कदाचित मुलीसाठी मी नवीन कपडे घेऊ शकणार नाही. परिस्थिती ज्या वेगाने वर जाते, त्यापेक्षा अधिक वेगाने खाली घसरते. मागच्या आठवड्यात सरकारी अधिकाऱ्यांच्या दोन माणसांनी डोक्यावर वाहून नेऊ शकतील, एवढ्या ओझ्याची फळे हिरावून नेली होती.

यावेळी व्यापारी आमच्या पोटावर लाथ मारून सर्व काही लुबाडू पाहतात. वेळ निघून जात होती. घरून थोडी पेज पिऊन तो आला होता. चला कसे तरी एक किंमत ठरवून विकावे लागतील. याशिवाय आणखी दुसरा कोणताच पर्याय नव्हता. आणखी उशीर केला, तर व्यापारी निघून जातील. पस्तीस रु. बोली लावलेले अननस आता पंधरा रुपयांत मागत होते. चाळीस रुपये बोली लावलेले फणस आता दहा रुपयांत विचारले जात होते. वेळेवर योग्य निर्णय न घेतल्यामुळे आता कितीतरी नुकसान सहन करावे लागत होते. ज्याप्रमाणे गिधाड कोंबडीसमोरून तिच्या पिल्लांना उचलून नेते, त्याचप्रमाणे त्यांच्या मालाची लूट केली जात होती. त्यांच्या भावना उचंबळून बाहेर येऊ पाहत आहेत.

सर्व व्यापारी एक होऊन पूर्वनियोजित योजनेप्रमाणे काम करीत होते. आधी

तर जास्त किंमत विचारून त्यांच्या आकांक्षा पल्लवित केल्या. मग बिचारे आदिवासी माणसं किमतीचा योग्य निर्णय घेऊ न शकल्याने गोंधळले होते. कदाचित आता त्यांचा माल विकला जाणार नाही, अशी भीतीदेखील त्यांच्यात निर्माण झाली होती. शेवटी मिळेल तेवढ्या किमतीत माल विकण्यास त्यांचा नाइलाज झाला. त्यांचा दृढ संकल्प संपला होता.

तिरूमनने आपला सर्व माल एकूण पंचवीस रुपयाला विकला. ते पंचवीस रुपये खर्च करण्यासाठी किती मोठं बजेट त्याच्यासमोर होतं!! तंबाखू घ्यायची आहे, तांदूळ घ्यायचे आहेत, शेंगदाण्याचं तेल, घासलेट, मुलीसाठी नवीन कपडे घ्यायचे आहेत.

त्याचं डोकं गरगरायला लागलं. पोटात भूकदेखील लागली होती. मुलासोबत तो एका भोजनालयात गेला. त्याच्या भुवया ताठ होऊन आकसल्या. कपाळावर आठ्या. आजारी कोंबड्याच्या पापण्याप्रमाणे त्याच्या पापण्यात अपार दुःख आणि शैथिल्य पसरले होते.

एका मुलाने तुटक्या, पिचकलेल्या जर्मनच्या ग्लासात पाणी आणून ठेवले. त्याने ते एकाच घोटात संपवले.

जांघेमध्ये खाजवून त्या घाणीचा वास घेत एक माणूस तिरूमनजवळ आला. ''काय पाहिजे तुला?'' त्याने विचारले.

''आम्हाला दोन-दोन इडल्या आणून दे.'' आपल्या मुलालादेखील दाखवून तिरूमन म्हणाला. त्यांना बारकाईने पाहून तो माणूस म्हणाला, ''दोन इडली देण्याची पद्धत नाही. पाच इडली घ्याव्या लागतील.''

पाच इडली! तो अडचणीत आला. विचार केला होता. दोन इडली खाऊन पाणी पिऊत. पाच इडलीचं त्याचं बजट नव्हतं.

''अरे, विचार काय करतोस? तुझ्या दोन इडलीसाठी चार आण्याचा सांबर आणि चटणी द्यावी लागेल. आम्हाला शक्य नाही.'' त्या माणसाने सडेतोड उत्तर दिले. माणूस पाहून तो त्याची ऐपत ओळखतो की, हा दोन इडलीपेक्षा जास्त काही खाणार नाही. केळीच पानं, चटणी, सांबर एवढ्यासाठी देखील त्याचे पैसे पुरेसे नाहीत. अशा माणसाला इडली देण्यात काय फायदा?

खजील होऊन संकोचाने तिरूमनने विचारले, ''पाच इडलींची किंमत?''
''पन्नास पैसे.''

अरे बापरे! आम्हा दोघांसाठी एक रुपया! क्षणभर त्याच्या मनात हा विचार विजेसारखा चमकला. खावी तर लागेल; परंतु त्यासाठी एक रूपयाचा खर्च!

मुलासोबत तिरूमन बाहेर आला. त्याने कल्पना केली की, तेथे बसलेले

लोक कान बहिरे होतील, एवढ्या मोठ्याने हसत-खिदळत आहेत. त्याचे संपूर्ण शरीर आणि त्याचा चेहरा घामाने ओला झाला होता.

बाहेर सडकेच्या बाजूला एक म्हातारी टोपलीत इडली ठेवून विकत होती. तो तिकडे गेला. ते दोघे तिच्यासमोर जाऊन बसले. जिभेतून गळणारी लाळ गिळत तिरूमन म्हणाला, ''आजीबाई, दोन-दोन इडली द्या.''

''अरे दोन इडली का बरं? दोन इडली घशापर्यंत देखील जाणार नाहीत. चार घे, तीस पैसे दे,'' म्हातारी म्हणाली.

त्या दुकानात पाच इडलीचे पन्नास पैसे, येथे चार इडलीचे तीस पैसे. काही हरकत नाही. दोघांसाठी साठ पैसेच खर्च होतील.

''ठीक आहे, चार-चार देऊन टाक.''

केळीच्या सुकलेल्या पानांवर चार इडली आणि त्यावर चटणी, सांबर टाकून तिने ते त्यांच्या हातात दिलं. इडलीचे तुकडे करून सांबरमध्ये बुडवून दोघांनी ते आरामात खाल्ले. म्हातारीदेखील मोठ्या तन्मयतेने सांबर पाण्यासारखे वाढत होती.

खाऊन पिऊन त्यांनी हात धुतले. एक मोठी ढेकर देऊन दोघे उठून उभे राहिले.

तिरूमनने धोतराची गाठ सोडली. तंबाखू नव्हती. तो बाजारात गेला. जमिनीवर अंथरलेल्या तरटावर साधारण प्रकारच्या तंबाखूचे लहान-लहान ढीग ठेवलेले होते. त्याने दोन ढीग उचलले. एका लहानशा कपड्यात ते बांधून खिशात ठेवले. थोडा चुना आणि कात विकत घेऊन तो तोंडात टाकला.

तिरूमनचा शारीरिक थकवा कमी झाला; परंतु मनाची अस्वस्थता आणि दुर्बलतेने त्याला घेरले होते. कसेतरी घरच्यांसाठी आवश्यक वस्तू विकत घेतल्या. बघून-सवरून त्याने स्वस्त वस्तू विकत घेतल्या. चव आणि गुणवत्तेची त्याने चौकशी केली नाही. पोटाची खळगी कशीतरी भरावयाची आहे, या दृष्टीने जी कोणती वस्तू मिळेल, ती ठीक आहे, असे त्याला वाटले.

सर्व खर्च संपल्यानंतर हातात पाच रुपये शिल्लक होते. तेवढ्यात मुलीचे नवे कपडे कसे येतील? नकळत त्याचा हात उचलला गेला आणि त्याने आपली छाती पिटली.

श्रम करण्यास सांगा, तर तो न थांबता काम करेल. शरीर थकल्यानंतर देखील तो थांबणार नाही; परंतु कर्जाचं ओझं, कुटुंबाचे प्रश्न या सर्व गोष्टींमुळे मनात चिंतेचं ओझं वाढत होतं. त्याचे जीवन नरकापेक्षाही वाईट होते! चिंतेमुळे त्याचं शरीर वाळेल, जसे वाळलेल्या लाकडाला वाळवी खाते.

तो कर्जदार आहे, कुटुंबाच्या समस्या आहेत, याचे त्याला मनातून फार

वाईट वाटत होते. तो फार दुःखी झाला होता. त्याच्या दुःखात हातभार लावणारा कुणी नव्हता. त्याच्या ओळखी-पाळखीचे सर्वच त्याच्याप्रमाणे विधिलिखित सहन करीत होते. नशिबावर भार टाकून ते जगत होते.

मुलीसाठी कपडे घेण्यासाठी म्हणून त्याने मुलाचा सल्ला घेतला. साधारण कपडे घेण्यासाठीदेखील पंचवीस रुपये लागतील. पाच रुपये आहेत. आणखी वीस रुपये हवेत. कुणाला मागू? डुकरिणीच्या पिल्लांना विकून कर्ज फेडेन.

सडैयनने थोडा विचार केला. वडिलांचा भित्रा आणि भ्याड स्वभाव पाहून त्याला ग्लानी आली. त्याच्या मनात एक विचार आला. आपला मित्र पेरियसामीकडून उधार घेऊन त्याला तो थोड्या दिवसाने परत करेल. तो पेरियसामीकडून रुपये घेऊन आला. मुलाची चतुराई पाहून तिरुमनला आनंद झाला. आश्चर्याने तो गोंधळला. डोंगराएवढा मोठा प्रश्न मुलाने हिमतीने सोडविला होता. त्याला व्यवहार माहीत आहे. त्याचे आपले काही मित्र आहेत. तो देखील काही काम स्वत: करू शकतो. तिरूमन सडैयनला लहानच समजत होता; परंतु तो आता लहान राहिला नव्हता. त्याला जसे वाटत होते, तसा तो अज्ञानी नव्हता.

तिरूमनचे डोळे भरून आले. दुःखामुळे आलेले दुःखाश्रू की आनंदाने आलेले आनंदाश्रू!

सदऱ्याच्या कोपऱ्याने डोळे पुसून त्याने आपल्या मुलाला पाहिले. ''आपल्या मोठ्या बहिणीसाठी साडी आणि दुपट्टा तू आपल्या आवडीने घेऊन ये.''

सडैयनला हा अनुभव नवीन होता; तरीदेखील बाबाने त्याला मोठं समजून काम सोपविलं आहे, ते व्यवस्थित करायला हवं. तो आपले समवयस्क मित्र पेरियसामी, वेल्लयन, आंडी सर्वांना सोबत घेऊन बाजारात सजलेल्या कपड्याच्या दुकानात गेला. यापूर्वी तो कपडा विकत घेण्यास कधी गेला नव्हता. त्यामुळे त्याला व्यापारातील चातुर्य माहीत नव्हते. त्यांच्यापैकी वेल्लयन विवाहित आहे. व्यापारातील या बारीक-सारीक परिस्थितीची त्याला थोडी जास्तच माहिती होती. त्यामुळे हे काम त्याला सोपविण्यात आले.

फिदीफिदी हसत वेल्लयनने निवडलेले कपडे सर्वांनी पसंद केले. शेवटी या मित्रांच्या आग्रहाने त्यानेदेखील आपली पत्नी करूमाईसाठी एक साडी विकत घेतली.

आपल्या बापाने सोपविलेले काम पूर्ण करून प्रसन्न चेहऱ्याने सडैयन तिरूमनच्या समोर आला. माघ महिन्यातील पावसाने उमलणाऱ्या कॉफीच्या झाडाच्या कळ्यांसारखा तिरूमनचा चेहरा खुलला.

दोघांनी मिळून विकत घेतलेल्या वस्तू जाळीच्या पिशव्यांमध्ये भरल्या आणि त्या खांद्यावर लटकवल्या. परतीचा प्रवास सुरू झाला. गाणी आणि संभाषणाच्या

आवाजाने पर्वत दुमदुमला, जागा झाला. पर्वताने आपली छाती उघडून या लोकांना वाट दाखविली आणि त्यांच्या पायांत कोमलता भरली.

प्रवास सतत चालू होता. तिरूमनच्या मनात चिंता घर करून बसली होती.

❑❑❑

।। ४ ।।

प्रात:काल, शिळी पोळी खाण्याची वेळ! गावातील देवळासमोरच्या मैदानात ताडाच्या कच्च्या गुळाच्या चकतीवर माशा घोंघावल्याप्रमाणे लोकांची गर्दी गोळा झाली होती.

पहिल्या दिवशी दवंडी देणारा नगारा वाजवीत निघून गेला. व्यभिचाराशी संबंधित प्रश्न, लग्नबंधनाच्या शुभमुहूर्ताचे उल्लंघन करण्याची भानगड, मासिक पाळीच्या वेळी नियमांचे उल्लंघन करणाऱ्या स्त्रीवर दावा इत्यादी बाबींविषयी न्याय होईल, अशी दवंडी प्रत्येक गावात जाऊन देण्यात आली. सर्वांनी हजर राहण्याची सक्ती करण्यात आली होती. कुणी गैरहजर राहिला, तर त्याला त्याच सभेत दंड भरावा लागेल, अशीही सूचना देण्यात आली होती.

गाठ बांधलेली शेंडी, कानात डूल, चेहऱ्यावर पसरलेली नाराजी, नजरेत घमेंड, वेशभूषेत ऐट, गावचा धर्मप्रमुख असण्याचा अभिमान आणि उंच संगमरवराच्या चबुतऱ्यावर विराजमान होऊन गर्दीकडे पाहण्याची लकब.

शेजारच्या खेड्यातून आलेले, कउन्डन आणि करैक्कारन यांना पाहून धर्मप्रमुखाने त्यांना आपल्या जवळ येऊन बसण्यास सांगितले. प्रतिष्ठित मंडळी चबुतऱ्यावर विराजमान होताच सभेत भीती आणि आदराची भावना निर्माण झाली.

इतर दिवशी संगमरवराच्या त्या चबुतऱ्यावर कुत्रे लघवी करीत होते. लहान मुले त्या चबुतऱ्यावर मातीचे आळे करून त्यात लघवी करायचे. डुकरं आपल्या शरीराची खाज मिटविण्यासाठी त्यात लोळून आपली वेगळीच ओळख सोडत होते; परंतु न्याय आणि कायद्याच्या व्यवस्थेचा प्रश्न येताच त्या चबुतऱ्याला सिंहासनाची प्रतिष्ठा प्राप्त व्हायची. दवंडी देणारा त्या चबुतऱ्याला पाण्याने धुऊन साफ करून चकचकीत करीत होता. त्या जागेची आपली एक वेगळीच प्रतिष्ठा आहे आणि तेथे दिल्या गेलेल्या निर्णयाची एक वेगळीच मर्यादा आहे. तेथे विराजमान होणाऱ्यांची विशेष प्रतिष्ठा आहे.

त्या संगमरवराच्या चबुतऱ्याने किती युगे पाहिली असतील? किती पिढ्यांना पाहिले असेल? किती प्रकारच्या धर्मप्रमुखांना पाहिले असेल? किती प्रकारचे दावे,

आरोप, विनंती आणि प्रार्थना ऐकल्या असतील? किती मन:क्लेश, माया-मोहाच्या कथा, प्रतिवाद, मन तुटलेल्यांची व्यथा... हे सर्व काही ऐकून हा चबुतरा कधी आनंदित झाला असेल किंवा कधी दु:खी झाला असेल!

ती जागा कित्येक युगांपासून परंपरेच्या संगमाची जागा आहे. प्रश्न सोडविणाऱ्याचे वचन हे पंचपरमेश्वराचे वचन! तेथील जनतेने त्या निर्णयाची कधी उपेक्षा केली आहे, असे ना कधी कानांनी ऐकले आहे, ना कधी कथेच्या रूपाने अफवा पसरल्या आहेत.

माती भरलेल्या लाकडी पिकदाणीत पानाची पिंक थुंकून धर्मप्रमुख म्हणाले, "कोवालू दूधवाला, तू आपली फिर्याद सांग."

दोषी कोवालूने डोक्यावरची पगडी काढून ती कमरेला बांधून धर्मप्रमुखासमोर जमिनीवर पडून साष्टांग नमस्कार घातला.

धर्मप्रमुखाने त्याला सर्व कायदे-नियमांची आठवण करून दिली. देवाला साक्षी मानून सभेसमोर त्याला सर्व काही सांगावे लागेल. त्यात खरेपणा असायला हवा. चुकूनसुद्धा खोटे बोलायला नको. जर खोटेपणा सिद्ध झाला, तर तो त्या सभेसाठी जबाबदार राहील. सभा जी शिक्षा देईल, ती त्याला स्वीकारावी लागेल. देवाचा कोपदेखील सहन करावा लागेल.

धर्मप्रमुख म्हणाले, "अरे कोवालू, वर आकाश, खाली जमीन आणि अग्नीला साक्षी ठेवून सांग, तू खरं बोलतो आहेस ना?"

भीतीने कापऱ्या आवाजात तो म्हणाला, "अग्नीला साक्षी ठेवून मी खरं बोलतो आहे, जी."

"सात देवतांच्या साक्षीने आणि पश्चिमेकडे स्थापित असलेल्या नाच्चीयारला साक्षी मानून, तू खरं बोलतो आहेस का?"

देवाला साक्षी मानून कोवालू निश्चयाने म्हणाला, "मी खरं बोलतो आहे."

"ठीक आहे, सात देवतांसाठी रुपये आणि नाच्चीयारसाठी दोन रुपये सभेत ठेव."

त्याला ही प्रथा माहीत होती. त्यामुळे धोतराच्या गाठीत बांधून ठेवलेले रुपये त्याने काढले आणि धर्मप्रमुखासमोर ठेवून नमस्कार केला.

"हूं... आता तू आपलं म्हणणं सादर कर."

सर्व काही सांगणे किती कठीण आहे, याची जाणीव कोवालूला आता झाली. सुरुवातीपासूनच सर्व गोष्टी सांगाव्या की, एका वाक्यातच सांगावे. मनात सर्व गोष्टी कथेप्रमाणे रेखाटल्या होत्या. येथे सभेत कोणती गोष्ट सांगू? काही उलट-सुलट सांगितले, तर सभेत मी दोषी ठरविला जाईन. सुतकदेखील लागेल.

संकोच करीत थांबून थांबून कोवालू म्हणाला, "तेच.... व्यभिचार झाला."

तो सर्व काही समजावून सांगू शकला नाही. एवढीशी गोष्टदेखील तो मोठ्या मुश्किलीने सांगू लागला.

बेपर्वाईने सर्वांकडे पाहून धर्मप्रमुख म्हणाले, ''अरे, नीट सांग, तेव्हाच मी न्याय-अन्याय्य काय ते समजू शकेन.''

''माझ्या बायकोसोबत चिनुप्पा पेरियसामी झोपला होता, जी.''

हसून धर्मप्रमुखाने विचारले, ''आणि तू तेथे बसून बघत होतास काय?''

तो संध्याकाळी जंगलातून परत आला. चाहूल ऐकून कुणीतरी लंगोट पाठीमागे बांधत घरातून बाहेर आला. त्याने कोवालूकडे दुर्लक्ष केले. चुलीवर शिजत ठेवलेल्या तांदळाचा जळल्याचा वास येत होता. नवऱ्याला पाहून बायको गोंधळल्यासारखी उभी राहिली. त्याला आपल्या पत्नीचा संशय आला. तिच्या पायाजवळ कफसारखे चिकट वीर्य पडलेले होते. ती सत्य लपवू शकली नाही. आपला गुन्हा मान्य करून तिने क्षमा मागितली होती.

लाजेने तो अत्यंत शरमिंदा होत होता. ही गोष्ट मी सभेसमोर का सांगितली? या गोष्टी आपल्या तोंडाने कशा सांगू? आपल्या बायकोसंबंधी बोलण्यासारख्या या गोष्टी आहेत का? हे लोक एक-एक शब्द ऐकू इच्छितात. तो काहीच बोलू शकला नाही. शब्दांनादेखील त्याच्या तोंडातून निघण्यासाठी लाज वाटत होती.

''जंगलातून येताच मी आपल्या डोळ्यांनी पाहिलं, जी. साक्षीसाठी तेथे पुरावा होता. त्यामुळे ही भानगड खरी ठरली.''

लोक हसले. विवाहित तरुणीसोबत एका नवख्या पुरुषाचा अनैतिक संबंध घडून आला आहे आणि तो स्वत:ला वाचवून पळून गेला. या बाबतीत हिला साक्षीदार, साक्ष मिळेल का? जर तो अंथरुणावर असता, तर त्याला पुराव्यानिशी पकडता आले असते. भानगड स्पष्ट झाली असती. जमलेल्या लोकांपैकी एकाने विचारले, ''साक्ष देण्याबद्दल बोलतो आहेस. तेथे कोणता पुरावा होता?''

''वीर्य पडले होते.''

''वीर्याचा या भानगडीशी काय संबंध?''

सर्वांना याचा अर्थ माहीत होता. जाणूनबुजून लोक अज्ञानी असल्याचे दाखवित आहेत. अशा प्रकारे खोदून खोदून नग्न सत्य समजून घेण्यात त्यांना आनंद मिळतो. कसेही विचारा, उत्तर तर द्यावेच लागेल.

लाजून कोवालू पुन्हा म्हणाला, ''पुरुष आणि स्त्रीच्या मीलनात ज्यामुळे गर्भ तयार होतो, ते वीर्य.'' आपल्या पत्नीच्या परपुरुष संभोगाबद्दलचा, ती व्यभिचारी असण्याचा पुरावा तो स्वत: देत होता. अशा अनैतिक वाईट आचरणासाठी जबाबदार असणाऱ्या अपराध्यालादेखील सभा प्रश्न विचारत होती.

"तुझी बायको व्यभिचारी आहे, याचा एवढाच पुरावा आहे की आणखी काही?"

"एवढाच जी."

धर्मप्रमुखाने चिनुप्पा पेरियसामीला सर्व अटींची आठवण करून दिली. त्या मान्य करून त्यानेदेखील खरे बोलण्याची शपथ घेतली आणि देवतांसाठी दक्षिणादेखील ठेवली.

आजूबाजूच्या खेड्यांतून आलेल्या प्रतिष्ठित लोकांशी धर्मप्रमुख हसून बोलले. दोषी ठरविल्या गेलेल्या चिनुप्पा पेरियसामीकडे त्यांनी पाहिले, "काय, कोवालूचं म्हणणं खरं आहे."

पेरियसामी म्हणाला, "सर्व खोटं आहे."

धर्मप्रमुखाला राग आला, "अरे, एकदाच विचारल्यावर तू खोटं म्हणालास. खोटं? कसं खोटं?"

पेरियसामी खोटं बोलतो आहे. खरं लपवत आहे. कदाचित खरं काय ते जाणून घेण्यासाठी कोवालूच्या बायकोला विचारल्यास ती आपल्या पतीला याबाबतीत सहकार्य देणार नाही, याची खात्री असल्यामुळेच त्याच्यात एवढी हिम्मत आली असावी. अशा अपराधासाठी किती कठोर दंड आहे, हे त्याला माहीत असून- देखील तो खोटं बोलतो आहे. याचा अर्थ कोवालूची बायको त्याचं नाव घेणार नाही, असा त्याला दृढ विश्वास असावा. कोवालूने तिला घरातून हाकलून दिले, तर पेरियसामी तिला शरण देऊन नेहमीसाठी तिचं रक्षण करण्याचं वचन देणार होता.

दृढ विश्वासाने पेरियसामीने तिच्याकडे पाहिले. ती एका कोपऱ्यात मान खाली घालून बसली होती. स्त्री आणि पुरुषांच्या संबंधाची भानगड घृणा करण्यासारखी! किती खरेपणाने दहा लोकांच्यामोर ती ठेवली जात आहे; पण त्यामुळे एका स्त्रीच्या मनाला किती यातना होत असतील?

पेरियसामी म्हणाला, "जिचा या भानगडीशी सरळ संबंध आहे, तिला विचारा. खरं-खोटं काय आहे, माहीत होईल."

लोकांमध्ये कुजबुज होऊ लागली. सर्वांच्या नजरा तिच्याकडे वळल्या. ही घटना ती स्पष्टपणे नाकारेल, याच विश्वासाने कदाचित पेरियसामी असं म्हणत होता.

धर्मप्रमुखाला शंका येऊ लागली. दोघे मिळून अपराध लपवीत आहेत. जर योग्य प्रकारे न्याय दिला नाही, तर या पर्वतावरील लोकांची आपापसांतील मैत्री आणि प्रथा मोडकळीस येईल. ते या लोकांचे प्रतिनिधी आहेत. त्यांना मार्गदर्शन करणे त्यांचे कर्तव्य आहे. त्या दोघांचा अपराध सिद्ध झाला, तर मोठा दंड होईल.

धर्मप्रमुख म्हणाले, "तुम्ही दोघांनी मिळून जरी तुम्ही दोघे निर्दोष असल्याचे सांगितले, तरीदेखील आम्ही मानणार नाही. खरे बोलण्याची शपथ घ्यावी लागेल.

यापासून कोणी वाचू शकत नाही. आमचे देव शक्तिशाली आहेत. तेच आम्हाला विनाशापासून वाचवत आले आहेत.''

धर्मप्रमुखाने त्या मुलीकडे पाहिले. तिच्या चेहऱ्यावर भीती आणि घाबरल्याचे भाव होते. आपला अपराध मान्य केला, तर तिचा पती तिला क्षमा करू शकतो. जर तिने अपराध मान्य केला नाही, तर पतीपासून वेगळे झाल्यावर प्रियकर तिला स्वीकारू शकतो. तिने कोणताही निर्णय घेतला, तरी तिच्या चारित्र्याला झळ पोचणार नाही; परंतु आधी तिला खऱ्या साथीदाराला ओळखावे लागेल. तिचे जीवन केवळ मौज-मजेचे साधन होऊ नये.

कळत-नकळत तिच्याकडून चूक झाली होती. कोवालूला तिच्याबद्दल राग किंवा घृणा नाही. तिचा विश्वासघात करणाऱ्या माणसाला तो सोडणार नाही. कोवालूने तिच्याकडे विश्वासाने पाहिले.

धर्मप्रमुखाने तिला विचारले, ''पेरियसामीचे म्हणणे खरे आहे का?''

तिने आपल्या पतीकडे एकदा पाहिले. तोदेखील तिला पाहत होता. त्याच्या नजरेत प्रेम आणि व्याकूळता होती. तिने मान खाली घातली. तिच्या मनात वादळ उठत होतं. ती एकाची पत्नी आहे. पतीचा अधिकार तिने परपुरुषाला दिला. तिरस्काराने पतीवर रागावून तिने आपलं शरीर दुसऱ्या पुरुषाला सोपविलं नव्हतं. अनिवार्य कारण असल्यामुळे तिने नकार दिल्यानंतरदेखील तो असा एक क्षण होता की, ज्यापासून ती स्वत:ला आवरू शकली नाही. तिला न आवडणारं हे बंधन होतं. अनिच्छेने क्षणात घडलेला हा अपघात!

वस्तुस्थिती माहीत झाल्यानंतरदेखील त्याला तिचा राग आला नाही. त्याने तिला मारले नाही. आत्मग्लानीने तो त्रस्त होता. अजूनदेखील त्याला तिच्यापासून वैवाहिक सुखाची आशा होती. पत्नीच्या शरीराचे अपहरण करणाऱ्याला दंड देण्याची त्याची तीव्र इच्छादेखील होती.

ती आपल्या नवऱ्याला ओळखते. त्याच्या सोबत घालविलेले आयुष्य खोटे नाही. त्याच्यात प्रेमाचा उत्साह आणि उत्कंठा आहे. इतक्या सहजपणे ती त्याला वेगळे करू शकत नाही. तिचे रक्तकण त्याच्या शरीरात प्रवेश करून तिला प्रेम-सागरात बुडवित राहिले होते. दोघे एकरूप होऊन प्रेम सागरात बुडाले होते. स्वप्न आणि उन्मत्ततेच्या अवस्थेत पतीच्या कुशीत शृंगार करताना दिवसाची रात्र केली होती तिने! हे चित्र क्षणात मिटण्यासारखे आहे काय?

पतीच्या आरोपाविरुद्ध ती खोटी कैफियत देऊ शकत नव्हती. यात तिच्या जीवनाचे सुख आणि हित सामावलेले होते. तो तिला चारित्र्यहीन म्हणून वेगळं करणार नव्हता, तर प्रेमाने स्वीकारणार होता. त्याच्या त्या नजरेचा अर्थ तिला

समजला. मान खाली घालून ती म्हणाली, ‘‘माझ्या पतीचे सर्व म्हणणे खरे आहे.’’

पेरियसामीला अशा उत्तराची अपेक्षा नव्हती. त्याचा चेहरा पांढरा पडला. त्याने तिच्यावर पूर्ण अधिकार प्राप्त करून विश्वास ठेवला होता. ती आपला अपराध मान्य करेल, असे तेथे आलेल्या लोकांनादेखील वाटले नव्हते. तिच्या पतीचे खरे प्रेम तिच्यावर होते. तिचा आपल्या पतीवरचा दृढ विश्वासदेखील सिद्ध झाला होता.

धर्मप्रमुखाने पेरियसामीकडे पाहिले. त्याच्या भुवया आकसल्या होत्या. डोळ्यांच्या बाहुल्या आत घुसून कुतूहलाने पाहत होत्या.

‘‘आता तू आपला गुन्हा मान्य करतोस काय?’’

पेरियसामीने ओठ चावून तोंड वेंगाळलं. आता आणखी कोणतं कारण सांगावं, याचाच तो विचार करीत होता. मान खाली घालून हनुवटी खाजवीत तो उभा होता. आता तर स्पष्टपणे नकार द्यावा लागेल. ‘‘पती-पत्नी दोघे मिळून कुठल्या तरी जुन्या शत्रुत्वाचा बदला घेण्यासाठी मला फसविण्याची योजना आखीत आहेत. नकळतच तो यात फसला गेला आहे. ती घटना डोळ्यांनी पाहणारा साक्षीदार कोणी आहे काय? मग कुणालाही अपराधी ठरवून निर्णय कसा काय दिला जाऊ शकतो?’’ निश्चयाने थरथरणाऱ्या आवाजात तो म्हणाला, ‘‘मी तिला हातदेखील लावलेला नाही.’’

आतापर्यंत चुपचाप बसलेले गावाचे कउन्डन हात नाचवत म्हणाले, ‘‘अरे, तुझी एवढी हिम्मत? त्या मुलीने हो म्हटल्यानंतरदेखील तू काय बडबडतो आहेस? तुझ्यासारख्या गुंडामुळेच कुटुंब उद्ध्वस्त होत आहेत.’’ असे म्हणून त्याने धर्मप्रमुखाकडे पाहिले. ‘‘मी बरोबर म्हणालो ना...?’’ असे म्हणून उत्तराची वाट न पाहता ते परत पुढे म्हणाले, ‘‘आता तर सत्याची परीक्षा घ्यावीच लागेल.’’

अंतिम निर्णय देण्याच्या आपल्या अधिकारावर कउन्डनने हस्तक्षेप केल्यामुळे धर्मप्रमुख मनातल्या मनात नाराज झाले होते; पण तसे न भासवता ते गरजले, ‘‘हो, सत्याची परीक्षा होईलच.’’

सत्याची परीक्षा म्हणजे काही साधा खेळ नाही. अंघोळ करून देवळाला प्रदक्षिणा घालावी लागेल. ओल्या धोतरात धगधगणारे निखारे टाकतील. ते छाती-जवळ घेऊन वर्तुळाकार बसलेल्या गावातील लोकांच्याभोवती तीन फेऱ्या घालाव्या लागतील. पेटलेल्या निखाऱ्यामुळे धोतर जळणार नाही, याची काळजी घेतली जाईल. विस्तवामुळे धोतराला एक देखील छिद्र पडले, तर तो अपराधी मानला जाईल. अपराधापोटी दंड म्हणून एक रक्कम द्यावी लागेल. आपल्या आणि शेजारच्या गावातून आलेल्या लोकांना डुक्कर मारून त्याचे मांस आणि खिचडीचे जेवण द्यावे लागेल.

गावच्या न्यायसभेत विराजमान धर्मप्रमुख दंडाच्या रकमेतील थोडी रक्कम

देवळाच्या पूजेसाठी काढून घेऊन उरलेली कउन्डन, करैयन आणि बाहेरगावांतून आलेल्या लोकांत वाटून देईल. जेवढे लोक असतील, त्याप्रमाणे दोन किंवा तीन माप (मोडा, धान्य मोजण्याचे माप) बाजरी, एक किंवा दोन डुकरं असा निर्णय घेतला जाईल.

मग उधार घेऊ दे किंवा जमीन गहाण ठेवू दे, काही का असेना, ठरलेल्या तारखेपूर्वी सर्व वस्तू द्याव्या लागतातच. त्या दिवशी पुन्हा सभा होईल. दिलेल्या बाजरीचे सारखे वाटे करून प्रत्येक घरी ती दिली जाईल. ती दळून त्याची खिचडी शिजवून जेवणासाठी मंदिरासमोर अंथरलेल्या बिछायतीवर आणून ओतावी लागेल. देवाला डुकराचा बळी देऊन त्यात 'मोडावी' (एक प्रकारचे मुगासारखे धान्य) घालून त्याची रस्सेदार भाजी शिजविली जाईल. पत्रावळी घालून खिचडी आणि भाजी वाढली जाईल. शारीरिक वेदना नाही, परंतु मनाला, भावनांना, शरीरातील रक्ताला, मनातील आशा-आकांक्षांना पिळवटून नष्ट करण्यासारखा दंड! पेरियसामी थोडा वेळ चिंतामग्न राहिला. त्याच्या पोटात कालवाकालव होत होती. त्याच्या पोटात रागाने जळफळाट होत होता.

गावच्या सभेच्या निर्णयाचे उल्लंघन करून, त्याची अवहेलना करून कुणी जगू शकत नव्हता आणि असे कधी घडले होते का, हे सांगणारा कुणी साक्षीदारही नव्हता आणि तसा इतिहासही नव्हता.

लोकांमध्ये होत असलेली कुजबुज शांत करून आपला निर्णय सांगण्यासाठी धर्मप्रमुख म्हणाले, ''अरे, हा कसला गोंधळ-गडबड होत आहे? शांततेने माझे म्हणणे ऐका.'' आणि ते खाकरून, गळा साफ करून पिकदाणीत थुंकले. चमकणाऱ्या दातांमध्ये काडीने कोरून मोठा आवाज करून लाळ गिळली. नंतर पेरियसामीला पाहून धर्मप्रमुख म्हणाले, ''अरे, पेरियसामी, तू दोषी आहेस किंवा नाही, याचा निर्णय तर सत्याच्या परीक्षेनेच होईल.''

पेरियसामी काय उत्तर देणार? नकार देण्याची हिम्मत त्याच्यात नव्हती. एवढी हिम्मत असणारा हिम्मतवाला अजून या पर्वतीय भागात जन्मास आला नाही. सभेचा निर्णय स्वीकारावाच लागेल. पेरियसामी सत्याच्या परीक्षेसाठी तयार झाला.

सत्य परीक्षेसंबंधीचे सर्व नियमांचे विधिवत पालन केले गेले.

पेरियसामी अंघोळ करून ओल्या धोतराने लोकांमध्ये उभा आहे. लाकडे जाळून तयार केलेले निखारे एकाने त्याच्या पंचाच्या ओट्यात आणून टाकले. ते तसेच छातीशी घेऊन तो सभेसाठी जमलेल्या लोकांच्या रिंगणासभोवती तीन फेऱ्या घालू लागला. तिसरी फेरी पूर्ण होण्यापूर्वीच निखाऱ्याने जळून कपड्याला छिद्र पडले आणि निखारे खाली पडले.

लोक दहशतीने आणि भीतीने त्याच्याकडे पाहून बडबडू लागले. देवासमोर

खोटं बोलला, त्यामुळे देवाने त्याला दंड दिला. आता तर त्याला दंड भोगावाच लागेल. आता तो दोषी आहे, हे सांगण्याची कुणाची गरज नाही. देवाने स्वत: सांगितलंय आणि सर्वांनी ते मान्य केलं होते. त्यांना युगानुयुगांच्या सामाजिक परंपरेने, संकेताने सत्य सांगितले होते.

एका पद्धतीने बसल्यामुळे पाय बधिर झाले होते. पायांच्या स्थितीची अदलाबदल करून बसत धर्मप्रमुख निराश आणि द्विधा मन:स्थितीत उभ्या असलेल्या पेरियसामीकडे पाहून म्हणाले, ''नियमाप्रमाणे सभेपुढे पाचशे रुपये दंड भरून टाक. दोन डुकरं आणि चार माप बाजरी आणून संपूर्ण गावाला जेवणासाठी बोलव.''

तो तर अनाथ होता. आई-वडील, नातलग कुणीच नव्हते. बऱ्याच वर्षांपूर्वी सर्व मृत्युमुखी पडले होते. बापाची संपत्ती दहा बिघा जमीन आणि बाग शिल्लक होती. आता त्या संपत्तीलादेखील साडेसाती लागली होती.

दंड फार कठोर होता. याचे पालन केले नाही, तर जातीतून बाहेर काढतील. आता तर बस एकच पर्याय आहे, सर्वांसमोर हात जोडून, पाय पकडून, क्षमा मागून दंड कमी करण्याची प्रार्थना करावी लागेल.

पेरियसामी धर्मप्रमुखाचे पाय पकडून जोरजोरात रडू लागला. ''मी आई-बापाविना अनाथ मुलगा आहे. तारूण्याच्या आवेशात चूक झाली. यासाठी एवढा मोठा दंड देऊ नका, जी.''

लोकांमध्ये बसलेल्या मातांचे मन हळहळले. डोळे आसवांनी भरून आले.

रडण्यामुळे चेहऱ्यावर आलेली डोळ्यांतील घाण आणि कफ अश्रूंसहित पुसत पेरियसामी गयावया करू लागला. ''माफ करा जी, एवढी मोठी रक्कम मी देऊ शकत नाही.''

नाक भुवया आकसून धर्मप्रमुख म्हणाले, ''तर मग एक डुक्कर आणि तीन माप (मोडा) बाजरी दे.'' त्यांनी दंडाची रक्कम कमी केली नाही. त्यातील देवळाचा वाटा ते आपल्या इच्छेप्रमाणे घेतील. काही विचारण्याची कुणाची हिम्मत नव्हती. देवाच्या हिश्श्यावर कुणी बोट दाखवू शकतो काय? जर धर्मप्रमुखाने तो हिस्सा हडपदेखील केला, तर त्यांना त्यांचं दैवच विचारेल. देवाची संपत्ती हडपणाऱ्याचा पृथ्वीवरून वंशच संपेल.

अपराधी आपला दंड कमी करण्यासाठी तीन वेळा सभेतील लोकांना प्रार्थना करू शकतो. त्यानंतर धर्मप्रमुखाची इच्छा! तो अपराधी आहे किंवा नाही, याचा निर्णय तर देवच करेल आणि नंतर धर्मप्रमुख जे देवाचे दूत, प्रतिनिधी आहेत, ते जो निर्णय देतील, त्याचा विरोध कोण करेल? देवाचा कोप आणि दलदलीची जमीन ही कोणीच ओळखू शकत नाही. या बाबतीत सर्वांचे एकमत होते. त्यांचा

दृढ विश्वास होता.

रडून रडून पेरियसामीचे डोळे लाल झाले होते. भुवयांखालील भाग सुजल्यामुळे डोळे लपले होते. सारखा सारखा साष्टांग नमस्कार घालून त्याने आपल्या चुका पुन: पुन्हा सांगितल्या; जणू त्याचे बोलणे शून्यात विरघळून जात होते.

धर्मप्रमुखाच्या नाकपुड्या रागाने फडफडू लागल्या. लाल-पांढरे झालेल्या डोळ्यांतील बुभूळदेखील आकुंचन-प्रसरण पावू लागले. पानाच्या थुंकीने रंगलेले ओठ भिंतीवरील चुन्याच्या पातळ लेपाप्रमाणे नीरस दिसत होते. यावेळी आणखी पन्नास रुपये कमी करून धर्मप्रमुख म्हणाले, ''चारशे पन्नास रुपये.''

विहिरीत पडलेल्या व्यक्तीस जर पोहता येत नसेल, तर त्याने आधारासाठी पकडलेली गवताची काडी आणि पाण्याने भरलेला दोडका यात काहीच फरक नसतो. केवळ पन्नास रुपये कमी करून त्याची नाव पार होईल काय?

पेरियसामीचा धीर खचू लागला. त्याचा विश्वास ढासळू लागला. जेवढी सूट मिळाली आहे, ती का सोडू? काय माहीत, त्याची शेवटची विनंती त्याचं ओझं कमीदेखील करू शकते.

शेवटी तो सभेसमोर शोकाने मूर्च्छित होऊन उताणा पडला. यावेळी तो काहीच म्हणाला नाही. त्याने आपल्या चुकीसाठी क्षमादेखील मागितली नाही. तो छाती बडवून बडवून मोठ्याने रडत राहिला. त्याला आपण तरुण असल्याचे किंवा सर्वांसमोर अशा प्रकारे रडणे भित्रेपणाचे आहे, याचेदेखील भान राहिले नाही. माणसाला माया, मोह कसे जखडून टाकतात? धर्मप्रमुखाने आपला अंतिम निर्णय ऐकवला, ''दोनशे रुपये दंड, दोन माप (मोडा) बाजरी आणि एक डुक्कर देऊन टाक.''

हा शेवटचा निर्णय होता. आठवडाभरात या सर्व वस्तू द्यायच्या आहेत.

अनाथ मुलाला अशी शिक्षा! हा तर निष्ठुर निर्णय आहे. जमलेल्यांपैकी काहींचे मन द्रवले; परंतु कुणीच बोलू शकत नव्हता. समाजात अशाच नियमांची, बंधनाची व्यवस्था होती. लोकांमधला उत्साह, दीर्घ श्वास आणि थोड्याशा बडबडी-नंतर ही चर्चा संपली. पुढची समस्या सभेसमोर ठेवण्यात आली.

पटांगणातील त्या फणसाच्या झाडात किडे बसलेल्या पोकळीतून पाण्याचे थेंब पावसाच्या थेंबाप्रमाणे खाली पडलेल्या सुकलेल्या पानांवर एकाच लयीत टपकत होते. पिकून उललेल्या फणसांना स्पर्श करून गार वारा मधाच्या सुगंधासहित मन मोहित करीत होता. काही पक्षी आपल्या भाषेत जेवणासाठीच्या वेळेची सूचना देत होते.

मोठ्या गंभीर समस्येवर खळबळजनक आणि भाबडेपणाच्या वाद-विवादानंतर निर्णय देऊन थकलेल्या धर्मप्रमुखाच्या मिरचीसारख्या नाकपुड्या आकुंचन-प्रसरण पावू लागल्या. गार वारादेखील त्यांच्या शरीराला घामाची जाणीव करून देत होता.

लोकांकडे पाहून ते म्हणाले, "त्या दिवशी मुत्तेर बंधनाच्या (नवीन पीक लावण्यापूर्वीची एक प्रथा) वेळी आमच्या प्रथेचे उल्लंघन करणाऱ्याच्या बाबतीत कुणाला काही सांगायचे असेल, तर सांगू शकता."

भुवयांच्यामध्ये खोल जखमेची खूण असणारा, शिकाऱ्याप्रमाणे प्रतिहिंसेची भावना असणारा, तिरूमनच्या शेताशेजारी जमीन असणारा कंदन लोकांसमोर आला. अग्नीला साक्षी ठेवून, नाच्चियारला साक्ष मानून, समाजाच्या नियमांचे पालन करून, खरे बोलण्याची प्रतिज्ञा करून कंदनने बोलण्यास सुरुवात केली, "मुत्तेर बंधनाच्या दिवशी सावी तिरूमनने आपल्या शेतात काटेरी झुडपं जाळली होती."

लोकांमध्ये बसलेल्या तिरूमनवर जणू कुणीतरी निखारे फेकले. त्याने तर जाणून-बुजून काहीच केले नव्हते. त्याच्यावर जो गुन्हा लावला गेला, तो खरा होता; परंतु नियमांच्या बंधनांना तोडण्याचा त्याचा उद्देश नव्हता. असा तर तो विचारच करू शकत नव्हता. तर मग हे सर्व कसे झाले?

पाऊस झाल्यामुळे आदल्या दिवशी रात्री तिरूमन आपल्या शेतातील खोलीतच राहिला होता. वडमन पुजाऱ्याने संपूर्ण गावात दंवडी पिटून उद्या सकाळी 'मुत्तेर' बांधण्याचा (तामिळनाडूतील एक परंपरा) मुहूर्त असल्याचे घोषित केले होते; परंतु ही गोष्ट तिरूमनला माहीत नव्हती. घरच्यांनीदेखील त्याला ही गोष्ट सांगितली नव्हती. शेतात सर्वत्र काटेरी झुडपं उगवली होती. ती फावड्याने खोदून, एकत्र जमवून त्याने ती जाळली होती. ही तर नकळत झालेली चूक होती.

काही नियम युगानुयुगे चालत आले आहेत आणि परंपरागत आहेत. हे नियम पडपणजोबांकडून पणजोबांकडे, पणजोबांकडून आजोबांकडे, आजोबांकडून वडिलांकडे, वडिलांकडून मुलाकडे येत असतात. जिज्ञासेनेदेखील कुणी या गोष्टीचे रहस्य विचारीत नाहीत. तिरूमनदेखील त्याच परंपरेचा वारस होता.

परंपरागत नियमांचे पालन करणारी काही कुटुंबे त्या गावात होती. हे नियम अलिखित असे कायदेच होते. वडमन पुजाऱ्याचे कुटुंबदेखील या परंपरागत नियमांचे पालन पिढ्या न् पिढ्या करीत आले होते. या नियमांचे पालन करण्यात कधी कुणी कुचराई केली नव्हती. त्यांचे उल्लंघन केले नव्हते.

पिकाची कापणी झाल्यानंतर पुढच्या पिकाची पेरणी करण्यापूर्वी वाळलेले शेत नांगरून बिया लावणे आणि धानाची रोपे लावण्यासाठी 'मुत्तेर' बंधन ही एक प्रथा होती. हे शुभकार्य करण्याचा अधिकार गावातील काही कुटुंबांनाच मिळाला होता.

नवीन वर्षाच्या पहिल्या पिकासाठी, पहिल्यांदा रोप तयार करण्यासाठी जंगलात किंवा शेतात नांगर-बैल जुंपण्याचा शुभमुहूर्त काढला जातो. या समारंभाची सूचना आदल्या दिवशीच दंवडी पिटून दिली जात होती. त्या दिवशी कुणाच्याही

घरात चूल पेटवली जाऊ नये, दाळ शिजवू नये. अंघोळ करण्यास मनाई, कपडे धुण्याचा निषेध आहे. कुणीच कामधंदा करू शकत नाही. शेतातील कचरा जाळण्यासाठी आग पेटविण्याचीदेखील मनाई आहे. असे करणे म्हणजे गुन्हा करणे आणि सामूहिक विधी-विधानांचे उल्लंघन मानले जाते. जो दोषी असेल, त्याला गावच्या सभेत धर्मप्रमुखांचा निर्णय मानावा लागतो.

तिरूमनने परंपरेचे उल्लंघन केले होते. अपराध नकळत होता, यावर कोण विश्वास ठेवेल? त्याला आपला अपराध मान्य करावा लागेल. यामुळे दंडाची रक्कम कमी होईल. निर्णय जर मान्य केला नाही आणि गुन्हा सिद्ध झाला, तर आणखी कठोर दंड होईल. तो लहान असताना त्याच्या वडिलांनी म्हटलेले शब्द त्याला आता आठवले, 'बेटा! ही भूमी आपल्या आईसारखी आहे. पर्वतावरील जंगलाच्या या भागाची नीट काळजी घे. आपल्या इच्छेने फावडा मारू नकोस. या भूमीला सोडून दुसरीकडे जाऊ नकोस. पुराबरोबर वाहून जाणारी माती दगडांनी बांध बांधून अडवावी लागते. भूमी आपल्या सुख-दुःखाची सोबतीण आहे. ती भाकरी देऊन आपले पालन-पोषण करते. आपल्यावर प्रेम करते. ती जर सुकली, तर आपले पोट कसे भरेल? ती जर कोरडी पडली, तर आपण देखील क्षीण होऊ. तिने उष्ण वाफ सोडल्या, तर आपल्याला दुःख होईल. आई आपल्या मुलाचे कधी वाईट चिंतते काय? ती जर प्रसन्न असेल, तर मुलांचे जीवनदेखील प्रसन्न, सुखी राहील. त्यामुळे या जमिनीला कधी स्पर्श करावा, कशी निगा राखावी, तिला कधी सजवावं, यातील प्रत्येक गोष्टीसाठी पर्वतावरील वडीलधाऱ्यांनी नियम केले आहेत. त्याचप्रमाणे जमिनीवर नांगर चालविण्यासाठी, शेतीची कामे करण्यासाठी, बांध घालण्यासाठी, प्रत्येक गोष्ट शिकविण्याकरिता, 'मुत्तेर' ची प्रथा केली गेली आहे. मुत्तेरचे हेच तात्पर्य आहे. याचे उल्लंघन करणारे दंडास पात्र ठरतील.'

आज त्याच निर्णयाप्रमाणे सर्व सुरू आहे काय? प्रत्येक कुटुंबाला ते प्रतिष्ठेचे प्रतीक आहे. हे गाव आमच्या नियम-बंधनांनी वेढलेले आहे. या गावातील लोकांवर नियम-बंधनांचा एवढा भारी प्रभाव आहे की, ते त्या नियम-बंधनांना स्वीकारून, त्याप्रमाणे वागतात. नियम तोडणाऱ्याला दंड देऊन प्रसन्न होण्याची एक कठोरतादेखील येथे आहे.

तिरूमनला विचारांच्या तंद्रीतून बाहेर काढत धर्मप्रमुखाने विचारले, "कंदनने तुझ्यावर जो आरोप लावला आहे, तो खरा आहे काय?"

ग्लानी, पश्चात्ताप आणि लज्जेने मान खाली घालून तिरूमनने होकार दर्शविला. कुणीच काही कारण विचारले नाही. कारण विचारण्याची गरज नव्हती. आरोपीकडून कशा प्रकारे दंडाची रक्कम वसूल करावी, याचाच विचार सर्व मंडळी करीत होती. धर्मप्रमुख

म्हणाले, ''नियमाचे उल्लंघन करण्याच्या अपराधासाठी पंचवीस रुपये दंड भरून टाक.''

तिरूमनने क्षमायाचना केली नाही. दंडाची रक्कम अधिक आहे, थोडी कमी करण्यासाठीदेखील सांगितले नाही. त्याने जाणूनबुजून तर नियम तोडला नव्हता. नकळत चूक झाली होती. या प्रकरणात निर्णय देणारे स्वत: निर्णय देण्यात चुकले होते. नकळत झालेल्या चुकीसाठी क्षमा मागायची किंवा विनंती करण्याची सोय येथे नव्हती आणि गरजदेखील नव्हती. त्याने दंड भरणे स्वीकारले.

जमलेले लोक सभा संपण्याची वाट पाहत होते. सर्व मंडळी उपाशी होती.

पुढचे प्रकरण कलस वेल्लयनचे होते. त्याच्या बायकोने मासिक पाळीच्या दिवसात गावचा नियम तोडला होता.

रजस्वला होताच गावातील स्त्रियांना गावाबाहेरील एका झोपडीत राहावे लागायचे. शुद्ध होईपर्यंत त्या घरी परत येऊ शकत नव्हत्या. त्या स्त्रीचा नवरा तिचे जेवण, न्याहारी सर्वकाही तेथेच पोहचवत होता. जर एखादी स्त्री मासिक पाळीच्या वेळी घरीच राहिली आणि ही गोष्ट कुणाला माहीत झाली, तर ती स्त्री दंडास पात्र व्हायची. हे प्रकरणदेखील असेच होते.

वेल्लयनला आपल्या बायकोच्या चारित्र्याविषयी शंका होती. त्यामुळे मासिक पाळीच्या दिवसांतदेखील त्याने तिला घरीच ठेवले. याचा परिणाम म्हणजे गावचा नियम तोडण्याचा मोठा गुन्हा त्याच्या हातून झाला होता. आपला बचाव करण्यासाठी वेल्लयनजवळ कुठलाच तर्क नव्हता. बायकोचा निष्काळजीपणा असे म्हणून दंड भरणे त्याने स्वीकारले.

या लोकांचे जीवन किती अडचणीचे, गुंतागुंतीचे आहे? चालीरीती किती कठोर आहेत? तरीदेखील जीवनाबद्दल त्यांची आस्था आणि त्याबद्दलचा मोह असीम आहे.

□□□

॥ ५ ॥

थंडीची रात्र, धुक्यासोबत गार वाऱ्याचा मोठा आवाज होत होता. घराच्या चिमणीतून निघणारा धूर ओल्या हवेत मिसळून आंबट-तुरट वास पसरवित होता.

तिरूमनचे कुटुंब चुलीच्या चारही बाजूस बसले होते. त्या थंडीत जळणाऱ्या लाकडांमुळे सर्वांना उष्णतेचे सुख मिळत होते. चिमणीची वात मंद जळत होती. त्या गडद अंधारात जळणाऱ्या लाकडांच्या लाल ज्वाळांपुढे मिणमिणणाऱ्या चिमणीच्या वातीचा प्रकाश रातकिड्याप्रमाणे चमकून अंधाराची रेखाकृती काढीत होता.

सर्वांसाठी उकडलेल्या घेवड्याच्या शेंगा बांबूच्या टोपलीत आणून ठेवण्यास तिरूमीने आपल्या मुलीस सांगितले. जेव्हा रात्री स्वयंपाक होत नाही, तेव्हा सकाळच्या शिळ्या भातासोबत खाण्यासाठी कोणतीही डाळ किंवा शेंगा उकडल्या जायच्या आणि त्याला फोडणी दिली जायची. ते खाऊन, गरम केलेली शिळी पेज पिऊन सर्वजण झोपी जायचे.

सकाळ-संध्याकाळ गरम गरम जेवण तयार करून खाऊ घालण्याची इच्छा तिरूमीच्या मनात होती. तिला कुणी अडवू शकत नव्हते; परंतु ती एक जबाबदार सद्गृहिणी होती. माणसाला मिळणाऱ्या उत्पन्नामध्ये कुटुंबाचे संगोपन करून बचत करण्याची सवय असायला हवी. त्या कुटुंबाचे जे उत्पन्न आहे, त्यात सढळ हाताने खर्च करण्याचा प्रश्नच येत नाही. 'नदीच्या किनाऱ्यावरील वाळू सढळ हाताने खर्च केली जाऊ शकते; पण चिमणीच्या हंडीतील रेती तिच्या छोट्या वाडग्याने मोजूनच खर्च करावी लागेल,' असे तिरूमी नेहमी म्हणत असे. उत्पन्न आणि खर्च यातील तारतम्य तिला माहीत होते. जळत्या लाकडाच्या उष्णतेने तिरूमनचे पाय गरम झालेत. श्रमाने थकलेल्या त्या पायांना विस्तवाची उष्णता शेकत होती.

सडैयन थंडीमुळे काकडणारे पाय विस्तवासमोर ठेवून शेकत होता आणि आपल्या वाटणीच्या शेंगा सावकाश खात होता; पण तिरूमन शेतात माती खोदण्याप्रमाणे शेंगा भराभरा तोंडात घालून यंत्रगतीने पोटात ढकलत होता. त्याला ना चवीची जाणीव होती, ना खाण्याचा आनंद. रिकाम्या पोटात काहीतरी घालून कसेतरी ते भरणे हाच त्याचा उद्देश होता.

नवऱ्याचा अस्थिर, अशांत चेहरा तिरूमी बारकाईने लक्ष देऊन पाहत होती. चुलीतील लाकडे एकाएकी धू-धू करीत जळत होती आणि नंतर शांत होत होती. राहून राहून तिरूमनच्या चेहऱ्यावर आगीच्या ज्वाळा छायाचित्रे रेखाटित होत्या. त्यामुळे त्याची मनोव्यथा स्पष्ट दिसत होती.

गरिबांच्या जीवनात गरिबी आणि अडचणींचा संबंध दात आणि हिरड्यांसारखा असतो. आयुष्यभर धक्के, दहशत, भीती आणि अशांततेत जगण्याची असाहायता! कुटुंबाच्या परिस्थितीसंबंधी विचार करून तिरूमीने एक दीर्घ श्वास घेतला. मनातील दुःखामुळे श्वास घेताना तिच्या नाकपुड्या आकुंचन-प्रसरण पावल्या. चिंतेच्या स्वरात तिने विचारले, ''आता कोणते नवे संकट आले आहे? तू अशा प्रकारे मन मारून बसलास, तर मी बाई माणूस हिमतीने कशी राहू?''

डोळे आवळून त्याने आपल्या बायकोकडे पाहिले; जणू त्याच्या पापण्या पसरून वर भुवयांमध्ये अडकल्या. जळत्या लाकडाच्या लाल रेखा डोळ्यांमध्ये पसरून त्या लाल रंगाच्या फिकट खरबुजासारख्या दिसत होत्या.

तिरूमन आपल्या कष्टामुळे किंवा अडचणींमुळे काळजीत नव्हता. हे तर त्याच्यासारख्या गरिबाच्या जीवनाचे एक अंगच आहे. या लहान-सहान गोष्टी त्याला अधूनमधून अस्वस्थ करीत होत्या, एवढेच! तर मग त्याचा अशांत, दु:खी चेहरा आणि मौन असण्याचे कारण कोणते असावे?

गावच्या सभेत दंड भरण्याची शिक्षा त्याच्या मनाला कुरतडत होती. नकळत झालेली एक चूक! तो तर नेहमीच समाजाच्या प्रत्येक पद्धतींचे, नियमांचे पालन करीत आला आहे. कमीत कमी त्याला कारण तर विचारायचे होते! कदाचित क्षमादेखील झाली असती. काहीही ऐकून न घेता त्याला दोषी ठरवून त्याची सामाजिक मर्यादा मातीत मिसळविण्यात आली होती.

दीन, दुबळ्या, अशिक्षित, शांतिप्रिय लोकांच्या कित्येक पिढ्यांपासून चालत आलेले नियम-प्रथा आणि त्यांचे उल्लंघन, नकळत झालेल्या चुकीसाठी दंड, नियमांची व्यवस्था, विवेकहीन निर्णय या सर्व गाष्टी या पर्वतवासीयांवर खोल प्रभाव टाकत असतात. तरीदेखील परंपरेने चालत आलेल्या प्रथांचे पालन करण्याच्या व्यवस्थेची जबाबदारी स्वीकारणे त्यांना प्रतिष्ठेचे, अभिमानाचे वाटत होते. त्यासाठी कोणत्याही वस्तूंचा त्याग करण्यात त्यांना संकोच वाटत नव्हता. जीवनसंघर्षात कित्येक अपयश, नैराश्य आणि अनैतिक गोष्टी ते चुपचाप सहन करीत होते; परंतु या रीती-प्रथांचे उल्लंघन केल्यामुळे थोपवण्यात येणारी मानहानी आणि अपमान विसरता विसरली जात नव्हती. तर तो घाव मनात पक्का बसत होता. आज तिरूमनची स्थिती तशीच होती. मनातील खोल घाव त्याला घायाळ करीत होता.

मनातील ओझं गिळल्याप्रमाणे नाक आकसून, नाकपुड्यातील घाण बाहेर काढीत तिरूमन म्हणाला, "आता आणखी कोणतं नवं संकट येणं राहिलं आहे? संकटं येतात आणि मन कुरतडून जातात. आपणदेखील पर्वतीय रहिवासी आहोत; परंतु आपण आपली मान, मर्यादा सांभाळू शकलो नाहीत. येणारी प्रत्येक पिढी आपल्या कुटुंबाला 'दोषी कुटुंब' म्हणेल. या कलंकाचे कारण मी स्वत: आहे. याच विचाराने मन उदास झालं आहे." ते शब्द त्याचा आक्रोश आणि त्याची असहाय्यता दर्शवित होते.

तिरूमीला पतीचे म्हणणे समजत होते. नांगर रोवण्याच्या दिवशी नकळतच आपल्या शेतात आग लावून शेत साफ केले होते आणि याच कारणासाठी त्याला दोषी ठरविल्यामुळे भरल्या सभेत या कुटुंबाची मान खाली झुकली. आता परंपरेने चालत आलेल्या दुश्मनीत जेव्हा जेव्हा भांडणं होतील, तेव्हा दुसऱ्या कुटुंबातील स्त्रियांना यांची उपेक्षा करण्याचे आणखी एक कारण मिळेल. या अपमानाची चर्चा त्या नक्कीच करतील. हा सर्वसाधारण विचार होता; परंतु तिरूमीने असा विचार

केला नाही. चोरी, धोकेबाजी, बलात्कार असे काही करून तो गुन्हेगार झाला नाही. असे झाले असते, तर ते नक्कीच अपमानजनक होते; तेव्हा नक्कीच मान खाली झुकली असती.

डोकं खाजवून, उजव्या हाताच्या बोटाच्या नखाने ऊ पकडून, बोटाच्या पेराच्या मळासहित ऊ बाहेर काढून, डाव्या हाताच्या बोटाने ऊ आणि मळ वेगवेगळे करून, दोन्ही अंगठ्यांनी टिचकवून तिरूमी म्हणाली, "अहो, एवढ्याशा गोष्टीला कोण गुन्हा म्हणेल? चांगली कामे लक्षात ठेवूनच ती करण्यासाठी म्हणून नियम केले गेले आहेत; ज्यामुळे सर्व काम वेळेवर व्हावे. एवढी छोटीशी गोष्ट तुम्ही मनावर घेतली?" तिरूमी त्याला अशा प्रकारे धीर देत राहिली.

पिडारीने ॲल्युमिनियमच्या भांड्यात पेज गरम करून सर्वांना वाढली. सडैयन पेज कॉफीप्रमाणे फुंकून फुंकून पिऊ लागला. ते सर्व पहिल्यांदाच समाजाच्या रीतीनियमांचे उल्लंघन केल्यामुळे शिक्षेस पात्र ठरले होते. त्यामुळे ते मनातल्या मनात दुःखी झाले होते. वडिलांच्या मनातील दुःख त्याला समजत होते. आजपर्यंत तो या प्रथेला एक खेळ आणि त्याचे उल्लंघन केल्यावर मिळणाऱ्या शिक्षेला गम्मत समजत होता.

तिरूमन गप्प होता. तिरूमीचे म्हणणे खरे होते. खरे तर त्याने जाणूनबुजून कोणतेच काम केले नव्हते. हा अपराध गांभीर्याने घेण्याची आवश्यकता नव्हती. तिरूमी पुन्हा म्हणाली, "या कुटुंबात कुणाच्या तरी पाठीमागे ग्रह लागला आहे. काली कौन्डन पुजाऱ्याकडे जाऊन विचारावे लागेल. काय करावं, दोन पैसे वाचविते, तर त्याला चार हाताने फाटे फुटतात."

पत्नीच्या बोलण्यावर तिरूमन विचार करू लागला. सर्व देवाचा खेळ आहे. आपण बिचारे काय करू शकतो? माणसाचे सुख-दुःख सर्व 'त्याच्या' इच्छेने चालतात. त्याची आपल्यावर कृपा झाली नाही. नक्कीच आपल्याकडून कोणती तरी चूक झाली असेल म्हणून तर एकानंतर एक संकटं येत आहेत. त्याची कारणं माहीत झाली, तर त्याचा प्रतिकार केला जाऊ शकतो. तिरूमीच्या बोलण्याने त्याच्या चंचल मनाला सांत्वना मिळाली.

छतातून कोणता तरी द्रव पदार्थ त्याच्या कपाळावर पडून त्याचे शिंतोडे नाकाच्या हाडावर आणि गालावर पडले. कदाचित पाल किंवा इतर प्राण्याची विष्ठा असेल, असे समजून त्याने त्याचा वास घेऊन पाहिला. वेंगै (एक विशेष प्रकारचे झाड) झाडाच्या दुधासारखा काळा द्रव होता. स्वयंपाकघरातील धूर, चुलीच्या राखेची काजळी, छताची धूळ, शिजत असलेल्या पदार्थाची वाफ हे सर्व एक होऊन धुक्याच्या थंडीमुळे द्रव होऊन टपकले होते. स्वयंपाकाची उष्णता आणि वाफ

छताला भिडल्यामुळे असा काळा द्रव टपकत होता. रात्रभर छतातून असा द्रव टपकत राहिल्याने कधी कधी सकाळी उठल्यावर चादरीवर आणि जमिनीवर काळे-काळे डाग दिसायचे.

"कदाचित देवाची हीच देणगी असावी," असे बडबडत वेंगै झाडाचे दूध दोन्ही हाताने घासून, तोंडात भरलेली तंबाखूची पीक जळत्या चुलीत थुंकून तिरूमन म्हणाला, "मलादेखील असेच वाटते. चांगला दिवस पाहून घर, अंगण स्वच्छ करून टाक. मी काली कौन्डन पुजाऱ्याला पाहून येतो. तोच योग्य तो हिशोब करून चांगल्या-वाईट गोष्टींविषयी सांगतो."

त्याच्यासमोर ठेवलेली पेज थंड होत होती. कदाचित तिरूमन विसरला होता. पिडारीने त्याला आठवण करून दिली. ज्याप्रमाणे गाय-बैल सर्र-सर्र करत पाणी पितात, त्याप्रमाणे तिरूमनने आपल्यासमोर ठेवलेले कल्हईचे भांडे उचलून एकाच दमात संपूर्ण पेज पिऊन टाकली. ही काय चव बघून पिण्याची वस्तू आहे? चव बघून खाण्याचे भाग्य गरिबांना कुठे आहे? मानवी यंत्राला चालविण्यासाठी शक्ती पाहिजे. पेज नावाचा द्रव इंधन आहे. यंत्राला जर योग्य, शुद्ध इंधन मिळाले नाही, तर ते काम करणार नाही. मालकालादेखील चिंता वाटेल. मानवी यंत्राला तर कोणत्याही परिस्थितीत काम करावेच लागते. त्यामुळे माणसाकडून काम करवून घेणारा मालकदेखील त्याच्याबद्दल बेफिकीर असतो; परंतु माणसाला त्याशिवाय दुसरा कुठला पर्यायदेखील नाही.

अस्वस्थ मनाने त्याला पेज पिताना पाहून तिरूमी म्हणाली, "अरे पोटात काय चाललं आहे, काही माहीत तरी आहे? माणसानं एवढंदेखील बेसावध असायला नको." तिच्या आवाजात वेदना आणि सहानुभूती होती.

बाहेर आन्डी आणि पेरियसामीचा आवाज ऐकू आला. रात्री तेदेखील शेतातील झोपडीत सडैयनसोबत झोपत होते. आता ते त्याला सोबत घेण्यासाठीच आले होते. घोंगडं, पांघरुण मशाल पेटवून सडैयन बाहेर आला.

तिरूमी मुलीला म्हणाली, "भांडे झाकून चुलीवर ठेव. पोते अंथर. लवकर झोपू." असे म्हणत तिरूमी डुकरांचा आडोसा नीट व्यवस्थित बघून परत आली आणि सडैयनच्या हातातील मशालीचा प्रकाश आडोशाच्या आत टाकला. डुकरं झोपलेली दिसली. डुकरिणीजवळ चार पिल्ले झोपली होती. जेथे दहा होती, तेथे आता चार शिल्लक होती. पिडारीसाठी नवीन कपडे घेतल्यामुळे तीन पिल्ले विकली होती. दोन पिल्ले विकून दंड भरला होता. एका पिल्लाला कुत्र्याने मारले होते. तिरूमीने या पिल्लांच्या भरवशावर जी योजना आखली होती, त्यावर पाणी फेरले गेले होते. त्यांचे पालन-पोषण करून चांगल्या किमतीत विकण्याचा तिने

विचार केला होता; परंतु प्रतिकूल परिस्थितीमुळे त्यांना पिल्लेच विकावी लागली. तिची योजना केवळ स्वप्नच राहिली. 'जे भाग्यवान आहेत, त्यांच्या शेतातील पसारा आणि बांधावरील ओंब्यादेखील सुरक्षित राहतात आणि येथे डोक्यावर लागोपाठ संकट येत आहेत,' असे बडबडतच तिने स्वत:ला धीर दिला. कर्जाचं ओझं नसेल, तर या पिल्लांवर कुटुंबाची गाडी चालेल. चुलीजवळ बसून अंग शेकून काही न पांघरता केवळ साडीवर बाहेर येताच तिरूमीच्या शरीरात थंडीने हुडहुडी भरली. तिरूमी टेंभा घेऊन उभ्या असलेल्या मुलाला म्हणाली, "उजेड नको आहे. तू जा..." असे म्हणून ती अंगणातील कोपऱ्यात लघवी करण्यास बसली.

छातीवर बांधलेली साडी सोडून ती गळ्यापर्यंत ओढली. लघवी करून लगेच घरात जाऊन दार बंद केले.

सडैयन टेंभा घेऊन झुडपांतील पायवाटेने पुढे पुढे जात होता. आन्डी आणि पेरियसामी त्याच्या मागोमाग चालत होते. थंडी हाडापर्यंत भिनत होती. चादरीप्रमाणे पोते पांघरुण तिघे चालत होते. पायवाटेच्या दोन्ही बाजूस वाळलेल्या पानांवर साप आणि उंदराच्या सरपटण्याचा आणि पानात घुसण्याचा आवाज ऐकू आला. विविध वाद्यांच्या सुमधुर ध्वनीप्रमाणे फणसाच्या पानांची हालचाल, वेळू एकमेकांना घासण्याचा आवाज, केळीच्या पानांची फडफड, पेरूंच्या पानांची सळसळ, दुसऱ्या झाडांच्या फांद्यांचा फुर्रऽऽफुर्रऽऽ आवाज, झुडपांमध्ये टेंभ्याचा राहून राहून थरथरणारा प्रकाशाचा परिघ, हे सर्व या गरिबीत एक प्रकारची भीती निर्माण करीत होते. तिघेही झोपडीत पोहचले. टेंभा वाळूत घासून विझविला. मातीच्या जमिनीवर वाळलेले गवत अंथरूण, त्यावर जूटचे पोते पसरून ते डोक्यापर्यंत पांघरूण तिघेही पडले. पोत्याचा वास आणि त्याची ऊब शरीराला आराम देत होती. काळ्या मांजरीप्रमाणे तिघेही डोक्यापासून पायापर्यंत पोते पांघरून पडले हाते. पाण्याच्या डबक्यांमधून पाण्यातील प्राण्यांची चिकचिक, पक्ष्यांचे कण्हणे, झुरळांची किटकिट रात्रीची शांतता भंग करीत होते. डोक्यापर्यंत पोतं पांघरल्यामुळे त्यांच्या गरम श्वासाने त्यांना ऊब मिळत होती. त्यामुळे त्यांच्यावर बाहेरच्या थंडीचा काहीच परिणाम होत नव्हता.

ते तिघे जिवलग मित्र होते. एकमेकांपासून कोणतेही रहस्य लपवून ठेवत नव्हते; परंतु पेरियसामीने एक गोष्ट लपवून ठेवली होती. त्यामुळे गावच्या सभेत त्याला दंड भरावा लागला. पाय खाजवित आन्डीने पेरियसामीला विचारले, "काय रे, ज्याप्रमाणे वेडा भिंतीवर डोके आपटून घेतो, त्याप्रमाणे बाईच्या मागे लागून... आता पाहिलंस संपूर्ण गावाला डुकराचे जेवण द्यावे लागत आहे. आमच्यापासून लपविल्याचे फळ मिळाले ना?" बोलता बोलता त्याला शिंक आली. नाक साफ करून तो म्हणाला, "तू आम्हाला का सांगितले नाहीस? आमच्यावर तुझा विश्वास नव्हता का?"

या प्रश्नाने पेरियसामीची द्विधा मन:स्थिती झाली. त्यांच्यामध्ये कोणतेच गुपित नव्हते, ही वस्तुस्थिती होती. प्रत्येक गोष्ट एकमेकांना ते मनापासून सांगायचे. कामवासनेची भावना त्यांना नवीन होती. आत्तापर्यंत त्यांचे लक्ष या गोष्टीकडे गेले नव्हते. तसे ते वयाने परिपक्व झाले होते; परंतु नकळत का होईना, एखाद्या नवख्या तरुणीशी प्रेम करण्याची त्यांना भीती वाटायची. मनातल्या मनात थरकाप आणि संकोच! कुणाला माहीत झाले, तर काय होईल? अशी भीतीदेखील मनात होती. मनातल्या मनात कल्पना करून, भावनांच्या उद्वेगांशी खेळून मनातल्या मनात आनंदित होण्याची, स्त्री-पुरुषांच्या अंतरंग कामक्रीडेचे वर्णन आपल्या मित्रांना सागंणेदेखील असभ्यतेचे आहे, या विचाराने त्याच्या मनात घर केले होते. ते सर्व अविवाहित होते. ही भावना तेव्हाच सांगितली गेली असती, जेव्हा ते स्वत: या प्रेमरोगाच्या आहारी गेले असते. अशा गोष्टी गुप्त ठेवण्याचेच संस्कार आहेत. सडैयन आणि आण्डीच्या मनात ना उद्वेग होता, ना प्रेम करण्याचे स्वप्न, ना उत्तेजना होती. कोमल भावनेची मादकता, मोहक संगीत लहरी, स्वरांचं गुंजन आणि त्यातून निर्माण होणारा उन्माद या सर्व गोष्टींपासून ते दोघे दूरच होते.

काळ्याकुट्ट अंधारात डोक्यापासून पायापर्यंत चादर ओढून पडलेल्या पेरियसामीने भोळ्या-भाबड्या आन्डीच्या प्रश्नाचे उत्तर दिले, ‘‘ज्याप्रमाणे रानमांजर एका क्षणात छतावर झेप घेतो, उडी मारतो, त्याप्रमाणे क्षणात सर्वकाही झाले. कसे झाले ते काय सांगू, मला लाज वाटते.’’

सडैयन मोठ्याने खदखदून हसला.

‘‘गावातील सभेत त्या भोसडीने, प्रत्येक गोष्ट स्पष्ट करून सांगितली, तेव्हा तुला लाज नाही वाटली का?’’

ही घटना लाजिरवाणीच होती. त्या क्षणी त्याला शरीरात त्राण नसल्यासारखे वाटले. ती घटना तर अगदीच अनपेक्षित होती. काय म्हणावं, बोलावं, कसं सांगावं, काहीच न कळाल्याने तो गप्प बसला.

सडैयनने पुन्हा विचारले, ‘‘आधी तर ती तुझ्या बाजूने होती, तर मग नंतर तुझ्या विरोधात का बोलली रे?’’

पेरियसामीने हाच प्रश्न स्वत:ला कित्येकदा विचारला होता; परंतु त्याला याचे काहीच उत्तर मिळाले नव्हते. तरीदेखील मित्राच्या प्रश्नाचे उत्तर देण्यासाठी तो म्हणाला, ‘‘ती त्याची बायको होती रे; परंतु जेव्हा ती माझ्यासोबत झोपली, तेव्हा वेश्याच होती ना? तरीदेखील तिच्या नवऱ्याने क्षमा केली. कदाचित यामुळे तिने खरे खरे सांगून टाकले असावे.’’

‘‘तू तिला आधीच लग्नाचे वचन दिले असते, तर बरे झाले असते.’’

सडैयनचे बोलणे त्याला पोरकटपणाचे वाटले. जर कोणतीही गोष्ट सहज होत असेल, तर आतपर्यंत कोण का डोकावेल?

सडैयनलादेखील त्याचे म्हणणे कळत होते, तरीदेखील तो प्रश्न विचारीत होता. पेरियसामीला बराच दंड भरावा लागला. त्याने आपली सर्व मालमत्ता सावकाराकडे गहाण ठेवली होती. जर तिने त्याचे म्हणणे मान्य केले असते, तर त्याने तिच्या नवऱ्याला मोबदला देऊन तिला आपल्या घरी आणले असते आणि एवढी भानगड झाली नसती. इथेच तर त्याने चूक केली आणि याचाच दंड तो आता भोगत होता.

सडैयनने पुन्हा त्याची टिंगल केली. ''गाढविणीवर आधी प्रेम करायचं आणि नंतर तिच्या लाथा खायच्या?''

हे ऐकून आन्डी मोठमोठ्याने हसू लागला आणि म्हणाला, ''गाय-शेळ्यांना उपाशी मारून मारून वांझ करणारे आमचे धर्मप्रमुख तुझ्यासारख्याला डुकराचे जेवण देण्यासाठी दंड आकारून नपुंसक करतील.''

सडैयनने पुन्हा सडेतोड उत्तर दिले. ''सुक्या मासळीवर ताव मारणाऱ्या कुत्र्याला दगडाचाच मार खावा लागेल. चोराच्या मागे गेलास, तर ताडाचा गूळ मिळेल.'' सडैयन आणि आन्डीची छेडछाड दुःखी पेरियसामीला हसण्यास भाग पाडत होती; परंतु आता तो विचार करू लागला. तो काहीही विचार न करता चिखलाच्या खड्ड्यात पडला. या आर्थिक संकटातून बाहेर कसे येता येईल, याचा तो विचार करीत होता.

हे संभाषण थांबविण्यासाठी घसा साफ करून पेरियसामी म्हणाला, ''मी चूक केली, तरीदेखील खोटे बोललो. जिच्याशी संबंध ठेवला, तिनेच सत्य उघडकीस आणलं; पण तुझ्या वडिलांना तर कारण नसताना दंड भरावा लागला. का बरं भरलास दंड?''

या प्रश्नाने सडैयन अस्वस्थ झाला. आपल्या बापाने गावच्या सभेत चुपचाप गुन्हा स्वीकारणे त्याच्या मनाला कुरतडत होतं; परंतु त्याला ना व्यथा होती, ना दुःख! त्यामुळे त्या गोष्टीत काहीच दम नव्हता.

''तू बरोबर म्हणतो आहेस. माझे वडील भित्रे आहेत. त्यांना बायकांप्रमाणे रडता येते. भित्र्याच्या हातातील तलवार कुचकामाची असते. माझ्या वडिलांची - देखील हीच स्थिती आहे.''

त्याच्या बोलण्यावरून त्याच्या बापाचे वागणे त्या दिवशी सडैयनला आवडले नाही आणि त्यामुळे तो खरोखरच दुःखी आहे, असे दिसत होते.

वाद-विवादाला पूर्णविराम देत आन्डी म्हणाला, ''चला, झोपा आता. सकाळी लवकर उठून बाजारात नेण्यासाठी सामान बांधायचे आहे.''

त्याचं म्हणणं खरं होतं. त्यांनादेखील काम होतं. तिघेही गाढ झोपले.

❑❑❑

।। ६ ।।

ज्येष्ठ महिन्यातील उन्हाप्रमाणे भाद्रपद महिन्याचे ऊन, ओलसर हवेतील वास, पक्ष्यांचा ट्रिक... टिरीक असा आवाज आणि काळ्या भुंग्यांची गुणगुण फणसांची झाडे असणाऱ्या त्या मैदानात येत होता.

स्त्री-पुरूष आणि मुलं त्या मैदानात एकत्र जमत होते.

रविवारचा दिवस! त्यामुळे गावातील बहुतेक लोक कामावर जात नव्हते. ते गावाच्या एका बाजूस वाहणाऱ्या नाल्यात एक आठवड्याचे मळके कपडे धुवून वाळवत होते. तेथेच चूल पेटवून गरम करून अंघोळदेखील करीत होते. आठवड्याभराचे आपले हे काम आटोपून लोक मैदानाकडे येत होते. शेळीचे दूध किंवा दही लावून न्हाऊन घेतल्यामुळे त्यांच्या डोक्यातून एक प्रकारचा वास येत होता. बहुतांश पुरूष केसांची वेणी घातलेले, मळकट सदरा, कमरेला लंगोट आणि खांद्यावर घोंगडं टाकलेले किंवा पांघरलेले दिसत होते. स्त्रियांनी केसांचा अंबाडा बांधून, साडी छातीपर्यंत घट्ट आवळून बांधली होती आणि वरून एक ओढणीदेखील घेतला होती.

पर्वतवासीयांच्या कल्याणासाठी आणि विकासासाठी सरकारने काही योजनांची घोषणा केली आहे. लिंबू, संत्रा, मोसंबी, फणस, कॉफी आणि विलायचीची रोपे आणि बटाटे, घेवड्याच्या शेंगा इत्यादी भाज्या लावण्यासाठी त्यांची बियाणं विनामूल्य दिली जात होती. पीक घेण्यासाठी रासायनिक खते, शेती करण्यासाठी अवजारेदेखील निम्म्या किमतीत मिळत होती. या साधनांच्यामुळे पर्वतावर शेती करून व्यवसाय वाढवायचा होता. या गोष्टी समजावण्यासाठीच त्या मैदानात लोकांना बोलावण्यात आले होते.

कृषी आणि उद्यान विकासाचे क्षेत्रीय अधिकारी येणार होते. ते येण्यापूर्वीच कृषी विभागाच्या उद्यान विभागाचे कर्मचारी मीटिंगची व्यवस्था करण्यासाठी तेथे आले होते.

संपूर्ण मैदान स्त्री-पुरुष, मुलांनी भरले होते. गावच्या शाळेतून बेंच, टेबल आणि खुर्च्या आणून मैदानाच्या उत्तरेकडील बाजूस लावण्यात आल्या होत्या. गावचा धर्मप्रमुख, पुजारी, कउन्डन, दुकानदार ही सर्व मंडळी बेंचवर बसली होती.

मिशा ठेवलेली, डोक्यावर पगडी, कमरेला धोतर आणि अंगावर सदरा अशी वेशभूषा केलेली सर्व मंडळी विराजमान झाली. संन्याशाच्या वाळलेल्या

भगव्या वस्त्राप्रमाणे त्यांचे कपडे इस्त्री नसतानादेखील कडक दिसत होते. टेबलावर येणाऱ्यांच्या आतिथ्यासाठी संत्री, पेरू, अननस, लाल केळी या फळांसोबत मधाची बाटलीदेखील ठेवली होती.

बेंचवर विराजमान झालेल्या त्या सन्माननीय पर्वतवासीयांना इतर जमलेले लोक एकटक बघत होते. आपल्याच लोकांना सन्मानपूर्वक आसनावर बसलेले पाहून त्यांच्यापैकी काहींना आनंद होत होता, तर काहींचा ईर्ष्येने जळफळाट होत होता. 'अरे या पर्वतवासीयांचा एवढा सन्मान..! नक्कीच काहीतरी गुपित आहे...,' अशा शंकेने पाहणारेदेखील हजर होते. या लोकांच्या नजरेतील आश्चर्य, ईर्ष्या, शंका यामुळे बेंचवर बसलेल्या लोकांना संकोच वाटत होता. त्यांच्या मनात आनंदाच्या उकळ्या फुटत होत्या. उन्मादाने त्यांचा चेहरा आरक्त झाला होता. डोळ्यांच्या पापण्या आणि गाल थरथरत होते. पक्ष्यांच्या जोडीप्रमाणे मनात तरल संगीताची लय छेडली जात होती. अस्वस्थ असलेली काही मंडळी मिशांना पीळ देत होती. काही अंगरखा झटकून चेहरा पुसत होती किंवा पायाने जमीन उकरत होती. काही धोतराच्या टोकातून एक एक धागा काढत होते. अशा प्रकारे इतरांच्या नजरेपासून आणि स्वत:च्या संकोचापासून स्वत:ला सावरण्याचा ते प्रयत्न करीत होते.

अचानक लोकांमध्ये हालचाल झाली. एक जीप वेगाने मैदानात येऊन थांबली. प्रतीक्षित अधिकारी आले. 'ते येताच धर्मप्रमुख त्यांना हार घालतील, तेव्हा जमलेले सर्वजण टाळ्या वाजवीतल. जेव्हा ते भाषण करतील, तेव्हा कउन्डन त्यांना हार घालतील, तेव्हादेखील टाळ्या वाजवा आणि अधिकारी भाषण देताना पाठीमागे उभ्या असलेल्या कर्मचाऱ्याच्या इशाऱ्याप्रमाणे जेव्हा जेव्हा टाळ्या वाजवावयाच्या असतील, तेव्हा तेव्हा टाळ्या वाजवा,' असा आदेश लोकांना दिला गेला होता. ठरल्याप्रमाणे धर्मप्रमुखाने अधिकाऱ्याला मोठा हार घालताच लोकांनी टाळ्या वाजविल्या. त्यांना व्यासपीठावर मधोमध बसवून धर्मप्रमुख आणि कउन्डन त्यांच्या दोन्ही बाजूस बसले.

खपाटीस गेलेले गाल, खोल गेलेले डोळे आणि शरीराने सडपातळ असा एक विभागीय कर्मचारी मीटिंगमध्ये स्वागत भाषणात काहीतरी बोलत होता. त्याच्याकडे लोकांचे लक्ष नव्हते. वयाला न शोभणारे कानापर्यंत काळे केस, हवेत भुरभुरणारे डोक्याचे विस्कटलेले केस आणि तरुणींचे चित्र असलेला शरीरास चिकटलेला पारदर्शक सदरा याकडे सर्व लोक कुतूहलाने पाहात होते.

धर्मप्रमुखाचा आठ वर्षांचा नातू लोकांमधून उठून त्यांच्या शेजारी जावून अधिकाऱ्यास खेटून उभा राहिला. मुलाच्या शरीराचा स्पर्श अधिकाऱ्याच्या शरीराला होत होता. तोंडात ठेवलेली गोड गोळी हातात घेऊन तो आपल्या सोबत्यांना पाहून

हसला. हळूहळू तो अधिकाऱ्याच्या मांडीवर झुकत होता. शेळीच्या दुधाने धुतलेल्या त्याच्या डोक्याच्या केसांच्या वासामुळे अधिकाऱ्याला त्याचा राग आला आणि किळस आली; तरीदेखील त्यांनी आपल्या भावनांवर संयम ठेवला.

आपल्या आजोबांसोबत बोलताना त्या मुलाने आपला हात त्यांच्या मांडीवर ठेवला. गोळीचा चिकटपणा आणि मुलाचे घाणेरडे हात यामुळे त्यांच्या पँटवर इकडेतिकडे डाग पडले. अधिकारी रागाने लाल-पिवळे होत होता. या रानटी लोकांना थोडासादेखील शिष्टाचार शिकविला जात नाही, म्हणून ते मनातल्या मनात आपल्या सहकाऱ्यांवर चिडत होते. निदान अधिकाऱ्यांसोबत कसे वागावे, एवढे तरी समजावून सांगायचे होते.

अधिकाऱ्याच्या एवढ्या जवळ उभे राहण्याचे भाग्य मिळाल्यामुळे मुलगा उतावीळ होत होता. आपल्या आजोबांच्या प्रतिष्ठेमुळेच अधिकाऱ्याला खेटून उभे राहण्याची संधी त्याला मिळाली होती. या अभिमानाने त्याने आपल्या मित्रांकडे पुन्हा एकदा मान वर करून पाहिले. चड्डीमध्ये चावणाऱ्या मुंगीप्रमाणे अधिकारी चुपचाप मनातल्या मनात तडफडत होता.

कशाही प्रकारे त्याला बोलण्यात गुंतवून आपल्यापासून दूर करण्याच्या उद्देशाने अधिकाऱ्याने मुलाला विचारले, "बेटा, तू कोणत्या वर्गात शिकतोस? शाळेत रोज जातोस ना?"

हे ऐकताच तो मुलगा घाबरला. आठवड्यातून दोनदा भरडलेल्या धान्याचा उपमा खाण्यासाठी मोठा ग्लास घेऊन तो शाळेत जायचा. इतर दिवशी तो गायीला चारण्यासाठी घेऊन जात होता.

त्याच्या गुरुजींनी सर्व मुलांना सांगून ठेवले होते की, 'जेव्हा इन्स्पेक्टर येतील, तेव्हा त्या सर्व मुलांना शाळेत यावे लागेल आणि त्यांनी विचारल्यावर गुरुजी रोज शाळेत येतात आणि रोज उपमा खाण्यास मिळतो,' असे सांगण्यास सांगितले होते. असे न सांगितल्यास इन्स्पेक्टर गेल्यानंतर त्या सर्वांना छडीचा वीस वेळा मार खावा लागेल. हे सर्व आठवताच त्याला वाटले की, हे सदगृहस्थ चलाखीने विचारपूस करीत आहेत. त्यामुळे तो लगेचच तेथून सटकून आपल्या मित्रांकडे पळाला.

मित्रांनी त्याच्याभोवती गराडा घातला. देवपुत्राला बघितल्याप्रमाणे त्यांनी त्याच्याकडे पाहिले. अधिकाऱ्याच्या मांडीवर ठेवलेला हात आपल्या हातात घेऊन एक मुलगा म्हणाला, "आपण दोघं आपल्या घरात एकमेकांसोबत झोपतो." अशा प्रकारे त्याने त्याच्याशी आपले घनिष्ट संबंध असल्याचे सांगितले.

त्याच्या हातातून आपला हात सोडवून घेऊन एक लहानसा दगड उचलून

दूर फेकत त्याने उडी मारली. वाहणाऱ्या नाकातील शेंबूड आत ओढीत आणि कमरेला लंगोट बांधून उभा असलेल्या एका मुलाने आश्चर्याने विचारले, "तू त्या माणसाला खेटून उभा राहिलास; तुला भीती नाही वाटली?"

"ऊँ....हूँ..." डोळ्यांतील काळ्या बाहुल्या भुवयांपर्यंत उंचावून, ओठ दुमडून त्याने दिमाखाने 'नाही' म्हटले.

डोक्यावर जटांप्रमाणे विस्कटलेले केस आणि तिरळ्या डोळ्याच्या मुलाने त्याच्या खांद्यावर हात ठेवून विचारले, "त्या माणसाने काय विचारले रे?"

आपले डोळे मिचकावीत तो म्हणाला, "अरे, तोच तर आपल्या शाळेचा इन्स्पेक्टर होता. तू कोणत्या वर्गात आहेस? रोज शाळेत जातोस का? असे विचारले. मी पळून येथे आलो."

लोकांनी टाळ्या वाजविल्या. गावचे कउन्डर अधिकाऱ्याला पुष्पहार घालीत होते. आपल्या मित्राची वीरगाथा विसरून मुलंदेखील टाळ्या वाजवू लागली.

गर्दीच्या एका बाजूस आन्डी, सडैयन, पेरियसामी, वेल्लयन आणि इतर काही तरुण उभे होते. त्या अधिकाऱ्याला पाहून पेरियसामी म्हणाला, "हा अधिकारी बाजारात बसणाऱ्या राम कोरवन कसायासारखा दिसतो आहे." त्याचे सोबती तोंडावर हात ठेवून हसू लागले. जवळ उभा असलेला एक वडीलधारी माणूस म्हणाला, "अरे पोरांनो, तुम्हाला ना आगीचा धोका माहीत आहे, ना पाण्याचा... हसू नका... गावाची नाचक्की होईल." ते सर्व कुठलाही वाद न घालता गप्प बसले.

लहान मुलाचे गाल थोपटल्याप्रमाणे हवेत भुरभुरणारी आपल्या केसांची बट कुरवाळीत अधिकाऱ्याने आपले भाषण चालू ठेवले. बोलण्यात कुठलाच यमक नव्हता. सहजता नव्हती. भाषणात ते आपल्या इच्छेप्रमाणे अध्ये-मध्ये इंग्रजी शब्दांचा वापर करीत होते.

त्यांच्या बोलण्यावरून त्यांना तमिळ भाषा तेवढी येत नाही. इंग्रजी सहज बोलता येते, असे वाटत होते. अशा प्रकारे या सामान्य लोकांपासून स्वतःला वेगळे दाखविण्यासाठी ते इंग्रजी शब्दांचा वापर सतत करीत होते.

'पर्वतीय लोकांच्या जीवनाचा संबंध सरळ निसर्गाशी असतो. शुद्ध हवा, जडी-बुटींची शक्ती, खनिज धातू मिश्रित पाण्याचे प्रवाह हे सर्व प्रत्येकाच्या नशिबात नसते. शहरातील ढोंगी जीवन आणि छळ-कटापापांसून ते दूर आहेत. त्यांच्या साध्या-सरळ जीवनामुळे प्राचीन काळातील ऋषी-मुनींची आठवण होते.' प्रत्येक वाक्याच्या शेवटी जेव्हा मागे उभ्या असलेल्या कर्मचाऱ्याचा हात वर जायचा, तेव्हा टाळ्या वाजायच्या. स्वतःला समजुतदार समजणाऱ्या तरुणांची एक टोळी कर्मचाऱ्याचा हात वर जाताच लगेचच जोरजोराने टाळ्या वाजविण्याच्या प्रतीक्षेत होती.

सुरूवातीस टाळ्यांचा आवाज आषाढ महिन्यातील वाऱ्यामुळे फणसाच्या पानांच्या हलण्यासारखा होता. नंतर सुसाट वाऱ्यात उन्मळून पडणाऱ्या झाडासारखा तो ऐकू येत होता. टाळ्यांच्या गडगडाटामुळे आपले भाषण लोकांना आवडत आहे, या विचाराने अधिकाऱ्याला आनंद झाला. त्यामुळे टाळ्यांचा आवाज ऐकताच ते गप्प बसत. टाळ्या थांबताच पुन्हा भाषण सुरू करीत होते. 'या पर्वतात तर अपार नैसर्गिक संपत्ती दडलेली आहे. राष्ट्रीय जीवनप्रवाहात एकरूप होऊन देशाच्या गरजा पूर्ण करण्यात तुमचे पूर्ण सहकार्य मिळत आहे. त्यामुळे वनसंपदेचे पोषण आणि त्यात वाढ हे तुमच्याच हातात आहे. यासाठी सरकार तुम्हाला सर्व प्रकारची मदत करण्यास तयार आहे. विनामूल्य फळांची रोपे, कॉफी, विलायचीची रोपे देखील तुम्हाला दिली जातील. शेती करण्यासाठी लागणारी सर्व अवजारे अर्ध्या किमतीत मिळतील.' कदाचित बोलता बोलता त्यांचा घसा सुकला असावा. टेबलावर आधीच ठेवलेल्या संत्र्याच्या रसाचा चव चाखून ते चवीने घोट घोट पिऊ लागले. त्याचवेळी मागे उभ्या असलेल्या कर्मचाऱ्याच्या काखेत खाज सुटली. खाजविण्यासाठी त्याने हात वर केला. हात वर जाण्याची वाट पाहत बसलेले लोक त्याचा हात वर जाताच टाळ्या वाजवू लागले. अधिकाऱ्याला काहीच कळले नाही. ही मंडळी आपली टर उडवित आहेत, असे त्या अधिकाऱ्याला वाटले. वळून त्यांनी तीक्ष्ण नजरेने त्या कर्मचाऱ्याकडे पाहिले. कर्मचारी आश्चर्यचकित होऊन म्हणाला, ''सर, आपले भाषण संपले आहे, असे समजून ते टाळ्या वाजवीत होते.'' असे म्हणून त्याने वेळ निभावून नेली.

मनातील हा क्षणिक राग विसरून स्वत:ला सावरून अधिकाऱ्याने आपले भाषण संपविले. 'स्वातंत्र्य मिळाल्यानंतर दहा वर्षांत या लोकांच्या कल्याणासाठी सरकारने कित्येक योजना आखल्या आहेत. सरकारला सहकार्य करून या योजना तुम्ही कार्यान्वित केल्या, तर देश समृद्ध होईल आणि तुम्हीदेखील सुखी व्हाल. सरकारकडे संशयाच्या दृष्टीने न पाहता त्यांना आपला भाऊ समजा. आपण सर्व भारतीय आहोत आणि तमिळ भाषीयदेखील आपलेच आहेत. या प्रदेशाची वनसंपत्ती आणि महिमा याविषयी तेच सर्वांना सांगतील...' अशा प्रकारे काहीतरी बोलून त्यांनी या अतिथ्याबद्दल त्यांचे आभार मानून आपले भाषण संपविले. तेव्हा मागे उभ्या असलेल्या कर्मचाऱ्याचा संकेत मिळाल्यावर लोकांनी फटाके फुटण्याच्या आवाजासारख्या मोठ्याने टाळ्या वाजविल्या.

सभा संपली. या सभेमुळे पर्वतवासीयांच्या मनात विश्वास आणि उत्साह निर्माण होण्याऐवजी त्यांच्या मनात दहशत आणि अविश्वासाने घर केले. ते आपल्या शंका-समाधानासाठी जिकडे-तिकडे उभे राहून आपआपसात बोलत होते.

"निरूपयोगी असलेल्या जमिनीवर जर आम्ही आपल्या कष्टाने काही लावले, पेरले, तर हेच सरकार आम्हाला धक्के मारून तेथून हुसकावून लावते, उभे पीक नष्ट करते आणि आमच्यावर खोटी केस करून आम्हाला जेलमध्ये पाठविते आणि आता आम्ही हे देऊ ते देऊ असे म्हणते... तर... आता आम्ही त्यांच्या बोलण्यावर विश्वास कसा ठेवायचा?''

आन्डीची शंका न्यायसंगत होती. गावातील मुनीम आणि रेव्हेन्यू इन्स्पेक्टर हे दोघे मिळून निरुपयोगी असलेल्या जमिनीचा ७/१२ चा उतारा लिहून देण्याचे सांगून अधूनमधून १००-२०० रुपये त्यांच्याकडून वसूल करून शेती करण्याची परवानगी द्यायचे. दोन-तीन वर्षांनंतर येणारा नवीन रेव्हेन्यू इन्स्पेक्टर सरकारच्या जमिनीवर शेती करणाऱ्यांना अनधिकृतपणे त्या जमिनीवरून हुसकावून लावून दुसऱ्या लोकांकडून पैसे घेऊन त्यांना तेथे शेती करण्यास सांगायचा. हे वन विभागाचे अधिकारी एकीकडे या शेतकऱ्यांचे पीक नष्ट करून अधिक झाडे लावून वनीकरण करण्यास सांगतात आणि दुसरीकडे वृक्षतोड करून रातोरात लाकडांची चोरी करवितात.

वेणी मागे टाकून, डोक्यावर पगडी बांधून, फेफरे झालेल्या रोग्याप्रमाणे दाढ सारखी सारखी हलवून तोंडात दाबलल्या तंबाखूची पिक पचऽऽपच्ऽऽ थुंकत रासन मध्येच बोलला, "अरे... पाहिलंस तू? कशाप्रकारे हा आपल्याला आपल्या जाळ्यात अडकवू इच्छितो. कारण नसताना आपल्याला विनामूल्य फळांची रोपे देईल, निम्म्या किमतीत खत आणि शेतीसाठी लागणारी अवजारे... वा! त्यासाठी आपल्याला अंगठा लावावा लागेल. शेवटी आपली जमीन हिसकावून घेऊन हा अधिकारी पळून जाईल...''

त्याची शंका खरी नसली, तरीदेखील त्यात तथ्य होते. अधिकाऱ्यांचा धूर्तपणा, लाचखोरवृत्ती, दडपशाहीचे धोरण आणि इतर प्रकारच्या अमानवीय व्यवहारांमुळे त्यांच्या मनात अशा अधिकाऱ्यांविषयी एक न मिटणारी अशी प्रतिमा रेखाटली गेली होती. त्या लोकांमध्ये उभा असलेला एक मुलगा शिंकला. सर्वांचा चेहरा उतरला. अपशकून! मुलीचं शिंकं शुभ होते; परंतु येथे तर मुलगा शिंकला!

"ही चांगली गोष्ट नाही. मुलाचं शिंकणं चांगलं नाही...'' एक वडीलधारा माणूस म्हणाला. थोडावेळ सर्वजण गप्प बसले.

हातावर भरपूर केस, चेहऱ्यावर देवीचे व्रण असलेला दुसरा वयस्कर माणूस म्हणाला, "अहो, आपण आजपर्यंत खत आणि औषधांची फवारणी करून शेती केली आहे काय? आपण या लोकांच्या बोलण्यावर जायला नको. भांडखोराच्या बोलण्यात काही अर्थ नसतो आणि सरकारच्या बोलण्यात खरेपणा नसतो, असे

म्हटले जाते.''

अधिकाऱ्याच्या भाषणाचा आणि उपदेशाचा त्यांच्यावर प्रभाव पडला नाही. त्यांचे दुर्दैवी जीवन, जंगलाचे तथाकथित रक्षण करणाऱ्यांचे त्यांच्यावरचे दडपण, त्यांच्या अज्ञानाचा फायदा घेणाऱ्या अधिकाऱ्यांचा व्यवहार यांमुळे त्यांच्या मनात भीती आणि दहशत निर्माण झाली होती.

□□□

।। ७ ।।

तिरूमन आपल्या आयुष्यात पहिल्यांदा शहरात जात होता. आजपर्यंत त्याचे जीवन पर्वतावर किंवा पर्वताजवळच्या सपाट जमिनीवर किंवा बाजारापर्यंत मर्यादित होते. त्याच्या गरजा तेथील बाजारात पूर्ण होत होत्या.

सकाळी उठताच त्याने आपल्या शेजारी पलनीला आपली दाढी करण्यास सांगितले होते. पांढरी शेळी पकडून तिच्या स्तनातील दूध सरळ आपल्या डोक्यावर पिळून त्याने केसांची चांगल्या प्रकारे मालीश केली. नाल्याजवळ चूल पेटवून पाणी गरम केले आणि अंघोळ केली. आपले एकमेव धोतर धुवून, वाळवून त्याची घडी करून ठेवली. आपल्या नातलगांच्या घरी एखाद्या विशेष प्रसंगीच तो अशाप्रकारे सजून-धजून जात होता. इतर दिवशी तर तो भूमिपुत्रासारखाच राहत होता. संबंध, संपर्क, झोप सर्वकाही तिच्याच कुशीत! ऋतुमानाप्रमाणे मातीचा सुवास, पिकाचा सुगंध, बागेतील फुलांचा सुगंध, त्याच्या शारीरिक घामाचा मळ या सर्वांचा मिळून एक वेगळाच विचित्र वास दरवळत होता.

पहिल्यांदा शहरात जाण्याच्या आनंदाने तिरूमनचे पाय जमिनीवर टेकत नव्हते. शहरात जाऊन धर्मप्रमुखासाठी कोर्टात एका खटल्यासाठी त्याला साक्ष द्यायची होती. धर्मप्रमुख त्याला आपल्या पैशाने शहरात घेऊन जात होते. धर्मप्रमुखासाठी तो साक्ष देणार होता.

आजपर्यंत त्याला कोर्ट-कचेरीच्या वातावरणासंबंधी काहीच माहीत नव्हते. वेताळ कथेप्रमाणे त्याच्यासमोर दृश्य येत होते. मनात एक अनोळखी भीती होती. वकील जे शिकवतील, तेच त्याला न्यायालयात सांगायचे होते. माझ्यात एवढी योग्यता आहे काय? त्याने विचार केला, जर गेलो नाही, तर विनाकारण धर्मप्रमुखाचे वैर विकत घ्यावे लागेल.

धर्मप्रमुखाने म्हटले होते की, जर रात्री शहरातील वकिलाच्या घरी मुक्काम केला, तर दुसऱ्या दिवशी न्यायालयात जाण्यास सोईचे होईल.

त्यामुळे तिरूमन सकाळी-सकाळी प्रवासाच्या तयारीला लागला.

त्याची मन:स्थिती फारच विचित्र होती. आजपर्यंत तो अनोळख्या ठिकाणी गेलेला नव्हता. लग्नाच्या जेवणावळीसाठी, भेटवस्तू देण्याच्या प्रसंगी आणि सणावाराला तो एका गावाहून दुसऱ्या गावापर्यंतच गेलेला होता. ते सर्व ओळखीचेच लोक होते, ओळखीची जागा होती. चंदन, फुलापासून सर्व प्रकारच्या मानमर्यादा, शिष्टाचाराच्या वस्तू तेथे त्याला मिळत होत्या. आज तर तो अनोळख्या प्रदेशात, अनोळख्या लोकांत जाईल. जणू तो एका देशातून दुसऱ्या देशात जात होता, अशा तऱ्हेने त्याने गाय-बैलांना कुरवाळले. ते मुके प्राणी त्याला चाटू लागले. त्याने आपले शरीर त्यांच्या शरीराला घासले, तेव्हा त्यांनी प्रेमाने त्याला खोटं खोटं शिंगं मारली. त्यांचे प्रेम, त्यांची नाती, त्यांचे संबंध सर्व काही आपापसात होते. प्राण्यांची प्रत्येक भावना त्याला समजत होती. त्यांची प्रत्येक गरज त्याला माहीत होती. अशा माणसाला कोर्टकचेरी... साक्ष यासाठी फिरविले, तर.. बिचाऱ्याच्या पोटात भीतीने गोळा उठलाच.

धर्मप्रमुख त्याच्या घरी आले. त्याच्या एका खांद्यावर लटकणाऱ्या जाळीदार पिशवीत फणस आणि केळीचा घड होता आणि दुसऱ्या खांद्यावर खाण्यासाठी लागणाऱ्या वस्तूंची पुरचुंडी आणि मधाची बाटली होती. अंगावर खाकी रंगाचा अर्ध्या बाहीचा सदरा आणि कमरेला लंगोट! त्यांनी केसांची वेणी घातली होती. धोतर आणि अंगरखा घडी करून त्यांनी खांद्यावर टाकले होते; कारण येथील झाडाझुडपांमध्ये धोतर नेसून चालणे सर्वांना अवघड असल्यामुळे त्यांनी पर्वतावरून उतरल्यावर धोतर नेसू, असा विचार केला होता.

जागरणामुळे आळसावलेल्या डोळ्यांनी पाहत आणि पान चघळत धर्मप्रमुखाने आवाज दिला, ''अरे ए... अजूनपर्यंत तुझं काम पुरं झालं नाही काय?''

त्यांना पाहताच लगेचच ओसरीवर घोंगडं अंथरूण तिरूमन म्हणाला, ''या... थोडं बसा तरी...''

''अरे, उशीर झालाय... चल...'' आणि ते चालू लागले. तेव्हा तिरूमनने अंगात सदरा घातला. धोतर आणि अंगरखा खांद्यावर टाकला. निघताना तिरूमन सडैयनला म्हणाला, ''बेटा, सर्व सांभाळून घे... मी निघतो.'' असं म्हणत तिरूमनने आपल्या बायकोकडे पाहिले. त्याचे डोळे भरून आले. तोंड उघडले नाही. धर्मप्रमुखाचे सामान आपल्या खांद्यावर घेऊन तो त्यांच्या पाठीमागे चालू लागला. पावलं पुढे पडत होती; परंतु मन मात्र मूल, गाय, म्हैस आणि बायको यांच्यासोबत मागे राहिलं. तो ठरला खेडवळ, आधुनिकता माहीत नसलेला, मोह-मायेत गुरफटलेला जीव...

पर्वतावर चढणे आणि उतरणे तर त्याला विहिरीत उतरण्या-चढण्यासारखे होते; परंतु आज त्याला सर्वकाही उलट वाटत होते. चालता चालता जणू त्याला

रस्ता लांब झाल्यासारखा वाटत होता. संध्याकाळ होईपर्यंत ते शहरात पोहचले. धर्मप्रमुखाला शहरातील कोपरा न् कोपरा माहीत होता.

ते दोघे वकिलाच्या घराकडे जात होते. रस्त्यात गर्दी होती. बस, लॉरी, मोटार, स्कूटर, सायकल, बैलगाडी सर्व आपल्या गतीने येत-जात होते. तिरूमनला वाटले जणू अस्वलांची झुंडच इकडून तिकडे फिरते आहे. मोठमोठ्या इमारतीत कपड्यांची, किराणा मालाची, भांड्याची दुकाने आणि सौंदर्य प्रसाधनांनी भरलेली दुकाने पाहून तिरूमन अवाक झाला. त्याला तर बाजारात विकण्यास आणलेल्या वस्तू, त्यात जाड किनाऱ्याचे धोतर, लंगोटीचा जाड कपडा, चिखल आणि शेणाचे डाग लपविणारा मळखाऊ खाकी कपडा, माठ आणि ॲल्युमिनियमची भांडी इत्यादींची दुकाने एवढेच माहीत होते. सूर्यकिरणांनी चमकणाऱ्या नाल्याच्या पाण्यासारखी चमकणारी भांडी आणि वसंतऋतूतील रंगीबेरंगी फुलांप्रमाणे रंगीत कपडे तर त्याने स्वप्नातदेखील पाहिले नव्हते. जगात एवढे वैविध्य, एवढी सुंदरता आणि एवढ्या चमत्कारिक वस्तू आहेत, हे पाहून तो आश्चर्यचकित झाला. असं जग, जे त्याला माहीत नव्हतं, ते पाहून तो पहिल्यांदा विचार करू लागला. याचा उपयोग करणारे, सुखी जीवन जगणारेदेखील या जगात आहेत!

रस्ता ओलांडण्यासाठी धर्मप्रमुखाने त्याचा हात पकडून त्याला आपल्या पाठीमागे येण्यास सांगितले. अस्वल किंवा अजगराप्रमाणे चालणाऱ्या, धावणाऱ्या वाहनांची गर्दी पाहून तिरूमन घाबरला. धर्मप्रमुखाने मध्येच थोडीशी संधी साधून तिरूमनला ओढून रस्ता ओलांडण्याचे ठरविले; परंतु त्याचवेळी वेगाने येणारी लॉरी पाहून तिरूमन ओरडला, ''भाऊ, बघा तरी, राक्षसाप्रमाणे येत आहे, ते पहा.'' असे म्हणत त्याने उडी मारली. त्यामुळे समोरून येणाऱ्या सायकलची टक्कर लागून तो खाली पडला; परंतु मार लागला नाही.

त्याचा हात पकडून उठवत धर्मप्रमुखाने विचारले, ''अरे बाबा, मार तर लागला नाही ना?''

अस्वलाच्या गुफेत अडकल्याप्रमाणे तिरूमन घाबरला. घाबरलेल्या कोकराप्रमाणे तो बडबडला. ''भाऊ, मला पर्वतावर नेऊन सोड. येथे भीती वाटते आहे.''

त्याला समजावत धर्मप्रमुख म्हणाले, ''घाबरू नकोस. आताच तर पर्वतावरून उतरून शहरात आला आहेस.''

सोन्या-चांदीने त्याला अभिषेक जरी घातला, तरीदेखील त्याला शहरापेक्षा आपले गावच चांगले वाटले. शिकारी कुत्र्यांना घाबरलेल्या कोकराप्रमाणे थरथरत आणि चहूकडे भयभीत होऊन पाहत तो धर्मप्रमुखाच्या पाठीमागे चालत होता.

वकिलाच्या घरी पोहचल्यावर ते बाहेर गेले असल्याचे आणि रात्री दहा वाजेपर्यंत

ते परत येणार असल्याचे समजले. धर्मप्रमुखाने सोबत आणलेली फळे आणि मधाची बाटली वकिलाच्या धर्मपत्नीसमोर ठेवली. हे सर्व पाहून ती असमाधानाने म्हणाली, "अरे, भाजीसाठी भटनासच्या शेंगा आणि घेवड्याच्या शेंगा का आणल्या नाहीस?"

तिच्या हावरेपणाचा अर्थ धर्मप्रमुखाने वेगळाच घेतला. ती किती आपुलकीने बोलली, असे समजून धर्मप्रमुख म्हणाले, "अम्मा, आता या शेंगांचा मोसम नाही." देणाऱ्याकडून निर्लज्जपणे तिला आणखी मागता तर येते. जे दिलेले आहे, त्यात खुसपट काढणे तिला माहीत आहे; परंतु हे त्याला कसे समजणार?

"वकिलांना येण्यास वेळ आहे, तोपर्यंत ते चित्रपट पाहून येऊ शकतात." असे सांगून ती आत निघून गेली. चित्रपटगृह त्याच गल्लीत होते. तिरूमननेदेखील चित्रपट पाहण्याची इच्छा दर्शविली. धर्मप्रमुख जेव्हा जेव्हा शहरात यायचे, तेव्हा तेव्हा शहरातील आपले काम संपल्यानंतर निघताना ते नेहमी चित्रपट पाहूनच आपल्या गावी यायचे. आल्यानंतर ते रात्री या लोकांना सांगत होते की, सिनेमात देव सरळ येऊन भक्तांना दर्शन आणि आशीर्वाद देतात. अशा कितीतरी गोष्टी त्यांनी ऐकल्या होत्या. देवाला पाहण्याची इच्छा त्याच्या मनातदेखील होती.

ते दोघे घराच्या मागच्या बाजूस गेले. गोठ्याजवळच्या नळाच्या पाण्याने हात-तोंड धुऊन धर्मप्रमुख आपली शिदोरी सोडून जेवण्यास बसले. तिरूमनचे लक्ष नळाकडेच होते. नळ सोडताच पाण्याची धार सुटते, हे कसे काय? पाणी तर जमिनीच्या खाली आहे. वरच्या नळात कसं आलं? त्याने आपली जिज्ञासा धर्मप्रमुखाला विचारली. त्यांनी आपल्या बुद्धीप्रमाणे त्याला जे काही सांगितले, त्यामुळे तो आणखीनच द्विधेत पडला.

खाऊन-पिऊन ते दोघे चित्रपट पाहण्यास गेले. फार गर्दी होती. जमिनीतून खोदून काढलेल्या रताळ्याप्रमाणे बहुतेक लोक गोरे आणि सशक्त होते. तिरूमनने अशा माणसांना पहिल्यांदाच पाहिले होते.

चित्रपटगृह फार मोठे होते. पौर्णिमेच्या चंद्रासारखा ट्युबलाईटचा पांढरा प्रकाश सर्वत्र पसरला होता. मातीची घरे आणि तेलाची चिमणी या पार्श्वभूमीवर भव्य चित्रपटगृह आणि ट्युबलाईट त्याला चमत्कारिक वाटल्या.

भुवया उंचावून डोळ्यांतील बाहुल्या मोठ्या करून उघड्या तोंडाने त्याने चहूकडे पाहिले. तिकीट देणारी खिडकी उघडली, तेव्हा त्याचे लक्ष खिडकीकडे गेले.

"भाऊ, लोहाराच्या दुकानातील तापणाऱ्या सळ्यांसारखा जे प्रकाश देत आहे, ते काय आहे?" ट्युबलाईट बघून त्याने आश्चर्याने विचारले.

धर्मप्रमुखाने आपल्या बुद्धीप्रमाणे त्याला उत्तर देऊन ते कमी किमतीच्या तिकीट खिडकीकडे गेले. एका तिकिटाची किंमत तीन रुपये ऐकताच ते थक्क

झाले. त्यांचा भोळेपणा पाहून तिकीट देणारा म्हणाला, ''त्या लांब रांगेत जाऊन उभे रहा. पंच्याहत्तर पैशांचे तिकीट तेथे मिळेल.''

ते त्या रांगेत जाऊन उभे राहिले. गुंफेसारख्या एका बोळात लोकांची ती रांग हळूहळू पुढे सरकत होती. लोकांच्या घोळक्यामध्ये रानटी डुक्कर पकडून मारल्याप्रमाणे लोकांची गर्दी पुढे सरकून दिसेनाशी होत होती. तिकीट घेऊन ते दोघे चित्रपटगृहात गेले. तिरूमनने विचारले, ''एक तिकीट कितीचे?''

''पंच्याहत्तर पैसे.''

''बाप रे! एवढ्या पैशात तर संपूर्ण कुटुंब दिवसभर पेज पिऊ शकते...'' तो आश्चर्याने म्हणाला.

ते दोघे आपल्या जागेवर जाऊन बसले. खुर्च्या फारच नरम होत्या. जमीन एवढी गुळगुळीत आणि चकचकीत की, पाय ठेवण्यास संकोच होत होता.

तिरूमनने चहूकडे पाहिले. सर्व दारे बंद झाली होती. झोपडीत टिमटिम जळणाऱ्या चिमणीच्या वातीच्या प्रकाशाप्रमाणे अंधूक प्रकाश होता.

तेथील वातावरण, चित्रपटगृहाची सजावट हे सर्व काही आश्चर्य आणि भीती निर्माण करीत होते.

''हे सर्व काय आहे? बाहेर एवढी उष्णता आणि आत पर्वतावरच्या गारठ्या-प्रमाणे थंडी! वरच्या बाजूस पंख्यासारखे काहीतरी फिरते आहे.''

धर्मप्रमुखाला यासंबंधी तेवढी माहिती नव्हती. तिरूमनचा प्रश्न आंधळ्याला पौर्णिमेच्या चंद्राविषयी विचारण्यासारखा होता. त्यांना असे वाटत होते की, कदाचित बाहेर दहा-बारा माणसे मिळून मोठ्या हवेच्या मशिनमध्ये हवा भरून आत पाठवत होते. दुसरीकडे पाहण्याचे निमित्त करून ते गप्प बसले.

अचानक पहिली घंटा वाजली. दिवे विझले. चित्रपट सुरू झाला. ते एका मारामारीचे दृश्य होते. दोन्ही बाजूस लावलेल्या लाऊडस्पीकरमधून निघणारा आवाज कान बहिरे करीत होता. तिरूमनने असा आवाज कधी ऐकला नव्हता. शिकारीच्या वेळी अस्वलाची शिकार केली आहे. जंगली रानडुक्कर मारले आहे. त्यांच्या मरणाची किंचाळीदेखील एवढी भयानक नव्हती. तो थरथरत होता. कान असे फडफडत होते की, जणू आषाढ महिन्यातील गार वारा कानात शिरत आहे. तो आपल्या खुर्चीवरून उतरून खाली जमिनीवर बसला आणि आपल्या दोन्ही हाताने आपले कान बंद केले. धर्मप्रमुखाने त्याला समजावून पुन्हा खुर्चीवर बसविले.

चित्रपटकथेनुसार डाकूंचा सरदार आपल्या साथीदारांना आणि शिकारी कुत्र्यांना सोबत घेऊन गाव लुटण्यासाठी घोड्यावर बसून येत होता. हे दृश्य पाहताच तिरूमनला भीती वाटली; जणू त्याच्यावर आक्रमण करण्यासाठी घोडे आणि कुत्रे धावत येत

आहेत, असे त्याला वाटले. ते चित्र नसून सत्य आहे, असे समजून तो घाबरू लागला. आपल्या जागेवरून उठून तो एकाएकी ओरडू लागला, ''पहा... घोडा मला मारून टाकेल... हाय... मी मेलो.'' असे म्हणत म्हणत उडी मारून तो बाहेर आला.

त्याच्या मागे मागे येऊन धर्मप्रमुखाने त्याला किती समजावले, तरीदेखील त्याने ऐकले नाही. किती मोठ्या संकटातून तो वाचला आहे. सर्वच्या सर्व घोडे आणि शिकारी कुत्रे त्याच्याकडेच येत होते. आता तो आत जाणार नव्हता.

आणखी थोडा वेळ बसला असता, तर घोड्यांच्या पायाखाली दबून तो मेला असता.

त्याला घेऊन धर्मप्रमुख कसे तरी बाहेर आले. त्याचं शरीर थरथरत होतं. त्या घोड्यांपासून वाचून आपण सुरक्षित बाहेर आलो आहोत, ही दैवी कृपा आहे. थरथरत अस्पष्ट आवाजात त्याने विचारले, ''काय हो, एवढे घोडे, कुत्रे आणि माणसं अचानक कुठून आलीत...?''

त्याच्या मूर्खपणाचा विनोद करण्यासाठी किंवा खरोखरच आपल्या अज्ञानामुळे... कुणास ठाऊक... धर्मप्रमुख म्हणाले, ''आपण येण्यापूर्वीच घोड्यांना आणि कुत्र्यांना तेथे आणून बांधून ठेवले होते. बघ ना... किती जागा होती तेथे.''

''हो भाऊ, आपण तेथून पळून आलो नसतो, तर त्यांनी आपल्याला पायाखाली चिरडून मारले असते. आणखी थोड्या वेळाने बघा, बाकी लोकदेखील पळून येतील.''

ते दोघे कॉपी पिण्यासाठी एका दुकानात गेले. त्याला हात-तोंड धुण्यासाठी सांगून ते लघवी करण्यासाठी आत गेले.

दुकानाच्या पुढे बंबात पाणी गरम होत होते. आजूबाजूला कुणी नव्हते. संध्याकाळी वकिलाच्या घरी पाहिलेल्या नळाची आठवण येताच त्याने हात धुण्यासाठी नळ उघडला. हातात गरम पाणी पडताच तिरूमन ओरडला, ''हाय... मेलो... मला काही नको,'' म्हणत तो दुकानातून बाहेर आला.

लघवी करून बाहेर आलेल्या धर्मप्रमुखाने त्याची स्थिती पाहिली. तेव्हा त्यांना वाटले की, कोणत्याही परिस्थितीत याला पुन्हा पर्वतावर पोहचवावे लागेल. याची अवस्था अंधारलेल्या पर्वतावर राहणाऱ्या आंधळ्या जीवासारखी झालेली आहे.

शहराचे वातावरण, भीती, गरम पाण्यामुळे होणारी वेदना या सर्व गोष्टींमुळे तिरूमनचे डोके दुखू लागले आणि त्याला ताप आला. दोघेही वकिलाच्या घरच्या ओसरीत पडले होते. घोडा आला, कुत्रा चावतो आहे, अशा प्रकारे तो रात्रभर ओरडत होता आणि धर्मप्रमुख त्याला समजावून झोपवत होते.

सकाळ होताच धर्मप्रमुखाने वकिलाला सांगितले की, ते तिरूमनला डॉक्टरकडे

घेऊन जातील आणि तापाचे इंजेक्शन देऊन मग ते कचेरीत येतील.

तिरूमनला पाहून डॉक्टरने त्याची विचारपूस केली. तेव्हा तो म्हणाला, ''वरवरचा ताप आहे.'' आणि तो गप्प बसला.

डॉक्टरने धर्मप्रमुखाला विचारले, ''याला काय झाले आहे? एवढा गप्प का आहे?''

डोळे मटकावत धर्मप्रमुख म्हणाले, ''याला वरवरचा ताप आहे. थोडा उतरू द्या.''

मेडिकल कॉलेजमध्ये शिकतानादेखील या डॉक्टरने 'वरचा ताप' असा कोणताच शब्द कधी ऐकला नव्हता. हा कोणता आजार आहे? कोणत्या भाषेतील शब्द आहे? द्विधेत पडून डॉक्टरने विचारले, ''वरचा ताप म्हणजे काय?''

धर्मप्रमुखालादेखील याचा अर्थ माहीत नव्हता, तरीदेखील ते म्हणाले, ''म्हणजे वरचा तापच आहे.''

डॉक्टर नाडी पाहून म्हणाले, ''फारच ताप आहे. सुई टोचावी लागेल. याचे पाच रुपये लागतील.''

''पाच रुपये?'' धर्मप्रमुख अस्वस्थ झाले व ते म्हणाले, ''डॉक्टर, मी दोन रुपये देईन.''

उपहासाने हसून डॉक्टर म्हणाले, ''यास शेंगांचा व्यवसाय समजलास काय? पाच रुपयेच द्यावे लागतील.'' त्याचबरोबर त्याला सुई टोचली नाही, तर ताप वाढेल, अशी सूचनादेखील त्यांनी दिली.

धर्मप्रमुखाने आपले धोतर वर सरकवले. दोऱ्याच्या करदोड्याला बांधलेली छोटीशी पिशवी उघडून पाच रुपयांची नोट काढून ती डॉक्टरपुढे ठेवली. पैसे घेऊन सुई टोचण्यासाठी डॉक्टर तिरूमनजवळ आले. त्यांना पाहून तिरूमनने ''मला ताप नाही,'' असे ओरडतच पळण्याचा प्रयत्न केला. उडी मारून डॉक्टरने त्याची शेंडी पकडली. डॉक्टर सुई टोचून आपला जीव घेतील, या विचाराने तिरूमनने त्यांचा पाय ओढला. दवाखान्यात आरडाओरड आणि पळापळ सुरू झाली. तेथे आलेल्या सर्व लोकांनी मिळून तिरूमनला पकडून ठेवले. घेतलेले पाच रुपये परत न करण्याच्या उद्देशाने डॉक्टरने त्याच्या दंडाला सुई टोचली. तिरूमनने डुकराप्रमाणे किंचाळून क्षणभर गोंधळ घातला.

सर्वांच्या हातातून निसटून तिरूमन पळाला आणि रस्त्यावर आला. त्याला शहरातील गोष्टी माहीत असत्या, तर तो साक्ष देण्यासाठी शहरात कधी आला नसता. बस, फार झाले! आता त्याचा धीर सुटला. शहरातील रंग-ढंग माहीत नसलेल्या त्या पर्वतीय माणसाला तर फक्त आपला बाग-बगिचा, झाडे-झुडपे माहीत होते.

शिकारी प्राणी, वाहता झरा आणि सर्वात महत्त्वाचे म्हणजे आपल्या खांद्यावर ओझं उचलून आणून बाजारात त्या वस्तू विकणे, एवढेच त्याला माहीत होते.

त्याच्या मागोमाग धर्मप्रमुखदेखील बाहेर आले. आता आणखी उशीर केला, तर त्याला वेडेपणाचे झटके येतील. अशा पापाचे भागीदार ते का बरं होतील?

"असं का बरं ओरडतो आहेस?"

"तुम्हाला तर हा खेळ वाटतो. ज्याच्यावर असा बिकट प्रसंग येतो, त्यालाच त्याचे दु:ख माहीत असते."

"मग आता काय करावं?"

"पर्वतावर परत जाऊ."

धर्मप्रमुखाला त्याचे म्हणणे पटले. तिरूमनने साक्ष देणे किंवा न देणे दोन्ही सारखेच होते. ते तोंडात तंबाखू कोंबून म्हणाले, "ठीक आहे, कचेरीत जाऊन वकिलाकडून दुसऱ्या साक्षीदाराची व्यवस्था करून खटल्याची तारीख वाढवून घेऊ. नंतर परत जाऊ."

तिरूमनने होकारार्थी मान हलविली, तेव्हा त्याचा हात पकडून ते वेगाने चालू लागले. मनातल्या मनात कुढत आणि बडबडत तिरूमन त्यांच्या मागे मागे धावू लागला.

❑❑❑

।। ८ ।।

त्या घराच्या अंगणात बऱ्याच बायका आपापसांत बोलत होत्या. सकाळचा गार वारा त्यांना गोंजारून निघून गेला. अंगातील थंडी दूर करण्यासाठी त्या बाहेर पेटलेल्या शेकोटीभोवती रासक्रीडेच्या मुद्रेत उभ्या होत्या.

तिरूमी त्या घरातून बाहेर आली. तिच्या कपाळावर घामाचे थेंब होते. त्या वातावरणात ती वेगळीच दिसत होती. मागच्या दोन दिवसांपासून ती झोपली नव्हती. एका जीवाच्या त्रासात सहभागी होऊन त्याचे दु:ख दूर करण्याचा ती प्रयत्न करीत होती. तिच्या सारख्या स्त्रियांनी स्वेच्छेने ही सेवा स्वीकारली होती. कुठलीही आशा न ठेवता माणुसकीच्या नात्याने केली जाणारी ही समाजसेवा.

या भागात ती बाळंतपणाच्या वेळी सुइणीचे काम करायची. तिने कुठलेच प्रशिक्षण घेतले नव्हते. परंपरेने चालत आलेल्या प्रथेच्या आधारावर आपल्या अनुभवानेच ती सर्व काही शिकली होती. तिची शेजारीण, कालीची बायको, पोन्नमाल प्रसववपीडेने तळमळत होती. तिच्या कमरेला केवळ, एक दुपट्टा गुंडाळला

होता. घराच्या छताला एक दोरी लोंबकळत होती. ती पकडून पोन्नम्माल राहून राहून कण्हत होती व प्रसववेदनेने बडबडत होती. आता ती पुरुष सहवासापासून नेहमी दूरच राहील, असा विचार करीत होती. या वेदनेतून सुखरूप सुटका व्हावी, मग ती अशा नरकयातनेत कधी पडणार नाही, असे ती स्वत:शीच बडबडली.

ती एकटीच असा विचार करीत नव्हती, तर प्रत्येक स्त्री आपल्या पहिल्या बाळंतपणाच्या वेळी असाच विचार करीत असते. स्वत:च असा संकल्प करते; परंतु असा विचार करणे आणि प्रत्यक्षात तसे जगणे किती अशक्य असते? हे वैराग्य किती दुबळे असते? जेव्हा ती आपल्या बाळाला गोंजारते, तेव्हा पतीच्या सहवासाचे ते मधुर क्षण दांपत्यसुखाच्या मोरपंखाने हळूच गोंजारल्याप्रमाणे जाणवतात. वैवाहिक सुखाची ती प्रगाढ आलिंगने, स्वर्गीय नात्याचा तो काव्यालंकार आणि कल्पनेचे ते मधुर क्षण, ते सर्व या क्षणिक वेदनेचा विसर पाडतात.

तिरूमीने बाहेर जाऊन सुंठ आणि मिऱ्याचा काढा ताडाच्या गुळात मिसळून आणला आणि तो पोन्नम्मालला पाजला. शरीराचा थकवा आणि प्रसववेदनेपासून थोडासा आराम मिळावा म्हणून थोडेसे कोमट पाणी तिच्या अंगावर ओतले. ती कण्हत होती, आपले ओठ चावत होती. तिरूमीच्या गळ्याला कवटाळून किंचाळली, "देवाऽऽऽरेऽऽऽ, आता आणखी सहन होत नाही."

बाळंत होण्याची कोणतीच लक्षणे दिसत नव्हती. ती बिचारी वेदनेने तळमळत आहे. तिरूमीने आपल्या अनुभवाने सर्व उपचार करून पाहिले; परंतु काहीच फायदा झाला नाही.

मुलीचे आई-वडील दु:खी आहेत, तर दुसरीकडे तिचा नवरा तिला होणाऱ्या वेदनेमुळे थरथर कापत घाबरून बसला होता. तिरूमीला वाटले नक्कीच कुणाचा तरी शाप लागला आहे किंवा तारुण्याच्या धुंदीत कोणती तरी चूक झाली असावी. तिने किती तरी बाळंतपणं पहिली आहेत. किती तरी वडीलधाऱ्यांचे अनुभव ऐकले आहेत. ही गोष्ट आतापर्यंत लक्षात कशी आली नाही?

तिरूमी बाहेर येऊन आपल्या समवयस्क स्त्रीला हळूच काही तरी म्हणाली. पोन्नम्मालच्या नवऱ्याने जवळ येऊन विचारले, "ताई, आता स्थिती कशी आहे?" विस्कटलेल्या केसांवर हात फिरवून, छातीवरून घसरणारी साडी घट्ट बांधून तिरूमी विचार करू लागली.

ती जे काही विचारणार होती, ती काही नवीन गोष्ट नव्हती. पर्वतावरील लोकांच्या प्रथेच्या प्रतिकूलदेखील नाही. ते समजल्यावर नवरादेखील वाईट वाटून घेणार नाही. ही तर परंपरेने चालत आलेली एक प्रथा आहे. त्याला पाहून तिरूमी म्हणाली, "काही नाही रे, पोन्नम्मालने यापूर्वी कधी तरी कुणासोबत संबंध ठेवला

असेल. काही अपराध झाला असेल, तर त्या पापाचे प्रायश्चित्त केल्यास मूल त्रास न होता लवकर जन्मास येईल.''

नवरा ही गोष्ट विचारू शकेल काय? विचारल्यावरदेखील ती खरं सांगेल काय? आपले रहस्य लपविण्यासाठी जर ती चूप बसली, तर तिच्या जीवाला धोका होऊ शकतो.

अशा एका संकटाला तिलादेखील सामोरे जावे लागले होते. प्रसव होण्यास उशीर झाल्यास बराच वेळ वेदनेने तळमळणाऱ्या प्रत्येक स्त्रीला अशीच एक साक्ष द्यावी लागते. याचे तात्पर्य प्रत्येक स्त्रीला माहीत असते आणि प्रत्येक आई आपल्या मुलीला समजावीत असते.

तिरूमीच पोन्नम्माला हा प्रश्न विचारेल, असा निर्णय घेण्यात आला. हा महत्त्वाचा विषय व्यवस्थित समजावून सांगण्याचे मनोधैर्य तिच्यातच आहे.

घराच्या दाराजवळ गर्दी वाढतच होती. जमलेले सर्वच लोक सहानुभूती दाखवत होते. स्त्रिया आपल्या बाळंतपणाच्या वेळच्या घटनांचे वर्णन करीत होत्या.

पूर्वेकडून सूर्याने डोकावून पाहिले. डुकरं आपल्या पिल्लांसोबत गल्ली बोळात फिरत होती. कुत्रे चबुतऱ्यावर आणि छतावर आपले शरीर आकसून पडले होते. पक्षी 'टुरूक, टुरूक..' करून वेळेची सूचना देत होते. गार वारा जवळून वाहत होता. घामाचा दुर्गंध, तंबाखूचा वास, मळक्या घोंगड्यांचा वास, मोहरी, भटनासच्या रोपट्यांचा वास, हे सर्व वास मन उन्मादित करीत होते. थकल्या-भागल्या तिरूमीला ताज्या हवेमुळं थोडं बरं वाटलं आणि तिच्यात नवीन उत्साह संचारला.

तिरूमी आत गेली. दोन स्त्रियांनी पोन्नम्मालला पकडून ठेवले होते. कधी ती त्यांना पकडून झुलायची, कधी वेदना असह्य झाल्याने त्यांना मारायची आणि कधी त्यांचे कपडे ओढून ओढून तळमळत तडफडत राहायची.

तिरूमी झोपेने जड पडलेले डोळे चोळत तिच्याजवळ येऊन आपली साडी घट्ट आवळून पोन्नम्मालकडे रागाने पाहत म्हणाली, ''काय गं... दोन दिवस होऊन गेलेत. तुझ्या वेदना तर वाढतच आहेत...'' तिरूमीच्या बोलण्याचा गूढ अर्थ समजून पोन्नम्मालची नजर खाली झुकली. प्रसववेदनेने तडफडणाऱ्या स्त्रियांना विचारले जाणारे प्रश्न तिलादेखील माहीत होते. जे काही झाले, ते सविस्तर सांगणे प्रत्येकीचे सामाजिक कर्तव्य होते. लपविण्याचा प्रयत्न केला, तर जीवावर बेतण्याची शक्यता होती. देवदेखील रक्षण करणार नाही, हे सर्व तिला समजावून सांगण्यात आले होते.

तिरूमीने विचारले, ''दुसऱ्या पुरुषासोबत तुझं बोलणं-चालणं होतं का? सर्व काही खरं खरं सांगितलंस, तर बाळंतपण सुखरूप होईल... समजलीस?''

जर एखादा अपराध झाला असेल, तर तो लगेचच कबूल करणे ही असाधारण गोष्ट होती. क्षणभर आपल्या प्रसववेदना विसरून ती विचारात पडली.

हो, तिने अपराध केला आहे; परंतु ते कुणाला कळणार नाही, असे तिला वाटले होते. आता सत्य परिस्थितीची परीक्षा होती. सांगितले असते तर तिने आत्मसन्मान गमावला असता. लपविले तर जीव निघून जाईल. ती एकटीच अपराधी नव्हती. ही एक लांब अशी साखळी आहे. चूक मान्य केल्यावर कुणालाच शिक्षा झालेली नाही. दंड तर पुरुषांनाच भरावा लागला आहे.

त्यामुळे तिला घाबरण्याचे कारण नाही. हे अनैतिकदेखील समजण्यात येत नाही. तिच्या आईनेदेखील आपल्या तारुण्यात परपुरुषासोबत संबंध ठेवले असतील. त्याच्या मोहमायेत आपलं मन गुंतवलं असेल. येथे जेवढ्या स्त्रिया आहेत, त्या सर्व एकदा या मार्गाने गेल्या होत्या; पण हे रहस्य केवळ स्त्रियांनाच माहीत असतं.

'हो' म्हणून प्रश्नाचे सहज उत्तर दिले जाऊ शकते; परंतु संबंधित व्यक्तीचे नावदेखील सांगावे लागेल. तीच तर सर्वात मोठी अडचण आहे. गावातील लोक त्या पुरुषाला क्षमा करू शकतात. नसता त्याला संपूर्ण गावाला डुकराचे जेवण द्यावे लागेल. ही बाब तर त्याचे जीवन बरबाद करणारी आहे. तिच्या इच्छेविरुद्ध त्याने बलात्कार केलेला नाही. ती विचार करू लागली. अडचणीत सापडली होती. आपल्या पापाचे प्रायश्चित्त करण्यासाठी त्या पुरुषाला बळीचा बकरा करावा लागेल किंवा आपल्या पापासोबत मी मरून जाऊ? त्या व्यक्तीचे नाव सांगून त्याला दंड भरण्यास भाग पाडावे लागेल.

थकलेल्या डोळ्यांतून अश्रू वाहू लागले. हे अश्रू शारीरिक वेदनेमुळे होते, की मनात घोंघावत असलेल्या दु:खामुळे होते? तिरूमीला काहीच कळले नाही. तिलादेखील रडू आले. नाकातून पाणी वाहू लागले. साडीच्या पदराने तिने नाक आणि डोळे पुसले. अशा वेळी एका स्त्रीची मन:स्थिती कशी असेल, हे तिला माहीत होते. तिच्या भावना कशा उफाळून येत असतील, हेदेखील तिला माहीत होते, तरीदेखील प्रश्न सोडवायचा होता.

तिरूमीने पुन्हा विचारले, ''तुझं काहीच बिघडणार नाही. मनातील सर्व काही स्पष्ट सांगून टाक, बाई.''

पोन्नम्मालची कंबर वेदनेने दुखत होती. ओटीपोटावर जणू कुणीतरी मुसळाने घाव घालीत आहे, अशा वेदना तिला होत होत्या. तिची नजर वर खिळली. हळूहळू तिची सर्व बंधने तुटत होती. ती म्हणाली, ''चक्करपट्टी मैनरसोबत या घटना घडल्या होत्या.''

हे ऐकून तिरूमी निश्चिंत झाली. दोन दिवसांच्या रात्रीच्या जागरणाचा

थकवा उष्णतेने पिघळणाऱ्या लोण्याप्रमाणे दूर झाला. तिने पोन्नम्मालच्या नवऱ्याला ही गोष्ट सांगितली.

या बातमीमुळे तो नाराजही झाला नाही आणि द्विधेत देखील पडला नाही. ही गोष्ट त्याला अपमानास्पद वाटली नाही. त्याला तर आपली बायको आवडत होती. बाळ-बाळंतीण सुखरूप राहावी, बस! एवढीच त्याची इच्छा होती.

तो धर्मप्रमुखाच्या घराकडे वेगाने गेला. त्याच्या चालण्यात ऐट होती आणि डोळ्यांत विश्वास! धर्मप्रमुख अंगावर घोंगडं ओढून डुकरांसाठी ठेवलेल्या घमेल्यातील पेजमधून भाताचे कण काढून त्यांना खाऊ घालत होते. पिल्लं एकमेकांना धक्का देऊन त्यांच्या हातातील भाताचे कण हिसकावून खात होते. खाली सांडलेल्या कणांवर तुटून पडत होते.

धर्मप्रमुख दोन दिवसांपासून पोन्नम्माला पाहण्यास गेले नव्हते. त्यांची बायको दोन रात्र तेथेच राहून आली होती. त्यांच्यातर्फे त्यांची बायको पोन्नम्माला पाहून आली होती, तरीदेखील गावच्या धर्मप्रमुखाच्या नात्याने त्यांची उपस्थिती तेथे आवश्यक होती. गावातील प्रत्येक चांगल्या-वाईट कामाच्या प्रसंगी गावातील प्रत्येक घरातील मंडळींनी तेथे जाऊन थोडा वेळ बसणे आवश्यक होते. असे केल्याने जो संकटात असतो, त्याला थोडी सांत्वना मिळते, असे ते मानतात.

काली बोलण्यापूर्वीच ते म्हणाले, "काय रे, तुझी बायको सुखरूप आहे ना? येण्याचा विचार करीत होतो; परंतु कचेरीच्या कामासाठी गेलो होतो." त्यांनी न येण्याचे कारण सांगितले.

"ताई तर दोन रात्र तेथेच होत्या..." नंतर काली सरळ आपल्या मुद्द्यावर आला. "माझ्या बायकोसोबत चक्करपट्टी मैनरचा संबंध आला होता. त्याला येऊन कबूल करण्यास सांगा, तेव्हाच मूल पोटातून बाहेर येईल."

त्यांना अशा गोष्टी ऐकण्याची सवय आहे, असेच त्यांच्या स्थिरतेवरून दिसले. उठून आपल्या लंगोटीस हात पुसत त्यांनी विचारले, "कुणी सांगितलं?"

"माझ्या बायकोने तिरूमीताईला सांगितलं."

"पर्वतावरील जमिनीवर खळग्यातच पाणी असते; परंतु पर्वतावरील स्त्री ज्याच्यावर प्रेम करते, तोच तिचा होतो हेच खरे आहे." नंतर त्यांनी दोन बोटाने ओठ दाबून तोंडात ठेवलेल्या तंबाखूची पिंक थुंकली आणि म्हणाले, "तू घरी जा. मी दवंडी पिटणाऱ्याला पाठवून त्याला बोलावून घेतो."

काली चुपचाप निघून गेला. मैनरच्या घरी माणूस पाठवून धर्मप्रमुखाने कालीच्या घरची वाट धरली.

मैनर आणि धर्मप्रमुख येताच जमलेल्या लोकांमध्ये गडबड सुरू झाली.

जमलेले सर्वजण एकमेकांना म्हणत होते, ''हाच माणूस आहे. पोन्नम्माशी याचा 'संबंध' आला आहे. त्यामुळेच मूल जन्मास येण्यास एवढा त्रास होत आहे.'' धर्मप्रमुखाला बसण्यासाठी वेगळे आसन देऊन सर्व आदराने उभे राहिले.

धर्मप्रमुखाने आपल्या सवयीनुसार शेंडी सोडून पुन्हा बांधली आणि पानाची पिंक मातीच्या पिकदाणीत थुंकून चौकशी करण्यास सुरुवात केली, ''काय सामी, पोन्नम्मालसोबत तुझं कधी बोलणं होतं?'' धर्मप्रमुखाला काय म्हणायचे आहे, ते मैनरला समजले; कारण पोन्नम्मासोबत त्याचे गुप्त संबंध होते.

तो काळजीत पडला. बिचारी स्वत: त्याच्याकडे आली नव्हती, तर तिच्या रूपावर तोच भाळला होता. जेव्हा त्याला एकांतात संधी मिळायची, तेव्हा तोच तिच्याशी जबरदस्ती करायचा. गोड गोड बोलायचा. तिने होकार दिला नाही, तर आत्महत्या करण्याची भीती दाखवायचा. केवळ एकदाच ती त्याची व्हावी बस! सतत घरंगळत जाण्यामुळे मोठ्यातला मोठा खडकदेखील लहान दगड होऊ शकतो. अगदी याचप्रमाणे त्याच्या सततच्या आग्रहामुळे ती विचलित झाली होती.

आता ती मृत्यूच्या जबड्यात आहे. नवऱ्याचा विश्वासघात केल्याचे फळ ती भोगत आहे. त्या पापाचे प्रायश्चित्त त्याला स्वत: करावे लागेल. त्यासाठी तो कोणताही दंड मान्य करेल. बिचारी प्रसववेदनेने तडफडत आहे.

मैनरने आपला गुन्हा मान्य केला, तर कदाचित ती प्रसव झाल्यानंतर गावच्या सभेत त्याला क्षमा केली जाऊ शकते किंवा त्याला शिक्षादेखील होऊ शकते. त्या दंडामुळे त्याचे जीवन बरबाद होऊ शकते. गावची सभा चार किंवा आठ माप नाचणी मागेल. जेवणासाठी दोन-चार डुकरांचे मांस मागेल. याशिवाय अपराधाचा दंड म्हणून आणखीन मागतील तेवढे पैसेदेखील द्यावे लागतील. एक सामान्य स्थितीतील माणूस एवढे सर्व कसे करेल? परंतु त्या संकटाला तर त्याला तोंड द्यावेच लागेल. नसता त्याच्या क्षणिक वासनेला बळी पडलेल्या त्या अबलेचा विश्वासघात केल्यासारखे होईल.

त्याने नीट विचार केला. आपल्यामुळे एका निर्दोष स्त्रीला त्रास होऊ नये म्हणून तो स्पष्टपणे म्हणाला, ''होय! नकळत सर्व काही झाले.''

डोक्यातील केसातून पळणारी 'ऊ' बोटांनी पकडून पानाची पिंक सावधपणे थुंकत 'मी सर्वांची तोंडे उघडू शकतो,' या अभिमानाने तेथे जमलेल्या लोकांना पाहून धर्मप्रमुख म्हणाले, ''असे नाही... चूक झाली, असे म्हण...''

पश्चात्तापाने मान खाली घालून तो विनयाने म्हणाला, ''चूक... चूक झाली.''

जेथे पोन्नम्माल प्रसववेदनेने कण्हत होती, जमिनीवर लोळत तडफडत होती, त्या बाळंतिणीच्या खोलीत धर्मप्रमुख त्याला घेऊन गेले. धर्मप्रमुख पोन्नम्मालच्या

आईला म्हणाले, ''दिवा लावून ठेव.''

तिने लगेचच घराच्या मध्यभागी दिवा लावून ठेवला. मैनरच्या डोळ्यांत अश्रू होते. मनावरील ताण कमी होण्यासाठी त्याला धाय मोकलून रडावेसे वाटले; परंतु असे करणे पुरुषाला शोभत नाही. दातांनी ओठ चावून त्याने तोंडातील लाळ आणि डोळ्यांतील अश्रू नाकावाटे गिळले.

त्याला पाहून धर्मप्रमुख म्हणाले, ''चल, दिव्याला नमस्कार कर.''

डोक्याची पगडी काढून कमरेला बांधत दिव्याला पाहत त्याने नम्रतेने हात जोडले आणि धर्मप्रमुखाने शिकविलेल्या वाक्यांची पुनरावृत्ती केली, ''माय, मी चूक केली. क्षमा कर. मूल नीट जन्मास येऊ दे...'' असे म्हणत त्याने वातीचा काजळाप्रमाणे काळा चिकट पदार्थ काढून पोन्नम्मालच्या कपाळाला त्याचा टिळा लावला.

त्याचे डोळे डबडबले होते. डोळ्यांतील बाहुल्या फुटक्या अंड्याप्रमाणे धुसर झाल्या होत्या. ओठ कोरडे पडून थरथरत होते. डोळ्यांतून अश्रू ओघळून गालावर वाहत होते. मैनरने आत्मग्लानीने पश्चात्ताप करीत मान वर केली.

धर्मप्रमुखाने आपल्या हातातील चाकू मैनरला देऊन छताला बांधलेल्या लाकडाला तीन वेळा मारून मागे वळून न पाहता बाहेर निघून जाण्यास सांगितले.

दुःख आवरून पडलेल्या पोन्नम्मालचे मौन तुटले. तिने आपल्या दातांनी ओठ एवढ्या जोराने चावले की, रक्त तोंडात पसरले. त्यामुळे करूपनारच्या देवळात पूजेनंतर कोंबड्याचा बळी देणाऱ्या पुजाऱ्यांच्या तोंडाप्रमाणे तिचे तोंड भयानक दिसू लागले.

ती आपल्याजवळ उभ्या असलेल्या स्त्रियांच्या छातीवर एकसारख्या थापा मारीत होती. अचानक तिच्या कपाळावर घामाचे थेंब झळकले आणि भुवयांच्यामध्ये खड्डा पडल्यासारखे झाले. आता प्रसव होण्यास वेळ लागणार नाही, हे तिरूमीने ओळखले.

तिरूमीने पोन्नम्माला गुडघे टेकून बसण्यास सांगितले आणि गोड स्वरात म्हणाली, ''बस, आता मूल होईल. श्वास रोखून ताकतीने मोठ्याने कण्ह.'' ती श्वास रोखून मोठ्याने जोर लावून कण्हली. कपाळावरील बटा घामामुळे चिकटल्या.

''आणखी जोराने... आणखी थोडं, बस! डोकं बाहेर येत आहे...'' अशा प्रकारे तिरूमी तिला धीर देत होती.

ओठ दाबून उघडल्यानंतर जसा आवाज होतो, तसाच आवाज आला. मुलाचं डोकं बाहेर आलं. दोन्ही हाताला एरंडीचं तेल घासून तिने सावकाश मूल बाहेर काढलं.

''मुलगा झाला आहे...''

त्या पर्वतावरील दगडांवर आणि खडकांवर चढण्या-उतरण्यासाठी आणखी एक जीव! जिभेची चव पुरविण्यासाठी फळांचं ओझं वाहणारा आणखी एक नवा जीव!

सर्वांचे चेहरे प्रसन्न होते. दुःख, वेदना आणि रुदन यांमध्ये बोळके तोंड उघडून हसणारं बाळ! आतुरतेने उभे असलेल्या लोकांवर जणू मधाच्या थेंबाचा शिडकाव.

❑❑❑

।। ९ ।।

दुपारी कडक ऊन होतं. कित्येक वर्षांनंतर या वर्षी पाऊस पडला नव्हता. पेरणीच्या वेळी वैशाख महिन्यात पाऊस पडला होता. त्यानंतर आता आषाढ महिन्यात पाऊस पडला होता. आषाढ महिना संपत आला आहे. ढगांचा थांगपत्ता नव्हता. भटनास, मँडवा, बाजरी इत्यादींसारखी पिकं कोमेजून कावीळ झालेल्या आजाराप्रमाणे दिसत होती. शेतात पाण्याचे झरे आटले होते आणि जमिनीला भेगा पडल्या होत्या. पाण्याच्या शोधात फिरणाऱ्या गाय, बैलं आणि इतर जनावरांच्या गळ्यातील घंट्यांचा आवाज बेसूर वाटत होता. भिंतीला टांगलेल्या घड्याळाप्रमाणे वेळ दर्शविणारा तोटूटरका पक्षी एकाच लयीत ट्रूक ट्रूक करीत होता.

जंगलातील आपल्या लहान खोलीसमोर असलेल्या फणसाच्या झाडाखाली पडलेल्या उंच दगडावर बसून तिरूमी आपल्या नवऱ्याच्या डोक्यातून उवा काढत होती. तिच्या जांघेचा आधार घेऊन तिरूमन खाली बसला होता. केसांच्या मुळाशी काळसर रंगाची उवांची अंडी चिकटलेली होती. उवांची अंडी फणीने काढून तिने ती आपल्या अंगठ्याने दाबली. विस्तवात पडलेल्या मिठाप्रमाणे त्यांचा तडतड आवाज येऊ लागला. तिरूमनच्या डोक्यातील खाज थोडी कमी झाली होती. त्याच्या तोंडात लाळ भरली होती. दारूची नशा चढली होती; जणू तो सुखानुभवात मग्न होता. सुखाचे क्षण भंग करण्याच्या उद्देशाने कोणता तरी किडा त्याच्या लंगोटीत घुसून त्याला चावू लागला. चटका बसल्याप्रमाणे त्याने उडी मारली. लंगोटीत बोटे खुपसून त्याने तो किडा बाहेर काढला. ती मोठी लाल मुंगी होती.

"तेथे काय धरलं आहेस? खोडसाळ मुंगी... बदमाश." तिरूमनने रागाने दात-ओठ खात दोन्ही हाताने मुंगीला चिरडले. हे पाहून तिरूमी मोठमोठ्याने हसू लागली. हसून हसून तिची खूपच वाईट अवस्था झाली. छाती वर-खाली झाल्याने तिची साडीदेखील सैल झाली. "कदाचित तेथे मध असेल...त्यामुळे तेथे घुसली असेल.." आणि पुन्हा हसू लागली.

तिरूमीची थट्टा ओळखून तिरूमन म्हणाला, "तुला मस्करी सुचते... बघून घेईन तुला." असे म्हणत त्याने तिच्या छातीवर आपल्या हाताच्या कोपराने हळूच धक्का दिला.

त्याचा हात पकडून तिरूमी म्हणाली, ‘‘मी काय खोटं बोलले? या मुंग्या मधाच्या लोभाने फणसावरच तर भाळतात... दुसऱ्या झाडावर चढतात का?’’

त्यालादेखील एका शब्दात उत्तर द्यावेसे वाटले; परंतु तो शब्द अश्लील होता. एकांत असतानादेखील त्याला असे काही बोलण्यास संकोच वाटत होता. त्याचा स्वभावच संकोची होता. त्यामुळे काहीतरी विचार करून तो स्वत:च हसत राहिला. नंतर म्हणाला, ‘‘आषाढ महिन्याने कधी धोका दिला नाही. चहूकडे पावसाचे पाणी असते. सूँऽऽऽसूँऽऽऽ वारा वाहत असतो, दिवसादेखील थंडी असते. ऊन तर फारच क्वचित पडते. आता तर ना पाऊस आहे, ना थंडी. कडक उन्हामुळे जळूप्रमाणे जमिनीचा ओलावा आणि हिरवेपणा शोषून पीकदेखील वाळले आहे. फार वाईट अवस्था झाली आहे.’’

केसांच्या मुळाशी असलेल्या उवा काढून, त्या दोन्ही अंगठ्यांनी मारून तिरूमी म्हणाली, ‘‘त्या काळी तर मुलगी वयात आल्यावरच साडी नेसत होती. आपल्या पतीला सोडून दुसऱ्या पुरुषाबरोबर पळून गेल्यास तिला वेश्याच समजले जात होते; परंतु तिच्या मुलांचा बाप होण्याचा अधिकार पतीलाच मिळायचा. आता तसे आहे का? सर्वच उलट झालंय. देव काय गप्प बसेल? देवाचा कोपच आपल्यावर एवढे संकट आणत आहे.’’

तिरूमनला पत्नीचे म्हणणे पटले. पूर्वजांच्या काळात किती बंधने होती? लोक देवाच्या कोपाला भीत होते. वडीलधाऱ्यांच्या बोलण्याला किंमत होती. आज कुणाचेच मन निर्मळ नाही. गावातील लोकांशी भांडून कसे राहू शकू, हीच एक भीती उरली आहे. मनातून, भक्तिभावाने काहीच होत नाही. कसेतरी प्रथा निभावण्याची पद्धत शिल्लक राहिली आहे.

तिरूमनच्या काखेत खाज सुटली. उजव्या काखेत डाव्या हाताने खाजवून दोन्ही बोटांनी काहीतरी पकडून त्याने ते दाट केसांमधून बाहेर काढले. ते तिरूमीच्या हातात दिले. ती लीख (ऊचे अंडे) होती. डोक्यातील ऊ मारण्याप्रमाणे सोपे नव्हते. दगडावर ठेवून मारावी लागेल किंवा दाताने चावावी लागेल, नसता ती मरणार नाही; परंतु त्यांना हे सर्व सहज होते. त्यांच्यासाठी हे सर्व क्रूरही नाही आणि किळसवाणे कामही नाही. अशा प्रकारे जगण्याची ज्यांना सवय आहे. अशा सहजतेमुळेच ते दारिद्र्य आणि दु:ख सहन करत होते.

अंघोळ न करता मळके, घाणेरडे कपडे घालून उवा आणि किड्यांसोबत राहण्याची त्यांची इच्छा नसते. अंघोळ करून, केसांना तेल लावून, विंचरून दिमाखात राहण्याची त्यांचीदेखील इच्छा आहे; परंतु त्यांची परिस्थितीच त्यांना साथ देत नव्हती. अंघोळ करणे तर त्यांना एका सामुदायिक सण मेळाव्यासारखे होते. ज्या दिवशी कोणते

काम नसायचे, त्या दिवशी ते नदीनाल्याकडे घागरी घेऊन निघायचे. जंगलातील वाळलेली लाकडे गोळा करून चूल पेटवून पाणी गरम करायचे. आरामात व्यवस्थित अंघोळ करून, कपडे धुऊन ते वाळवायचे. शहरातील लोकांप्रमाणे कामाच्या आधारावर येथे जातिभेद होत नव्हता. येथे ना कोणी धोबी आहे, ना न्हावी. एकमेकांना मदत करून सर्व कामं ते हातावेगळे करायचे. तसे पाहता निसर्गाच्या कित्येक विरोधाभासासोबत त्यांना जगावे लागते; परंतु त्याच निसर्गामुळे त्यांना बरीच वनसंपत्ती मिळते, ज्याचा योग्यप्रकारे उपयोग न करू शकण्याचे दु:ख त्यांना आहे.

लीख दाताने चावल्यामुळे तोंडात आंबट आणि कडसर लाळ जमली होती. ती थुंकून तिरूमी म्हणाली, ''माहीत नाही कुणा कुणाच्या पापाची शिक्षा आम्हाला भोगावी लागत आहे. खरिपाचे पीक पूर्णपणे वाळले. नाल्याजवळची जमीनदेखील पिकलेले फणस उलल्याप्रमाणे उलली. आता पालापाचोळा आणि जंगलातील कंदमुळं खाऊन, शिल्लक राहिलेलं धान्य, रोज एक वेळ खाण्याएवढं राहिलं, तर दोन महिने कसे तरी जातील. आता तर शेतीवाडी सोडून जंगलात पालापाचोळा आणि कंदमुळं खोदून काढावी लागतील.''

तिरूमीने आपल्या दु:खाचे कितीही रडगाणे गायले, कितीही रागावली, जगाला दोष दिला, तरीदेखील तिच्या मनाच्या एखाद्या कोपऱ्यात पर्वतावरील देव तिच्या मुलाचे रक्षण नक्कीच करेल, असा तिला विश्वास वाटायचा.

सडैयन आणि पिडारी गाय-वासरांना जंगलात चारून परत आले होते; परंतु आज त्यांना येण्यास उशीर झाला होता. त्यांच्या चेहऱ्यावर थकवा आणि मरगळ होती. भूक लागल्याने डोळे खोल गेले होते. त्या डोळ्यांत भुकेचे दु:ख दिसत होते. पत्नीच्या मांडीवरून उठून, गवताच्या पेंडीप्रमाणे विस्कटलेल्या केसांत हात घालून खाजवीत तिरूमनने विचारले, ''एवढा वेळ कुठे होतात?''

आपल्या सुकलेल्या ओठांवरून जीभ फिरवून सडैयन म्हणाला, ''येथील सर्व झरे सुकलेत. त्यामुळे नरियांग केनरूजवळच्या झऱ्याकडे गेलतो.''

हे ऐकून तिरूमन अस्वस्थ झाला. माणसाला पिण्यासाठी आणि पेज शिजविण्यासाठी एक घागर पाणी पुरेसे आहे; परंतु गाय - वासरू, बैल ही मुकी जनावरं... जर हीच स्थिती राहिली, तर दूर दूरचे धबधबे, ओढे, नाले, झरे हे देखील कोरडे पडतील. तेव्हा या मुक्या जीवांचं काय करावं? जर विकायचं म्हटलं, तर ही जनावरं सपाट जमिनीवर काम करण्याच्या योग्यतेची नाहीत. माणसं मरण्यापूर्वीच ही जनावरे तहानेमुळे मरतील... या विचारानेच तो घाबरला.

तिरूमन उठला. केसांची शेंडी बांधत म्हणाला, ''काळ्या गाईला काय झाले आहे? तोंडातून सारखी लाळ टपकत आहे...!!''

दोन दिवसांपासून तिची अशीच अवस्था आहे. पाणी पित नाही, चारा खात नाही, मान खाली घालून सारखी लाळ टपकवत आहे. कुरणाच्या जंगलात एका म्हातार्‍याने तिची ही अवस्था पाहून तिची जीभ बाहेर ओढून बघितली. जिभेच्या खालची नस निळी पडून अडकली होती. 'हिला कुठला तरी आजार झाला आहे. सुंठाचं पान खाऊ घातल्याने बरी होईल. नाही तर नस कापून खराब रक्त बाहेर काढावे लागेल. ' अशा प्रकारची हकिकत सडैयनने बाबांना सांगितली.

नियमितपणे गोठ्यात जाऊनदेखील त्याचे लक्ष या गोष्टीकडे गेले नव्हते. मोठ्या माणसांनी योग्यच म्हटले आहे, 'लोहाराचे लक्ष त्याच्या हातोड्याकडे आणि शेतकर्‍याचे लक्ष त्याच्या बैलाकडे असायला हवे.' किती मूर्खपणा केला. रोज सकाळ-संध्याकाळ तो गाई-बैलांना गवताने घासून घासून साफ करीत होता आणि त्यांच्या दातांवरून बोट फिरवीत होता. मागील दोन दिवसांपासून त्याने या जनावरांकडे लक्ष दिले नाही. त्यामुळे त्या मुक्या जनावरांची वेदना त्याला समजू शकली नाही. तरीदेखील त्याच्या मुलाने न सांगता आपले कर्तव्य पार पाडले आहे, हे पाहून त्याला मनातल्या मनात आनंद झाला. मुलगा हुशार आहे. त्याचे काम आणि त्याच्या प्रयत्नांची प्रशंसा त्याला करावीशी वाटली; परंतु प्रशंसा केल्याने मुलगा स्वत:ला फार मोठा समजेल, असेही त्याला वाटले. अशा विचारांचे बी पेरले, तर मुलाच्या विकासात अडथळा येईल.

तिरूमन म्हणाला, ''सुंठ तर जनावरांसाठी संजीवनी बुटी आहे. ती तर जनावरांच्या प्रत्येक आजारावर औषध आहे.''

आपले काम सार्थक झाले, या विचाराने सडैयनला आनंद झाला. मनातील आनंद डोळ्यांत झळकू लागला. नाक शिंकरून तो म्हणाला, ''ती जडीबुटी येथे मिळाली नाही. त्यामुळे दोन मैल पायी चालत जाऊन मी ती आणली आहे.'' आणि आपल्या कमरेला बांधलेल्या पोटलीकडे त्याने इशारा केला.

मुलांचा थकवा आणि त्यांची भूक जाणून तिरूमी म्हणाली, ''या बसा, पेज देते.'' असे म्हणून ती मडक्यात ठेवलेल्या पेजमध्ये मीठ घालून घेऊन आली.

जंगलातून तोडून आणलेल्या केळीच्या पानांचा द्रोण करून ते दोघे बसले. पेजसोबत खाण्यासाठी एक एक हिरवी मिरची आणून ठेवली होती. हेच त्यांचं साधं जेवण होतं. चव आणि आवड याकडे लक्ष न देता पाण्यात माती मिसळून पिल्यासारखी त्यांनी ती पेज गटागटा पिऊन टाकली. उलटी येऊन ती बाहेर पडू नये म्हणून पेजसोबत तिखट मिरची ठेवली होती. मिरची कितीही तिखट असली, तरी त्यांची जीभ चमचमीत, तिखट, कडवट, आंबट, खारट वस्तूंच्या चवीसाठी आसुसलेली असायची. या वस्तूंची आठवण येताच तोंडात लाळ जमायची.

आपल्या भिजलेल्या बारीक मिशीवर जीभ फिरवून साफ करीत सडैयनने आईकडे पाहिले आणि निराश होऊन विचारले, ''किमान एक दिवस तरी आल्याची चटणी आणि भात खाऊ घालू शकत नाहीस काय?''

त्यांच्या इच्छा आणि त्यांच्या गरजा फारच छोट्या छोट्या होत्या. तुपाने माखलेल्या, मधात मिसळलेल्या, तेलात तळलेल्या स्वादिष्ट वस्तू त्याने मागितल्या नव्हत्या. त्यांच्या जिभेला ती चव माहीत नव्हती. त्यांना तर फक्त चिंचेचे पाणी, हिरवी भाजी आणि पेजचीच चव माहीत होती. कधी तरी चांगल्या-वाईट दिवसांत तांदळाचा भात, ताडाचा गूळ घालून केलेले पक्वान्न आणि मसाले न घालता केवळ मीठ घालून शिजवलेले मांस मिळालं, तर तेच त्यांचं जेवण होतं.

त्याची छोटीशी इच्छा ऐकताच तिरूमीच्या काळजावर जणू कुणी तरी सुई टोचली. ती हळहळली. त्याची आई त्याची छोटीशी इच्छादेखील पूर्ण करू शकत नाही, असे मुलाला वाटू नये म्हणून तिरूमी म्हणाली, ''तू जो पदार्थ मागतो आहेस, त्यासाठी आलं आणि इतर बऱ्याच वस्तू लागतात. त्या कुठून आणू? तू जनावरांना चरण्यासाठी म्हणून जेथे घेऊन जातोस, त्याच मलकाट्टूमध्ये या वस्तू मिळतात. घरात फणसाचे बी, काळ्या भटनासच्या शेंगा आणि कडसर संत्री आहेत. तू फक्त आलं घेऊन ये... उद्या करून देईन.''

तिचं म्हणणं योग्य होतं. ती बिचारी काय करणार? मुलांना त्यांच्या आवडीच्या वस्तू खाऊ घालण्याची इच्छा तर प्रत्येक आईला असते, हे सडैयनलादेखील समजत होते. तो सहजपणे म्हणाला, ''ठीक आहे, उद्या आणून देईन. तू करून देशील ना?'' आणि शिल्लक राहिलेली पेज पिऊन झाल्यावर डोक्याचा पंचा काढून त्याने तोंड पुसले.

आतापर्यंत चुपचाप पेज पिऊन झाल्यावर मिशीला लागलेली पेज हाताने पुसून तिरूमन मुलाला म्हणाला, ''डुकराची पिल्लं उपाशी पडली आहेत. पाऊस झाला असता, तर कंदमुळं उकरून त्यांनी ती खाल्ली असती. येथे तर माणूसच इकडे-तिकडे फिरतो आहे. बिचारी ही पिल्लं कुठे जातील?'' अचानक त्याला काहीतरी आठवले; पण ते तो बोलू शकला नाही. फणसाच्या झाडाकडे पाहत राहिला. नंतर म्हणाला, ''थोडी फळं पडली आहेत. ती आणून पिलांना खाऊ घाल.''

पिडारी पेजेचं मडकं धुण्यासाठी निघून गेली. नंतर जंगलातून वेचून आणलेली लाकडं आणि 'कुयाम' फळ घेऊन ती घराकडे निघाली.

लग्नानंतर पतीच्या घरी आल्यावर तिरूमी जशी होती, तशीच पिडारी आता दिसत होती. तिच्या चेहऱ्यावर तारुण्याचं तेज होतं आणि शरीर सुडौल होतं. हलक्या धुक्यामध्ये डोलणाऱ्या लवंगाच्या वेलीप्रमाणे ती ऐटीत जात होती. जो कोणी

तिला मागणी घालील, त्याला इतर लोकांपेक्षा अधिक कन्याशुल्क द्यावा लागेल.

तिरूमीने आकाशाकडे पाहिले. राखाडी रंगाचे ढग इकडे-तिकडे पसरले होते आणि हळूहळू सरकत होते. पाऊस येण्यापूर्वी उडणारे किडे आणि इतर जंतूंचे घोळकेच्या घोळके डोक्यावर घिरट्या घालीत होते. त्यांचा चिल चिल आवाज आणि पंखांची फडफड कानांत गुणगुणत होती. आकाशात गिधाडं घिरट्या घालीत होती. वातावरणात उष्मा होती.

गर्मीमुळे जळजळणाऱ्या आपल्या लाल डोळ्यांना दोन्ही हाताने चोळून तिरूमी स्वत:शीच बडबडली, ''एक-दोन दिवसांत पाऊस पडेल. काल रात्री पूर्वेस वीज चमकत होती. गिधाडे घिरट्या घालीत आहेत.''

गावाच्या शिवेवर दंवडी पिटण्याचा आवाज आला. दवंडी पिटण्याचा अर्थ एखाद्याच्या बाबतीत न्यायनिवाडा होईल, असा असतो. पत्नीला पाहून तिरूमन म्हणाला, ''माहीत नाही, कुणाच्या डोक्यावर संकट कोसळेल. दवंडीचा आवाज ऐकल्याने डोकेदुखी होईल, असे म्हणतात.''

तिरूमी सैल झालेली साडी घट्ट आवळून बांधत म्हणाली, ''उद्या शेणाचा उत्सव आहे, त्यामुळे दवंडी देत आहेत.''

''हं, असं आहे काय?...'' निश्चिंत होऊन तिरूमन शेताकडे वळला आणि तिरूमी घराकडे निघाली.

◻◻◻

|| १० ||

शेणाच्या उत्सवासाठी लोकांची गर्दी जमली होती. मैदानात सर्व एकत्र जमले होते.

जेथे लोकांची गर्दी होत असते, तेथे सजूनधजून जाण्याची इच्छा तरुणांमध्ये असणे स्वाभाविक होते. पिडारीदेखील सजूनधजून जाण्यासाठी पाणी गरम करून अंघोळीला बसली. आडोशासाठी भिंतीला खेटून दोन बाजा तिने उभ्या केल्या आणि त्यावर घोंगडं टाकलं. सर्व मंडळी गेली होती. त्यामुळे स्वच्छंदपणे अंघोळ करण्यासाठी तिने कमरेला गुंडाळलेला कपडादेखील काढून टाकला आणि लाकडाच्या गोल आसनावर बसून ती अंघोळ करू लागली.

सकाळच्या गार वाऱ्यात गरम गरम पाण्याने अंघोळ करणे फारच सुखदायक असते. तारुण्याने बहरणाऱ्या आपल्या शरीराच्या अवयवांना कुरवाळून, चोळून चोळून अंघोळ करताना ती रोमांचित होत होती. आपले शरीरदेखील एवढे सुंदर

आणि आकर्षक आहे हे पाहून तिला आश्चर्य वाटले.

एका कुमारिकेच्या आशा आणि स्वप्नं तिच्या मनात तरळत होते आणि तिच्या शरीराची मोहकता त्यात भर घालीत होती. आपल्या अंतर्मनात निर्माण होणारे अधीर स्वर ती ऐकत होती. त्या धुंदीत आपली सुधबुध विसरून ती हळूच हसत राहिली. दाराबाहेर कुणाची तरी चाहूल ऐकू आली. तरीदेखील तिची तंद्री तुटली नाही.

पुंकूलमवासी चक्रवर्ती करूमन हा सडैयनचा मित्र होता. त्याने घराचे दार बंद पाहिले. त्याने कानोसा घेतला आणि परत जाऊ लागला. नकळतच त्याची दृष्टी घराच्या बाजूस भिंतीला लागून असलेल्या खाटेच्या आडोशाकडे गेली. कुठलाही उद्देश न ठेवता त्याने डोकावून पाहिले आणि त्याने तेथे एक अद्‌भुत दृश्य पाहिले. असे दृश्य, ज्यामुळे कोणत्याही अविवाहित मुलाच्या नसा उत्तेजित झाल्या असत्या. अविवाहित मुलीचीदेखील हीच अवस्था झाली असती.

करूमनची नजर तिच्यावर पडली. त्याचवेळी डोक्यावर गरम पाणी घालण्यासाठी पाण्याचा तांब्या उचलून तिनेदेखील वर पाहिले. दोघांची नजरानजर झाली. क्षणभर ती बुचकळ्यात पडली. या अनपेक्षित घटनेमुळे स्वत:ला सांभाळून कपडे उचलून ते अंगावर घालण्यासाठी तिला काही क्षण लागले.

संकोच आणि लाजेमुळे ती बावरली होती. यौवनाने आणि सुंदरतेने मुसमुसलेले तिचे गोबरे गाल या घटनेमुळे लालबुंद झाले होते. हसू आणि आनंद तिच्या डोळ्यांत सामावून ती आश्चर्याने वेड्यासारखी वर पाहू लागली.

चक्रवर्ती करूमन आपल्या या कृत्यामुळे ओशाळला. किती लाजिरवाणी गोष्ट झाली. जाणूनबुजून तो त्या स्थितीत तिच्यावर जबरदस्ती करण्यास आला; असं जर तिने आपल्या भावास सांगितले तर? या विचारानेच तो अस्वस्थ झाला. असा विचार करण्याचा आणि लाज वाटण्याचा अर्थ त्याच्यात सद्‌गुणांची कमी होती, असा नव्हे. त्याचबरोबर तारुण्यातील नखरे, चंचल स्वभाव यांच्या भरती-ओहोटीत फसूनदेखील तो स्थिर होता. काय सांगू, येथून कसा बाहेर पडू, याच द्विधेत त्याचे मन अस्थिर होते. त्याच्याकडे पाहून पिडारी हसली; परंतु ते मनापासूनचे आनंदाचे हसू नव्हते. कोणती तरी, कधी न करावी अशी गोष्ट करण्यासाठी जात असल्याप्रमाणे तिची स्थिती होती. ती म्हणाली, "अरे, कुणी पाहिले तर काय होईल? सर्वांना डुकराच्या मांसाचे जेवण द्यावे लागेल."

ती रागाने आणि कठोरतेने बोलेल, असे त्याला वाटले होते; परंतु ती तर दया दाखवत होती. त्याचबरोबर ती त्याला संयमाने राहण्यास सांगत होती.

तो आपले उत्साही मन सयंमित करून म्हणाला, "सडैयनला भेटण्यासाठी आलो होतो. चूक झाली," असे म्हणून परत जाण्यापूर्वी तिच्या उत्तराची वाट पाहत

तो उभा राहिला.

पिडारीला अशा उत्तराची अपेक्षा नव्हती. असाही एक तरुण पर्वतावर राहतो, याचे तिला आश्चर्य वाटले. त्याच्यावर नाराज होण्याची किंवा त्याला दोष देण्याची तिची इच्छा नव्हती. ही तर अचानक घडलेली घटना आहे, असे म्हणून तिने स्वत:चे समाधान केले.

भीती आणि लाज बाजूला सारून ती म्हणाली, "ठीक आहे, तू जा. मला आत जायचे आहे. भाऊ शेणाचा उत्सव पाहण्यास गेला आहे.''

तिचे उत्तर ऐकून करूमन तेथून निघून गेला. साडी अंगावर घेऊन तीदेखील घरात गेली. या घटनेमुळे ती थोडी चंचल आणि अस्थिर झाली होती. पर्वतावर वाढलेली असूनदेखील तिच्या मनात काही अर्थपूर्ण कल्पना होत्या. ती पर्वतावरील दांपत्याच्या वैवाहिक जीवनाच्या चाकोरीपासून वेगळे जीवन जगू इच्छित होती. पर्वतावरील स्त्रिया कित्येक मुलांची आई असूनदेखील आपल्या नवऱ्याला सोडून दुसऱ्या पुरुषासोबत निघून जातात. नंतर त्याच्यासोबत राहून त्याच्यापासून मुलं झाल्यावर मुलांना त्याच्याजवळ सोडून तिसऱ्यावर आकर्षित होऊन तिसऱ्यासोबत निघून जातात; परंतु पिडारीला हे सर्व आवडत नव्हते. दांपत्य जीवनात नीतीचे पालन करणाऱ्या आपल्या सारख्याच्या शोधात ती होती. 'पतीशिवाय दुसरा कुठलाही परपुरुष तिला आलिंगन देईल किंवा निर्वस्त्र पाहील, असे ती कधीही होऊ देणार नव्हती,' अशी प्रतिज्ञा तिने मनातल्या मनात केली होती.

पर्वतावरील जनजीवनाला अपवाद नसलेली तिची आईदेखील एकाच पुरुषासोबत राहिली आहे. कदाचित तिची शिकवण आणि दुसऱ्यांनी केलेली तिची प्रशंसा ऐकूनच पिडारीने असा विचार केला असावा.

परंतु आज! एका परक्या तरुणाने तिला निर्वस्त्र पाहिले. त्याने आपल्या नजरेनेच स्पर्श करून तिचे शील भ्रष्ट केले. त्यामुळे तिच्या निश्चयाला ठेच लागली... ती काहीच समजू शकली नाही.

सडैयनचा मित्र चक्रवर्ती करूमन कित्येकदा त्यांच्या घरी आला आहे; परंतु पिडारीच्या स्मृतिपटलावर त्याची सावलीदेखील पडली नव्हती. तिला 'त्या स्थितीत' त्याने पाहिले, तेव्हापासून तिचे मन चंचल झाले. प्रणयाचे पराग तिच्या मनात एक अव्यक्त भीती आणि आघात पसरवत होते.

तारुण्याचं सळसळणारं रक्त तिचा निर्णय नाकारून सर्व शरीरात पसरत होतं; जणू शरीरात वाहणारं सर्व रक्त चेहऱ्यावर उतरून डोळे आणि कानांच्या वाटे बाहेर येण्याचा प्रयत्न करीत आहे, असं तिला वाटलं होतं.

आपला प्रियकर भेटल्यावर जर त्याने तिला स्वीकारण्याचा प्रयत्न केला,

तर ती स्वत:ला सांभाळू शकेल काय? कुणास ठाऊक? आजच्या या भेटीस तो सामान्य गोष्ट समजून विसरून गेला, तर ती त्याला मनापासून विसरू शकेल काय? पिडारी विचार करू लागली.

क्षणात घडलेल्या या घटनेचा परिणाम बराच वेळ राहिला. या बाबतीत तिला ना कोणता अनुभव होता ना एकमेकांची ओळख... अशा वेळी या भावना तिच्या मनात किती वेळ राहतील?

रंग उडालेली चिटाची चोळी घालून तारुण्यामुळे उभारी देणाऱ्या वक्षस्थळांना कपड्याने झाकण्यासाठी छातीवर एक कपडा घेऊन तिने एका मोठ्या घमेल्यात भरलेल्या पाण्यात आपला चेहरा पाहिला आणि कपाळावर कुंकवाचा टिळा लावला. स्वप्न आणि कल्पनांचा विचार करीत घाईघाईने घराला कुलूप लावून गावातील लोक जेथे एकत्र जमले होते, त्या मैदानाकडे ती निघाली.

नियमाप्रमाणे धर्मप्रमुख, गावातील पुजारी आणि इतर गणमान्य व्यक्ती संगमरवराच्या चबुतऱ्यावर बसले होते. त्यांच्यासमोर गावातील लोक एकमेकांच्या मागे-पुढे कोपऱ्यात बसले होते. काही मंडळी उभी होती.

पावसाअभावी दुष्काळ पडूनसुद्धा हवेत उष्णता होती. गर्दीत बसलेले धर्मप्रमुख गंभीरतेने आपल्या कानातील कर्णभूषण कानाच्या छिद्रात फिरवीत जवळ ठेवलेल्या मातीने भरलेल्या लाकडी पिकदानीत पानाची पिंक थुंकून म्हणाले, ''या वर्षी पाऊस पडला नाही. वैशाखातील पावसाची रिमझिम पाहून आपण पेरणी केली. कोंब फुटले. आषाढ संपला. वेळेवर पाऊस पडला असता, तर शेतात पिकं उभी राहिली असती. कुणास ठाऊक, कोणता गुन्हा झाला? देवाने शिक्षा दिली.'' पानाची पिंक थुंकून, बोटांनी डोकं खाजवून तेथील मळ काढला व तो दुसऱ्या बोटांवर वळवून फेकला आणि म्हणाले, ''ते पाप धुवून काढण्यासाठी शेणाचा उत्सव करावा लागेल.''

जमलेल्या लोकांपैकी कुणाचाच यासाठी आक्षेप नव्हता. फार पूर्वीच हा उत्सव करायला हवा होता, असे बऱ्याच लोकांचे मत होते. 'साणी वेटटु' शेणाच्या उत्सवाच्या या खेळात तरुण-तरुणीच भाग घेत होते. या खेळात कोणताच भेदभाव नव्हता. ना बंधन होते. नात्यातील तरुण-तरुणींना तर हा खेळ खडीसाखरेच्या मिठाईसारखा वाटायचा.

जमलेल्या गर्दीमध्ये फुलपाखरांप्रमाणे रंगीबेरंगी कपडे घातलेल्या तरुणी आणि त्यांच्याभोवती तितराप्रमाणे घिरट्या घालणारे खट्याळ तरुण... दोन्हीकडे मधुर भावनांची चलबिचल झाली होती. त्यांच्या एका कृपाकटाक्षासाठी आतुर असलेल्या तरुणी, तरुणांची नजर त्यांच्याकडे वळताच आपले तोंड दुसरीकडे

वळवत होत्या.

पिडारीदेखील आज पहिल्यांदा अशी अधीर झाली होती. आपल्या समवयस्कांची दृष्टी आणि भावना आपल्या आवडत्या व्यक्तीवर केंद्रित झाल्याप्रमाणे तिच्या मनात देखील उत्तेजना आणि उद्वेग होता. राहून राहून ती करूमनकडे लपून-छपून पाहत होती.

करूमनचीदेखील तीच स्थिती होती. त्याची नजरदेखील तिला सारखी इकडे-तिकडे शोधत होती. तरीदेखील त्याच्या मनात भीतीची एक लाट येत-जात होती. त्याच्या अनुचित वागणुकीसंबंधी ती आपल्या भावास सांगेल काय? अशा स्थितीत तिच्यावर प्रेम करणे योग्य नाही. काहीही झाले तरी तिच्या नजरेतनूच बरेच काही समजू शकते, असा विचार करून त्याने आपली नजर पुन्हा तिच्याकडेच वळविली.

पिडारीची नजर करूमनच्या डोळ्यांना धीर देऊ लागली. तिने त्याला स्वीकारले आहे. तिची निष्कपट दृष्टी याचा पुरावा आहे. त्याचे मन शांत झाले. त्याच्या मनात उल्हास आणि आनंद सामावला.

सभा संपविण्याच्या उद्देशाने धर्मप्रमुख म्हणाले, "ठीक आहे, शेणाच्या उत्सवाची (साणी वेट्टुची) तयारी करा." आणि ते आपल्या जागेवरून उठले.

यात वादविवाद किंवा प्रश्नोत्तर करण्यासारखं काहीच नव्हतं. प्रथेनुसार एक शुभकार्य करण्यासाठी परवानगी द्यावी लागते.

जमलेले लोक, विखुरले सर्व तरुण-तरुणी एकत्र जमले. मातीचे मडके घेऊन त्यांनी घरोघरी जाऊन पेज मागून आणली. नंतर ते मोठे भांडे देवळासमोर ठेवून ती पेज मीठ न घालताच सर्वांनी पिली. पेज पिल्यानंतर सर्व तरुण-तरुणी गाईचे शेण गोळा करण्यासाठी गेले. टोपले भरभरून शेण आणून ते गणपतीच्या मूर्तीवर टाकले. गणपतीची मूर्ती पूर्णपणे शेणात बुडाली. तेव्हा पाऊस न पडण्याचा राग गणपतीवर काढीत जळफळाट करीत गणपतीची मूर्ती त्याच्या आसनावरून खाली पडली.

मुली टाळ्या वाजवत गणपतीच्या मूर्तीभोवती फेऱ्या घालीत गाऊ लागल्या.

'पाण्याविना तडपतो आम्ही
मन द्रवलं नाही गणपती
कुढत्या मनाला आवर घालीत आम्ही बसलोत
थोडी तरी दया दाखवा हो
गणपती महाराज, तुम्हाला माखले शेणाने
पाणी घालून धुवून घ्या हो.'

गाण संपलं. कोळसा वाटून तो पाण्यात मिसळला आणि ते मिश्रण मुलांनी आपल्या चेहऱ्यावर चोळले. धोंड्याचे तुकडे करून ते डोक्याला बांधले, लंगोट बांधली. शेणाचं पाणी आपल्या नात्यातील मुलींवर टाकून त्यांच्या तोंडाला वाटलेला कोळसा फासला.

मुलीदेखील चूप बसल्या नाहीत. काही मुलींनी मिळून एका मुलाची लंगोट काढली. त्याला नग्न पळताना पाहून त्याची टिंगल उडवू लागल्या.

या खेळात चक्रवर्ती करूमनदेखील सामील होता. पिडारीदेखील होती. त्याने कोळशाची भुकटी पिडारीच्या चेहऱ्यावर फासली. जर तिने आपल्या मैत्रिणींसोबत करूमनची लंगोट खेचली असती तर? किंवा शेणाचं पाणी पाजलं असतं तर? पिडारी समोर अशा दृश्याची तो कल्पनादेखील करू शकला नाही. तो संकोचला. "तुम्हाला जे योग्य वाटेल, तेच करा," तो विनयाने म्हणाला.

मुलींना त्याची दया आली. त्यांनी शेणाचं पाणी त्याच्या डोक्यावरून पायांपर्यंत टाकलं. करूमनचा मानभंग तर होणार नाही ना, याची पिडारीला मनातल्या मनात भीती वाटत होती. तिची इच्छा पूर्ण झाली. पाऊस पडो वा न पडो, त्यांच्या भावना उंचबळत होत्या.

❑❑❑

।। ११ ।।

काळ्या भटनासच्या शेतात तिरूमी आणि तिरूमन तण काढीत बसले होते. डोळे उघडण्यापूर्वीच मेलेल्या पिल्लांच्या दुःखाने व्यथित झालेल्या कुत्रीच्या वाकलेल्या कानाप्रमाणे भटनासच्या रोपट्यांची पाने कोमेजून सुकली होती. जेव्हा हे दोघे रोपट्यांच्या आजूबाजूची जमीन साफ करीत होते, तेव्हा निरुपयोगी झाडेझुडपे आणि वेलीसोबत ही रोपटीदेखील मुळापासून उपटली गेली. त्या शुष्क झालेल्या वेलींमधून इंद्रियांना उत्तेजित करणारा कुठला तरी वास आला. जंगली तिळाच्या झाडापानांमधून हळूच कण्हल्याप्रमाणे मंद मंद वारा वाहत होता. मुळं उपटून काढल्यामुळे जमिनीतील वाफ, कोमेजलेल्या पानांचा वास, जंगलातील गार वारा, या सर्वांमुळे मन आनंदित होऊन उत्तेजित होत होते. अशा मनोहर सुंदर समयी देखील तिरूमनच्या डोळ्यांत आणि चेहऱ्याच्या आसपास अस्पष्ट दुःख आणि भीतीची सावली दडलेली दिसत होती.

त्याचे जगणे कठीण झाले होते. पाऊस पडण्याचे लक्षण दिसत नव्हते. उधारीचे ओझे वाढत होते. मुलाचे लग्न करायचे आहे. मुलीला गुणवान जोडीदार

हवा आहे. तिचा विवाह जर अयशस्वी झाला, तर तिचे दुसरे लग्न करणे धारावाहिक कथेप्रमणे लांबतच जाईल किंवा वेश्येचे जीवन जगून ती मरेल. जेव्हापासून त्याने कुटुंबाची जबाबदारी सांभाळली, तेव्हापासून त्याने एक दिवसदेखील सुखाची झोप काढलेली नाही. पिकासाठी सावकाराकडून कर्ज घ्यावे लागते. पीक काढल्यानंतर बाजारात विकताच तोच सावकार येऊन आपले पैसे वसूल करतो. पूर्वजांनी सांगितल्याप्रमाणे तो आजारावर पर्वतावरील वन, जंगलातील गवत, कंदमुळे आणि जडीबुटीचा औषधोपचार करतो. ते सरकारच्या जमिनीवर शेती करीत आहे, अशी जर कुणी तक्रार केली, तर सरकारी अधिकारी येऊन त्यांना त्यांच्या जमिनीवरून हुसकावून लावतात. अधिकाऱ्याचे खिसे गरम करून काही देवाणघेवाण केल्यानंतरच त्यांना जमीन परत मिळते. असेच त्यांचे जीवन व्यतीत होत होते. आयुष्यात कधी सुखी असल्याचे त्याला आठवत नाही.

वाकून तण काढताना तिरूमीचा अंबाडा सुटला. सर्व केस पडद्याप्रमाणे चेहऱ्यावर विखुरले. ते बांधत तिरूमी म्हणाली, "शेणाचा उत्सव झाल्यावर त्याच दिवशी पाऊस पडतो; परंतु तीन दिवस झाले, पाऊस पडला नाही. पाऊस पडला नाही, तर या कुटुंबाचे काय होणार?"

"आजोबांच्या काळात दुष्काळ पडला होता. कदाचित त्याचप्रमाणे कुटुंबातील लोकांना आपल्या डोळ्यांदेखत मरताना पाहावे लागेल." तिच्या आवाजातील उदासीनता आणि डोळ्यांतील ओलावा यावरून ती रडकुंडीला आली असल्याचे दिसत होते.

तण काढीत काढीत तिरूमनने तिच्याकडे पाहिले. त्याच्या डोळ्यांतील बाहुल्या भुवयापर्यंत वर सरकल्या. पापण्यांच्या आतील भाग पांढऱ्या-लाल खरबुजाच्या फळाप्रमाणे बाहेर डोकावत होता. कपाळावरच्या सुरकुत्या आणि कोमेजलेला चेहरा, घट्ट दाबलेले ओठ यांवरून तोदेखील तिरूमीप्रमाणेच विचार करतो आहे, हे जाणवत होते.

"असे जगणे देखील काय जगणे आहे? आत्तापर्यंत अध्येमध्ये कधीतरी उपाशी राहत होतो. आता एकदम उपाशी राहून मरूत. आधीपेक्षा तर हेच बरे आहे. आपल्या मरणाने या देशाचे नुकसान होणार नाही. ज्याने आम्हाला निर्माण केले आहे, त्याचाच दोष आहे. मग कुणाला दोष देण्यात काय फायदा?" आपल्या पूर्वजांनी सांगितलेल्या गोष्टींची त्यानेदेखील पुनरावृत्ती केली.

आतापर्यंत त्यानेदेखील छान छान गोष्टी ऐकल्या आहेत. यापेक्षा अधिक समजण्यासाठी त्याला ना शिक्षण मिळाले आहे, ना सुशिक्षितांशी त्याचा संबंध आलेला आहे. त्याला तर फक्त समाजाचे चार घटकच माहीत आहेत. एक तर

जंगली प्रदेश, दुसरा पोलीस, तिसरा कृषी अभिवृद्धी विभाग आणि चौथा सावकार. हे चारच त्याचे रक्षक आहेत. या चार रक्षकांमुळेच त्याच्या प्रदेशाचे (जंगल, डोंगर) संरक्षण होते. ईश्वराने जगाची निर्मिती केली, तोच श्रीमंत गरीब, चांगल्या वाइटाची निर्मिती करून त्याला अनुसरून सर्वांचे पालन करतो. पर्वतावर वसलेल्या लोकांचादेखील तोच सांभाळ करतो, असे त्यांना आधीपासून शिकविले गेले होते.

हे वेदवाक्य तिरूमीलादेखील ठाऊक होते. तिचे आजी-आजोबा, आई-वडील या सर्वांनी संकट आल्यावर हीच शिकवण दिली होती. तिच्या अवतीभवती राहणारे लोकदेखील हेच सांगत आले आहेत. असे सांगत असूनदेखील जोपर्यंत जिवंत आहोत, तोपर्यंत आपण आपले काम करीत राहावे. आपण काही न करता मरू शकतो काय? असे जीवनाबद्दल मोह असणारे म्हणतात, हे तिने ऐकले आहे. जीवनात विरक्ती असूनदेखील तो मोहच आशेच्या किरणाप्रमाणे टिमटिमत असतो. डुकरापेक्षा वाईट जीवन असूनदेखील या मोहानेच त्यांना जखडून ठेवलं आहे.

ती नवऱ्याला म्हणाली, ''जगासाठी न का असेना, पण आपल्यासाठी तरी पिडारीचं लग्न यावर्षी व्हायला हवं. कुणी तरी मुलीला हुंडा (कन्याशुल्क) देऊन तिच्यासोबत लग्न करून घेऊन जाईल.'' थोडी चिंता असूनदेखील ती दृढ निश्चयाने म्हणाली.

तिचे म्हणणे खरे होते. मुलेच लग्नासाठी मुलीला हुंडा देतात. सुंदर, सुशील, कष्टाळू मुलगी असेल, तर आणखी जास्त हुंडा मिळेल. काही कुटुंबांत मुलानेच मुलीच्या घरी काही वर्षं राहून काम करावे, अशीदेखील अट असते. असे करणे मुलीकडच्यांसाठी फायदेशीर असते, असेदेखील कधी कधी वाटते. काही का असेना, मुलीकडच्या मंडळींना लग्नासाठी काही खर्च करावा लागत नाही.

तिरूमनलादेखील असेच वाटत होते. जो अधिक हुंडा देईल, त्याच्याबरोबर संबंध जोडण्यात काही अडचणीदेखील निर्माण होऊ शकतात. प्रथेप्रमाणे हुंडा मिळूनसुद्धा मुलाच्या चारित्र्याचा विचार करणेदेखील आवश्यक होते. पर्वतीय लोकांमध्ये एकपत्नीव्रत संबंध सांभाळणारा मुलगा मिळणे फारच दुर्मीळ होते. कामवासना असलेले कौटुंबिक संबंधच फार होते. पती-पत्नीपैकी जो आधी वेगळे होऊ इच्छित होता, तो आपल्या ऐपतीप्रमाणे (पती पत्नीला किंवा पत्नी पतीला) एक रक्कम देत होता. जर पत्नीला दुसरा घरोबा करायचा असेल, तर तिला मिळालेल्या हुंड्यासोबत लग्नात झालेला खर्चदेखील परत करावा लागत होता. अशा प्रकारे ते कितीही लग्ने करू शकतात.

तिरूमनचे वैवाहिक जीवन असे नव्हते. त्याची ही इच्छाशक्ती असेल किंवा त्याचा हा दुबळेपणा, माहीत नाही. या दोन्हीपैकी कशामुळे तरी ते बांधले गेले होते.

लग्नानंतर कित्येक वर्षं त्यांना मूल नव्हते. कदाचित यामुळेच तिरूमीचे आपल्या शेजाऱ्याशी अनैतिक संबंध होते. एक दिवस तिरूमनने हे आपल्या डोळ्यांनी पाहिले. दोघांना गावच्या पंचायतीत घेऊन जाऊन उभे करेन, असे तो म्हणू लागला. शेजाऱ्याने तिरूमनच्या पायावर डोकं ठेवून दयेची याचना केली. न्यायासाठी पंचायतीत गेलो, तर कठोरातली कठोर शिक्षा होईल; कारण अशा लपूनछपून केलेल्या गुप्त संबंधांसाठी कठोर शिक्षा निश्चित केली गेली होती. दुसऱ्या व्यक्तीशी गुप्त संबंध न ठेवता पती पत्नीपासून किंवा पत्नी पतीपासून विभक्त होण्यात काहीच वाईट समजले जात नाही. त्यामुळे त्याची दयेची याचना करणे आणि दयेची भीक मागणे तिरूमनला आवडले नाही. त्याचे मन द्रवले. पुन्हा अशी चूक कधी न करण्याचे वचन घेऊन त्याने त्याला क्षमा केली. काही दिवसांपर्यंत तर तो तिरूमनला पाहताच खाली मान घालून निघून जायचा. एक दिवस श्रीलंकेच्या चहाच्या मळ्यात काम करण्यासाठी लागणाऱ्या मजुरांच्या शोधात एक निरीक्षक आला. त्याच्या सोबत तिरूमनचा तो शेजारी निघून गेला. त्यानंतर त्याची काहीच बातमी मिळाली नाही. या घटनेनंतर तिरूमी तिरूमनसोबतच राहिली. तिचेच अनुकरण करून पिडारीदेखील आता शहाणी झाली आहे आणि ती विवाहबंधनावर विश्वास ठेवते, असा तिरूमनला विश्वास होता. त्यामुळे तिच्यासाठी योग्य वर शोधायला हवा. याच आशयाने तो तिरूमीला म्हणाला, "आपल्या मुलीला आयुष्यभर सोबत ठेवणारा, तिचे रक्षण करणारा जावई मिळायला हवा." माघ महिन्याच्या गारठणाऱ्या थंडीत रात्रभर मोकळ्या जागेत झोपल्याने घसा बसतो. त्याच खरखरणाऱ्या जड आवाजात तो म्हणाला.

त्याच्या त्या बोलण्याच्या तथ्यावर ती विचार करू लागली; परंतु असे होणे पूर्णपणे शक्य आहे काय? ते पावित्र्याला फार महत्त्व देत होते. विवाहबंधनात बांधल्या गेलेल्या पती-पत्नीपैकी जो कुणी परस्त्री किंवा परपुरुषासोबत गुप्त संबंध ठेवेल, त्याला सर्वांसमोर कठोर दंड दिला जाईल. जोपर्यंत एकमेकांची मने जुळतात, एकमेकांबद्दल जोपर्यंत आत्मीयता आहे, तोपर्यंत विवाहबंधन आहे. नसता ते विभक्त होऊ शकतात. दांपत्य जीवन हे पुरुष अधिकाराच्या शृंखलेने बांधलेला तुरूंग नाही. जर दांपत्य जीवन पुरुष अधिकाराच्या शृंखलेने बांधलेला तुरुंग असता तर तोच उद्देश समोर ठेवून तसे दांपत्य जीवन शोधणे कठीण झाले असते. तिरूमी आणि तिरुमनच्या विचारात पूर्वी मतभेद होते. ती म्हणाली, "असा विचार करणे म्हणजे दलदलीत फसूनदेखील ओझं वाहण्याची इच्छा असण्यासारखी गोष्ट वाटते."

त्याला तिच्या म्हणण्याचा अर्थ समजत होता; परंतु व्यावहारिक जीवनात ते शक्य नाही, असेदेखील म्हणता येणार नाही. त्या दोघांच्या जीवनामध्येदेखील एक घटना घडली होती. ती दुर्घटना छोटीशीच होती, तरीदेखील ते सोबत राहून जीवन

जगत होतेच ना? ते दोघे एकमेकांशी सहमत होऊनच जगलेत ना! तिरूमीला पाहून हसत तो म्हणाला, "जळत्या आगेतून वाचलेली मांजर जळत्या लाकडाला पाहताच पळून जाते." त्याच्या बोलण्यात राग, थट्टा आणि खोडसाळपणा होता.

थोडा वेळ ती काहीच समजू शकली नाही. बौद्धिक कसरत केली. हे सर्व समजण्यासाठी शिक्षणाची गरज नाही. वडीलधाऱ्यांनी कोणत्या विषयासाठी कोणत्या आशयाचा वाक्प्रचाराचा उपयोग केला आहे, कोणती म्हण कोणत्या गोष्टीसाठी लागू होते, त्याच्याशी आपल्या जीवनातील प्रसंगाची घटना जोडून पाहिल्यास त्याचा अर्थ समजेल. थोडा वेळ विचार केल्यानंतर तिरूमनने घातलेलं कोडं सुटू लागलं, तेव्हा खजील होऊन सोयीनुसार आश्चर्य आणि रागाने ती म्हणाली, "हो, हो मी आगेत होरपळलेली मांजर आहे, हे माहीत असूनदेखील मला या घरात आणून ठेवलं आहेस."

तो राग खोटा खोटा होता. तिने धोका खाल्ला होता किंवा तिचं पाऊल वाकडं पडलं होतं. यातदेखील त्याला काही खास कमीपणा वाटला नाही. त्याने त्या गोष्टीला काही महत्त्वदेखील दिले नव्हते. तो तर तिला चिडवत होता. म्हणाला, "मांजर स्वत: बेशरम असेल, तर..."

वाकून गुडघे जवळ घेऊन रोपट्यांच्या मुळांशी असलेले गवत, पालापाचोळा साफ करीत असलेल्या तिरुमीचा कोमेजलेला, रागीट चेहरा वर झाला. ती म्हणाली, "चंदनाचं लाकूड घासून घासून बारीक होतं, तेव्हा ते पेटीत ठेवतात. झाडूची काडी घासली जाते, तेव्हा ती कचऱ्यात फेकावी लागते. समजलास?"

तिरूमीने त्याला निरुत्तर केले. त्यामुळे त्याचं काही नुकसान झालं नव्हतं. ओठ चावून तो प्रेमाने म्हणाला, "हो, माझं... फणसाचं फळ." आणि तिच्या जांघेला चिमटा घेतला.

"पुरे करा. फणस आणि पेरू जोपर्यंत गोड आहेत, तोपर्यंतच त्यांचं महत्त्व असतं."

"खरं आहे... हो." असं म्हणत म्हणत त्याचा हात तिच्या शरीरावर कुठे कुठे फिरत गेला. तो हात बाजूला सारून तिरूमीने मुलांच्या येण्याच्या दिशेकडे इशारा केला.

संध्याकाळ झाली होती. कुरणातून गुरं परत येण्याची वेळ झाली होती. बोलण्या-बोलण्यात वेळेचं भानच राहिलं नव्हतं.

सूर्यप्रकाश मंदावत होता. उंच खोल असलेल्या त्या पर्वतीय सपाट जमिनीवर सूर्यास्ताची किरणे पसरली होती. मावळणाऱ्या सूर्याच्या पिवळ्या किरणांचा रंग आता फिका पडत चालला होता. त्यामुळे वृक्षहीन स्थळी आणि शिळांवर जणू

सोन्याचं पाणी चढवलं होतं. फळाफुलांनी बहरलेली झाडं जणू काळी चादर पांघरूण शोकमग्न विधवेसारखी दिसत होती. तोटटरक्का पक्ष्याने आपल्या घंटीसारख्या आवाजाने वेळेची सूचना दिली. 'पीच्चिटट्टांग' पक्षी टिरीक टिरीक कण्हत होता. मोठ्या डोक्याचा भुंगा गुणगुण करीत होता. पाणकोंबडा क्लाक क्लाक आवाज करीत फिरत होता. घरी परतणाऱ्या गाई-बैलांचे, शेळ्यांचे म्मा, में में आणि गळ्यातील घंट्यांचे आवाज कानांत घुमू लागले होते.

जनावरांना घेऊन परत येणाऱ्या सडैयनसोबत एक अनोळखा माणूसदेखील येत होता. आपल्या समुदायाव्यतिरिक्त बाहेरचा कुणीही माणूस आपल्याकडे येताना पाहून ते घाबरायचे. कोणत्या ना कोणत्या प्रकारे त्यांच्या वस्तू किंवा पैसा लुबाडण्यासाठी ते येत आहेत, हेच त्यांच्या भीतीचे कारण होते. अशाच भीतीने आणि दहशतीने भरलेले त्यांचे जीवन होते.

हातात पकडलेल्या पक्ष्याच्या फडफडण्यासारखे त्यांचे हृदय धडधड करीत होते. अशा वेळी ते स्वत: लपून राहायचे; परंतु तेवढ्यात तो अनोळखी माणूस जवळ आल्याने तो काहीच करू शकला नाही.

तिरूमनने त्या अनोळखी माणसाला निरखून पाहिले. तो अरूंद छातीचा आणि उंच शरीरयष्टीचा होता. शरीर सडपातळ होते. लाल डोळे, पीळ दिलेली छोटीशी मिशी, विंचरलेले केस, नाकाच्या वर आणि डाव्या गालावर खोल जखमेची खूण! तीस वर्षांचं तारुण्यपूर्ण व्यक्तिमत्त्व! जसजशी ती व्यक्ती जवळ येऊ लागली, तसतशी ती तिरूमनला ओळखीची वाटू लागली. त्याच्या मनाच्या गाभाऱ्यात बसलेली ती व्यक्ती! तो सुक्रन पल्लन होता. ज्याला वरच्या आळीचा जावई म्हणत होते. सावकाराची रक्कम वसूल करणारा गुंड! जंगलाच्या मधोमध वाघ समोर आल्याप्रमाणे त्याला पाहताच लोक घाबरत होते; कारण ते सर्व त्याचे कर्जदार होते. वाघ माणसाला एकाच वारात मारतो; परंतु हा मानवभक्षी पशू तर जोपर्यंत उधारी शिल्लक आहे, तोपर्यंत त्याचं रक्त, मानमर्यादा जळूप्रमाणे हळूहळू शोषत राहतो.

जसे उत्तेजित नसांवर कुणीतरी गरम तेल ओतावे, त्या आगेप्रमाणे तिरूमन तळमळला. एवढा वेळ गवत कापल्यानंतर त्याला आता थकवा जाणवला. तो अस्थिर झाला. त्याला काहीच सुचेना. जनरीतीप्रमाणे तो त्याच्याशी दोन शब्ददेखील बोलू शकला नाही.

त्याची स्थिती ओळखून सुक्रन म्हणाला, ''काय तिरूमा? मजेत आहेस ना...!''

''हो, जावईबापू... ठीकच आहे...'' तिरूमन हळू आवाजात म्हणाला.

सुक्रनने इकडे-तिकडे पाहिले. फळांच्या झाडाजवळ तारुण्याच्या लावण्याने

भरपूर आकर्षक शरीरयष्टीच्या पिडारीवर त्याची नजर गेली. त्या नजरेत भुकेल्या मांजरीची चलाखी, रागीट नजर आणि कामवासना होती.

तो वसुली करण्यासाठी आला, तर योग्यप्रकारे कर्जाच्या हप्त्याची रक्कम परत करण्यात काहीच भानगड नाही; परंतु जर ते पैसे देऊ शकले नाहीत तर त्याला जी भेट अर्पण करावी लागते, त्याने रक्तदेखील गोठते.

कर्जाच्या हप्त्याची रक्कम दिल्यानंतरदेखील 'भेट अर्पण केल्याची' मजुरी द्यावीच लागते. प्रत्येकाच्या परिस्थितीप्रमाणे भेट अर्पण करण्याची रक्कम कमी-अधिक असते. कधी कधी त्यांची नजर फळांवर जात होती, तर कधी भटनास, धने, मोहरी यांसारख्या वस्तूंनी त्याच्या मनाचं समाधान होत होतं. कधी गाय-शेळ्यांना देण्याची पाळी येत होती, तर कधी देशी ताडी आणि कोंबड्याच्या कोफत्याची मागणी होत होती. क्वचितच त्याचं मन सुंदर तरुणींवर जात होतं. ज्या गोष्टीची तो मागणी करायचा, ती त्याच्या सेवेत हजर करावी लागत होती. नसता हात-पाय बांधून वेताने मारीत मारीत खाली सपाट जमिनीपर्यंत खरचटत घेऊन जाऊन सावकाराच्या घरी पोहोचवण्यात यायचं. कधी तरी घरात नववधू सून, पत्नी किंवा कुमारी मुलगी असेल, तर हप्त्याची रक्कम चुकती न करता आल्यास या तरुण स्त्रियांना त्याच्या स्वाधीन करावे लागायचे. जोपर्यंत कर्जदार हप्त्याची रक्कम देऊन तिला सोडवून आणत नाही, तोपर्यंत ती त्याच्याकडे गुलाम होऊन राहायची. त्या घरातील लोकांची सर्व कामे तिला करावी लागत. त्यांची कामवासनादेखील तिला पूर्ण करावी लागे. कधी कधी स्त्रिया कडेवरच्या लहान मुलाला घेऊनदेखील परत आलेल्या आहेत. अशा परिस्थितीत माणूस तर काय, पशुपक्षीदेखील त्या मुलीचे रक्षण करू शकत नाहीत. जर कुणी भेट अर्पण करण्यास विरोध केला, तर त्याला त्याच्या वस्तू सपाट जमिनीवरच्या बाजरात विकण्यास किंवा त्या वस्तूंच्या बदल्यात आपल्या आवश्यक वस्तू विकत घेण्याच्या अधिकारापासून वंचित केले जायचे. त्याचे सर्व संबंध तोडले जायचे. हा दंड तर जबरदस्तीने विष पाजण्यासारखा होता.

तिरूमनच्या डोळ्यांसमोर हे सर्व दृश्य तरळले. त्या दृश्यातील क्रूरतेने त्याचे डोळे भरून आले; जणू घशात कुठली तरी वस्तू अडकली, जी ना गिळली जाते ना थुंकता येते. मणक्याचं हाड राहून राहून ठणकत होतं. तो कर्जदार आहे. हप्त्याची रक्कम द्यावी लागेल. यावेळी त्याच्याजवळ एक पैसादेखील नाही, उधारीची परतफेड न केल्यावर त्याचे फळ त्याला भोगावे लागेल. तापाने थरथरल्याप्रमाणे तो थरथरत होता.

आपल्या मिशांवर ताव देत सुक्रनने संकेत करीत विचारले, ''काय तिरूमन, आठवण आहे?''

तिरूमनची स्थिती तो चांगल्या प्रकारे समजत होता. लाचारीने त्याला मुकं केलं होतं. काय सांगावं, कसं सांगावं काहीच कळत नव्हतं. मागील दहा वर्षांपासून सुक्रनचा पर्वतीय लोकांशी संबंध होता आणि त्या लोकांची नाडी तो चांगल्या प्रकारे ओळखत होता. त्यांच्या कुटुंबाशी त्याचा घनिष्ठ संबंध होता. त्याच्या अनैतिक संबंधातून जन्मलेल्या मुलांच्या बापाचे स्थानदेखील त्याने घेतले होते. आपण पाहिलेल्या, ऐकलेल्या अनुभवांच्या आठवणीने तो भयभीत झाला. त्याच्या अंगावर शहारे आले. सावकाराच्या गुंडाची इच्छा ओळखून काही मुलींनी फाशी घेऊन जीव दिला होता. काही निष्क्रिय पालकांनी होकारार्थी मान डोलवून मुलींना पाठविण्याची इच्छा दर्शविली, तर त्या मुलींनी त्या गुंडावर चाकूने वार करून त्याचा बदला घेतला होता. यामुळे केवळ त्याच्या कुटुंबावरच नव्हे, तर त्याच्या नात्यागोत्यातील सर्वच लोकांवर अत्याचार झालेत. त्यांना नष्ट-भ्रष्ट करून त्यांची वंशवेलच संपविण्यात आली होती. काही स्त्रिया गुप्तरोगाने त्रस्त होऊन वाघाने जखमी केलेल्या मेंढीप्रमाणे मान खाली घालून वेदना आणि घृणास्पद जीवन जगून मेल्यात. काही अबला गुंडांच्या अतिकामवासनेला बळी पडून, नशेत त्यांच्यावर केलेल्या अत्याचाराने घायाळ झाल्यामुळे शारीरिक जखमांनी तडफडत, स्वत:ला लपवीत आपल्या भावभावना ठेचीत, निर्जीव झाल्याप्रमाणे खंगत खंगत मरण पावल्या.

तिरूमनच्या डोळ्यांसमोर काळोख पसरला. तिरूमी खाकरत आणि नाक साफ करीत राहिली.

थकल्या-भागल्यामुळे भीतीने पांढऱ्या पडलेल्या तिरूमीने काळवंडलेल्या चेहऱ्याने दीनतेने सुक्रनकडे पाहिले. तिच्या प्रश्नांकित डोळ्यांत कित्येक अर्थ दडलेले होते. जीवनातील अनुभव आणि दैनंदिन जीवनातील संबंध हे तिला सर्व काही शिकवीत होते. हे समजण्यासाठी शिक्षणाची गरज नाही.

तिरूमन म्हणाला, ''लक्षात आहे, जावईबापू.'' तो मोठ्या प्रयत्नाने एवढेच बोलू शकला. वेदनेचा आवंढा गिळून तो हळूच बोलला.

''तर मिळेल?''

त्याची नजर पिडारीवर खिळली. तो काय मागतो आहे? त्याच्या मनात काय आहे? हप्त्याची रक्कम की पिडारी? त्याच्या प्रश्नाचे उत्तर लगेचच द्यायला हवे. त्याच्या इच्छेनेच त्याचे विचार इकडे-तिकडे भटकतील. त्या विचारांना आवर घालायला हवा. तिरूमन म्हणाला, ''उद्या सकाळी देऊन टाकेन.'' बोलता बोलता त्याच्या चेहऱ्यावर रक्त उतरले आहे, असे त्याला वाटले. त्याच्याजवळ पैसे नाही, तरीदेखील रात्री सुक्रनच्या कामक्रीडेपासून पिडारीला वाचवायलाच हवे. त्यामुळे जाणूनबुजून त्याने खोटे सांगितले. भय आणि दु:खामुळे लाल झालेल्या त्याच्या

चेहऱ्यावर दु:खाची सावली पसरली.

यावेळी तिरूमनजवळ पैसे नाहीत, हे सुक्रनने जाणले. त्याला आता पैसे वसूल करून त्याच रात्री शेजारच्या गावाला जायचे आहे. जाणूनबुजून त्याने गावाला जाण्याचे कारण सांगितले.

बाबाला अडचणीत पाहून सडैयन सुक्रनला म्हणाला, ''तू जेथे असशील, तेथे सकाळी पैसे आणून देईन.''

सुक्रनने वळून तिरूमनवर एक नजर टाकली. त्या नजरेत क्रोध आणि बदल्याची भावना होती. 'मी कोण आहे, तुला लवकरच सांगावे लागेल,' हे तो मनातल्या मनात म्हणाला. नंतर डाव्या हाताने गालावरील डाग चोळीत म्हणाला, ''ठरलेल्या तारखेला पैसे द्यावे लागतील, नसता दंड भरावा लागेल.'' त्याच्या आवाजात घमंड आणि उद्धटपणा होता.

आपल्या बहिणीवर त्याची नजर पडली आहे, हे समजल्यावर मीच याचा विरोध का करू नये? असे सडैयनला वाटले. ज्या तत्परतेने त्याने असा विचार केला, त्याच तत्परतेने त्याचे विचार शांत झाले. त्या लोकांमध्ये कोणत्याही कामासाठी जातीचे संरक्षण आणि शिस्त होती; परंतु या सावकाराच्या छळापासून सुटका होण्यासाठी जातीचे कोणतेच संरक्षण किंवा कोणताच नियम नव्हता. त्या सर्वांचे हात बांधले गेले होते.

तरुण रक्त कुणाला भीत नाही. सडैयन आपल्या तारुण्याच्या मस्तीत काही तरी बोलेल, या भीतीने तिरूमन म्हणाला, ''दुधाचा तांब्या झोपण्याच्या खोलीत देखील जातो; परंतु भाजीचं भांडं घराच्या मागील भागातच जातं असं म्हणतात. मला उत्तर द्यायचं आहे, तू का बरं मध्ये आडकाठी आणतोस?'' तिरूमन पुन्हा सुक्रनकडे पाहून म्हणाला, ''त्याला अक्कल नाही. काहीही बोलतो. त्याच्या बोलण्याकडे लक्ष देऊ नका. मी आहे ना..'' दु:खाने चमकणारे त्याचे डोळे पापण्याच्या आडून सुक्रनकडे याचना करू लागले.

तिरूमनची लाचारी आणि आपल्यासमोर त्याचे मुलाला रागावणे यामुळे सुक्रनचा आनंद गगनात मावेना; तरीदेखील त्याला सडैयनवर आपला अधिकार गाजवण्याची गरज वाटली. नसता हे लोक बदलत्या परिस्थितीसोबत त्याचे अधिकारदेखील बदलतील, याची सुक्रनला भीती होती. त्यामुळे तो सडैयनकडे पाहून म्हणाला, ''काय रे हरामखोरा, माझ्याशी वाद घालतोस? रात्र होण्यापूर्वी पैसे मिळाले नाहीत, तर वेताने मार खाशील आणि मालकासमोर हजर राहावे लागेल. नंतर काय होईल, हे तर प्रत्येक पर्वतवासी जाणतो.'' त्याच्या आवाजात ना साधेपणा होता, ना गोडवा. एक अमानुषता होती, धमकी होती.

सडैयनने असे काही म्हटले नव्हते, जे न्यायसंगत नव्हते. त्याने सुक्रनला आव्हानदेखील दिले नव्हते. तो तर मोठ्या विनयाने म्हणाला होता. भलेही त्याच्या आवाजात कोमलता आणि विनय न का नसेना. हा देखील एक गुन्हा आहे काय? काही का असेना, मी तर एक कर्जदार आहे. याने पांढऱ्याला काळा म्हटले, तरीदेखील होकार द्यावा लागेल. सर्व आपल्या कर्माचे फळ आहे. तिरूमनचे मन दु:खाच्या ओझ्याने कोमेजले. थकवा, उदासी, निराशा आणि लालसेने सुक्रनकडे पाहून तो म्हणाला, ''जावईबापू, त्याच्या बोलण्याकडे लक्ष देऊ नका. मी तुमच्या घरी येऊन हप्त्याचे पैसे देऊन टाकेन.''

वरील आश्वासन ऐकल्यावर सुक्रन आपल्या डाव्या हाताने मिशीला पीळ देत उजव्या हातातील काठी जमिनीवर पडलेल्या छोट्याशा दगडावर आपटून त्याच्याकडे घुरून पाहत चुपचाप चालता झाला. थोडा दूर जाऊन दुष्टपणाने म्हणाला, ''आपले आश्वासन लक्षात असू दे. नसता जे होईल, त्यासाठी तयार राहावे लागेल.''

सुक्रन दिसेनासा होताच अज्ञानी, अडाणी (मूर्ख) मुलाप्रमाणे सडैयन म्हणाला, ''त्याला पैसे देण्याबाबत का बरं बोललात? कुठे आहेत पैसे? आज त्याने काही भानगड केली, तर मी चूप बसणार नाही. यामुळे आपल्या सर्वांना त्रास होईल; परंतु मी त्याचा अन्याय सहन करू शकत नाही.''

तिरूमन थोडा निश्चिंत होता. धर्मप्रमुखाने गाय विकून पैसे आणले आहेत. त्यांना भेटून कशाही प्रकारे पैसे घेऊन येईन, असे त्याला वाटले. याच विचारात आणि योजनेत मग्न असलेल्या तिरूमनने सडैयनच्या बोलण्याकडे लक्ष दिले नाही. मुलाकडे पाहून तो म्हणाला, ''तू आईसोबत झोपडीतच रहा. मी धर्मप्रमुखाकडून पैशाची व्यवस्था करतो.''

त्याची भीती सार्थक होती. हप्त्याची रक्कम दिली नाही, तर सुक्रनची रात्रीची भूक शांत करण्यासाठी आपल्या मुलीला पाठवावे लागेल. त्याला विरोध करण्याची शक्ती त्याच्यात नव्हती. त्याच्यासारख्या कुणाही पर्वतवासीयाला ते शक्य नाही. त्यामुळे तो कुणाकडेही माहिती न घेता आपल्या ताकतीने काही करू इच्छित होता. यामुळे त्याला जेवढा त्रास होईल किंवा दंड मिळेल, तेवढा तो चुपचाप सहन करेल, असे तिरूमनला वाटत होते.

सडैयनला बापाची योजना आणि चलाखी समजली की नाही कुणास ठाऊक! परंतु मदमस्त हत्तीसमोर गेल्याने येणारे संकट आणि यातना त्याला माहीत होत्या. मोकाट सुटलेल्या कुत्र्यांनी केलेल्या आक्रमणाने तावडीत सापडलेल्या सावजाप्रमाणे त्रासून तिरूमी आणि पिडारी भीतीने थरथरत अवाक मुक्या माणसाप्रमाणे उभ्या होत्या.

तिरूमीला पाहून तिरूमन म्हणाला, ''माय लेक दोघेही येथे झोपडीत थांबा.

पिडारी तू घरी जा. मी धर्मप्रमुखाच्या घरी जाऊन येतो.'' त्याच्या बोलण्यात कोणत्याही संकटाला सामोरे जाण्याचा उत्साह होता.

तो धर्मप्रमुखाला भेटण्यासाठी गेला.

उपाशीपोटी धावल्याने थकणाऱ्या माणसाप्रमाणे भीती, दुःख, थकवा आणि निराशा अशी त्याची स्थिती होती. पर्वताच्या पायथ्याशी भरणाऱ्या बाजारात डोक्यावर, पाठीवर ओझं वाहून नेतानादेखील त्याचं शरीर एवढं थकलं नव्हतं. सुसाट सुटलेल्या वाऱ्यामुळे खाली वाकून पुन्हा सरळ होणाऱ्या धानाच्या ओंब्याप्रमाणे त्याचे पाय बधिर झाले होते. शरीर थकलं होतं. उन्हामुळे घामाघूम झालेल्या तिरूमनची अवस्था वाईट झाली होती; तरीदेखील स्त्रीच्या मानमर्यादेचे रक्षण करणे, हाच त्याच्यासमोर एकमेव उद्देश होता.

घरासमोर असलेल्या चबुतऱ्यावर बसून धर्मप्रमुख पान खात होते. त्यांच्या तोंडातून येणारा तंबाखूचा वास आणि शेणाने सारवलेल्या ओल्या जमिनीचा वास, मळक्या चादरीतून येणारा घाणेरडा वास! या सर्व वासांनी एक विचित्र वातावरण निर्माण झाले होते. धर्मप्रमुखाने तिरूमनला पाहताच, 'ये रे, ये' म्हणून पानाची पिंक थुंकून त्याला आपल्या जवळ बसण्यास सांगितले.

तो एवढा थकला होता की, त्याला जमिनीवर पडून इकडेतिकडे लोळण्याची इच्छा झाली, तरी देखील मानमर्यादा राखण्यासाठी त्याला धर्मप्रमुखाच्या शेजारी बसण्यास संकोच वाटला.

''नाही भाऊ, येथेच बसतो..'' असे म्हणत तो चबुतऱ्याला लागून असलेल्या दरवाजाच्या चौकटीवर बसला.

''बागेतून येत आहेस का?'' नाक साफ करून, अंगरख्याने पुसून त्यांनी विचारले.

''हो जी...'' म्हणत त्याने हाताने चेहरा पुसला. कर्ज मागताना त्याचा स्वाभिमान दुखावत होता. त्यामुळे रक्त नसांमधून निघून चेहऱ्यावर चकाकत असल्यासारखे दिसत होते.

त्याने कित्येकदा मनातल्या मनात सर्व गोष्टींची पुनरावृत्ती केली; परंतु त्याला कोणतीच गोष्ट योग्य वाटली नाही. सरळ कारण सांगितले तर... परंतु ते सांगता सांगताच त्याची असहायता धर्मप्रमुखाला समजेल. परक्या माणसाच्या सापळ्यात फसण्यापेक्षा आपल्या लोकांसमोर वाकणे कधीही चांगले आहे. त्यामुळेच त्याने आपल्या संकटाचे रडगाणे रडत धर्मप्रमुखाला तीस रुपये उधार मागून त्याच्या बदल्यात डुकराचे एक पिल्लू देण्याचे आश्वासन दिले.

धर्मप्रमुख थोडा वेळ चूप राहिले. घोंगडीचे धागे ओढून ओढून तोडत

राहिले. जर मदत केली नाही तर येणाऱ्या संकटाच्या बाबतीत ते विचार करीत होते. तरीदेखील दुसऱ्याच्या अडचणीच्या वेळी त्याचा लाभ घेण्याच्या लोकरीतीला ते अपवाद होऊ इच्छित नव्हते; परंतु लगेचच त्याचे म्हणणे मान्य करणे, हीदेखील कर्ज देणाऱ्यासाठी प्रतिष्ठेची गोष्ट होणार नाही. ते म्हणाले, ''काल मी आपला खटला हरलो. तुझ्या भरवशावर राहून दुसऱ्या साक्षीदारांना सोडलं. कोर्टाने पन्नास रुपये दंडाची शिक्षा आकारली.'' त्यांच्या बोलण्यातून हे स्पष्ट जाणवत होते की, त्यांचा स्वत:चा एवढा खर्च आहे, तर ते दुसऱ्यांना कशी मदत करू शकतील?

तिरूमन पैसे न घेता परत जाणारा नव्हता. तिरुमन निश्चयाने म्हणाला, ''मला शहरातील रंगढंग सहन झाले नाहीत. मी जाणूनबुजून असं केलं काय? कोंबडी तर कचऱ्यात फिरते, शेतकऱ्याला तर माती खोदणेच माहीत असते. मी काय करू?'' खटला हरल्याचे ऐकून तो खरोखरच दु:खी होऊन म्हणाला, ''काही का असेना भाऊ, तुमच्या त्रासासोबत माझादेखील उद्धार करा.''

मिशी कुरवाळीत धर्मप्रमुख म्हणाले, ''पैसे देऊन डुकराची पिल्ले विकत घेतली, तर ते विकेपर्यंत आपल्या हातात पैसा येणार नाही. कधी किंमत कमी होईल, आजाराने पिल्ले मरूदेखील शकतात, कुणी चोरूनदेखील नेऊ शकतात, त्यामुळे...'' असे बोलून ते थांबले. दिलेल्या पैशांच्या बदल्यात दुप्पट माल घेण्याची त्यांची इच्छा होती. नसता असेच पैसे देण्यात काय फायदा? कसे मागू? त्याच्या तोंडूनच दुप्पट माल देण्याची गोष्ट वदवून घ्यावी लागेल.

तिरूमनच्या मनात अशा जागवली. पैसे मिळतील. स्पष्टपणे व्याज न मागता आडवळणाने बोलत आहेत. यावेळी असा विचार करणे मूर्खपणाचे आहे. एक पिल्लू आणखी देईन. कदाचित तेव्हा त्या रकमेएवढी उधारीची रक्कम होईल. अडचणीच्या वेळी पैसे जे मिळत आहेत!

''भाऊ, विचार करू नका. दोन पिल्लं देईन,'' तो कृतज्ञतेने म्हणाला.

धर्मप्रमुखाची इच्छा पूर्ण झाली. तरीदेखील त्यांना पैशाचा लोभ आहे, असे तिरूमनला वाटू नये म्हणून ते म्हणाले, ''बघ, कुणी सोनंदेखील आणून दिलं असतं, तरीदेखील मी तुझ्याशिवाय कुणाला पैसे उधार दिले नसते. माणुसकीच्या नात्याने तुला पैसे देत आहे; परंतु तू माझ्या खटल्यासाठी साक्ष देण्याच्या वेळी ते काम मध्येच सोडून पळून आलास.'' असे म्हणून आत जाऊन बाजरीच्या गाडग्यात लपवून ठेवलेले रुपये आणून त्याच्या हातात ठेवीत ते म्हणाले, ''पिल्लं तुझ्या जवळच असू दे. जेव्हा गरज भासेल तेव्हा घेईन.''

तिरूमनला काहीच सुचले नाही. तो म्हणाला, ''हो भाऊ, जेव्हा पाहिजे, तेव्हा घ्या. तोपर्यंत मी त्यांची देखरेख करेन; परंतु भाऊ, साक्ष देण्यासाठी मी

न्यायालयात आलो नाही, असे म्हणू नका.'' विनंती करून विनयाने क्षमा मागून तो घरी परतला.

त्याची वाट पाहत बसलेल्या तिरूमीने स्वयंपाकही केला नाही, ना कोणते काम केले. सकाळची पेज पुन्हा गरम करून ठेवली होती.

फाशीच्या शिक्षेपासून वाचलेल्या कैद्यासारखा हवेत उडत (आनंदाने) तिरूमन घरी आला. त्याला पाहताच तिरूमीला वाटले की, विचारपूस करण्यात वेळ जाईल. त्यामुळे तिने केवळ एवढेच विचारले, ''यश की अपयश?'' आपल्या साहसी कार्याचे थोडक्यात वर्णन करण्याऐवजी त्याने सांगून टाकले, ''जिंकलो.'' हे ऐकताच विचार करून करून थकलेल्या तिरूमीला हायसे वाटले.

संकटापासून सुटका झाल्याच्या आनंदात दोघेही जुन्या गोष्टींची आठवण काढत पेज पिऊ लागले. तेव्हा वेल्लयनसोबत सुक्रन तेथे आला. आपली वासना पूर्ण करण्यासाठी चांगले सावज हाती लागले आहे, या विचाराने तो आनंदित होता.

''या जावईबापू, पेज घ्या.'' तिरूमनने त्याला बोलावले.

तेव्हा सुक्रन लगेचच म्हणाला, ''पेज राहू द्या. पैसे द्या.'' तिरूमननेदेखील त्याच वेगाने हप्त्याचे पंचवीस आणि व्याजाचे पाच असे एकूण तीस रुपये त्याला दिले.

सुक्रनला पैसे मिळण्याची आशा नव्हती. त्याने तर वेगळाच विचार केला होता. आपली इच्छा पूर्ण न झाल्याने तो म्हणाला, ''आणखी थोडी वसुली करायची आहे. उशीर झाला. चलतो.'' मरगळलेले पाऊल उचलीत तो वेल्लयनवर ओरडला, ''उद्या तुझी पाळी आहे. जाऊन काम संपवून लगेचच परत येतो. पैसे तयार ठेव. नसता जो दंड होईल, तो भोगावा लागेल.'' असे रूबाबात बोलत तो निघून गेला.

□□□

।। १२ ।।

वेल्लयन आपले मित्र पेरियसामी आणि सडैयनसोबत बोलत होता. ते सर्व घोंगडं ओढून अशाप्रकारे बसले होते की, जणू गिधाडं पंख पसरून बसली आहेत. संध्याकाळचं गार वारं वाहत होतं; त्यामुळे शरीरात हुडहुडी भरत होती; परंतु वेल्लयनच्या मनात क्रोधाग्नी भडकला हेता. दु:खी स्वरात तो आपल्या मित्रांना म्हणाला, ''पैशांसाठी प्रत्येक ठिकाणी वेड्यासारखा वणवण हिंडलो. प्रत्येकजण सावकाराच्या हप्त्याचे पैसे परत करण्यासाठी इकडे-तिकडे खूप प्रयत्न करीत होते; परंतु कुठूनच पैसे मिळाले नाहीत. आज संध्याकाळपर्यंत मिळण्याची आशादेखील नव्हती.''

अर्धवट झोपेत पडून असलेल्या कोंबड्याप्रमाणे वर बघत सडैयन म्हणाला,

"या पर्वतीय लोकांच्या एवढ्या ऐक्यामुळे आणि नियमांमुळे काय झाले? या सावकाराच्या अत्याचाराला कुणी थांबवू शकेल काय?"

त्याचं म्हणणं खरं होतं. त्याची स्वत:ची काही स्वप्ने होती, आकांक्षा होत्या. स्वचिंतन करू शकणाऱ्या प्रत्येक माणसाच्या मनात अशीच कठोरता होती. समाजाची 'आर्थिक नीती' नावाची भिंत असते. ती कोण तोडेल? त्यामुळेच तर येथे दुराचार चालू आहेत. छोट्याशा काडीने दात कोरून हातात आलेली घाण चोळून त्याचा वास घेत पेरियसामी म्हणाला, "आपल्या जातीतील लोकाना आपापसांतील प्रश्न असता तर तो आपण सोडवला असता; पण सपाट जमिनीवर राहणारा नाडन ज्याचा आपल्याशी काहीच संबंध नाही, तोच यात सूत्रधार आहे."

हेदेखील खरं आहे. पर्वतावर राहणाऱ्या या गरिबांना कर्ज देणारा सपाट जमिनीवर राहतो. त्या लोकांना आवश्यक असलेल्या प्रत्येक वस्तूची पूर्तता येथूनच होत होती. जर या पर्वतवासी लोकांनी त्यांची ही मदत घेणे बंद केले, तर किंवा त्यांचा हा आधार त्यांच्याकडून काढून घेतला, तर ते विरोधही करू शकणार नाहीत आणि स्वत:च्या इच्छेप्रमाणे जगूही शकणार नाहीत.

सडैयनने याचे उत्तर दिले, "जेव्हा ते उधारीचे पैसे घेण्यासाठी पर्वतावर येतील आणि वायफळ बडबड करतील, तेव्हा त्यांना मारून पर्वताच्या एखाद्या दरीत फेकायला हवे; तेव्हाच त्यांना आमची थोडी भीती वाटेल ना."

वाईट वाटत असूनदेखील वेल्लयन हसत म्हणाला, "आता तर फक्त पैसे न देणाराच दंडाचा भागीदार आहे. नंतर तर संपूर्ण गावालाच शिक्षा होईल."

वेल्लयनचा तर आपला संसार आहे. कोणत्याही कामाच्या चांगल्या-वाईट परिणामाचा तो विचार करतो. समवयस्क असूनदेखील त्या सर्वांच्या विचारात, बुद्धिचातुर्यात फरक होता. संसार असल्यामुळे जीवनाच्या वास्तवतेची शृंखला त्याला वाकण्यास भाग पाडते. इतर दोघे अविवाहित होते. त्यामुळे त्यांची विचारसरणी अजून स्वच्छंद होती.

प्रश्न सोडविण्यासाठी वेल्लयनला आता पैसे हवे आहेत. इतर कोणतीही कारवाई त्याला वाचवू शकत नाही.

वेल्लयन पुन्हा विरक्तपणे म्हणाला, "जे नशिबात लिहिले आहे, तेच होईल. आपण बोलल्याने काय होणार आहे?" उठून त्याने फणसाचे तुकडे केले. त्याचे दोन भाग आपल्या मित्रांना दिले. एका भागातील गर काढून तोंडात टाकून त्याच्या बिया तो खाली फेकू लागला.

स्वयंपाकघरात कोंबडीचे मांस शिजत होते. त्याचा वास आणि फणसाचा सुगंध त्या सर्वांच्या नाकात घुसला. या पर्वतीय लोकांना भूक लागल्यावर त्यांचा

पहिला आहार फणसाचे फळच असते.

दूर एका कुत्र्याच्या भुंकण्याचा आवाज ऐकताच गल्लीतील सर्व कुत्री एक होऊन भुंकू लागली. त्यामुळे फार गोंधळ झाला. गावात एखाद्या अनोळखी माणसाने प्रवेश केल्यावर कुत्र्यांची संरक्षणाची शक्ती अशा प्रकारे भुंकून प्रकट होते.

हळूहळू वेल्लयनच्या घराजवळ कुत्र्यांचा आवाज आणखी वाढत गेला. हातात काठी आणि सुरा घेऊन सुक्रन पल्लन आणि त्याचे काही नोकर येत होते.

त्याची उभी राहण्याची पद्धत आणि उद्धटपणा पाहून वेल्लयन आणि त्याचे सोबती घाबरले. माहीत नाही, वेल्लयनची आज काय अवस्था होईल! याच विचारात ते असताना सुक्रनच्या आगमनाने जणू त्यांच्यावर वीज पडली, संकट कोसळले. एकटे असताना जर अस्वल समोर येऊन उभे राहिले, तर हात-पाय जसे थरथरतात आणि भीतीने जशी माणसाची शुद्ध हरपते, तशीच त्यांची स्थिती झालेली होती. ते चुपचाप उठून उभे राहिले. त्याच्या ओठावर हास्याची बारीकशी रेष उमटली.

आपल्या डाव्या गालावरील जखमेला कुरवाळीत सुक्रन पल्लनने मोठ्या अहंकाराने वेल्लयनला विचारले, ''काय रे, पैशांची व्यवस्था केलीस?'' सवयीनुसार आपल्या दाढा चोळीत संकोचाने आणि घाबरून वेल्लयन म्हणाला, ''पैसे थोडे कमी आहेत.'' त्यावेळी त्याला जसं सुचलं, तसं तो बोलला. वास्तविक त्याच्याजवळ एक पैसादेखील नव्हता.

वर झालेल्या मिशा खाली करून त्या ओठावर ठेवून चावत सडैयनकडे-देखील एक रागीट नजर टाकून सुक्रनने थांबून थांबून वेल्लयनला विचारले, ''तर तुझ्याकडे हप्ता देण्यासाठी पैसे नाहीत?''

त्याची बोलण्याची पद्धत आणि पाहण्याची नजर या दोन्हीवरून त्याच्या मनातील रहस्य प्रकट होत होते. कुणास ठाऊक हप्त्याच्या रकमेच्या बदल्यात तो काय मागेल? त्याचा वेल्लयनवर काय परिणाम होईल?

घर झाडून सुपात भरलेला कचरा फेकण्यासाठी वेल्लयनची पत्नी करूमाई बाहेर आली. गोरा रंग, पौर्णिमेच्या चंद्राप्रमाणे गोल चेहरा, हसल्याने गालावर पडणारी खळी, नुकतीच बाळंतीण झाल्याने गुबगुबीत शरीर, उभारलेले स्तन, झोपेत स्वप्न पाहून हसणाऱ्या बालकासारखा सुंदर चेहरा.

सुक्रनची नजर तिच्यावर पडली. लग्न करून आल्या दिवसापासूनच तो तिला पाहतो आहे. दिवसेंदिवस तिच्या शरीराचं सौंदर्य वाढतच होतं. त्याची नजर नेहमीच तिच्यावर असायची; परंतु एखादी शुभ घडी तर यावी? आज ती संधी आली आहे.

कचरा खड्ड्यात फेकून तिने जेवण तयार असल्याचे संकेताने पतीला सांगितले. ही सर्व व्यवस्था सुक्रनसाठीच होती. वेल्लयनने शेजाऱ्याच्या घरून केळीचे पान

तोडून आणले होते. चुलीवरून उतरवून ठेवलेल्या कोंबडीच्या रश्श्याचा आणि पेजसहित शिजवलेल्या भाताचा वास चहूकडे पसरला होता. ही सर्व व्यवस्था आपल्या साठीच आहे, हे सुक्रनला माहीत होते. पैसे वसूल झाले असते, तर तो जेवण करून गेला असता; परंतु आज ती स्थिती नव्हती. त्यांच्या पाहुणचाराचा स्वीकार केला, तर त्याचे मन द्रवेल ना! आपल्यासाठी जेवण वाढताना पाहून सुक्रन सडैयन आणि पेरियसामीकडे पाहत म्हणाला, "तुम्ही जेऊ शकता, मला तर रात्री दहा वाजता जेवण्याची सवय आहे. त्यामुळे मी जेवणार नाही."

ओल्या पापण्यामंध्ये तेज आणीत वेल्लयन म्हणाला, "भाऊ, तुमच्यासाठीच कोंबडीची भाजी केली आहे."

मानेला हिसका देऊन सुक्रन म्हणाला, "काही का असेना, आता जेवणार नाही." नंतर थोडा वेळ गप्प राहून पुन्हा म्हणाला, "तुझ्या बायकोला करूमाईला माझ्यासोबत पाठव. पैसे देऊन तिला परत घेऊन जा."

एवढे ऐकताच आत उभी असलेल्या करूमाईला आपल्या कानांत जणू कुणी तरी सुई टोचली असे वाटले. दुःख, आघात आणि त्रासाने संपूर्ण शरीर गळून पडल्यासारखे तिला वाटले. उचंबळून येणारे अश्रू आणि येणारं रडू थांबविण्यासाठी तिने आपल्या तोंडात पदर कोंबला. ती खाटेवर बसून आपल्या सहा महिन्याच्या बाळाला छातीला कवटाळून अश्रूंनी न्हाऊ घालू लागली. कुंपणाच्या आत आपल्या पिल्लाला दूध पाजणाऱ्या मेंढीला कोल्ह्याने झडप घालून पकडल्यावर त्या मेंढीची जी अवस्था होते, तशीच करूमाईची अवस्था झाली होती.

वेल्लयन काहीच करू शकला नाही. बोलूनदेखील काहीच होऊ शकणार नाही. सावकराच्या नजरेत या पर्वतवासीयांचे चारित्र्य, सतीत्व या सर्वांचे मूल्य भेंडी, वांग्याच्या मूल्याएवढेच होते. वेल्लयन बेशुद्ध पडण्याच्या अवस्थेत होता. हात-पाय गार पडून त्याला खाली खेचू लागले. त्याचा तोल जाऊ लागला. दुःख सहन करावे लागल्याने बेशुद्ध पडण्याच्या स्थितीत असतानादेखील तो आपले निस्तेज डोळे आवळून निर्विकार उभा राहिला. अश्रूंनी लाल झालेले जड डोळे व्यवस्थित उघडून तो म्हणाला, "भाऊ, अलीकडेच तिला मूल झालं आहे. शरीर नाजूक आहे. तिला तू आपली बहीण समज." असे म्हणून तो त्याच्या पायावर कोसळून पडला.

चेहरा चिडका करीत सुक्रन दटावणीच्या स्वरात कठोरपणे म्हणाला, "गावातील साऱ्या मुली जर बहिणी झाल्या आणि छातीवर चंदनच लागत राहिलं, तर उधार देण्याऐवजी केशरी वस्त्रं धारण करून मला निघून जावे लागेल." असे म्हणत त्याच्या पायावर पडलेल्या वेल्लयनला त्याने पायानेच दूर लोटले. हे सर्व पाहून सडैयनला आश्चर्य, भीती आणि चिंता वाटली. आपला विरोध न दाखवू शकल्यामुळे

तो निराश झाला. पेरियसामीचीदेखील तीच अवस्था होती.

सुक्रन घरात गेला. ज्याप्रमाणे निर्मनुष्य जंगलात खडकांमध्ये एखादा भयंकर पशूसमोर आल्यावर माणसास जशी भीती वाटते, त्या भीतीने करूमाईने आपल्या बाळाला छातीशी कवटाळले आणि ती किंचाळली, ''भाऊ सोडा, मी आई आहे सोडा.''

त्या मानवभक्ष्याने तिच्या किंचाळण्याची, ओरडण्याची पर्वा केली नाही. तो करूमाईचे केस मुठीत पकडून ओढीत तिला फरफटत बाहेर घेऊन आला. त्याने तिला आपल्या मागोमाग येण्याची आज्ञा केली.

करूमाई आपल्या पतीकडे पळत गेली. एका हाताने आपल्या बाळाला धरून ठेवून दुसऱ्या हाताने आपल्या पतीचा हात पकडून संपूर्ण डोंगराळ प्रदेशाला हादरून सोडल्याप्रमाणे ती किंचाळली, ओरडली, ''अहो, वाचवा हो...''

सुई बोचल्याप्रमाणे तीक्ष्ण नजरेने तिच्याकडे पाहत सुक्रन म्हणाला, ''काय गं, तिकडे काय लाड, प्रेम करते आहेस? चल गं...'' असे म्हणत चाबूक फिरवत तो तिच्याजवळ आला.

करूमाईला सांगत वेल्लयन म्हणाला, ''आम्ही काहीच करू शकत नाही. तू जा. पैसे घेऊन लवकरच येईन.''

रडत, किंचाळत आपल्या बाळाला घेऊन ती चालू लागली. हे पाहून सुक्रन म्हणाला, ''तू तर फुकटच खाशील. तुझ्या मुलालादेखील फुकट खाऊ घालावं लागेल काय?'' आणि त्याने जबरदस्तीने मुलाला हिसकावून वेल्लयनच्या हातात दिले. त्याला धक्का देऊन करूमाईचे केस ओढीत तो म्हणाला, ''चल गं, आता चल.''

हे पाहून वेल्लयनचा चेहरा काळा पडला. डोळे लाल झाले. दात एकमेकांवर घासल्याचा आवाज आला. त्याचं बळकट शरीर दुःख आणि अपमानाने आकसलं. तो गळा पाडून सिंहाप्रमाणे मोठ्याने किंचाळला, ''आई.... गं....''

''अहो,'' करूमाईची किंचाळी! दोघांचा दुःखी आक्रोश संपूर्ण डोंगराळ भागात दुमदुमून प्रत्येकाच्या मनाला भयभीत करीत हळूहळू कमी होत होत विलीन झाला.

जणू त्याचं दुःख दूर करण्यासाठी त्याच्या मांडीवर पहुडलेले मूल आपले बोळके तोंड उघडून हसू लागले.

❏❏❏

॥ १३ ॥

सकाळचं गार वारं वाहत होतं; परंतु त्या हवेमुळे लोकांना हुडहुडी भरली नाही. घोंगडं ओढून शरीराचं गाठोडं करून बसलेल्या लोकांना आता गार

वारादेखील उबदार वाटू लागला.

प्रत्येकजण वेल्लयनच्या घरी जाऊन त्याला सांत्वनेचे दोन शब्द बोलून आला. सावकाराकडून उधार घेणाऱ्या प्रत्येकावर, प्रत्येक कुटुंबावर असे भयंकर संकट ओढवले आहे. आपले विचारदेखील ते आपल्या मनात दाबून ठेवतात. उधारीच्या हप्त्याचे पैसे देऊ न शकल्यास ते कित्येक प्रकारच्या भयानक यातनांना बळी पडले आहेत. दुसऱ्यांना सांत्वना देत देत त्यांच्या मनातदेखील त्या भीतीची दहशत सतत असते. एक तर शरीर निस्तेज होतं किंवा घामाने शरीर भिजतं.

रडून रडून वेल्लयनचे डोळे लाल झाले होते. ते सुजले होते. अश्रुपिंड कोरडे पडले होते. तो राहून राहून विलाप करीत होता आणि उचक्या देत होता. त्याच्या डोळ्यांतून अश्रू ओघळणे बंद झाले होते. गाल आत गेल्यासारखे दिसत होते. डोळे खोल गेले होते आणि डोळ्यांच्या खालचा भाग मधमाशी चावल्याप्रमाणे सुजला होता.

समोर नारळाच्या काथ्याप्रमाणे असलेले तपकिरी रंगाचे केस बांधून, गोऱ्या रंगाची त्याची आई बाळाला मांडीवर घेऊन खूप रडत होती. रडून रडून तिचे डोळेदेखील लाल झाले होते. करूमाई एखाद्यासोबत पळून गेली असती, तरीदेखील त्यांना एवढे दु:ख झाले नसते. घरी आणि बाहेर रात्रंदिवस कष्ट करणाऱ्या आनंदाने घराच्या मिळकतीत वाढ करणाऱ्या करूमाईला तो गिधाडाप्रमाणे उचलून घेऊन गेला. तिच्यासोबत कुटुंबाचं सुखदेखील गेलं. याच आठवणीने चिन्नम्माला वाईट वाटत होतं.

अशा परिस्थितीत काय करावं? हे थांबविण्यासाठी कोणताच उपाय नाही का? कुणातच हिम्मत नाही काय? जर कावळ्याच्या पिल्लाला एखाद्या माणसाने सहजच स्पर्श केला, तर सर्व कावळे समूहाने येऊन त्याला घेराव घालतात. माणसाच्या मनात अशी भावनादेखील नाही. कावळे स्वतंत्र आहेत, माणूस असा नाही. त्याच्या आशा, आकांक्षा आणि गरजा त्यांच्या इच्छेने पूर्ण होतात काय? त्यांच्या इच्छा निर्विघ्नपणे पूर्ण होतात काय? प्रत्येकाच्या अंत:करणात हे विचार येत असतात; परंतु ते वादळाप्रमाणे उचंबळून येत नाहीत. यासाठी त्यांच्यात जागृती आल्यावरच काही तरी होईल.

त्या घराची दयनीय स्थिती पाहून तिरूमी मनातल्या मनात रडत राहिली. असे संकट तिच्या कुटुंबावरदेखील कोसळले असते; परंतु कशी तरी बला टळली; तरीदेखील हे संकट नेहमीसाठी टळलेले नाही. हे संकट कधीही कोसळू शकते. आणि त्याचा परिणाम त्या परिस्थितीवर अवलंबून असतो. तिच्या मनात ही गोष्ट राहून राहून येत होती. तिच्या उदासीनतेचे हेदेखील एक कारण होते.

"काय करावं? निर्माण करणाऱ्याने आम्हाला असे निर्माण केले." तिने चिन्नम्माला समजावले. तिने नाकातून निघणारा साखरेच्या पाकासारखा द्रव हाताने

काढून तो बाहेर फेकून साडीने हात पुसला.

"शेत गहाण ठेवून त्याचे पैसे देऊन टाक आणि तिला सोडवून आण नसता..." ती पुढे बोलली नाही. बोलल्यासदेखील ते चुकीचे झाले नसते; परंतु तसे बोलल्यास तिला घमेंड असल्यामुळे ती तसे बोलली, असे इतरांना वाटले असते. त्यामुळे हे दुःखी जीव आणखीनच दुःखी होतील.

जो जो सांत्वन करण्यास आला, तो त्या घराची अवस्था पाहून मानसिकरित्या अश्रू ढाळू लागला. त्या तान्हुल्याला पाहून सर्वांना त्याची कीव आली.

दुःखी असताना त्यांची समजूत घालण्यासाठी आलेल्या लोकांची संख्या वाढू लागली. तिरूमी नाक साफ करीत बाहेर आली आणि एका कोपऱ्यात उभी राहिली. तिथे नाच्चाई नावाची एक स्त्री उभी होती. दाट केस, कियुवन फळाप्रमाणे पाणीदार डोळे असलेली आपल्या सवयीप्रमाणे अधून-मधून आपले डोळे मिचकावीत असलेली नाच्चाई तिरूमीला पाहताच आपल्या छातीवर बांधलेली साडी सैल करून सरकवत म्हणाली, "ताई! माहीत नाही, काय चावत आहे? थोडं खाजवून दे."

तिरूमीने आपला उजवा हात वाकवून तो तिच्या साडीवर ठेवून डाव्या हाताने नाच्चाईची पाठ खाजविली. आपली पाठ इकडे-तिकडे फिरवून थोडी खाली वर करून नाच्चाई म्हणाली, "थोडं वर... तेथे नाही... आणखी थोडं वर... इकडे, इकडे खाली..." अशाप्रकारे पाठ खाजवून झाल्यानंतर नाच्चाई म्हणाली, "ताई! थोडं इकडे साडीच्या आतदेखील पाहून घे. बऱ्याच वेळापासून काहीतरी चावत आहे."

तिरूमीने आपले पांढरे-लाल झालेले डोळे मिचकावीत तिच्या साडीच्या आत हात घातला. गायीवर बसणाऱ्या माशीसारखी एक मोठी ऊ तिच्या शरीराला चिकटली होती. चिकटलेली ऊ काढून नाच्चाईच्या हातात देत तिरूमी म्हणाली, "उकाडा आणि गारठा पडल्यावर या उवा आपोआप निर्माण होतात."

कोणताच हेवा किंवा किळस न करता नाच्चाई म्हणाली, "ज्याप्रमाणे पाऊस पडल्यावर फळांमध्ये किडे वळवळतात, त्याप्रमाणे उष्णता आणि थंडीमुळे या उवा होतात. आपण काय रोज रोज अंघोळबिंघोळ करू शकतो?"

व्यावहारिक जीवनातील या अडचणी सर्वांना माहीत होत्या. सकाळी कामावर जाण्यापूर्वी आणि संध्याकाळी कामावरून परत येताना कडाक्याची थंडी असायची. कामाचा थकवा आणि शरीरावरची घाण काढून टाकण्यासाठी गरम पाण्याने अंघोळ करावी लागणार होती. तेथील नैसर्गिक वातावरणात तेवढ्या सहजपणे झऱ्यांकडे जाऊन पाणी गरम केले जाऊ शकत नाही. पिण्याचे पाणी आणि इतर गरजा भागविण्यासाठी पाणी आणता आणता त्यांचा जीव मेटाकुटीस येतो. त्यासाठी त्यांना किती डोंगरदऱ्यांवर चढावे-उतरावे लागते. पाण्याचे झरे कुठे कुठे आहेत,

याचा शोध घ्यावा लागतो. अशा परिस्थितीत अंघोळीसाठी पाणी आणणे महाकठीणच! जरी जावे लागले असते तरी थंडीच्या दिवसांत पेज करण्याच्या वेळी ते पाणी आणण्यासाठी कसे जाऊ शकतील? अंघोळ केली तर रोज रोज धुतलेले कपडे घालण्याची सोय कुठे होती? निसर्गासोबत तडजोड करून कसे तरी आठवड्यातून एकदा अंघोळ करणे, हीच फार मोठी गोष्ट होती. त्या दिवशी काम बंद ठेवून झऱ्याकडे जाणे, पाणी गरम करून अंघोळ करणे, कपडे धुऊन वाळविणे तेथून परत येताना जत्रेत गेल्यासारखा उत्साह असायचा. तिरूमीच्या चेहऱ्यावर निराशा होती. ती म्हणाली, "हो, आपल्याला तर हेच वरदान मिळालं आहे." जणू मनातील ओझं उतरल्याप्रमाणे तिरूमी निराशेने म्हणाली.

दोन दिवसापूर्वी छोटा डमरूवाला आला होता. त्याने घरासमोर थांबून काही भविष्यवाणी केली होती. तिरूमीचं बोलणं ऐकताच नाच्चाईला ही भविष्यवाणी आठवली. त्या रात्री ती लघवी करण्यासाठी घराबाहेर आली होती. त्यावेळी एक माणूस जटाप्रमाणे केस बांधून, काळा कोट आणि धोतर नेसून, काळी चादर अंगावर घेऊन, पायांत घुंगरू बांधून, हातातील छोटा डमरू हलवत-हलवत गल्लीत येत होता. नाच्चाई घराच्या कडेला उभी होती. त्याची नजर चुकवून ती आत जावू शकत नव्हती. जर ती समोर आली असती, तर त्याने तिला शाप दिला असता. आणि शापाचे प्रायश्चित करण्यासाठी मोठा खर्च करून देवतेची पूजा करावी लागली असती. हा सर्व विचार करून ती तेथेच उभी राहिली. तेव्हा तो दोन घरांच्या पुढे उभा राहून भविष्यवाणी करीत होता. त्यापैकी एक खरी ठरली. त्यामुळे तिरूमीसोबत या विषयावर बोलणे गरजेचे होते. कुणास ठाऊक, तिने सावध केल्यामुळे तिरूमीच्या कुटुंबावर येणारे संकट टळू शकेल. त्यामुळे नाच्चाई म्हणा, "ताई, परवा रात्री ज्योतिषी तुझ्या आणि करूमाईच्या घरासमोर उभा राहून भविष्य सांगत होता. आज ते भविष्य करूमाईच्या बाबतीत खरे ठरले."

हे ऐकताच तिरूमीचे तन-मन थरकापले. सकाळच्या ताज्या भावनांमुळे ती हादरून गेली. त्याने असं काय सांगितलं असेल? ती म्हणते, करूमाईच्या बाबतीत भविष्य खरं ठरलं. हातात पैसे नसताना आणि गरिबीत जगत आहोत, हे पुरेसे नाही काय? यापेक्षादेखील अधिक त्रास हे कुटुंब सहन करू शकेल काय? आधी सत्य जाणून घ्यायला हवे. धडधडत्या छातीने आणि दु:खी चेहऱ्याने तिरूमीने विचारले, "आम्हा दोघांसाठी तो काय म्हणाला?"

तिरूमीच्या कुटुंबावर येणारे संकट माहीत झाल्यावर तिला ते न सांगता तिला होणारा त्रास तमाशाप्रमाणे पाहण्याची हीन बुद्धी नाच्चाईत नव्हती. त्यामुळे एवढी मोठी गोष्ट सांगण्यासाठी तिरूमीची जिज्ञासा पाहून नाच्चाई स्वत:ला फार मोठी समजून आनंदित झाली.

आपली साडी छातीवर घट्ट बांधून डोक्यातील केसांमध्ये बोटं फिरवीत नाच्चाई म्हणाली, ''या घरावर संकट येईल, त्रास होईल, असं डमरूवाला म्हणाला आणि बघा, दुसऱ्याच दिवशी सुक्रन करूमाईला फरफटत घेऊन गेला.'' तिचे बोलणे संपण्यापूर्वीच तिरूमी म्हणाली, ''हो नाच्ची! असं म्हणतात की, वासुदेव (कोंडगी) भल्या पहाटे जी भविष्यवाणी करतो, ती खरी होते. सांग, आमच्या घरासमोर तो काय म्हणाला?'' मोठ्या अधीरतेने तिरूमीने विचारले.

नाच्चाईचे डोळे आणि ओठ गर्वाने फडफडू लागले. चेहऱ्यावर लालिमा पसरली, नाकपुड्या आंकुचन पावल्या; जणू तिने मनात एक फार मोठी गोष्ट, परोपकाराची गोष्ट जतन करून ठेवली होती. ती आनंदाने म्हणाली, ''तसं तो काही वाईट म्हणाला नाही. या घराचे ग्रह चांगले नाहीत. प्रायश्चित्त केल्याने सर्व ठीक होईल, एवढेच तो म्हणाला.''

तिरूमीला वाटले, ''तर मग कोणतंच संकट नाही. केवळ वाईट ग्रहांचा दोष आहे, असं तो म्हणाला आहे. यासाठी काही उपाय केला नाही, तर कोणत्याही वेळी कुटुंबावर त्रास आणि दुःख येऊ शकते. काय करावे? कुणाला विचारावे?''

तिरूमी तेथे थांबली नाही. अर्ध्या रात्री वासुदेव (कोंडगी) डमरू वाजवीत संबंधित घरांसमोर उभा राहून भविष्यवाणी करून निघून जातो. दिवसा जेव्हा तो भीक मागण्यासाठी घरोघरी येतो, तेव्हा त्याने रात्री केलेल्या भविष्यवाणीच्या प्रायश्चित्तासाठी काय उपाय करावे, हेदेखील संबंधित घरातील मंडळी त्याला विचारून घेत असत; परंतु रात्री वासुदेव आपल्या घरासमोर आल्याचे तिरूमीला माहीत नव्हते. घरात शनी होता. त्यामुळे तर कुणालाच जाग आली नाही. आता तिला माहीत झाले आहे. वासुदेव येताच ती त्याला विचारून घेईल किंवा एखाद्या पुजाऱ्याकडे जाऊन त्याला विचारेल.

तिरूमी घराकडे निघाली. रात्री जंगलातील झोपडीत मुक्काम केलेले सडैयन आणि पिडारी घरी परतले होते. पिडारी चूल पेटवून बाजरीची खिचडी शिजवत होती. खिचडी उकळत ठेवून ती विचारात मग्न झाली.

त्या दिवशी पुंकुलम चक्रवर्ती करूमनने तिला अंघोळ करताना पाहिले होते, तेव्हापासून तिचं मन चंचल होऊन तारुण्यातील उत्साहाच्या प्रवाहात वाहत होतं. त्याच्या बोलण्याने तिच्या कानांना जणू हळूच गोंजारलं होतं. तारुण्यातील भावनाप्रधान गरम रक्तामुळे जणू कानाच्या नसा तडकत होत्या. तो पुन्हा भेटल्यावर जर त्याने तिला आपल्या बाहुपाशात घेतले, तर केवळ या विचारानेच ती लज्जित होऊन हळूच हसली.

''बेटा! काय झालं तुला? खिचडी उकळून उतू गेली आणि तू दगडाच्या पुतळ्यासारखी बसली आहेस.'' आईचा आवाज ऐकन पिडारी तंद्रीतून जागी झाली.

त्या स्थितीत तिरूमीचं तोंड बोलत होतं; परंतु मनात दुसराच विचार होता. तिचं लक्ष कुटुंबावर आलेल्या वाईट ग्रहांच्या परिणामांकडेच होतं. हे वाईट परिणाम दूर करण्यासाठी तिला एखादा उपाय शोधायचा आहे. तेव्हाच... गल्लीच्या कोपऱ्यावर डमरूचा आवाज आणि भविष्यवाणी ऐकू आली. पहाटेच्या पूजेच्या वेळी ज्या देवाचे ध्यान केले, त्याच देवाच्या मूर्तीच्या दर्शनाने जसा भक्त तृप्त होतो, त्याचप्रमाणे त्या आवाजाने तिच्या मनात भावनांचा प्रवाह धावू लागला. वासुदेवाच्या डमरूचा आवाज हळूहळू जवळ आला आणि तिच्या घराच्या दाराजवळ ऐकू येऊ लागला.

दारात उभी असलेल्या तिरूमीला वासुदेवाने पाहिले; जणू तिच्या मनातली गोष्ट त्याने जाणली आहे. तो डमरू हलवून हलवून ईश्वरकृपेची प्रार्थना करू लागला. एवढ्या वेळात तिचं मन जाणून त्याला अनुरूप प्रायश्चित्त सांगण्यासाठीदेखील तो तयार झाला. त्याने आपल्या या व्यवसायात कितीतरी लोकांना पाहिले आहे. कितीतरी परस्परविरोधी गुण पाहिले असतील. त्यांच्या मनोवृत्तीच्या अनुकूल कितीतरी भविष्यवाणी केली आहे. कुणासाठी काय सांगायचे आहे, कुणा कुणाला काय सांगायला हवे, या सर्व गोष्टी त्याला पाठ होत्या. तोंडपाठ केलेले श्लोक म्हटल्याप्रमाणे त्याच्या तोंडून वाक्य आपोआप निघायचे. आधी मामुली, नंतर सर्वसाधारण प्रश्नांवर बोलता बोलता संबंधित लोकांचे अंतरंग जाणून त्यांच्या उत्तराच्या आधारावर आपलं मत सांगून त्यांना प्रायश्चित्त सांगण्याच्या कलेत तो सिद्धहस्त झाला होता.

त्याने काही प्रमाणात तिरूमीचं मन जाणलं. तिच्या नाडीची धडधड ओळखली. तो कधी डमरू वाजवून वाजवून 'ए, कालीमाते,' या शब्दांची संगीतलयीत पुनरावृत्ती करीत होता, तर कधी बडबडत होता. नंतर तो मौन राहून हात जोडून, डोळे बंद करून ध्यानमग्न झाला.

या अवधीत तिरूमीने मोठ्या भक्तीने आणि श्रद्धेने विचार केला. "काली-माते, कळत-नकळत जे घडलं, त्यासाठी क्षमा कर." असे म्हणत म्हणत गालावर हाताने थोपटत तिने नमस्कार केला.

मौनावस्थेत जागून, डाव्या हाताने मिशीला पीळ देऊन, काळे गाल पुसून, पेंगुळलेल्या डोळ्यांनी आणि शांत भावाने तिरूमीकडे पाहून तिच्या डोक्यावर मोरपंखाचा स्पर्श करून वासुदेव म्हणाला," हे सती माता, धर्मपत्नी! धीर खचू देऊ नकोस, येणारं मोठं संकट बर्फाप्रमाणे विरघळून जाईल. या घराला साडेसाती लागली आहे. माते, तू काळजी करू नकोस."

त्याने संकट येण्याचे कारण सांगून टाकले. या कुटुंबावर फार मोठं संकट नाही. शनीची अवकृपा आहे. त्यासाठीदेखील काही 'प्रायश्चित्त' आहे..."

ती म्हणाली, "कोणता तरी वाईट ग्रह आहे. काही दिवसांपासून या कुटुंबाला

फार त्रास आहे.''

त्याला बोलण्यासाठी धागा मिळाला. त्याच्या आधारावर तो काहीही सांगू शकतो. या व्यवसायासाठी त्याची परंपरा तर एक चांगली कला आहे. तो म्हणाला, ''आपल्या इच्छेप्रमाणे शेतीवाडी पिकत नाही. आपण दहा रुपये मिळकतीचा विचार केला, तर पंधरा रुपये खर्च होतील. साधूची संगत सुटून वाईट लोकांशी संबंध येतील. कर्ज घेतल्याने मानहानी होईल. या कुटुंबावर कितीही संकटं आली तरी शेवटी या कुटुंबाची उन्नती पाहून लोक हेवा करतील.''

तिचं मन स्वच्छंद आनंदात रममाण होत होतं. किती बरोबर सांगतो आहे. या वर्षी आमच्या इच्छेप्रमाणे कुठं पीक आलं? सावकार आणि धर्मप्रमुखाकडून कर्ज घेतले आहे. धर्मप्रमुखाने मदत केली नसती, तर सावकाराने बेइज्जती केली असती ना?

सर्व समजल्यावर ती आश्चर्याने म्हणाली, ''स्वामी! तुम्ही जे म्हणाला, सर्व खरं आहे.''

त्याचा नेम योग्य ठिकाणी लागला. तिरूमीची व्याकूळता आणि संकट तडीस नेण्याची अधीरता त्याने जाणली. डोळे बंद करून, ध्यानस्थ बसून डमरू वाजवीत तो म्हणाला, ''कुटुंबातील एकावर संकट आलं असेल, त्या संकटाचा परिणाम मुलावर किंवा मुलीवर झाला असेल.''

तिरूमी त्याच्या पायावर मस्तक ठेवून नमस्कार करू इच्छित होती; परंतु व्यवहारात हे शक्य नाही, असा विचार करून ती स्वत: निश्चिंत झाली. ईश्वरानेच या कुटुंबावर आलेले संकट ओळखून मोठ्या दयाभावाने प्रायश्चित्त सांगण्यासाठी वासुदेवाला पाठविले असावे. ती किती भाग्यवान आहे? या कुटुंबाची एवढी भरभराट होईल की, चार लोक पाहून हेवा करतील.

आपोआप आलेले अश्रू पुसून ती म्हणाली, ''मुलीवरच संकट आलं होतं; परंतु...'' तिचं अर्धवट बोलणं ऐकून स्वत:ला सर्व काही माहीत आहे, याची जाणीव करून देण्यासाठी तो म्हणाला, ''मुलीवरच ना... बरोबरच म्हणालीस तू; परंतु ते संकट आपोआप टळलं असेल.''

''हो स्वामी... एवढं बरोबर सांगत आहात की, जणू स्वत:च्या डोळ्यांनी सर्व काही पाहिलं असावं.'' आश्चर्य आणि कुतूहलाने तिचं मन द्रवलं.

पुरे, आता विषयावर यायला हवे. त्याने प्रायश्चित्त सांगण्याची पूर्वतयारी केली आहे. तो दिमाखात म्हणाला, ''शनीला तुमच्या कुटुंबातून काढण्यासाठी ताबीज घालावे लागेल. मोठी पूजा करून अर्ध्या रात्री शनीला पळवावे लागेल. काळी कोंबडी किंवा डुकराच्या पिल्लाचा बळी द्यावा लागेल. पूजेच्या साहित्या-

सहित धोतर, टॉवेल आणि तांदूळदेखील हवेत. उद्या रात्री पूजेचं अनुष्ठान होईल.''

उभं राहून मुलांना भीती दाखविल्याप्रमाणे डोळे मटकावून, चेहरा विकृत करून वासुदेव म्हणाला, ''हे काली, चामुंडी, परमेश्वरी, आलेल्या सर्व संकटांना पळवावे लागेल.'' अशा प्रकारे उद्घोषणा करून काही मंत्र म्हणत दाराच्या चौकटीतून बाहेर निघून गेला.

त्याच्या शब्दांनी तिरूमीवर जादू केली होती. त्याचे बोलणे जणू तिच्या ाानसिक वेदनेवर मलम लावीत होते, शेकत होते; परंतु पूजेचे साहित्य जमवायला हवे... त्यासाठी आणखी एका सावकाराकडे शरण जावे लागेल. पतीला त्याबाबतीत सांगितले. वादविवाद केला, कितीही त्रास झाला तरी, घरी आलेले संकट टाळण्यासाठी काही तरी करावेच लागेल. आपल्याला सुखाचे दिवस बघायचे नाहीत काय? काही दिवसांनंतर चार लोकांना हेवा वाटावा, अशी घराची उन्नती होईल. नांगरासाठी तयार होत असलेले वासरू विकून पूजा करण्याचा निर्णय झाला. चांगले दिवस आलेत. तर एक काय, नऊ वासरंदेखील विकत घेता येतील.

❑❑❑

।। १४ ।।

त्या रात्री पूजेचे सर्व साहित्य आणले गेले. संपूर्ण गाव झोपल्यानंतर वासुदेव आला.

तिरूमन आणि सडैयनला एका खोलीत बसविण्यात आले. नारळ, फळ, उदबत्ती यांसारखे साहित्य पसरवून ठेवलं. तांदळाचे पीठ भिजवून त्याची एक भयंकर विकृत भुताची बाहुली तयार केली गेली. काळी कोंबडी कापून तिचं रक्त बाहुलीच्या जिभेवर लावलं. वासुदेव अस्पष्ट शब्दांत काही तरी बडबडत होता. नंतर श्वास घेऊन हत्तीप्रमाणे चित्कारू लागला.

त्या घराला पकडणारा तो उद्धट शत्रू भिऊन पळून जाईल. यासाठी वासुदेव आपली पूर्ण शक्ती लावून त्याच्याशी झगडत आहे. जिंकेल देखील हाच. या विजयासाठीच तर वासुदेवाने एवढा खर्च करायला लावून ही पूजा करविली आहे. तिरूमी मनात कोणता तरी जप करीत होती.

कापूर पेटविला गेला. ऊद आणि धूप जाळली गेली. ताबीजच्या पूजेच्या साहित्याची धूप दाखवून ते ताबीज बापलेकाच्या डाव्या दंडाला बांधले. नंतर खाली ठेवलेली एक एक वस्तू त्यांच्या डोक्याभोवती फिरवीत आपल्या शब्दाची पुनरावृत्ती करण्यास त्यांना सांगितले.

जवळ येऊन त्रास देणारा ग्रह धोतरासोबत गेला.

जवळ येऊन त्रास देणारा ग्रह कोंबडीसोबत गेला.

जवळ येऊन त्रास देणारा ग्रह चाकूसोबत गेला.

जवळ येऊन त्रास देणारा ग्रह तांब्यासोबत गेला.

त्याची प्रत्येक गोष्ट ते दोघे म्हणत गेले आणि वासुदेव प्रत्येक वस्तू आपल्या पोत्यात टाकत गेला. जेव्हा सर्व काम पार पडलं, तेव्हा त्यांना तो जाईपर्यंत उभं राहण्यास सांगितलं. वळून न पाहण्याची आज्ञा दिली आणि त्यांच्या हातात चाकू देऊन पिठाने तयार केलेल्या त्या बाहुलीला कापण्यास सांगितले.

'आलेलं संकट यासोबत टळलं टळलं' हे वाक्य त्यांना पुन्हा म्हणण्यास सांगून, सर्व वस्तू सोबत घेऊन वासुदेव निघून गेला.

□□□

|| १५ ||

काही कारणामुळे त्या संध्याकाळी तितर आणि गिधाडांचा समूह चक्राकार फिरत होता. दुसऱ्या दिवशी जेव्हा गार वाऱ्यासोबत दिवस उजाडला, तेव्हा रात्री झालेल्या पावसामुळे पर्वत ओल्या कोंबडीच्या पंखातून पाणी झिरपल्याप्रमाणे पूर्णपणे भिजला होता. पानांच्या टोकातून आणि गवताच्या शेंड्यावर जमलेले पावसाचे थेंब हळूहळू खाली पडत होते. मातीतून गरम वाफा निघत होत्या; जणू तहानलेली धरती दीर्घ श्वास घेत होती.

जंगलात जाऊन शेताचे काम करण्यासारखा पाऊस झाला नव्हता; परंतु डुकराची शिकार करण्यासारखे वातावरण होते. शेतात उगवलेल्या भटनासच्या शेंगा खाण्यासाठी डुकरं बाहेर निघतात. पावसाचे शिंतोडे आल्याने डुकरांच्या पायांचे ठसे जमिनीवर उमटतात. त्यामुळे ते कोणत्या दिशेकडून कोणत्या दिशेकडे गेले असतील, हे ओळखणे सोपे होते. त्यामुळे शिकार करणेदेखील सोपे होते.

धर्मप्रमुखाने शिकारीसाठी निघण्याची सूचना सर्वांना दिली. जाळी दुरुस्त करून, काठी, बरछी, भाले आणि बंदुकी साफ करून शिकारीची सर्व व्यवस्था करून सर्व लोक गावातील मैदानात जमले. तरुण मुलंच अधिक होती. प्रौढांमध्ये धर्मप्रमुख आणि पुजारी प्रमुख होते.

शिकारीसाठी निघण्यापूर्वी सर्व कालीमातेच्या मंदिरात गेले. पुजाऱ्याने घंटी वाजवून आरती केली. दोन्ही हात जोडून दिव्याला नमस्कार करून, 'हे कालीमाते, हे शीतलामाते, आज बरीच शिकार मिळायला हवी. आमच्यापैकी ज्या माणसाने

पाप केले असेल, त्याला क्षमा करून आम्हाला शिकारीसाठी आज्ञा दे माते!'' अशी प्रार्थना केली. शिकारीच्या उद्‌देशाने डुकरांच्या पावलांचे ठसे हुडकण्यास कुठून सुरुवात करायची, कोणती जागा केंद्रस्थानी निवडायची. यांसारख्या विषयांवर चर्चा झाली. कित्येक लोकांनी कित्येक प्रकारचे विचार मांडले. शेवटी सडैयनच्या भटनासच्या शेतापासून डुकरांच्या पावलांचे ठसे शोधण्याचा निर्णय घेण्यात आला. सडैयनच्या शेतानंतर दाट जंगल सुरू होत होतं. दिवसा डुकरांची आराम करण्याची जागा झुडपांचे जंगलच असायची. रात्री ते शिकारीच्या किंवा खाण्याच्या शोधात जंगलातून बाहेर यायचे, तेव्हा ते पीक असलेल्या शेतातच जायचे. त्यामुळे त्यांच्यावर संकट आल्यावर ते सहज आपलं रक्षण करून झुडपांमध्ये लपू शकत होते.

धुळीत हरवलेली वस्तू हुडकत ते सर्व वाकून वाकून डुकरांच्या पाऊलखुणा शोधीत होते. वाळलेली पाने तुटून इतस्तत: पसरली होती. अधिक पिकलेल्या फळांच्या भागात त्यांची कोणतीच खूण नव्हती; परंतु रात्री बाहेर निघणाऱ्या जंगली उंदरांची इकडेतिकडे येण्याजाण्याची चिन्हे तेथे होती. डुकरांच्या पावलांचा शोध घेत घेत ते पुढे निघून गेले. हिरव्यागार आणि भाज्यांच्या रोपट्यांच्या जवळ डुकरांच्या पिल्लांचा सुगावा लागला. पुढे जात जात मोठ्या डुकरांची पावलंदेखील दिसली. कोणत्याही सुगाव्याशिवाय ते आपल्या उद्देशापर्यंत पोहोचले. कधी कधी तर ते कोणताही शोध न घेता अंदाजानेच संपूर्ण जंगल पिंजून काढायचे.

आता दोघा-दोघांची जोडी करून जंगलात प्रवेश करायचा होता. प्रत्येक गटातील समोर चालणारा पुढे आलेली झुडपं आणि काटेरी वेलींचे अडथळे कापीत पुढे जात होता. त्यामुळेच मागून येणारे डुकरांच्या पावलांचे ठसे लक्षपूर्वक शोधू शकत होते आणि आपला उद्देश साध्य करू शकत होते. दोन गटांच्यामध्ये चालणारे जंगल जागवत चालायचे, तेव्हाच तर दडून बसलेली डुकरं उठून पळायची. हे लोक पळणाऱ्या डुकरांची दिशादेखील एकमेकांना सांगायचे. त्याला अनुसरून सर्वजण दोन ओळींत चालून एकाच ठिकाणी एकत्र यायचे. काही लोक दूर, जेथे सर्व रस्ते संपतात आणि जेथे डुकरं झुडपांमधून आपली वेगळी वाट बदलण्याचा प्रयत्न करतात, तेथे जाळ पसरवून बसायचे. जाळं पसरविण्यापूर्वी ते काही गोष्टींकडे बारकाईने लक्ष द्यायचे. जसे वाटेत कुठे मलमूत्र पडले आहे काय? ते जुनं आहे की ताजं? डुकरांच्या शरीराचे केस एखाद्या झुडपात अडकले आहेत काय? झुडपं असलेल्या वाटेत उगवलेली नवीन पालवी किंवा अंकुर वाढत आहे की तुडवली गेली आहे? हे सर्व तपासूनच त्यांना निर्णय घ्यावा लागे. हे सर्व त्यांचे शिकार करण्याचे आपले व्यावहारिक नियम आहेत.

शेजारच्या एका गटाचे नेतृत्व धर्मप्रमुख करीत होते, तर दुसऱ्या गटाचे

नेतृत्व पुजारी काली कौन्डनकडे होते. पर्वतावरून उतरण्याचे रस्ते बंद झाल्यामुळे सपाट पृष्ठभागाकडे येणाऱ्या उताराचा शोध घेऊन तेथे जाळं पसरवून तयार राहण्याची जबाबदारी सडैयन, वेल्लयन, पेरियसामी आणि सिलोन सीरंगनची होती. ही एक कठीण जबाबदारी होती. उताराच्या रस्त्याने येणाऱ्या डुकरांना जाळं असल्याचे माहीत झाले, तर ते मागे जाऊन दाट झुडपांमध्ये दबा धरून बसू शकतात. ते जाळ्यात फसताच जर ताबडतोब कारवाई केली गेली नाही, तर ते जाळं फाडून, फेकून स्वत:चा बचाव करून पळूदेखील शकतात. कधी कधी तर ते शिकाऱ्यांवर आक्रमण करून आपल्या तीक्ष्ण दातांनी चावादेखील घेतात.

ते चौघेही तरुण आणि धष्टपुष्ट होते. त्यामुळे असं कठीण काम त्यांच्यावर सोपविलं गेलं होतं. वेल्लयन आणि सडैयनचे बंदुकीच्या गोळीचे नेम अचूक असायचे. पेरियसामी भाला फेकण्यात प्रवीण होता. सिलोन सीरंगनला हे सर्व नवीन होते, तरीदेखील तो समयोचित निर्णय घेण्यात चतुर होता. उत्सुकता असलेले डोळे, चापून-चोपडून विंचरलेले केस, लांब हनुवटीच्या वर फुगीर गालाचा चेहरा, काट्याप्रमाणे टोकदार कापलेली मिशी, आवेशयुक्त निश्चयी पावले, रूंद छाती आणि खपाटी गेलेलं पोट, असंच सीरंगनचं व्यक्तिमत्त्व होतं. तो श्रीलंकेच्या चहाच्या मळ्यात मजूर होता. त्याला राजकारणाचंदेखील थोडंबहुत ज्ञान होतं. मजुरांच्या अधिकारांसाठी आयोजित आंदोलनात तो भाग घेत होता. त्याला आणि त्याच्या कुटुंबाला तेथील नागरिकत्व मिळाले नव्हते. त्यामुळे त्या सर्वांना त्यांच्या देशात परत पाठविण्यात आले; कारण त्यांचे पूर्वज कोल्लीमलैचे निवासी होते. आपल्या पूर्वजांची जमीन-जायदाद आणि आपली माती आपल्याला अन्न देईल, हा विचार करून तो येथे आला होता; परंतु नातलगांनी त्याला थारा दिला नाही. जेव्हा त्याला आपल्या नातलगांकडून वडिलोपार्जित मालमत्तेतून काहीच मिळाले नाही, तेव्हा तो आपल्या दोन्ही भावांसोबत मजुरी करू लागला. अविवाहित सीरंगन तीस वर्षांचा झाला होता. त्याचे दोन्ही भाऊ आपापल्या कुटुंबासोबत राहत होते. मजुरीचे पैसे आपल्या भावांना देऊन तो त्यांच्या घरात जेवण करून नेहमी आपल्याच चिंतेत मग्न असायचा.

जंगल जागविणाऱ्यांना रस्ता देऊन दोन्ही बाजूस उभे असलेले लोक मागे सरकत होते. प्रत्येकजण डुकराला पाहून सूचना देण्याचा मान मिळवू इच्छित होता. पहिली सूचना देणाऱ्यास एक पाव मांस अधिक मिळणे बोनस मिळण्याप्रमाणे होते. पावलांचे ठसे बारकाईने पाहता पाहता प्रत्येकाचे डोळे शिणले होते. काल रात्री अन्नाच्या शोधात येऊन परत गेलेल्या डुकरांच्या पावलांच्या खुणा तर सहज मिळत होत्या; परंतु ते कुठे लपले होते, कुणास ठाऊक? हे शिकारीसाठी आले आहेत.

मोठी डुकरं मिळाली नाहीत तर कमीत कमी पिल्ले जरी मिळाली असती तरी त्यांचं समाधान झालं असतं; परंतु कोणतीच शिकार मिळाली नाही, तर त्यांच्यापैकी कुणी तरी दैवी इच्छेविरुद्ध कुठलं तरी काम केलं आहे, असं ते समजतील. त्याच दिवशी ते रात्री ते मंदिराच्या पुजाऱ्याला कारण विचारतील. जर त्याने एखाद्याचे नाव घेतले आणि त्याला अपराधी ठरविलं, तर तो विशेष पूजा करून शिकारीसाठी आलेल्या सर्वांना जेवण देईल; परंतु जर कुणीच दोषी ठरला गेला नाही, तर सर्वांनी मिळून पैसे गोळा करून, पूजा करून, देवाची कृपा मिळवून, पुन्हा शिकारीसाठी निघतील. साधारणत: अशी वेळ कधी यायची नाही. त्यामुळे ते फारच लक्षपूर्वक शिकारीच्या शोधात फिरत होते.

झुडपांत झाडं किंवा वेलींची हालचाल झाली, तर सर्वांची नजर तिकडे स्थिर व्हायची. त्या दिशेकडे ते दगड फेकायचे. डुक्कर असेल तर लगेचच पळू लागायचे. ती जागा घेरून ते त्याच्यावर आक्रमण करायचे.

कोणत्याही प्रकारे त्यांना कोणतीच शिकार मिळाली नाही. काटेरी झुडपांमुळे हात-पाय आणि पाठीवर ओरखडे उमटले होते. त्यामुळे आग होत होती. सिलोन सीरंगन, सडैयन, वेल्लयन आणि पेरियसामी जाळीजवळ बसून शिकारीच्या प्रतीक्षेत होते. सडैयनने दबक्या जाड आवाजात विचारले, ''सिलोनमध्ये अशा प्रकारे शिकारीसाठी जातात काय?''

खालचा ओठ चावून, नाक आकसून सीरंगन म्हणाला, ''मोठ्या सणाच्या वेळी शिकारीला जातात. काही लोक देशी दारूच्या दुकानात जातात. इथल्याप्रमाणे प्रत्येक घरातून शिकारीसाठी माणसं जात नाहीत. मीदेखील शिकारीसाठी जात नव्हतो.''

सडैयन थट्टा करीत म्हणाला, ''तर मग दारूच्या दुकानात जात असशील.''

''नाही.'' सीरंगन गर्वाने आणि अभिमानाने म्हणाला.

त्यानंतर काय विचारावं, हे सडैयनला समजले नाही. तो हाताने वाळक्या काटक्या तोडत राहिला.

त्यांचे बोलणे लक्षपूर्वक ऐकून वेल्लयनने विचारले, ''मुलींना बघण्यासाठी जात होतास काय?'' आणि हसू लागला. त्याच्या हसण्यामागे अव्यक्त व्यथा आणि दु:ख दडलं होतं.

या लोकांचा भोळेपणा पाहून सीरंगनला त्यांची दया आली. येथे येऊन त्याला काही महिनेच झाले होते. येथील नियम आणि बंधन, आचार-विचार पाहून त्या नियमांचा विरोध त्याला करावासा वाटला; परंतु या नियमांचे पालन करण्यात त्यांची निष्ठा आणि कठोर दंड असल्याने तो मौन झाला. या मौनामुळे त्याच्या मनात या लोकांची मानसिकता आणि स्वाभाविक गुणांबद्दल वेदना आणि दु:ख

निर्माण झाले.

श्रीलंकेच्या चहाच्या मळ्यात तो एक साधारण मजूरच होता. त्या मळ्यात त्यांना लिहिणे, वाचणे शिकविले जायचे. त्याच शाळेत त्याने लिहिणे-वाचणे शिकले होते. सुरुवातीस जेव्हा मजुरांच्या मागण्यांसाठी आंदोलन व्हायचे, तेव्हा तो बघ्याप्रमाणे बाजूला उभा राहायचा. हळूहळू जेव्हा मजुरांची आधारभूत मागणी आणि कमीत कमी सुरक्षेचा प्रश्न आला, तेव्हा तोदेखील त्यांच्यात सामावला. त्याच्या बदल्यात त्याला मार खावा लागला, तुरुंगातदेखील जावे लागले; हे बक्षीस त्याला मिळाले. ते अनुभव आणि ते जीवन त्याच्या मनात मधाची गोडी निर्माण करीत होते. येथे कुठलाही विकास झालेला नसताना, ओबडधोबड डोंगरात कुठलेही संरक्षण नसताना जगणाऱ्या या पर्वतवासीयांवर आपल्या अनुभवांचा प्रयोग कसा करावा? त्याच्या पुढे हा एक प्रश्न निर्माण झाला. या लोकांना असले जीवन एक ओझं झालं होतं.

तो आल्यापासून त्याला फार कटू अनुभवांना सामोरे जावे लागले होते. या अनुभवांच्या परिणामामुळे त्याचं मन दुखावलं होतं. त्याला वाटले की, नरक नावाची जी जागा आहे, तेथेच तो येऊन फसला आहे. त्याचं अशांत मन चिंताग्रस्त आहे. हुडहुडी भरणाऱ्या थंडीत या शांतिप्रिय पर्वतवासीयांचे जंगलाच्या रक्षकांकडून, वनरक्षक अधिकाऱ्यांकडून आणि सावकाराकडून कसे शोषण होते, हे तो पाहत होता. या अत्याचाराची परंपरा वर्षानुवर्षे चालत आली आहे. या प्रथेचे उल्लंघन करणे किंवा विरोध करणे सामूहिक गुन्हा होईल, या विचाराने ते बांधले गेले आहेत. ही अवस्था कशी तोडता येईल? कशाप्रकारे यांना समजावता येईल? हे काम सोपं थोडंच आहे? महान कार्यासाठी, महान उद्देश असेल, तर हे संस्कार बदलू शकतात.

जंगल जागविणाऱ्यांचा गोंधळ ऐकून सीरंगन दचकून आपल्या विचार - तंद्रीतून जागा होऊन जाळीजवळ जाऊन उभा राहिला; परंतु हा गोंधळ, कोलाहल डुक्कर सापडल्याचा नव्हता, तर डुकराला जागं करून आकर्षित करण्याचा गोंधळ होता. स्वत:च्याच तंद्रीत असल्यामुळे तो या आवाजातील फरक ओळखू शकला नाही. आपल्या मनात येणारे विचार बाजूला सारून जागा झाल्याप्रमाणे डोक्याला बांधलेला टॉवेल काढून तो झटकून, तोंड चांगलं पुसून सीरंगन म्हणाला, ''मी दारूच्या दुकानात किंवा मुलींच्या मागे पळालो नाही. आपलं कर्तव्य पार पाडण्यासाठी प्रयत्न करीत राहिलो.''

'कर्तव्य' नावाचा शब्द त्यांच्या कानात कधी पडला नव्हता. हा त्यांच्या समजण्यापलीकडचा एक परकीय शब्द होता. त्याचा अर्थ काय आहे? अशा प्रकारे

प्रयत्न करण्यासारखी अशी कोणती वस्तू असते? ताडी आणि मुलगी यापेक्षा - देखील कोणती मोठी वस्तू आहे, तर तेदेखील ती मिळविण्याचा प्रयत्न करू शकतात ना! आधी ही वस्तू माहीत करून घ्यायला हवी. सहज मिळत असेल, तर ती मिळवायलाच हवी.

निराशा आणि थकव्यामुळे दु:खी स्वरात वेल्लयनने विचारले, 'कर्तव्य म्हणजे काय?'

'कर्तव्य' शब्दाचा अर्थ न जाणणाऱ्यांना त्याचा अर्थ समजावून सांगितल्याने ते काय समजू शकतील? त्यामुळे काय फायदा होईल? जो कोणी त्यांच्यावर जीवनाचे अनुभव थोपवेल, त्याच्याकडूनच ते शिकतील.

आपली विस्कटलेली मिशी बोटांनी दाबून सीरंगन म्हणाला, "आता तुम्हाला हे समजणार नाही. तुम्हाला कळू लागल्यावर सांगेन." नंतर एक दीर्घ श्वास घेऊन वेल्लयनवर ओढवलेली शोकपूर्ण घटना आठवून सीरंगन म्हणाला, "एक परका माणूस तुझ्या बायकोला ओढून घेऊन गेला. मुक्याप्रमाणे तू गप्प का बसलास?"

सीरंगनचे बोलणे वेल्लयनला पूर्णपणे समजले नाही, तरीदेखील त्या घटनेचा परिणाम वेल्लयनवर झाला होता. तेथील प्रथेच्या प्रतिकूल तो करूमाईसोबत एक-पत्नीव्रताचे पालन करून राहत होता. अशा परिस्थितीत सावकाराचा गुंड त्याच्या डोळ्यांदेखत त्याच्या पत्नीला ओढत घेऊन गेला. त्यावेळी त्याने हे सर्व कसे सहन केले? दु:ख आणि वेदना गिळून वेल्लयन म्हणाला, "मी एकटा काय करू शकत होतो? तोंड उघडलं तर जंगलात फेकला जाईन. गिधाडे आणि कोल्हे ओरबाडून खातील."

"हे सर्व पाहून गावकरी कसे काय चूप बसलेत?" त्याने स्वत:ला त्यांच्यापासून वेगळं समजून विचारलं. त्यांच्या जीवनाची वास्तवता त्याला समजली होती, तरीदेखील त्याच्या मनातील वादळ त्याला विचारण्यास भाग पाडत होतं. शेवटी या लोकांच्या अंतर्मनात काय आहे, हे सीरंगनला जाणनू घ्यायचे होते.

या प्रश्नाचं खरं उत्तर देणं त्यांच्यापैकी कुणालाच शक्य नव्हतं. वेळेवर खाऊ-पिऊ घालून पाळलेल्या कुत्र्यालादेखील जर उलट-सुलट मारलं, तर तोदेखील भुंकून आपल्यावर आक्रमण करेल; परंतु हा माणूस? दुसऱ्याने आपल्यावर शक्तीचे कितीही प्रयोग केले तरी, श्रमाचे पैसे मिळाले नाही तरी, अपमान झाला तरी, याला केवळ बदकाप्रमाणे मान उंच करून ओरडता येते.

वेल्लयन म्हणाला, "जर कुणी उलट प्रश्न विचारला, तर तो गुंड म्हणेल, 'काय रे, तू त्याची उधारी देशील? नसता चुपचाप निघून जा.' असं म्हणून त्याच्या गालावर दोन-चार थप्पड देखील मारेल."

बोलता बोलता त्याचा कंठ सुकला. उन्हात आराम करणाऱ्या कोंबड्याच्या मानेच्या नसा ज्याप्रमाणे फडफडतात, त्याप्रमाणे थुंकी गिळताना त्याच्या गळ्याच्या नसा ताठरल्या.

"जर सर्व मिळून एक झाले तर?" अशी कोणतीच आशा नसतानादेखील सीरंगनने सहजच विचारले. याचे एकमेव कारण त्याच्या मनातील अस्वस्थता होती.

वेल्लयन निराशेने म्हणाला, "लिंबूंच संत्र होऊ शकत नाही. कुसळ काटा होऊ शकत नाही."

त्याचवेळी एक वाद्य वाजल्याचा आवाज ऐकू आला. लगेचच बंदूक डागण्याचा आवाजदेखील त्यात मिसळला. काही क्षणांतच ज्वारीच्या वाकलेल्या कणसाप्रमाणे असलेली शेपटी वर करून, समोरील अडचणी झुगारून एक डुक्कर मान खाली घालून त्यांच्याकडे वेगाने पळत आला. हे पाहताच सडैयन, वेल्लयन, पेरियसामी, सीरंगन हे चौघेही मान खाली वाकवून जाळीजवळ बसले. जाळीत फसता फसता डुकराने त्यांना पाहिले आणि ते मागे सरकून पळू लागले. नंतर ते कुठे जाऊन लपले कुणास ठाऊक?

इतका वेळ केलेली प्रतीक्षा आणि प्रयत्न वाया गेले. ओबडधोबड काटेरी झुडपं असलेल्या रस्त्यावरून शरीरावरील ओरखड्यांची तमा न बाळगता आग आणि वेदना सहन करीत जंगलात कोलाहल करीत गेलेल्या लोकांच्या हातून शिकार निघून गेली; तरीदेखील सूर्यास्त होण्यापूर्वी शिकार शोधायला हवी. नसता शिकार न मिळण्याचे कारण शोधून त्याचे प्रायश्चित्त करून पुन्हा यावे लागेल. ही पुन्हा येण्याची पाळी येऊ नये म्हणून प्रत्येकजण सावध राहून शोध घेऊ लागला. सावज लपून बसल्याचे तर समजले. ते त्यांच्या आवाक्यातच आहे. कुठे तरी लपून बसले आहे. सर्वांनी गोल रिंगण केले आणि हळूहळू वेढ्याचा परीघ लहान करण्यासाठी ते जवळ जवळ येत गेले. जर हा प्रयत्नदेखील निष्फळ ठरला, तर शिकारीसाठी आताचे येणे निरर्थक सिद्ध होईल. ते सर्व वाळूत हरवलेली सुई शोधण्याप्रमाणे सावज पकडण्याचे उद्दिष्ट समोर ठेवून एक एक पाऊल पुढे सरकत होते.

पुन्हा तीच चूक होऊ नये, या भीतीने सडैयन आणि त्याच्या मित्रांनी आपल्यासमोर हिरव्या फांद्या कापून टाकल्या. ते एकमेकांचा चेहरादेखील पाहू शकत नव्हते; परंतु आपलं लक्ष्य जाळीवर केंद्रित करून ते बोलत होते. सीरंगनने बोलणे सुरूच ठेवले, "तुझ्या बायकोवर जबरदस्ती करून तिला उचलून घेऊन गेले. मग तू पोलिसाला बातमी द्यायची होती ना?"

सडैयन आणि वेल्लयनला हा प्रस्ताव योग्य वाटला. "तरीदेखील काहीही करून पोलिसांचा खिसा गरम करावा लागेल. कुठे जाऊत, काय करूत?"

उंदराच्या केसांप्रमाणे आलेल्या मिशीवर जीभ फिरवून कपड्यामध्ये चावणारी मोठी ऊ काढून ती फटाक्याप्रमाणे फोडून सडैयनने चिडून विचारले, ''पोलीस स्टेशनवाला आमचा मामा किंवा मेव्हणा आहे काय, जो लगेचच आमचं आगतस्वागत करून परिस्थितीची चौकशी करेल?''

त्याच्या या घाबरण्यातदेखील अर्थ होता, खरेपणा होता. त्या पर्वतवासीयांना सरकारी अधिकाराचा अर्थ वनविभाग आणि पोलिसांचे अधिकारक्षेत्र येथपर्यंतच मर्यादित होता. लहानशा गोष्टीसाठीदेखील शेकडो रुपये खर्च करावे लागतील. त्यांच्या मिळकतीचा बराचसा भाग या अधिकाऱ्यांच्या घशात जाईल. अशा परिस्थितीत या प्रकारच्या समस्येचे काय परिणाम होतील, हे सीरंगनला माहीत होते; परंतु पोलिसांकडे जाण्यात सामाजिक बंधन किंवा परंपरेच्या विरोधात जाण्यासारखी कोणतीच गोष्ट नव्हती. त्यामुळे पर्वतवासीयांचा राग सहन करावा लागणार नाही. या बाबतीत सरकार किंवा दुसऱ्या एखाद्या व्यक्तीच्या माध्यमाने उपाय शोधला गेला, तर त्यांना कोणताच त्रास होणार नाही. प्रयत्न करून पाहण्यात काय हरकत आहे? जर एखादा मार्ग निघाला, तर यांच्यासाठी तोच मार्ग योग्य राहील. त्याचं मन लहान मुलाप्रमाणे वेडावाकडा विचार करीत होतं.

हेदेखील ठीक आहे; परंतु पैशांसाठी कुणाकडे जावे? याचादेखील त्याने विचार केला. एक मोठे काम पूर्ण करण्यासाठी जास्तीचे प्रयत्न तर करावेच लागतील?

सीरंगनने आपला निर्णय सांगितला. ''ज्याला पोहता येत नाही, त्याला विहीर आणि तलाव दोन्ही सारखेच असतात. रोज रोज जगण्या— मरण्यापेक्षा एका दिवसात मरणे अधिक चांगले आहे.''

आश्चर्याने आणि धैर्याने पेरियसामी म्हणाला, ''सिलोनमध्ये तर तुमचे संघटन होते. तू म्हणतोस की, मदतीसाठी लोक होते. येथे अशा बाबतीत कोण कुणाला मदत करेल?''

पेरियसामीच्या या अनपेक्षित परंतु चौकस प्रश्नाने सर्वांना आश्चर्य वाटले; परंतु सीरंगन म्हणाला, ''खाली संघटनेचे लोक आहेत. त्यांच्यासमोर ही फसवणूक चालणार नाही. मी त्यांना भेटावयास जात आहे.''

सीरंगनचे वाक्य संपताना गोळी झाडण्याच्या आवाजासोबत जखमी डुकराची हृदयद्रावक किंचाळी ऐकू आली. त्यामुळे संपूर्ण जंगल हादरलं. यावेळी ते हार मानणार नाहीत. डुक्कर जाळीजवळ येताच सावधपणे झडप घालून पकडावे लागेल. ते चौघेही सतर्क झालेत.

डुकराच्या पुढच्या पायावर गोळी लागल्याने उडी मारण्याच्या प्रयत्नात अपयशी ठरल्यामुळे ते क्रोधित होऊन निराशेने फरफटत फरफटत पटकन जाळीत

पडले. सावजाची वाट पाहत बसलेला कोल्हा शेळीचे पिल्लू त्याच्याजवळ येताच त्याच्यावर झडप घालून त्याला दाबून टाकतो, त्याप्रमाणे सीरंगन आणि पेरियसामी या दोघांनी जाळी ओढली. सडैयन आणि वेल्लयनने डुकराच्या पोटाच्या खालच्या भागात भाल्याने खोल जखम केली. जवळ आलेल्या मृत्यूच्या भीतीने आर्तनाद करीत, भीतिदायक विलाप करीत डुक्कर हळूहळू शांत झाले.

डुकरांभोवती सर्वजण उभे राहिले. डुकराचे पुढे आलेले दात हत्तीच्या दाताप्रमाणे बाहेर आले होते. त्या अवस्थेत रक्ताच्या थारोळ्यात जमिनीवर चित्त पडलेल्या त्या प्राण्याला सर्वांनी पाहिले. वयाच्या हिशोबाने तो बराच मोठा होता. शिकारीत असा जाड, ताजा प्राणी क्वचितच मिळायचा. असं सावज एकदेखील मिळालं, तर गावकऱ्यांना, नातलगांना ते मेजवानी देत.

शिकारीसाठी निघण्याचा मुहूर्त शुभ ठरला. कालीची त्यांच्यावर कृपादृष्टी आहे. पुजाऱ्याचा रोम रोम पुलकीत झाला होता. प्रार्थनेनेच सर्व अडथळे दूर झाले. शिकारदेखील चांगली मिळाली.

लहान पिल्लू असतं, तर ते आरडाओरड आणि वाद्याचा आवाज ऐकून पळून गेले असते. असा प्राणी मारणे सोपे आहे; परंतु यावेळी असे झाले नाही. हो, हल्ला करणाऱ्यांना दिवसभर आरडाओरड करूनदेखील डुकरांना हुडकून काढणे कठीण होते. हल्ला करणाऱ्यांना चकमा देऊन, त्यांची दिशाभूल करून ते डुक्कर कुठे तरी पडून राहील. शिकारी पुढे निघून गेल्यावर चुपचाप आपल्या मार्गाने निघून जाईल; परंतु या शिकारी समूहासमोर त्याचे काहीच चालले नाही. अनुभवी धर्मप्रमुखाने त्याचा धूर्तपणा ओळखून झुडपांमध्येच व्यूह रचून त्याच्यावर आक्रमण केले. त्यामुळे त्याची फसवेगिरी चालली नाही.

डुकराला लागलेली पहिली गोळी धर्मप्रमुखाच्या बंदुकीतून निघाली होती. त्यामुळे त्यांच्या वाट्याला शिकारीचा अधिक भाग येणार होता. मागचा पाय आणि पृष्ठभागाचे ते अधिकारी होते. त्यामुळे पूजेचे वेगळे आयोजन करून देवाला नैवेद्य दाखवावा लागेल. ही एक सुदैवाची गोष्ट होती आणि यासाठी खर्च करण्यास कुणीच का कू करीत नव्हता. धर्मप्रमुखाला अशी संधी मिळाली. घामाघूम चेहऱ्याने ते लहान मुलांप्रमाणे हसले.

डुकराचे चारही पाय बांधून, त्यामध्ये बांबू घालून त्याला चार लोकांनी खांद्यावर उचलून आणले. हिरव्या बांबूचा मंडप घातला गेला. उद्या गावात जत्रेसारखा आनंद, उत्साह राहील. गावाची समृद्धी आणि येणाऱ्या वर्षाचा हाच शुभसंकेत आहे, असेच ते ऐकत आले होते.

❑❑❑

।। १६ ।।

आज पिडारीचा हात मागण्यासाठी पुंकुलम चक्रवर्ती करूमनच्या घरची मंडळी येणार होती. घर स्वच्छ करून सर्वांनी धुतलेले कपडे घातले. अशा एखाद्या विशेष प्रसंगीच ते घराची साफसफाई आणि आपल्यासाठी वेळ काढू शकत होते. मुलाकडची मंडळी आली. रस्त्यात सर्व शकुन शुभ होते. गावाच्या सीमेवरच कुमारिका पाण्यामध्ये भरलेल्या घागरी घेऊन येताना दिसल्या.

ओसरीत घोंगडं अंथरूण, पाहुण्यांना बसवून त्यांना तांब्यात पाणी देण्यात आले. जातिप्रथेप्रमाणे मुलीच्या घरात कउन्डन करैक्कारन बसले आहेत. मुलाकडची मंडळी आपल्या गावच्या कउन्डनची परवानगी घेऊन आले होते.

जेवण तयार होते. पाहुण्यांना चंदन लावून पाय धुण्यासाठी पाणी देण्यात आले. सर्वांना जेवण वाढण्यात आले. जेवणानंतर मुलाकडच्या मंडळींनी तेथे जळत असलेल्या दिव्याला नमस्कार केला. घोंगडीवर दोन्हीकडची मंडळी बसली. गावचे कउन्डर मुलाकडच्या मंडळीला विचारत होते, ''ते कोणत्या उद्देशाने येथे आले आहेत?'' कउन्डनच्या आवाजात विनय आणि अभिमान होता.

शेळीच्या दुधाच्या दह्याने न्हाऊन, केसांची जाड शेंडी बांधून, कातिनीच्या पायाप्रमाणे पसरलेली आणि पानाच्या पिंकने रंगलेली मिशी असलेला, धोतर न नेसता केवळ लंगोट बांधून त्यावर घोंगडं ओढून आलेला चेल्लन दीर्घ ढेकर देऊन म्हणाला, ''फूल आणि कन्या जेथे आहे, तेथे कन्या बघण्यास आलो आहोत.''

''माहीत कसं झालं?''

''दिव्याला नमस्कार करून... नंतर गल्ली ओलांडून, रथ असलेल्या चौकात बसून, मंदिरात पाहिलं, पसंत केली.''

''मुला-मुलीत आपआपासांत बोलणं-चालणं आहे काय?''

''हो, आहे.''

''हे पहिलं लग्न आहे काय?''

''नाही (दुसरं लग्न आहे), बीजवर आहे.''

आत हे संवाद ऐकत असलेली पिडारी आलेला मुलगा बीजवर असल्याचे ऐकताच आगीच्या उष्णतेने होरपळून वाकलेल्या पिकाप्रमाणे उदास झाली. ती तर एकपत्नीव्रत पतीची अपेक्षा करीत होती. तिचं मन मोहून टाकणारा, तिला आकर्षित करणारादेखील तसाच चारित्र्यसंपन्न असेल, असं तिला वाटलं होतं. तर मग एकाच पतीसोबत आयुष्य घालविण्याची तिची इच्छा पूर्ण होणार नाही? ते सर्व दिवास्वप्न होते काय?

शेंडीमध्ये डाव्या हाताच्या तर्जनीने केस खाजवून त्यातून ऊ काढून ती नखांनी मारून निराशेने आणि चिंतेने कउन्डनने विचारले, "या वयात दुसरं लग्न....?" आणि थोडं थांबून विचार करू लागले, या मुलीला आयुष्यभर न का असेना, पण पाच-दहा वर्षंतरी सोबत ठेवून तिचा सांभाळ करेल काय?"

मुलाकडच्या मंडळींना त्यांचा आशय समजला. त्यांच्या जातीत, सामाजिक नियमांत पती-पत्नी एकमेकांना सोडून आपल्या इच्छेने कुणासोबतही राहू शकतात; तरीदेखील मुलीच्या आई-वडिलांनी आपल्या मुलीसाठी शेवटपर्यंत प्रेमाने सांभाळणाऱ्या मुलाची अपेक्षा केली, तर ते स्वाभाविकच होते. असे शक्य नसेल, तर होणारा जावई कमीत कमी अयोग्य नाही, हे कउन्डन स्पष्ट करून घेऊ इच्छित होते.

त्याने तरुणपणी लग्न करून नंतर पत्नीला घटस्फोट दिलेला नाही; तर शेतात काम करण्यासाठी अठरा वर्षांच्या मुलीचे तीन वर्षांच्या मुलासोबत लग्न लावण्यात आले होते. पुंकुलम चक्रवर्ती करूमन तरुण होण्यापूर्वीच त्या मुलीने दुसऱ्या पुरुषासोबत लग्न केले होते. त्यामुळे त्यांना तीन मुली आणि एक मुलगा आहे. हा त्याचा गुन्हा नाही आणि तो आपल्याकडून मुलीला सुखी ठेवण्याचा पूर्ण प्रयत्न करेल. अशाप्रकारे मुलाकडच्या मंडळींनी मुलीकडच्या मंडळीला आश्वासन दिले.

हे ऐकून मुलीकडची मंडळी निश्चिंत झाली. पिडारीच्या आनंदाला सीमा उरली नाही. त्यांच्या बोलण्यावरून स्पष्ट झाले की, तिला जसा हवा होता तसाच तिचा पती असेल. मुलीकडच्यांनी आपली स्वीकृती संकेताने सांगितली. मुलाकडची मंडळी विचारले, " तुमची मुलगी छिद्र असलेल्या घागरीने हजार घागरी पाणी आणू शकेल काय?"

मुलीकडचे मोठ्या तावाने म्हणाले, "हजार काय, दोन हजार घागरी पाणी आणेल."

तेदेखील काय कमी होते? त्यांनी मुलाकडच्या मंडळीला विचारले, "तुमचा मुलगा शेळीच्या लेंडीपासून साठ हात दोरी तयार करू शकतो काय?"

मुलाकडचे आपल्या मुलाला काय असेच सोडतील? ते उत्साहाने म्हणाले, "साठ हात काय, हजार हात दोरी तयार करेल."

"शेवटी मुलीला हुंड्यात काय देणार?" असे मुलाकडच्यांना विचारल्यावर उत्तर मिळाले, "सध्या तरी रीतीप्रमाणे साडेसोळा रुपयांसोबत पाचशे रुपये हुंड्यात देऊत."

मुलाकडच्या मंडळींनी पाचशे रुपये देणे, ही काही फार मोठी रक्कम नाही. आता तर मुलीचा माहेरी कोणताच अधिकार राहणार नाही. आई-वडिलांची आठवण आल्यावर ती एक-दोन दिवस माहेरी येऊन राहू शकते. पतीच्या घरी रात्रंदिवस बैलासारखी कष्ट करून त्यांच्या संपत्तीत वाढ करेल. म्हाताऱ्या सासू-सासऱ्यांची

दासी म्हणून सेवा करेल. मूल जन्मास घालून वंशवेल वाढवेल. सासरा आणि पतीच्या प्रत्येक गरजेकडे लक्ष देईल. त्यांना प्रसन्न ठेवेल. यापेक्षाही अधिक महत्त्वाचे म्हणजे मुलगी राजकुमारीसारखी सुंदर आहे. तिच्या योग्यतेप्रमाणे हुंडा मिळावा, अशी त्यांनी अपेक्षा केली. त्यांनी तसा संकेत दिला.

मुलाकडच्या मंडळींना मुलगी पसंत पडली. ती केवळ कष्टाळूच नाही, तर प्रत्येक कामात कुशल आहे. याव्यतिरिक्त तिचा आजपर्यंत परपुरुषाशी संबंध आलेला नाही. या गोष्टी त्यांनी इतर लोकांकडून ऐकून, माहीत करून घेतल्या होत्या, तरीदेखील संकेत करून सांगितलेली हुंड्याची रक्कम त्यांना थोडी अधिकच वाटली.

मुलाकडच्या मंडळींनी हुंडा देण्याच्या बाबतीत एक प्रश्न काढलाच. ते म्हणाले, "मुलीला आयुष्यभर जेवण कपडे देऊन सुखी ठेवायचे आहे ना? दहा दिवस ती आजारी पडली तर आईवडिलांप्रमाणे काळजी घ्यावी लागेल ना? तिच्या सुख-दु:खात सहभागी व्हायचे आहे ना? तिच्या अंतिम काळापर्यंत तेच तिचे आई-वडील राहतील ना? या सर्वांचा विचार केला तर ठीक राहील.''

शेवटी मुलाकडची मडळी हजार रुपये हुंडा देण्यास तयार झाली.

आता मुलीकडचेदेखील तयार झाले.

आता मुलीकडचे आपल्याकडून मुलगी देण्याचे पक्के करतील. या मुलाला मुलगी देत आहोत, ते मातीला स्पर्श करून शपथ घेतात. मातीच त्यांना अन्न देते. त्यामुळे तेच त्यांचं पहिलं दैवत आहे. जर त्यांची शपथ खोटी ठरली. तर त्यांचे जीवन बरबाद होईल, दारिद्र्य येईल. गावचे कउन्डर जेव्हा लग्नासाठी धान कुटून, लग्नाचे काम सुरू करण्याची परवानगी देतात, तेव्हा लग्न पक्के करण्यासाठी रीती -रिवाजाचे पालन होते आणि जेव्हा ते पुंकुलम चक्रवर्ती करूमनचे लग्न तिरूमनची मुलगी पिडारीसोबत मातीला साक्षी ठेवून ठरविण्यात आले आहे, असे म्हणताच लग्न पक्कं ठरतं.

चुलीजवळ बसलेली पिडारी तिच्या मनाप्रमाणे वर मिळाला म्हणून आनंदित होती; परंतु नवीन जबाबदाऱ्या सांभाळाव्या लागतील, या विचाराने ती थरथरली आणि तिच्या पापण्या पाणावल्या. एका मुलीचं मन समजणं कठीण आहे.

❏❏❏

|| १७ ||

वेल्लयनला पोलीसस्टेशनमध्ये बोलावण्यात आलं आहे. आज सकाळी दहा वाजता पोलीस स्टेशनमध्ये हजर राहावे लागेल.

सावकारी करणारा अजीससायबू आणि त्यांच्या गुंडाने त्याच्या पत्नीला जबरदस्तीने उचलून नेले आहे, अशी तक्रार वेल्लयनने सीरंगनच्या सल्ल्याने पोलीस स्टेशनमध्ये नोंदविली होती. ते तक्रारपत्र नोंदविण्यासाठी पोलीसस्टेशनच्या क्लार्कने त्याच्याकडून पंचवीस रुपये लुबाडले होते. त्या पंचवीस रुपयाने त्याचा उद्धार होईल, या विचाराने तो अशिक्षित जीव मनातल्या मनात खूश झाला. पोलीस स्टेशनमध्ये बोलाविल्यानंतर तर तो आणखीच खूश झाला. त्याने केलेल्या तक्रारीने योग्य ठिकाणी काम केले आहे; परंतु गोष्ट एवढ्यावरच थांबली नाही, तर त्यानेही पंचवीस रुपये दिले आहेत.

लवकर निघायचे आहे. सीरंगनलादेखील सोबत घ्यायचे आहे! त्याच्या सल्ल्यामुळेच तर सर्व होत आहे!! त्यामुळे थोडं बहुत लिहिता-वाचता यायला हवं. जर सीरंगन नसता, तर अशा प्रकारचा सल्ला आणि मार्गदर्शन आणखी कुणी दिलं असतं? डोळे असूनदेखील अंधारात भटकल्यासारखे सर्व अंगठा छाप आहेत.

वेल्लयन आणि सीरंगन पोलीसस्टेशनकडे निघाले. सीरंगनच्या युक्तीचे फळ हातोहात मिळत होते. सीरंगनची तारीफ करण्यात त्याला अभिमान वाटत होता. "अशा गोष्टी तू कुठे शिकलास? एवढी हिंमत कुणी दिली? पर्वतावरील लोकांना असा एक विश्वासू माणूस न मिळाल्याने त्यांना कित्येक कष्ट झेलावे लागत आहेत. आजपर्यंत सावकाराशी वैर विकत घेऊन कुणीच पोलीसस्टेशनमध्ये तक्रार नोंदवली नव्हती. त्यांना एवढी समज कुठे आहे?" वेल्लयनचे बोलणे सुरू होते.

हे सर्व ऐकून सीरंगनला अपार आनंद झाला. श्रीलंकेच्या चहाच्या मळ्यात शिकलेल्या गोष्टी येथे किती उपयोगाच्या आहेत! तेथे हजार मजुरांमध्ये तोदेखील एक होता. तेथे मजूर आपली मजुरी वाढविण्यासाठी आणि दुसऱ्या अधिकारांसाठी संघर्ष करीत होते. मजुरांच्या सभेत नेता कुठलीही भीती न बाळगता मालकांची, मंत्र्यांची, अधिकाऱ्यांची आणि पोलिसांची निंदा करीत होता. सभेत असे सांगण्यात येत होते की, ते सर्व शोषक मजुरांचे वैरी आणि मालकांचे लाडके आहेत. अशा गोष्टी मजुरांमध्ये ऐक्य आणि विश्वास वाढविण्यास पूरक होत्या. तेथे सीरंगनला देखील विचार करण्यास प्रवृत्त केलं होतं. त्यामुळेच तर आज वेल्लयन त्याची एवढी स्तुती करीत होता.

वेल्लयन सीरंगनला म्हणाला, "भाऊ, पोलीसस्टेशनमध्ये पोलिसांनी जर काही उलटसुलट विचारलं, तर तू उत्तर दे. मला काहीच माहीत नाही." त्याच्या आवाजात भीतीसोबत सीरंगनच्या योग्यतेचा अभिमानदेखील होता.

सीरंगन म्हणाला, "चहाच्या बागेत जेव्हा जेव्हा संप झाला, तेव्हा पोलिसांशी सामना करावा लागला आहे. त्याला कुठल्याच गोष्टीची भीती नाही; परंतु तेथील

स्थिती आणि येथील स्थितीत फरक आहे. येथे लोकांमध्ये ऐक्य नाही. हेच सर्व त्रासाचं कारण आहे.''

''आंधळ्या व्यक्तीला आंधळा मार्ग दाखवू शकतो काय? मार्ग जाणणारा जरी असला, तरीदेखील तो आमचे पैसे लुबाडून दलाल होतो,'' असे म्हणत वेल्लयनने नाक साफ केले आणि डाव्या हाताची करंगळी कानात घालून खाजवीत तो म्हणाला, ''माहीत नाही, या सर्वांपासून आम्हाला कधी मुक्ती मिळेल?''

''सर्व आपल्या हातात आहे. आपणहून कुणाला काहीच मिळणार नाही. ज्यांना जीवनात सर्व सुख मिळाले आहे, ते दु:खी लोकांना मदत करणार नाहीत. जे त्रासात आहेत, त्यांना आधी त्या त्रासाचे कारण समजायला हवे. सर्व संकटांचे कारण आपल्या नशिबावर थोपवून ते चूप बसतात. देवाने आमच्या नशिबात हेच लिहिले आहे, असाच विचार करून सर्व अत्याचार चुपचाप सहन करतात. आधी या गोष्टी समजून घ्यायला हव्यात. जे शिकले-सवरले नाहीत, ते जीवनातील अनुभवांनीच हे समजू शकतील.'' बोलता बोलता सीरंगनने वेल्लयनकडे पाहिले. तो सीरंगनच्या बोलण्याशी आपला काहीच संबंध नाही, या निर्विकार भावाने आकाशाकडे पाहत काहीतरी विचार करीत चालला होता. त्याच्या खांद्यावर हात ठेवून सीरंगनने विचारले, ''माझं बोलणं तुला समजत आहे काय?''

वेल्लयन निष्कपट हसत म्हणाला, ''सिलोनच्या चहाच्या मळ्यात शिकलेल्या गोष्टी कोल्लीमल्लैमध्ये उपयोगी पडतील काय? आमच्या पूर्वजांनी काहीच त्रास सहन केला नाही काय? त्यापेक्षा अधिक कोणते संकट आमच्यावर आले आहे?''

अशा प्रकारचे निराशेचे उत्तर ऐकून सीरंगनला आश्चर्य वाटले नाही; परंतु या उत्तराने त्याला गांभीर्याने विचार करण्यास भाग पाडले.

माणसाचे जीवन लोखंडाच्या तुकड्याप्रमाणे आहे. जीवनसंघर्षातून मिळालेले अनुभव, योग्य मार्गदर्शनाच्या अग्नीत विरघळून नवीन जीवनाचे स्वरूप घेते. हा अग्नी त्यांना अद्याप मिळालेला नाही. या अग्नीची गरज आहे. नवीन स्वरूपाला जन्म घ्यायचा आहे.

दोघेही पोलीसचौकीत पोहोचले. कुणाचीही भानगड असो, त्या भानगडीशी संबंधित व्यक्तीसोबत गावच्या प्रमुखांची एक मोठी टोळी तेथे नक्कीच जाते. लागलेल्या निर्णयाप्रमाणे आकारलेल्या दंडाची रक्कम कमी करण्यास ते सांगतात; परंतु ते न्याय-अन्यायासंबंधी बोलत नाहीत; कारण यासाठी दंडाची रक्कम भरण्यासोबत त्याला आलेल्या सर्व लोकांना पोटभर जेवणदेखील द्यावे लागेल, अशी सामूहिक व्यवस्था आहे.

परंतु आज सर्व उलट होत आहे. वेल्लयनसोबत गावच्या प्रमुखांची टोळी

नाही, तर श्रीलंकेचा केवळ एक शरणार्थी त्याच्यासोबत जात आहे. सावकाराच्या भानगडीसंबंधी तक्रार असल्यामुळे सर्व मागे राहिले असतील का? कदाचित या बाबतीत गावकऱ्यांना उगीचच का ओढायचं असा वेल्लयनने विचार केला असावा. जर बोलावूनदेखील गावची प्रमुख मंडळी आली नसती तर नंतर अशा सामाजिक प्रश्नांच्या बाबतीत चिंता निर्माण होईल. कदाचित हाच विचार करून वेल्लयन चूप बसला. पोलीसचौकीच्या इतिहासात ही अगदीच नवीन गोष्ट होती. त्या दोघांना पाहून पोलिसांना आश्चर्य वाटले.

पोलीस चौकी पश्चिमेकडे होती. चौकीच्या बाजूने जाणाऱ्यांवर लक्ष ठेवण्यासारखी एक जागा होती; जेथे सबइन्स्पेक्टर बसत होता. सबइन्स्पेक्टर आपल्या आसनावर बसले होते. लाल डोळे मुंगी चावल्याने सुजल्याप्रमाणे, खाली झुकलेल्या पापण्या, दाट मिशा, निस्तेज हाडकुळा चेहरा, शरीर हाडकुळं असूनदेखील समोर ताणलेली रूंद छाती, फेफरे आलेल्या रोग्याप्रमाणे प्रत्येकवेळी ओठ ताणण्याची आणि जवळ घेण्याची सवय, जणू हाडाच्या सापळ्याला पोलिसाचा गणवेश घातला असावा. चपटा चेहरा आणि शेळीसारखं डोकं असलेले दोन पोलीस वाकून सबइन्स्पेक्टरचे बोलणे ऐकत होते. त्यांच्या डाव्या बाजूला दक्षिणकडे तोंड करून एक माणूस बसला होता. तो शरीराने हत्तीसारखा जाड होता. त्याने ढिलाढाला पायजमा आणि पूर्ण बाहीचा, चंदनाच्या रंगासारखा सदरा आणि विणलेली जाळीची टोपी घातली होती. व्यवस्थित कापलेली छोटीशी दाढी-मिशी नव्हती. त्याचे डोळे भुकेल्या कोल्ह्याप्रमाणे होते. प्रत्येकवेळी जीभ आत-बाहेर करण्याची सवय, त्याला पाहताच तो कर्ज देणारा सावकार अजीस सायबूच आहे, हे वेल्लयनने ओळखले.

सायबू मोठ्या अभिमानाने सबइन्स्पेक्टरच्या बरोबरीनेच पायावर पाय ठेवून बसला होता. त्याला पाहताच वेल्लयनला घाम सुटला. ज्याच्या विरोधात तक्रार केली तोच न्यायाधीश झाला होता. वेल्लयनला वाटले, त्याचा आवाज कुणाच्या कानात शिरेल काय? त्याचं सांगणं कुणी ऐकेल का? तो विचार करू लागला. याचं फळ उलट त्यालाच भोगावं लागेल. मी तर पर्वतवासीयांची परंपरा तोडून सीरंगनचे ऐकून एक संकट विकत घेतलं. येताना जेवढी दृढता आणि साहस होतं, ते सर्व लोण्याप्रमाणे विरघळू लागले. ठीक आहे, जर नशिबात हेच लिहिले आहे, तर कुठेही असलो तरी हेच होणार. जे व्हायचं आहे, तेच होईल, असा विचार करून तो निश्चिंत झाला.

ते दोघे सबइन्स्पेक्टरसमोर उभे राहिले. वेल्लयन सबइन्स्पेक्टरच्या पायावर साष्टांग नमस्कार घालून म्हणाला, ''स्वामी, क्षमा करा.'' हीच त्यांची परंपरा आहे. अशाचप्रकारे ते अधिकाऱ्यांसंबंधी आपला आदर प्रगट करतात.

डोक्याचं धोतर सोडून ते कमरेला खोचून दोन्ही हाताची घडी करून, हात काखेत दाबून तो दुष्ट, रानटी, मोकाट कुत्र्यांनी घेरलेल्या नवख्या कुत्र्याप्रमाणे भयभीत होऊन सर्वांग एकवटून दीनतेने उभा होता.

''तुझं नाव वेल्लयन आहे का?''

त्या आवाजात दुष्टता, कठोरता आणि अधिकाराची स्पष्ट झलक होती.

''हो, स्वामी.'' त्याचे डोळे ओले झाले. घसा सुकू लागला.

''हा कोण आहे?'' सीरंगनकडे बोट दाखवून सबइन्स्पेक्टरने विचारले.

''सिलोनवरून आले आहेत. माझे नातलग आहेत.''

''म....'' ओठाने तोंड बंद करून नंतर सायबूकडे इशारा करून विचारले, ''याला ओळखतोस?''

''ओळखतो जी'' त्याने डोकं हलवलं. भीतीने बेशुद्ध पडून कदाचित डोकं खांद्यावर पडेल अशाप्रकारे त्याचं डोकं हलत होतं.

''तुझ्या बायकोला यांनी उचलून नेलं, अशीच तू तक्रार केली आहे ना?''

तो 'हो' ही करू शकला नाही आणि 'ना' ही करू शकला नाही.

सीरंगनच्या सांगण्यावरून वेल्लयनने तक्रार तर नोंदविली; परंतु त्या भागात अशी घटना आजपर्यंत घडली नव्हती. एवढी हिम्मत कुणामध्येच नव्हती. कुणी जर सावकाराकडून कर्ज घेतलेच, तर त्याचे संपूर्ण कुटुंबच सावकाराचे बंधक होते. हा एक अलिखित नियम आहे. या नियमाचे उल्लंघन करण्याची हिम्मत कुणालाच नाही. जर हिम्मत केलीच, तर आपल्या विनाशास कारणीभूत तो स्वत:च होईल; परंतु हा माणूस एका परक्या माणसाच्या मार्गदर्शनाने विषाची परीक्षा करीत आहे. आपले साहस, शक्ती, बुद्धी आणि आत्मविश्वासाच्या हिम्मतीवर तो इथपर्यंत आला आहे. जर तो आपल्या शक्तिसामर्थ्याच्या जोरावर येथे आला असता, तर आपल्या पौरुषत्वाने येणाऱ्या संकटाचा सामना आत्मप्रतिष्ठेसहित करू शकला असता. सीरंगनच्या सल्ल्यामुळे मिळणाऱ्या फळाचा अग्निपरीक्षेसारख्या आव्हानाच्या बाबतीत त्याने विचार केला नव्हता. सबइन्स्पेक्टरचा प्रश्न आणि आपण केलेल्या तक्रारीमुळे क्रोधित झालेल्या त्या व्यक्तीचा अहंकार पाहून वेल्लयन मनातल्या मनात घाबरून थरथरू लागला.

सबइन्स्पेक्टरने समोरच्या मिशीचे केस जिभेने चाटून, भुवया आकसून, त्याच्याकडे रागाने बघत, त्याची गम्मत करीत खोडसाळपणे विचारले, ''काय कलंदरजी, तुम्ही गप्प का आहात?''

न्याय मिळण्याची जी थोडीबहुत आशा होती, तीदेखील या विद्रूप हास्यविनोदाने निराशेत बदलली. पूर्ण शुद्धीवर राहून त्याने तक्रार नोंदविली आहे की सीरंगनच्या

सल्ल्याने तक्रार नोंदविली आहे. तो काय उत्तर देईल? त्याचं मन द्विधा मन:स्थितीत होतं आणि कोणताच विचार स्पष्ट नव्हता.

"सुक्रन पल्लन घेऊन गेला..." त्याचं बोलणं संपण्यापूर्वीच... जणू पैशांसाठी साक्ष दिली गेली असावी, अशा खोट्या रागाने सबइन्स्पेक्टर म्हणाला, "काय रे! तुझ्या डोळ्यांदेखतच सावकार सायबू तुझ्या बायकोला उचलून घेऊन गेला, अशी तक्रार करून आता खोटं बोलतो आहेस? आता हे सिद्ध करावे लागेल. नसता हाडं-बरगड्या तोडून ठेवेन."

काखेत लपलेले त्याचे हात थरथरू लागले. बोटांची मूठ आवळून त्याने आपली भीती कमी करण्याचा विचार केला. त्याचा तळहात आणि काखेतून घामाचे थेंब टपकू लागले. पायाजवळची जमीन घामाने भिजली होती. सबइन्स्पेक्टरचे ओरडणे, रागावणे व मौन राहणे याला अनुसरून त्याच्या हाताची थरथर कमी-अधिक होत होती. त्याच्या हाताच्या कंपनावरून त्याच्या मनाची स्थिती स्पष्ट दिसत होती.

घामाच्या धारा आणि त्याचा थरकाप यावरून त्याच्यावर आरोप लावले जात असल्याचे स्पष्ट होत होते आणि तो त्या दोषारोपणाचे खंडन करण्याचा प्रयत्न करीत होता.

त्याचा भित्रेपणा आणि त्याच्यात धैर्य नसलेले पाहून इन्स्पेक्टर आपली खुर्ची उचलून ती दूर फेकून उभे राहिले. देणाऱ्याला जे द्यायचं आहे ते दिल्याने आंधळीदेखील घागर उचलून पाणी भरेल. ही गोष्ट आणि त्यांचा रुबाबदार दरारा बसणारी वागणूक ही संबंधित व्यक्तीचे मनोबल तोडत होती.

हे सर्व पाहून सीरंगनचा अंतरात्मा रडू लागला. त्याला वाटले, माझ्यामुळेच वेल्लयन अशा जाळ्यात फसला आहे. माझा सल्ला मानूनच त्याने सावकार सायबूच्या बाबतीत तक्रार नोंदविली होती. त्याने काही वेगळाच विचार केला होता आणि झाले काही वेगळेच. ज्याला चौकशी करायची आहे, तो ताडाचा कच्चा गूळ देणाऱ्याची प्रामाणिक कुत्र्याप्रमाणे खुशामत करतो आहे. इन्स्पेक्टरला आकर्षित करण्याची शक्ती या (वेल्लयन) गरिबाजवळ नाही. त्यामुळे त्याला न्याय कुठे मिळणार आहे? अधिकाऱ्याच्या इच्छेच्या विश्वासावरच त्याने तक्रार करण्याचा सल्ला दिला होता; परंतु येथे तर मन:शक्तीचे शुद्धीकरणदेखील पैशाने होत आहे. एका अशिक्षित, अडाणी माणसाला त्याच्यामुळे त्रास सोसावा लागत आहे, हे पाहून तो फार दु:खी झाला. जेव्हा तो चहाच्या बागेत काम करीत होता, तेव्हा अधिकारी वर्ग आणि मालकांसोबत संघर्ष करून संपात सामील झाला होता. त्यावेळी त्याला आलेल्या अनुभवांच्या बाबतीत त्याने क्षणभर विचार केला. त्याचं संपूर्ण शरीर थरथरलं. न्यायासाठी संघर्ष करताना दु:ख आणि वेदना सहन करून

त्याची विचारधारा प्रगल्भ झाली होती. त्याच्यामागे लोकांमध्ये जागृती करण्यासाठी आवाहनाचे आंदोलन होते. आज न्याय मिळण्याच्या आशेने तो एकटाच संघर्ष करीत होता. निराश होऊनदेखील तो त्याच निश्चयाने एकटाच झगडत राहिला.

किती का त्रास सहन करावा लागेना, परंतु आपल्या विश्वासावर आलेल्या वेल्लयनचे रक्षण करण्याचा निश्चय करून तो म्हणाला, ''सर, मीच त्याला हा मार्ग सांगितला. तो तर निर्दोष आहे.''

अधिकाऱ्याने पुन्हा आपल्या खुर्चीवर बसून त्याला पायापासून डोक्यापर्यंत निरखून पाहिले. ते त्याचा अंदाज घेण्यासाठी विचारू लागले, ''तुला या पर्वतावरील संस्कार, संस्कृतीची माहिती आहे काय?'' लगेचच आपला शांत स्वर चढवून ते म्हणाले, ''तू उगीचच या कटकटीत पाय अडकवत आहेस. तुला हे फार महागात पडेल, माहीत आहे?'' नंतर आपण केलेल्या व्यवहारासाठी सावकाराची स्वीकृती मिळावी म्हणून ते त्यांच्याकडे पाहून हसले. सावकारदेखील स्वीकृती देण्यासाठी ओठ न उघडताच हसला.

सामान्य माणसाप्रमाणे पोलिसांच्या सापळ्यात फसल्यामुळे सीरंगनदेखील घाबरला. उकळत्या पाण्याप्रमाणे संपूर्ण शरीर घामाने ओलेचिंब झाले होते. हाताने चेहरा पुसून तो म्हणाला, ''सरकार, या पर्वतावर आल्यापासून थोडं माहीत झालं आहे, जी.''

सबइन्स्पेक्टर म्हणाला, ''असे म्हणतात की... वेश्या नसलेला देश विधवा नसलेली भूमी असते. हे तुला माहीत आहे काय?''

सीरंगनला त्याचा अर्थ कळला नाही. चिंतेने आणि घाबरून तो म्हणाला, ''नाही माहीत, साहेब.''

आरामात खुर्चीवरून उठून, पोटावरचा बेल्ट ठीक करून ते सीरंगनजवळ आले आणि म्हणाले, ''येथे कुणीच सती-साध्वी नाही. त्यामुळे त्यांना वेश्या म्हणणारा कुणी नाही. एक स्त्री कितीही पुरुषांसोबत लग्न करू शकते. त्यामुळे कोणत्याही स्त्रीला विधवा म्हणू शकत नाही, समजलास?'' आणि आपल्या बोलण्याची प्रतिक्रिया जाणण्यासाठी ते त्याला निरखून पाहून पुढे म्हणाले, ''त्यामुळे कर्जाच्या बदल्यात त्याच्या बायकोला घेऊन जाणे कोणताही गुन्हा नाही. जर ते चुकीचे वाटले, तर तेव्हाच त्याला अडवायचे होते. गावातील लोकांना एकत्र करायचे होते, समजलास?'' आणि अचानक त्याच्या गालावर आपल्या हाताने थप्पड मारू लागले.

कुणी सामान्य माणूस असता, तर तो अशा जोरदार माराने रडू लागला असता किंवा त्याचे पाय पकडून गयावया करू लागला असता; परंतु त्याने दात आणि हिरड्या एवढ्या गच्च बंद केल्या होत्या की, दाढा अडकल्यासारख्या वाटत

होत्या. आपल्यावर पडणाऱ्या माराकडे दुर्लक्ष करून तो चुपचाप कुठे तरी टक लावून पाहत होता. त्याच्या या वागणुकीमुळे पोलीस अधिकारी थक्क झाले. तरीदेखील त्यांनी अशा अनेक लोकांना पाहिलं आहे! अनेकांची विचारसरणी ओळखली आहे. एका निर्णयावर येऊन ते म्हणाले, ''अरे जा, पळ! हा पहिला आणि शेवटचा धडा समज.'' आणि त्याच्या डोक्याच्या मागच्या बाजूस एक जोरदार हात मारून त्याला बाहेर ढकलून दिलं.

सारखा मार खाल्ल्याने डोकं गरगरून, बेशुद्धीच्या अवस्थेत बाहेर येऊन सीरंगन एका झाडाच्या सावलीत पहुडला. त्याचं मन वेदनांनी आणि दुःखाने तडफडत होतं. त्या अजाण, अडाणी माणसाचं काय होणार? कुणास ठाऊक, त्याला कसाकसा त्रास देतील? बिचारा कच्चं-पक्कं खाऊन कसा तरी दिवस घालवीत होता. मीच त्याला या स्थितीत आणून सोडलं. आधीच त्याची कौटुंबिक स्थिती चांगली नाही.

तो स्वतःशीच बडबडत होता. मी फार मूर्खपणा केला. सिलोनच्या बागा आणि कौल्लीमलै-दोन्हीला सारखे समजलो.

पोलीसस्टेशनमध्ये शिव्यांचा वर्षाव होत होता आणि डफ डफ डफली वाजत होती. एका भरकटलेल्या, अनाथ, दिशाहीन लहान मुलाप्रमाणे वेल्लयन आक्रोश करीत होता. गुडघे आणि तळहात फुग्याप्रमाणे सुजले होते. गालावर बोटांच्या खुणा होत्या. पाठीवर जाड काठीने मारल्याचे वळ होते. लंगोट ओली झाली होती आणि हा ओलावा जमिनीवर येऊन पसरला होता.

मार खाणाऱ्यापेक्षा मारणाराच अधिक थकला आणि खुर्चीवर जाऊन पडला. तो हातपाय पसरून म्हणाला, ''बाप रे, एक एकर जमीन नांगरूनदेखील एवढा थकवा जाणवत नाही.'' आणि सायबूकडे पाहून हसला.

त्या हसण्यात धूर्तपणा आणि हाव होती. वेल्लयन पोलीस अधिकाऱ्याच्या पायावर पडून गयावया करू लागला, ''चूक झाली मालक! आता असं काम करणार नाही.'' तो आक्रोश करीत करीत दुःखाने रडू लागला.

शांत, सौम्य मुद्रेने पोलीस अधिकारी म्हणाले, ''काय रे, भीकमाग्या कुत्र्या! तुम्ही जेव्हा भुकेने, तहानेने मरता, तेव्हा सायबू शंभर-पन्नास रुपये देऊन तुमची मदत करतात. तुमच्या वाईट दिवसांत तुमच्या मायबापाप्रमाणे तुमचा सांभाळ करतात. त्या उपकाराचा हाच बदला चुकवता का? माझ्या पाया का पडता? जा, त्यांचे पाय पकडा; तेव्हाच तुम्ही केलेले पार दूर होईल.'' त्यांनी समोर बसलेल्या सायबूकडे इशारा केला.

नाइलाजाने सायबूचे पाय पकडून वेल्लयनने क्षमा मागितली. ''चूक झाली,

क्षमा करा.'' चोच मारून मारून घायाळ झालेल्या कोंबडीच्या पिल्लाप्रमाणे वेल्लयन शक्तिपात झाल्यासारखा पडला होता.

आतापर्यंत सर्व घटना चुपचाप पाहून रागात बसलेले सावकार सायबू शांत स्वरात गोंधळून न जाता म्हणाले, ''आता बोलून काय फायदा? चूक झाली आहे. त्याची नुकसानभरपाई म्हणून साहेबाला जे द्यायचे आहे, ते देऊन टाक.. आणि चांगल्या मुलाप्रमाणे राहायला शिक.''

आता तो कोणता विरोध करू शकेल काय? त्याने या लोकांचे म्हणणे कधी टाळले आहे? कधी कुणी त्यांची तक्रार ऐकली आहे? किंवा त्यांच्या मागण्यांचा विचार केला आहे?

त्याने त्यांची दोनशे रुपये दंड देण्याची मागणी मान्य केली; परंतु पैसे कुठून येतील? पुन्हा सायबूकडून कर्जाचा कागद लिहून घेऊन तो नेहमीसाठी त्यांचा कर्जदार झाला. पैसे घेऊन अधिकारी वेल्लयनला म्हणाला, ''तू त्यांचा कितीही अपमान कर. अडल्यावेळी सायबूने पुन्हा तुझी मदत केली आहे. आता आपल्या बुद्धीने काम करून चांगला माणूस हो.'' त्यांनी त्याच्या हातात पाच रुपये कोंबले आणि म्हणाले, ''जा, दुकानात जाऊन काही खावून आपला थकवा घालव.''

वेल्लयन पैसे घेऊन पुन्हा एकदा त्यांच्या पाया पडून बाहेर आला. त्यांनी पुन्हा पैशांची मागणी केल्यामुळे तो मार खाण्यापेक्षा अधिक दु:खी झाला.

निर्जीव प्रेताप्रमाणे तो चालत होता. त्याला पाहताच सीरंगनच्या डोळ्यांतून गंगा-यमुना वाहू लागल्या; परंतु वेल्लयनचे अश्रू सुकले होते. तरीदेखील त्याच्यावर नाराज न होता त्याच्याकडे उदास स्मित करून त्याने आपली सहानुभूती दाखविली.

सीरंगन त्याचे सांत्वन करू इच्छित होता. त्यामुळे आपले अश्रू पुसून म्हणाला, ''या अन्यायाच्या विरोधात काही करावे लागेल. आमचा जीव काही गुळासारखा गोड नाही. उद्या मी सेलमला जाऊन संघटनेच्या लोकांना भेटून येतो.''

सीरंगनचे बोलणे जणू त्याने ऐकलेच नाही. सर्व गोष्टींचा त्याग करून चालत राहणाऱ्या विद्वान माणसाप्रमाणे वेल्लयन पुढे चालत होता.

❑❑❑

।। १८ ।।

सीरंगन शहरात गेला. गल्लोगल्ली फिरून शेवटी संघटनेच्या कार्यालयात पोहोचला. कार्यालयाबाहेर श्रीलंकेच्या चहाच्या मळ्यांमध्ये पाहिलेला, ओळखीचा लाल झेंडा फडकत होता. जीवनात घोर संघर्ष करीत असताना आपल्यापासून दूर

गेलेल्या त्या लाल झेंड्याजवळ पुन्हा आपण आल्याचे पाहून तो मनातल्या मनात आनंदित आणि प्रसन्न झाला.

कार्यालयात प्रवेशद्वारासमोर भिंतीवर टांगलेली दोन छायाचित्रांत लाल रंगांच्या फुलांनी सजविलेली होती. एक चित्र तेल न लावलेले, रूक्ष केस आणि सिंहाच्या आयाळीप्रमाणे दाढी असलेल्या व्यक्तीचे होते आणि दुसरे चित्र छोटीशी टोकदार दाढी असलेल्या नेत्याचे होते. श्रीलंकेच्या मळ्यांमध्येदेखील त्याने हीच दोन चित्रं पाहिली आहेत. तो त्यांना ओळखतो. त्याच्यासारख्या दिशाहीन, अनाथ, गरिबांना, मजुरांना आणि संपूर्ण विश्वाला साहस आणि विश्वासाचा धडा शिकविणारे शिक्षक होते ते. ते दोघे मार्गदर्शक होते.

त्या खोलीत काही माणसं पुस्तकं आणि वर्तमानपत्रं वाचत होती. सीरंगन तेथे कधी गेला नव्हता. त्यांना पाहून सीरंगनने विचारले, ''तुमचे नेते कुठे आहेत? त्यांना भेटायचे आहे.''

वर्तमानपत्रातून लक्ष न काढता एक प्रौढ व्यक्ती म्हणाली, ''आत आहेत, जाऊन पहा...''

सीरंगन आत गेला. उंच मान, पहिलवानासारखी रुंद धिप्पाड, छाती, गोल फुगीर गाल, बारीक टोकदार मिशी, अध्येमध्ये पिकलेले केस, खादीचा सदरा आणि धोतर असे व्यक्तिमत्त्व असलेले एक सद्गृहस्थ टेबलासमोर बसून काही लिहीत होते. ते त्या संघटनेच्या संचालकांपैकी एक होते. त्याचं नाव होतं वेलुसामी.

थोडं थांबून त्याचं लक्ष वेधण्यासाठी सीरंगन खाकरला. त्याचा आवाज ऐकून डोकं वर करून, जुनी ओळख असल्याप्रमाणे सहजपणे त्याचे स्वागत करून ते म्हणाले, ''या, बसा.''

ही सभ्यता त्या संघटनेची पद्धत होती. अभावग्रस्त, पीडित हे सर्वच त्या संघटनेच्या लोकांना आपलेसे होते.

समोरच्या खुर्चीवर बसल्यानंतर आपण आल्याचे कारण सांगण्यास त्याला थोडा संकोच वाटला. त्याची चिंता आणि संकोच ओळखून वेलुसामी स्वत: म्हणाले, ''कॉम्रेड कुठून आलात? काही अडचण आहे काय?'' त्यांच्या आवाजात आत्मीयता होती.

हे ऐकल्यावर त्याची सर्व चिंताच दूर झाली. एका पित्याप्रमाणे ते वात्सल्य आणि सहानुभूतीने विचारीत आहेत. तो म्हणाला, ''मी सिलोनवरून आलेला एक शरणार्थी आहे. आता कोल्लीमलैला राहतो. शरणार्थ्यांना घर बांधण्यासाठी सरकार पैसे देत आहे. मला तुमची मदत हवी आहे.''

आपल्या मिशीवर बोटं फिरवीत काही वेळ विचार केल्यानंतर ते म्हणाले,

"तू कौल्लीमलैमध्ये राहतोस? सिलोनमधून बरेचसे लोक शरणार्थी होऊन आले असल्याचे ऐकले आहे. तुम्ही सर्व मिळून एका संघटनेची स्थापना का करीत नाही? असे केल्याने तुमचे प्रश्न नेहमीसाठी सोडविले जातील." असे सांगितल्यानंतर त्यांना शंका आली की, कदाचित सीरंगनला त्यांचे म्हणणे समजले नसावे. त्यामुळे त्यांनी पुन्हा विचारलं, "तू सिलोनच्या चहाच्या मळ्यांमध्ये काम केलंस काय?"

"हो."

"मजुरांच्या संघटनेत राहिलास?"

"हो साहेब, होतो. संपात भाग घेऊन तुरूंगातदेखील गेलो होतो."

जंगलातून जाताना तहानलेल्याला जसा पाण्याचा झरा दिसावा, त्याप्रमाणे ते आनंदाने म्हणाले, "मग काय? बिकट प्रश्न निर्माण होताच लोकांना एकत्र करायचं होतं."

"त्या बाबतीतच तुम्हाला विचारण्यासाठी आलो होतो. शरणार्थ्यांचे प्रश्न फारच सामान्य आहेत. पोलीस, वनविभागाचे अधिकारी आणि सावकार या पर्वतवासीयांचे प्रचंड शोषण करीत आहेत. हे फारच भयंकर आहे. सावकाराचा कर्जाचा हप्ता वेळेवर न भरल्यास त्याचे गुंड त्या बिचाऱ्याच्या बायकोला ओढून घेऊन जातात. जेव्हा तो कर्जाची संपूर्ण परतफेड करेल, तेव्हाच तो आपल्या बायकोला परत आणू शकतो. तोपर्यंत ती स्त्री त्यांची गुलाम राहील. अशाच एका घटनेसंबंधी तक्रार नोंदविण्यासाठी मी एका व्यक्तीला पोलीस ठाण्यात घेऊन गेलो होतो. सावकाराला आपल्याजवळ बसवून पोलीस सबइन्स्पेक्टर म्हणाला, 'एवढा प्रतिष्ठित माणूस तुझ्या बायकोला का बरं घेऊन जाईल?' असे म्हणून त्याने आम्हा दोघांना खूप मारले आणि पैसेदेखील बळकावले." असे म्हणून सीरंगनने त्यांना आपला सुजलेला गाल दाखविला.

दुःख आणि खेदाने त्यांनी विचारले, "तेथील लोक हे सर्व सहन करीत आहेत आणि चूप आहेत?"

सीरंगन दुःखी स्वरात म्हणाला, "त्यांना हिम्मत आणि विश्वास देण्यासाठी तेथे कुणी नाही."

एवढ्या मोठ्या देशात मोठमोठ्या समस्या सोडविण्यासाठी, संघर्ष करण्याची शक्ती अजूनपर्यंत संघटनेजवळ नाही, या विचाराने ते फार दुःखी झाले.

ही फार खेदाची गोष्ट आहे. या लोकांमध्ये अजून जागृती आली नाही. यांना स्वातंत्र्याच्या बाबतीत विचार करण्यालायक आम्ही केलं नाही, तर आमच्या संघर्षाचा काय उद्देश? अशाप्रकारे स्वतः आपल्या गुण दोषांचा विचार करीत त्यांनी सीरंगनचा हात पकडला.

ते म्हणाले, ''कॉम्रेड, आपल्याला या लोकांना लगेचच एकत्र करावे लागेल. आपली संघटना यासाठी आपलं सर्वस्व पणाला लावेल.''

हे ऐकून सीरंगनच्या भावना उंचबळून आल्या. त्याच्या निस्तेज डोळ्यांत उत्साहाची ज्योत चमकली. काही विचार करून त्याने विचारले, ''मला काय करावे लागेल?''

''या प्रश्नांच्या आणि समस्यांच्या आधारावर त्यांना एकत्र करावे लागेल. त्यांची एक संघटना करावी लागेल. जे काम सोन्याने करता येत नाही, ते काम संघाचे ऐक्य करून दाखवेल. राजकारणाचे ज्ञान आणि एखाद्या संघटनेचे पाठबळ सोबत नसेल, तर माणूस भित्राच राहील. तोच जर एखाद्या संघटनेसोबत असेल, तर तो वीर होतो. या समुदायाच्या प्रत्येक विकासासाठी संघर्ष करताना गरिबांची शक्ती आणि त्यांचा त्यागच आधी पुढे आला पाहिजे.''

कपाळावरचा घाम धोतराने पुसत वेलुसामी म्हणाले, ''या आठवड्यात या जिल्ह्यातील शेतकऱ्यांचे प्रश्न सरकारसमोर ठेवू. यासाठी नोटीस छापणे, मोठमोठ्या फळ्यांवर लिहिणे, मोर्चा काढणे आणि संघर्ष करणे इत्यादींच्या बाबतीत आम्ही निर्णय घेतला आहे. तुमच्यावर आणि तुमच्या मित्रावर पोलीसठाण्यात झालेल्या अमानुष अत्याचाराच्या बाबतीत आम्ही नोटीस आणि पत्रक छापू, पाट्यांवर लिहून ठेवूत. पर्वतवासीयांच्या प्रमुख समस्यांच्या समाधानाची गरज सरकारपर्यंत पोहचवूत.'' असे बोलून ते थोडं थांबले आणि सीरंगनकडे निरखून पाहिले. ते म्हणाले, ''पुढच्या आठवड्यात निघणाऱ्या मिरवणुकीत आणि संघर्षात भाग घेण्यासाठी जेवढे आणता येतील, तेवढ्या लोकांना घेऊन या.''

जसा लंगड्याला काठीचा आधार मिळावा, त्याप्रमाणे सीरंगनला आनंद झाला. माघ महिन्यातील धानाच्या पिकांप्रमाणे तो शांत, पण संयमाने आणि सावधपणे, ''आंदोलनाच्या दिवशी पर्वतवासीयांचे सहकार्य अवश्य मिळेल. मी नक्कीच राहीन,'' असे सांगून आनंदाने आणि उत्साहाने त्यांचा निरोप घेऊन तो परत निघाला.

❑❑❑

।। १९ ।।

नेहमीप्रमाणे सर्वांची गुरंढोरं चरण्यासाठी निघाली. ज्यांच्या शेतात गवत उगवत होतं, ते आपली गुरंढोरं तेथेच घेऊन जात होते; परंतु ज्यांच्या जमिनीत गवत उगवत नव्हते, ते आपली गुरंढोरं चारण्यासाठी जंगलाकडे घेऊन जात होते.

ते वनविभागाच्या अधिकाऱ्याला प्रती जनावराच्या हिशोबाने पैसे देत होते. कधी कधी अधिकाऱ्याची हाव वाढायची, तेव्हा ते आपल्या आवश्यकतेच्या पूर्ततेसाठी त्यांच्यावर दंड आकारून अधिक रक्कम वसूल करायचे.

त्या दिवशीदेखील सर्व गुरंढोरं गोठ्यातून सोडली होती. धर्मप्रमुख, पुजारी, आंडी, पेरियसामी, सडैयन, सीरंगन हे सर्व आपआपली गुरंढोरं हाकीत चालले होते.

उन्हाच्या उष्णतेपेक्षा थंडीचा गारवा अधिक सुखदायक वाटत होता. गुरांढोरांच्या गळ्यातील घंट्यांचा आवाज, त्यांच्या शरीरातून येणारा वास, जंगली फुलांचा सुगंध, या सर्वांचा एकत्रित वास सर्वांना बेभान करीत होता. पिच्चीट्टान पक्ष्याचा बारीक तीक्ष्ण आवाज आणि तोट्टरक्का पक्ष्याचा घंटीसारखा आवाज, वासरांचे लाडाने हंबरणे, गायींची आणि शेळ्यांची मायेची हाक, या अद्‌भुत वातावरणाचा अनुभव न करू शकणाऱ्या अरसिकांचा मानवी समूह जनावरांसोबत होता.

दूर खाकी कपड्यांनी सुसज्जित काही लोक दिसले; जणू कुणी तरी घशात सुई टोचली. या आकस्मित वेदनेने सर्व पर्वतवासी बेचैन झाले. त्यांच्यासमोर संकट उभं होतं. खाकी गणवेश धारण करणाऱ्यांनी जर एखादी गोष्ट ठरविली, तर त्यांची धडगत नव्हती. ही कित्येक वर्षांपासूनची अनुभवलेली परंपरा आहे. असे संकट ते कधी थांबवूही शकले नाहीत, ना दुसऱ्यांना दोष देऊ शकले.

काळे कुरळे केस, रूंद कपाळ, सडलेल्या अंड्याप्रमाणे लाल पाणीदार डोळे, फुलदाणीप्रमाणे मिशी आणि कनपटीजवळ विखुरलेले केस, निस्तेज चेहरा, धट्टाकट्टा शरीरयष्टीचा ठेंगणा रेंजर पुढे-पुढे येत होता. त्याच्या दोन्ही बाजूस आणि मागे वनविभागवाले आणि पहारा देणारे हे एखाद्या कुत्रीमागे धावणाऱ्या कुत्र्यांप्रमाणे येत होते. रेंजर ठेंगणा होता. त्याच्या वेगवान चालीच्या तुलनेत मागे येणारी त्याची फौज ही कोंबडा पकडणाऱ्या व्यक्तीसारखी थांबून-थांबून पुढे पळत होती.

गाई-शेळ्यांच्या कळपाजवळ येऊन तो आपल्या फौजेला म्हणाला, ''यांना चहूकडून घेरा.'' आणि नंतर जवळ असलेल्या झाडाच्या सावलीत पडलेल्या दगडावर जाऊन बसला. त्याची परवानगी न घेताच त्याच्या फौजेने या लोकांना म्हटले होते, ''साहेब बोलवत आहेत, त्यांना जाऊन भेटा.''

ते नेहमी छोटी-मोठी रक्कम घेऊन त्यांना जनावरे चारण्याची परवानगी देत होते. अशावेळी जनावरांच्या मालकांना 'साहेब बोलवीत आहेत,' असे सांगितल्याने जणू ते सर्व बधिर झाले. हे पाहून फौज म्हणाली, ''आम्ही काय करावे?'' ''तुम्ही सावध राहायला हवे होते. तुम्ही वेगवेगळे गेले असता, तर असं संकट आलं नसतं. संपूर्ण गाव जनावरांना चारण्यासाठी एकत्र घेऊन आला, त्यामुळे अशी परिस्थिती आली आहे.'' अशाप्रकारे सर्व दोष त्यांच्या माथी मारून आज्ञा केली,

''जा! जाऊन साहेबांचे हात-पाय पकडा,'' असे म्हणून ते एका बाजूस झाले; जणू त्यांचा या घटनेशी कसलाच संबंध नव्हता.

गुरांढोरांचे मालक रेंजरपुढे जाऊन उभे राहिले. आक्रमण करण्यासाठी तयार असलेल्या मोकाट सोडलेल्या बैलांसमोर उभे राहिल्याप्रमाणे ते भयभीत झाले होते. कुणास ठाऊक तो 'भला माणूस' कोणता दंड सांगेल! त्याचं म्हणणं दगडावरची रेघ होती. तोच न्यायालय आहे आणि तोच न्यायाधीशदेखील!

गुराढोरांचे मालक त्याच्यासमोर भीतीने आणि भक्तीने उभे होते. गुरा-ढोरांचा तो कळप आणि त्या उदासीन लोकांमध्ये कोणताच फरक नव्हता. केवळ या लोकांमध्ये विचार करण्याची थोडी ताकत होती. ज्याप्रमाणे जनावरांना पकडून त्यांना कोंडवाड्यात बंद केल्याने ते मुके प्राणी काहीच करू शकत नाहीत, त्याप्रमाणे या लोकांना कितीही मारून-झोडून त्रास दिला, तरीदेखील हे कोणत्याच प्रकारचा विरोध करणार नाहीत, विद्रोह करणार नाहीत.

हातात पकडलेली छडी फिरवीत रागाने रेंजर म्हणाला, ''काय हो, एवढे दिवस तर चोरीने जंगल नष्ट करीत होता. आता आमच्यादेखतच हा अन्याय सुरू केला. का बरं?''

हा प्रश्न त्या सर्वांना पाहून विचारला गेला होता; परंतु तोंड उघडून उत्तर देण्याची कुणाचीच हिम्मत झाली नाही. जर कुणी उत्तर दिले, तर त्याला मूर्ख आणि असभ्य समजून कदाचित दंड भरावा लागला असता. त्यामुळे ते गप्प बसले.

त्यांच्या गप्प बसण्याचे कारण रेंजरला माहीत असूनदेखील ते आपल्याला कारण माहीत असल्याचे जाणवू देऊ इच्छित नव्हते; कारण हा त्यांच्या प्रतिष्ठेचा, मान-मर्यादेचा प्रश्न होता. रेंजरने पुन्हा विचारले, ''अरे, गप्प का बसलात? अरे, धर्मप्रमुख! तू देखील असे काम करू लागलास?'' नंतर थोडं शांत होऊन म्हणाला, ''ये, बस'' आणि त्याने धर्मप्रमुखाला आपल्या पायाजवळ बसण्यास खुणावले. हा त्या जनजातीच्या प्रमुखाविषयी दाखविलेला सन्मान होता. त्याक्षणी त्या सन्मानाचा अधिकारी स्वत:ला त्या समूहाचा प्रतिष्ठित आणि अधिकाऱ्यांचा लाडका समजत होता. त्यालाच पुढे केले जात होते. त्याच्या या मन:स्थितीमुळे लोभी अधिकाऱ्यांचा स्वार्थ पूर्ण होत होता. त्यांनी मागितलेल्या वस्तू त्यांना मिळत होत्या. घाबरलेल्या धर्मप्रमुखाच्या चेहऱ्यावर थोडंसं अभिमानास्पद हसू आलं. मांडी घालून, दोन्ही हातांची घडी जांघेवर ठेवून, या अडाण्यांच्या अज्ञानासाठी क्षमा मागितल्याप्रमाणे ते म्हणाले, ''नकळत चूक झाली. क्षमा करा, मालक.''

खोटा राग दाखवत रेंजर म्हणाले, ''अशाप्रकारे जंगल नष्ट करीत आहात. मोठ्या अधिकाऱ्यांनी येऊन पाहिले, तर माझी नोकरी जाईल. हा अन्याय थांबविला

नाही, तर मला घरी बसावे लागेल. हे प्रकरण मी असेच सोडू शकत नाही.'' त्याच्या बोलण्यात तिळमात्र सत्य नव्हते, हे तो स्वत:देखील जाणत होता. गाई-शेळ्यांमुळे झाडं नष्ट होत नाहीत. जंगलातील छोटी-छोटी रोपटी आणि रानटी गवत व पालापाचोळाच नष्ट होतो. खरं तर हे आहे की, गाई-शेळ्यांच्या चरणामुळे झाडांच्या आसपास स्वच्छता होते आणि झाडांमध्ये अंतरदेखील कायम राहते, ज्यामुळे झाडांना हवा मिळते. हे सत्य कुणीच लपवू शकत नाही. हो, ते मौन राहू शकतात. जंगलात काय होत आहे, हे या पर्वतवासीयांपासून लपलेलं नाही. रातोरात जंगलातून लाकडाची तस्करी ट्रकद्वारे होत असते. दिवसा याच लोकांकडून ती लाकडं कापली जातात. जर या चोरट्यांना लाकडं कापण्यासाठी माणसं मिळाली नाहीत, तर वनविभागाचे लोक 'माणसं पकडून' आणून देतात. त्याशिवाय चंदनाचं लाकूड कापून घेऊन जाण्याची परवानगीदेखील ते देतात. या चोरट्यांकडून हजारो रुपये घेऊन जंगल नष्ट करण्यासाठी ते हिरवा झेंडा दाखवितात. स्वत:च वनसंपत्तीची लूट करून, चोहोंकडे लक्ष ठेवून वनरक्षण केल्याचे सोंग करतात आणि वर्तमानपत्रात बातमी देण्यासाठी या खेडुतांना बळीचा बकरा करतात. या गोष्टींचा विरोध करण्याची किंवा कोर्ट-कचेरीत जाण्याची हिम्मत या लोकांमध्ये नाही. अन्यायाचा विरोध करण्यासाठी या लोकांना साहसी बनण्याचे ना शिक्षण मिळाले आहे, ना यांच्यात राजकीय चेतना निर्माण झाली आहे. हे निर्दोष, शांतिप्रिय लोक आपल्या माथी अन्याय थोपल्यावरदेखील, अत्याचार झाल्यावरदेखील निष्क्रिय, भित्रेच राहतात.

याचे एक कारण त्यांची रूढिगत परंपरादेखील असू शकते. अंधविश्वास आणि चाली-रीतींचे मजबूत बंधन, हेदेखील एक कारण असू शकते. काही का असेना, त्यांना मूक प्राणी केलं गेलं आहे. लोभी लोकांच्या अतिभूकेचे ते घास झाले आहेत.

धर्मप्रमुख थोडे दूर जाऊन गुराढोरांच्या मालकांचा सल्ला घेऊ लागले. त्यांची प्रत्येक गोष्ट मान्य केली जाईल, हे त्यांना माहीत होते. पर्वतवासीयांचा बोलण्याचा संपूर्ण अधिकार धर्मप्रमुख आणि कउंडन यांच्याकडेच होता. हे दोघे प्रतिनिधी त्यांच्या आशा, आकांक्षा आणि मागण्या यांच्यातर्फे देवतेला समर्पित करीत होते. त्यांच्या चुकांसाठीदेखील एखादं प्रायश्चित्त शोधीत होते. त्याच्या चांगल्या-वाईट कार्यांवर विशेष लक्ष ठेवून शेवटचा निर्णय देणारेदेखील धर्मप्रमुख आणि कउंडनच होते. दंडदेखील तेच देत होते. या गोष्टी अधिकाऱ्यांना माहीत होत्या. कोणती का भानगड असेना, गावच्या प्रमुखाशिवाय त्यांचा निर्णय होत नाही. हे गावचे प्रमुख या अधिकाऱ्यांची खुशामत करतात. त्याचबरोबर या भोळ्या-भाबड्या लोकांची बाजू घेण्याचे सोंगदेखील रचतात.

धर्मप्रमुख पुन्हा रेंजरच्या पायाजवळ येऊन बसले. ते गंभीर होऊन खुशामत करीत म्हणाले, ''मालक, तुम्ही समजून-उमजून जे कराल ते योग्यच राहील. आम्ही तुमचं म्हणणं कधी टाळलं आहे का?''

''मीदेखील तुमच्यामुळेच गप्प आहे. नाही तर एवढ्या वेळात मी यांना ठाण्यात बंद केलं असतं. प्रत्येक बैलाचे वीस-वीस रुपये आणि प्रत्येक शेळीचे पाच-पाच रुपये याप्रमाणे हिशोब करून तूच वसूल करून दे.''

अधिकाऱ्याच्या बोलण्याने सर्व गोंधळून गेले; जणू कुणी तरी आतड्यात मिरचीची भुकटी घातली असावी. त्या आगीने होणाऱ्या वेदनेप्रमाणे ते दुःखी झालं. वरून तळपतं ऊन! त्यामुळे त्यांना जळत्या अग्निकुंडात बसल्यासारखे वाटले. त्यांना गयावया करता येते, ते हाता-पाया पडू शकतात. निर्दोष असूनदेखील गुन्हा स्वीकारता येतो. त्यासाठी क्षमादेखील मागता येते; परंतु त्यांना अन्यायाला अन्याय म्हणता येत नाही किंवा अन्यायाचा विरोध करता येत नाही. आजपर्यंत कुणी विरोध केला नाही.

अधिकाऱ्यासमोर थुंकणे असभ्य आहे. त्यामुळे आपल्या जवळच्या जमिनीवर लहानसा खड्डा करून त्यात तंबाखूची पिंक थुंकून त्यावर माती झाकून धर्मप्रमुख म्हणाले, ''मालक, दुष्काळ पडला आहे! पावसासाठी लोक व्याकूळ झाले आहेत. थोडी दया करा.''

आपल्या मिशीवर ताव देत समोर ठेवलेले दूध न पिणाऱ्या मांजरीप्रमाणे रेंजर म्हणाले, ''यापैकी एक पैसादेखील मी घेणार नाही. सर्व मोठ्या साहेबांसाठी आहे. त्यांचा खिसा नेहमी गरम ठेवल्याने तुम्ही केलेल्या अन्यायासाठी अत्याचार केल्याचा आरोप माझ्यावर येणार नाही. माझा तुमच्याशी रोजचा संबंध आहे. त्यामुळे पाहूनदेखील त्याकडे दुर्लक्ष करून मी चुपचाप निघून जातो. कधी-तरी मोठे साहेब येतील. ते कोणती ना कोणती चूक नक्कीच काढतील, तेव्हा त्यांचे तोंड बंद ठेवण्यासाठी हे पैसे उपयोगी पडतील.''

आपल्या बोलण्यावर त्यांचा विश्वास बसण्यासाठी ते पुन्हा म्हणाले, ''तुम्हाला वाटत असेल की, येथे तर वृक्षतोड करून ते ट्रकमधून बाहेर जात आहे. आम्ही तोडल्याने असं कोणतं मोठं नुकसान होणार आहे? याच गोष्टीच्या विचाराने आम्हाला वाईट वाटते; परंतु ते सर्व अन्याय वरच्या अधिकाऱ्यांच्या परवानगीने होतात. आम्ही त्यात हस्तक्षेप केला, तर नोकरीवरून काढण्यात येईल.''

अधिकाऱ्याचे बोलणे ऐकून कुणाच्याही तोंडातून सहानुभूतीचा एकही शब्द निघाला नाही. उलट त्यांच्या चेहऱ्यावर घृणा आणि दुःखाच्या रेषा उमटल्या. आपल्या जीवनातील अनुभवावरून कोण त्यांचं रक्त जळूप्रमाणे शोषित असतात,

हे त्यांना समजले होते. यांना नेहमीच खूश ठेवावे लागेल. अधिकारी आपल्या अधिकाराने खेडुतांवर दोष लावून आपले काम साध्य करीत होते. त्यामुळे त्यांचे खोटे शंकानिवारण ऐकून ते निश्चिंत राहिलेत. त्यांची तर केवळ एवढीच इच्छा होती की, त्यांच्यावर खोटे आरोप लावून, त्यांना त्रास देऊन, तुरुंगात पाठविण्यात येऊ नये.

आपल्या समूहाच्या भल्यासाठी धर्मप्रमुख म्हणाले, ''मालक, नकळत चूक झाली. आता दया करा, थोडे पैसे कमी करून, या गरिबांचा उद्धार करा!''

परंतु या लोकांपैकी काही लोक आपल्या शेतीतच आपली गुर-ढोरं चारीत होते. त्या सर्वांनादेखील या अपराधात हिस्सेदार व्हावे लागेल. त्यांची या अपराधापासून सुटका नाही.

शेवटी रेंजरने आपला निर्णय सांगितला, ते म्हणाले, ''धर्मप्रमुख आहात म्हणून तुमच्यासाठी दंडाची रक्कम कमी करतो. गाय-बैलांसाठी दहा-दहा रुपये आणि शेळ्यांसाठी पाच-पाच रुपये दंड भरा. नसता ठाण्यात यावं लागेल, समजलात?''

आता कोणताच उपाय उरला नव्हता. त्यामुळे त्या सर्वांतर्फे धर्मप्रमुखाने त्यांचे म्हणणे मान्य केले. एक आठवड्यात पैसे वसूल करून देण्याचे त्यांनी रेंजरला वचन दिले.

तेव्हा अचानक कुठून तरी एक आवाज आला. ''मी आपल्या शेळ्या सडैयनच्या शेताकडे हाकलत होतो. तुम्ही सार्वजनिक रस्त्यातच अडविले. तुम्ही आम्हाला जंगलात पकडलेले नाही. त्यामुळे मी दंड देऊ शकत नाही.'' त्या आवाजात गंभीरता असूनदेखील थोडीशी भीती आणि कंपन होते.

त्या आवाजाच्या दिशेने सर्वांनी पाहिले. तो सिलोनवरून आलेला शरणार्थी सीरंगन होता. त्याचं म्हणणं खरं होतं; परंतु सत्य आणि न्यायाचा स्वीकार अधिकारी करीत नाही. त्यामुळे हा विरोध केल्याने मिळणाऱ्या त्रासापेक्षा त्यांच्या इच्छेनुसार चूप बसणेच चांगले आहे. या परंपरागत शिकवणीमुळे त्या लोकांनी सीरंगनकडे सहानुभूतीने पाहिले. त्यांना वाटले, बिचाऱ्याला व्यवहार माहीत नाही, मूर्ख आहे.

कोल्लीमलैमध्ये न्यायासाठी उठलेला तो पहिला आवाज होता. तो काही चुकीचे म्हणाला नव्हता. ना उलट-सुलट चलाखी केली होती. 'तुम्ही जो म्हणत आहात, तो गुन्हा मी केलेला नाही.' त्या अधिकाऱ्याला जणू कुणीतरी गालावर जोरात थप्पड मारली असे वाटले. ते रागाने लाल झाले. भुवया ताणल्या गेल्या. अधिकाऱ्याला हे पहिले आव्हान होते. मनातील राग लाल करीत होता. ते आपल्या जागेवरून उठून सीरंगनजवळ येऊन म्हणाले, ''काय रे, मला अन्यायी म्हणतोस काय? या पर्वतावर तीन वर्षांपासून येत आहे. कुणीही माझ्या तोंडावर असं बोलला नाही.'' आणि

त्याच्या गालावर दोन थापडा मारून आपल्या टीमला म्हणाले, ''या गाई-बैलांना, शेळ्यांना आणि या पोरांना ओढत ठाण्यात घेऊन या.'' आज्ञा देऊन त्यांनी आपण अपराधी ठरविलेल्या त्या लोकांकडे असे पाहिले की, जणू ते किडे आहेत.

भीती आणि दु:खामुळे ते सर्व गप्प बसले. आम्ही सर्व दंड भरण्यास तयार आहोत, असे त्यांच्या चेहऱ्यावरून दिसत होते. सीरंगन मार खाऊन चुपचाप उभा होता. तो तर काय करू शकत होता? तो तर अनाथाप्रमाणे दुसरीकडून आला होता. कुणाचाच त्याच्याशी कोणताच संबंध नाही, असा विचार करून हे लोक त्याला वेगळे करू शकतात; परंतु सीरंगनने प्रतिज्ञा केली होती की, काहीही झाले, तरी तो शेवटपर्यंत स्वत:ला निर्दोष सिद्ध करण्याचा प्रयत्न करेल.

त्याचवेळी छोटी-छोटी लाकडं आणि काटक्यांचा बांधलेला भारा डोक्यावर घेऊन लहान-लहान मुलं आणि स्त्रिया जंगलातून येत होत्या. यामुळे अधिकाऱ्याला अधिकच बळ मिळालं. धर्मप्रमुखाकडे पाहून ते म्हणाले, ''या अप्रामाणिक पोराने आता-आत्ताच आम्हाला विचारले होते की, आम्ही त्यांना जंगलात पकडले होते का? बघा, हे लोक लाकडाचं ओझं घेऊन जंगलातून येत आहेत. पुराव्यासाठी एवढं पुरेसं आहे.'' नंतर रागाने कटू शब्दांत म्हणाले, ''याच्यासारखी शंभर पोरं जरी आली, तरी ते माझ्या केसाला धक्कादेखील लावू शकत नाहीत. यांना कसा धडा शिकवावा, मला माहीत आहे. अशा लोकांना डोक्यावर चढविलं, तर गावची मर्यादा बिघडेल, सांगून ठेवतो. धर्मप्रमुख, माझ्या बोलण्यावर थोडा विचार करून बघा.'' नंतर सीरंगनच्या न्यायसंगत तर्कामुळे कदाचित त्यांचे मन बदलेल. या भीतीने ते विषय बदलून इकडच्या-तिकडच्या बाता मारू लागले.

सीरंगनने अधिकाऱ्याला प्रश्न विचारल्यावर धर्मप्रमुख मनातल्या-मनात खूश झाले होते. कधी-कधी हे अधिकारी धर्मप्रमुखाची मिळकतदेखील लुबाडत होते. परंतु सीरंगनचे आव्हान उद्या त्यांच्याविरुद्ध देखील पलटू शकते, या विचाराने सीरंगनबद्दल असलेली क्षणभरची आत्मियता शत्रुत्वात बदलली.

अधिकाऱ्याला पाहून धर्मप्रमुख म्हणाले, ''एकाच्या चुकीसाठी सर्वांना शिक्षा? ज्या कुत्र्याने दंड भरण्यास नकार दिला आहे, त्याला घेऊन जाऊन नजरकैदेत बंद करावे.'' असे म्हणून त्यांनी रेंजरला इतर लोकांना परत पाठविण्याची विनंती केली.

अधिकारी थोडा वेळ अस्वस्थ नक्कीच झाले; परंतु अनुकूल स्थितीने त्यांना गंभीरपणे बोलण्यास भाग पाडले. ''छोटी-छोटी लाकडं आणि डहाळ्या वेचून आणणाऱ्या लहान मुलांचा दंड भरावा. आपल्यासमोर होणारा अन्याय पाहून चूप बसलो, तर शिस्त राहणार नाही. त्यांनी मुले आणि स्त्रियांवर दया करून सोडलंदेखील असतं; परंतु त्या उद्धट तरुणाच्या सुरीसारख्या जिभेमुळे सर्व खेळ किरकिरा झाला.

सर्वांना क्षमा केलीदेखील असती; परंतु आता असे करणे गावाच्या हिताचे होणार नाही. त्यामुळे ते असे करू शकत नाहीत.''

शेवटी कित्येक विनवण्या केल्यानंतर दरडोई ओझ्यासाठी पाच रुपये या हिशोबाने दंड आकारून ते वसूल करून संपूर्ण रक्कम आठवडाभरात आणून देण्याची आज्ञा रेंजरने केली. धर्मप्रमुखाने त्यांना होकार दिला. गावातील प्रत्येक चांगल्या-वाईट कार्याच्या वसुलीमध्ये धर्मप्रमुखाचादेखील वाटा असतो. तर मग यात त्यांचा वाटा नसणार का? नसता एवढे कठीण काम त्यांच्यावर सोपविले गेले नसते आणि त्यांनी एवढी जबाबदारीही स्वत:वर घेतली नसती.

सर्व बोलणे झाल्यावर अधिकाऱ्याने सीरंगच्या डोक्यावर दोन थापडा मारल्या आणि मोठ्या ऐटीत म्हणाले, ''चल रे, ठाण्यात,'' सीरंगनला चालताना पाहून सडैयन अधिकाऱ्याला म्हणाला, ''मलादेखील घेऊन चला. माझ्याजवळ पैसे नाहीत.''

सडैयन आपल्या शेतातच गुरढोरं चारीत होता, तरीदेखील त्याने हे सत्य सीरंगनप्रमाणे न्याय मागण्यासाठी त्यांच्यासमोर ठेवले नव्हते. त्याच्या कुटुंबावर आधीच कर्जाचं ओझ आहे आणि ते सावकाराच्या तावडीत अडकले आहेत. त्यामुळे आणखी कर्ज न घेता सजा भोगण्याचा निर्णय घेऊन तो साहसाने उभा होता. या परिवर्तनामुळे कारण आणि परिणाम न समजू शकल्याने असमर्थ अधिकारी अस्वस्थ होऊन नाराजीने म्हणाला, ''या, ज्यांना-ज्यांना दंड भरायचा नाही, त्या सर्वांनी पुढे यावे.'' पेरियसामीदेखील चुपचाप सडैयनशेजारी जाऊन उभा राहिला. त्याची स्थितीदेखील सडैयनसारखीच होती.

अधिकारी आश्चर्यचकित झाले. यांच्यात एवढे साहस कुठून आले? तरीदेखील मनातील गोंधळ लपवून ओरडले, ''आणखी कोण आहे रे...?''

त्या ओरड्यातील राग सहन न करू शकल्याने माणसांचा तो समूह जनावरांच्या कळपामध्ये मान खाली घालून, धूळ उडवत चुपचाप जात होता, तरीदेखील अचानक एक गडबड झाली. त्यांच्या रक्तात आवेश संचारला. हा एक नवीन अनुभव, नवीन शिकवण मिळाल्याप्रमाणे सर्वांना जाणवत होता.

❑❑❑

।।२०।।

सडैयन, सीरंगन आणि पेरियसामी या तिघांना ठाण्यात नेल्याची बातमी सर्वत्र अशी पसरली की, जणू डाळिंब फुटून त्याचा सुवास हवेत पसरावा. तिघांनीही रेंजरशी टक्कर घेतली होती. झगडले होते. आजपर्यंत कुणीही त्यांना

विरोध केला नव्हता. केस पोलिसांच्या हातात गेली तर फाशी होईल, अशाप्रकारे जेवढी तोंडं, तेवढ्या गोष्टी लोक बोलू लागले. कळीपासून फुलाची एक-एक पाकळी उमलल्याप्रमाणे कित्येक अफवा पसरल्या.

धर्मप्रमुख आणि काही लोकांना सोबत घेऊन तिरूमन पोलीस ठाण्यात गेला. सीरंगनला फार मारले होते, हे त्याला पाहूनच समजत होते. ओठ सुजले होते, गाल फुगले होते, गुडघे आणि पाठीवर फार मारल्यामुळे तो नीट उभा राहू शकत नव्हता. ज्याप्रमाणे कुत्रा सशाला बोचकारतो, तशीच त्याची अवस्था होती. विद्रोहाचा अंकुर मुळापासून उखडून टाकण्याच्या उद्देशाने त्याला काठीने मारले होते; परंतु सडैयन आणि पेरियसामी अशा घोर अन्यायापासून वाचले होते, तरीदेखील काठीच्या माराने त्यांची त्वचा कुठे-कुठे सोलली गेली होती.

सीरंगन आणि सडैयनला कोणत्याही परिस्थितीत सोडू नये, या उद्देशाने ते येताच त्यांची तक्रार नोंदविली गेली होती.

'ते दोघे जंगलात झाडं तोडीत होते. त्यांना प्रत्यक्ष पकडण्यासाठी रेंजर आणि काही कर्मचारी तेथे गेले. तेव्हा त्यांनी त्यांच्यावर कुदळीने वार केला; परंतु कर्मचाऱ्यांच्या प्रसंगावधानामुळे केवळ पहारेकऱ्याला मार लागला आणि हत्या होता-होता टळली.' अशा प्रकारची तक्रार नोंदविली गेली होती. पेरियसामीवर कोणताच आरोप लावला नाही. त्याला एक दोन दिवस ठाण्यात ठेवून, खूप त्रास देऊन परत पाठविण्याची त्यांची योजना होती.

कोणत्याही परिस्थितीत त्यांना सोडवू न शकल्यामुळे ते जमीन देऊन त्यांना सोडविण्याच्या बाबतीत विचार करू लागले; परंतु पोलिसांची अपेक्षित रक्कम ऐकूनच ते सर्व निराश झाले. तांब्याभर पाण्यात घागरभर पाणी टाकल्यानंतर ते उकळणे-न उकळणे सारखेच आहे. त्याप्रमाणे जे काही होईल त्याचा एकच परिणाम आहे, असा विचार करून त्यांना आश्वासन देऊन ते सर्व परत गेले.

या घटनेचा तिरूमनवर फार परिणाम झाला.

काय करणार? हे कारण मनात ठेवून तो शेती-वाडीचं काम न पाहता हातावर हात धरून बसू शकतो काय? त्याला फाशी होणार नाही. वर्ष-सहा महिने कैद होईल, असे ऐकले होते. जे नशिबात असेल तेच होईल, असा विचार करून त्याने आपल्या मनाचे सांत्वन केले.

कधी-कधी ब्रह्महत्येच्या अपराधाने जखडलेल्या अपराध्याप्रमाणे त्याची स्थिती पाहून तिरूमी अस्वस्थ व्हायची. त्याच्याप्रमाणेच ती देखील दु:ख गिळत होती. एकांतात, अंथरूणावर पडून मुलाच्या आठवणीने ती दु:खी होत होती; परंतु मुलगी आणि नवऱ्यापुढे मोठ्या धैर्याने हिंडत-फिरत होती. मुलासाठी वात्सल्य-सुख,

पतीचे दांपत्य-सुख, कुटुंबाची जबाबदारी, आठही प्रहर चिंता. कदाचित सर्वांची काळजी घेण्याची कला स्त्रियांच्या स्वभावातच असते.

बागेत निरूद्देश बसलेल्या तिरूमनचे लक्ष दुसरीकडे वळविण्याच्या उद्देशाने तिरूमीने विचारले, ''गाय खरीदण्यासाठी कर्ज देत आहोत, असे सांगून गेले होते? काय झाले?''

तोंडातील तंबाखूची पिंक थुंकून, वाळलेल्या बारीक काडीने दात कोरीत विसरलेली गोष्ट आठविण्याचा प्रयत्न करीत असल्याप्रमाणे तो काही वेळ त्या घटनेच्या ओझ्याने घाबरत होता आणि मनातल्या मनात त्या गोष्टींची पुनरावृत्ती करीत होता.

पर्वतवासीयांच्या फायद्यासाठी सरकार भरपूर दूध देणारी गाय कमी किमतीत देते, असे त्याने ऐकले होते. गाईच्या खरेदीसाठी दिल्या गेलेल्या एक हजार पाचशे रुपयांपैकी आदिवासी अर्धी रक्कम नगदी आणि अर्धी रक्कम हप्त्याने देऊ शकतात, अशी घोषणा झाली होती. ही सोय सर्वांना मिळणार नाही हे माहीत झाले होते. जनावरांचे डॉक्टर योग्य लोकांची निवड करतील.

तो जनावरांच्या डॉक्टरास भेटण्यास गेला. त्यांचे रागावणे आणि त्यांच्या उलट-सुलट प्रश्नाने तो घाबरला. उधार घेण्याचे त्याने मनातून काढून टाकले. हळूहळू अधिकाऱ्याचा राग थोडा कमी होऊन ते शांतपणे वागले.

सर्वांत आधी मुनिमांकडे जाऊन आपल्या जमीन-मालमत्तेची माहिती घेऊन सहकारी संस्थेचा सदस्य व्हावे लागेल. डॉक्टर निवडलेल्या लोकांची नावे त्यांच्याकडे पाठवतील. किमतीप्रमाणे अधिक दूध देणारी गाय पाहून त्यांना जर सांगितले, तर ते ती गाय खरेदी करून देतील; परंतु यावेळी असे होणार नाही. त्यांच्याजवळच्या गाई योग्य समजल्या गेल्या, तर त्यासाठी पैसे दिले जातील. त्याचे जे कायदे नियम आहेत, तेदेखील तिरूमनला सांगितले गेले.

कर्जाच्या रकमेतील एक तृतीयांश मुनीम आणि सहकारी संस्थेला, एक भाग त्याचा आणि उरलेला भाग त्यांच्या अधिकाऱ्यांना पोहचवावा लागेल. जो कर्ज घेऊ इच्छितो, त्याने आपली गाय आणून दाखवावी आणि उरलेली रक्कम सातशे पन्नास रुपये घेऊन जावे. रक्कम हप्त्याने परत करावी लागेल. याचा एक फायदा हा आहे की, ही रक्कम त्यांना चार टक्के व्याजाने मिळत होती. जर उधार घेणाऱ्याला आपली पूर्ण रक्कम हवी असेल, तर सपाट भूमीवर खाली भरलेल्या बाजारात घेऊन जाऊन हजार रुपयांची गाय हजार-पाचशे रुपयांच्या किमतीत ते स्वत: खरेदी करून देतील. अशावेळी कधी-कधी हातातला पैसा घालवून मरतुकडी गाय पदरात पडते. ते वेगळेच. या सर्व गोष्टी मान्य करणाऱ्याला उधारीच्या रक्कमेसाठी वशिला

लावला जाईल.

हे सर्व ऐकून तिरूमनला फार भीती वाटली. कुणास ठाऊक, तो कोण-कोणत्या संकटात अडकवेल. नंतर जे सर्वांचे होईल, तेच माझेदेखील होईल, असा विचार करून त्याने स्वाक्षरी केली. गाय मिळो किंवा न मिळो, कमीत-कमी कर्जाची रक्कम तर हातात येईल, या विचाराने तो निश्चिंत झाला.

❑❑❑

।।२१।।

जेव्हापासून सडैयन तुरुंगात गेला, तेव्हापासून पहाटे उठून जंगलातील खोलीत जाणे, हा तिरूमनचा दैनंदिन नियम झाला. सडैयन तुरुंगात जाण्यापूर्वी रोज रात्री झोपण्यासाठी म्हणून जंगलातील खोलीत जात होता. सकाळी उठून गोठा साफ करून, गाई-वासरांना चारा-पाणी देऊन त्यांची काळजी घेऊन नंतर घरी परतत होता. आता सडैयन नाही. त्यामुळे हे काम करण्याची जबाबदारी तिरूमनवर येऊन पडली.

नेहमीप्रमाणे तो त्या दिवशीदेखील सकाळी जंगलाकडे गेला. यंत्राप्रमाणे तो आपले रोजचे काम करू लागला. गोठ्यात लहान गाय चारही पाय पसरवून जमिनीवर पडून होती. कधी-कधी गायी गाढ झोपेत असताना अशा प्रकारे पाय पसरून झोपतात. ही त्याच्यासाठी सामान्य गोष्ट होती; परंतु त्या दिवशीची गोष्ट अशी नव्हती; तर गायीचे पोट फुगून जणू तिचे शरीर त्यात सामावले असावे. त्याने तिला थोपटून उठविण्याचा प्रयत्न केला. ती निर्जीव पडली होती. तिचे शिंग पकडून डोकं वर उचलून पाहिले. गायीत काहीच हालचाल दिसली नाही.

तिरूमनच्या शरीराला जणू विजेचा करंट लागला. पाय शक्तिहीन आणि लुळे पडले. पोटात जणू जळत्या फुलझडीचे पडणारे कण आग पसरवू लागले. त्या सकाळच्या थंडीतदेखील त्याचं शरीर तापू लागलं आणि घामदेखील सुटू लागला.

गाय मरून पडली होती. सरकारकडून कर्ज घेताना हीच गाय दाखविली होती. ती मेल्याने आणखी एका कर्जाच्या ओझ्याचा भार तिरूमनच्या जीवनावर पडेल. गायीचं डोकं मांडीवर ठेवून तो स्त्रियांप्रमाणे गळा फाडून रडू लागला.

गावात बातमी पसरली. तिरूमी मोकळ्या केसासहित छाती बडवत, रडत-ओरडत पळत आली. गायीच्या शरीरावर पडून रडू लागली. गरीब शेतकऱ्यांच्या घरात माणसाच्या मृत्यूपेक्षा जनावरांचा मृत्यू अधिक दुःखदायक असतो. त्यांच्या रोजच्या जीवनावर या मृत्यूचा परिणाम होतो. आसवांनी चिटकलेले विस्कटलेले केस, उदास चेहरा यामुळे तिरूमीला पाहून असे वाटत होते की, जणू कुणी

शापग्रस्त, दुर्दैवी स्त्री असावी.

संपूर्ण गाव मेलेल्या गायीच्या सभोवती जमला. स्त्री-पुरुष, म्हातारे-लहान मुलं सर्वच एकमेकांना धक्का देऊन गायीजवळ येत होते; जणू आपल्या आवडत्या दिवंगत नेत्याच्या अंतिम दर्शनासाठी ते व्याकूळ झाले होते.

आई-वडील किंवा आपलं पोर मेल्याने जसं दुःख होतं, त्याप्रमाणे दुःखात बुडालेली तिरूमी हंबरडा फोडून विलाप करू लागली. 'दहा महिने पोटात, नंतर मोहल्ल्यातच वाढला पोरगा... त्या दिवशी पोराला घेऊन गेले, तुरुंगात टाकले, घरची स्थिती अशी,... स्वामी, मी अनाथ झाले... गरिबांचा अन्नदाता... बुडणाऱ्या नावेप्रमाणे, डोळे बंद करून पडून आहे. पुन्हा जन्म होईल... गाय, बैल, कालवड, यांच्यावर असं संकट जर आलं, तर लक्ष्मी निघून जाईल. लक्ष्मी निघून गेली, तर नशिबात मृत्यू ठरला आहे.'

हा हृदयद्रावक विलाप ऐकून इतर स्त्रियांच्या डोळ्यांतदेखील पाणी आले. त्या सर्व तिच्यासोबत रडू लागल्या.

पिडारीला बातमी पोहोचली. तीदेखील आपल्या कुटुंबासोबत वेड्यासारखी धावत आली आणि पर्वताला हादरून सोडल्याप्रमाणे आक्रोश करीत रडू लागली. 'माझ्या राजवाड्याच्या राजा, गोड बोलून मला सासरी पाठविले, यावेळी मी दुःखी उभी आहे. माझे लाडके बाबा लुटले गेले. शेतात काम करणारे... डोळे बंद करून बसले आहेत. हे परमेश्वरा, हे काय झालं, आयुष्यभर दुःखच दुःख का वाट्याला आलं?'

अशाप्रकारे विलाप करीत, आई-वडिलांच्या गळे पडून, आपल्या कुटुंबाचे सर्व त्रास सोडून, सर्व लोकांना रडवून, खवळलेल्या वादळाने उसळलेल्या समुद्राच्या लाटांप्रमाणे तिच्या भावना उचंबळून आल्या.

गायीला गाडण्यासाठी लोक खड्डा खणू लागले. अशा प्रकारे काही लोक खड्ड्याजवळ आणि काही मृत पशूजवळ विभागले गेले. रडून-रडून थकलेले तिरूमन आणि तिरूमी दुःखाने चुपचाप एका बाजूस बसले होते.

उसाच्या तुऱ्याप्रमाणे विस्कटलेले पांढरे केस असलेला माणूस आपले कोमेजलेले काळे तोंड वेडेवाकडे करून म्हणाला, "मुलाचा सांभाळ करून मोठं करण्याचा काय फायदा? कुटुंबाची काळजी न करता वनविभागाच्या अधिकाऱ्याशी भांडण करून तुरुंगात गेला. सर्वच गायी चारत होते. सर्वांप्रमाणे देणाऱ्याला जे द्यायचे आहे ते देऊन तो चूप बसू शकला असता, त्याला घमेंड आली आहे. चुपचाप घरी राहून जंगलातील या खोलीत पडला असता तर गाय का मेली असती?" अशा प्रकारे गायीच्या मृत्यूला सडैयन दोषी धरले जात होते.

हे ऐकून पेरियसामी म्हणाला, 'हो, हो' तुझ्यासारखे लोक या पर्वतावर

आहेत. यामुळेच कुत्र्यांना आणि या राक्षसांना खाऊ घालावे लागत आहे. त्यांचा मारदेखील खावा लागतो.''

हे ऐकून त्याने रागाने आपला आवाज चढविला, ''अरे हो, तूदेखील त्यांच्याच सोबत आहेस. तुमच्यामुळे या पर्वतावरील लोक बरबाद होतील. यापूर्वी अधिकाऱ्यांसोबत अशा प्रकारचं भांडण कधी झालं आहे का?''

दात पुढे आलेला एक तिरळा माणूस मध्येच म्हणाला, ''हो, ते जे काही मागायचे, आम्ही देत राहिलो. कोणतेच भांडण नव्हते. सडैयन हेच तर म्हणाला की, 'देण्यासाठी पैसे नाहीत.' ही कोणती चूक आहे का? जर ही गोष्ट चुकीची आहे, तर अधिकाऱ्याचे सर्व अन्याय चुपचाप सहन करून त्यांची खुशामत करणे चुकीचे नाही का?'' तो पुढे म्हणाला, ''तुझ्यासारख्या एका लंगोटीवर मवाल्यासारखं फिरणाऱ्यांची गोष्टच वेगळी आहे. जमीन-मालमत्ता ठेवून म्हातारपणी पोलीस-ठाण्याची आणि तुरुंगाची हवा खाण्यास तू सांगतो आहेस काय?''

खड्ड्यात उभं राहून माती खोदून ती टोपल्यात भरून वर पाठविणारा माणूस म्हणाला, ''अरे, तमाशा काय बघतो आहेस? चल, टोपली पकड. रिकामटेकडं बसून गप्पा मारीत राहणार! आपल्याला लवकर काम संपवायचं आहे. चल, माती भर. पकड... पकड...'' आणि त्याने माती भरलेली टोपली वर उचलली.

खड्ड्याच्या उजवीकडे उभी असलेली नाचम्मा म्हणाली, ''माहीत नाही, गावात काय-काय होत आहे? करूमाईला पल्लन ओढत घेऊन गेला. सडैयन आणि सीरंगनवर वनविभागाच्या अधिकाऱ्यांनी गुन्हा दाखल करून त्यांना तुरुंगात टाकले. पोलीसठाण्यात वेल्लयनला मारले आहे. माहीत नाही, आता या पर्वतवासीयांची आणखी काय-काय दुर्दशा होणार आहे?'' ती आपली निराशा आणि असहाय्यता व्यक्त करीत होती.

स्त्रियांमध्ये उभी असलेली पोन्नमा सडैयनचे नाव ऐकताच लक्ष देऊन ऐकू लागली. नंतर स्त्रियांच्या बोलण्याकडे लक्ष न देता तिचं लक्ष पुरुषांच्या बोलण्याकडे गेलं. सडैयनच्या बाबतीत ते काय बोलत आहेत, हे तिला जाणून घ्यायचं होतं.

आपल्या बाळंतपणाच्या वेळी सडैयनच्या आईने तिच्यावर जो उपकार केला होता, पोन्नम्मा अजून ते विसरली नव्हती. तिच्या मनात त्या कुटुंबाविषयी प्रेम आणि आदर होता. सडैयनच्या बाबतीत जर कुणी उलट-सुलट बोललं, तर त्यास सडेतोड उत्तर द्यायला हवे, असे तिने मनात ठरविले होते. ती संधीची वाट पाहत होती. तिचा चेहरा लाल झाला होता. उफाळून येणारा राग आणि आक्रोश व्यक्त करीत कर्कश आवाजात ती म्हणाली, ''तुम्ही म्हणता की, न्यायासाठी पोलीस-ठाण्यात आणि तुरुंगात जाणे हा अपमान आहे? कर्जाच्या हप्त्याची रक्कम वेळेवर न

दिल्याने सावकार आमच्या लेकी-सुनांना जबरदस्तीने घेऊन जाऊन तिचा वापर आपल्या बायकोसारखा करतो, ही बाब एखाद्या पर्वतवासीयांसाठी प्रतिष्ठेची आहे काय?''

एका स्त्रीच्या तोंडून अशा गोष्टी ऐकून तो माणूस रागाने म्हणाला, ''तू काय त्याची रखेल आहेस, ज्यामुळे तुला एवढा राग येतो आहे?''

पोन्नम्मा आणि सडैयन एकाच कुळाचे होते. बहीण-भावाचं नातं होतं. अशावेळी कोणती स्त्री असे अश्लील शब्द ऐकून गप्प बसू शकेल? अग्निबाणाप्रमाणे ती त्याच्यावर तुटून पडली. ''जर तो माझा नवरा आहे, तर तुझी मुलगी तुझी बायको आहे.''

त्यावेळी लोक गायीला बांधून खड्ड्यात उतरवत होते. लोकांच्या गोंधळात तिचे बोलणे ऐकू आले नाही.

गायीला खड्ड्यात ठेवून त्यावर माती टाकून सर्व निघून गेले. केवळ तिरूमन, तिरूमी आणि पिडारी गावातील पडक्या इमारतीच्या अवशेषाप्रमाणे दीन-शोकाकुल स्थितीत बसले होते.

❑❑❑

।।२२।।

पर्वतावरील लोकांच्या मागण्यांसाठी काढण्यात आलेल्या मिरवणुकीत लाल झेंड्याच्या संघटनेचे नेते वेलूसामींची भेट झाली होती. त्याच आधारावर वेल्लयन त्यांच्याकडे गेला आणि सांगितले की, कर्जाच्या हप्त्याची रक्कम वेळेवर न देऊ शकल्याने अजीस सायबूचे गुंड त्याच्या पत्नीला जबरदस्तीने घेऊन गेले आहेत.

अशा कित्येक कथा त्यांनी ऐकल्या होत्या. पर्वतवासीयांच्या नियम-बंधनांनी जखडलेल्या लोकांना कशाप्रकारे जागृत करावे, याच द्विधेत त्यांची संघटना चूप होती. त्या लोकांमध्ये चेतना आणि जागृती निर्माण करण्यासाठी संघर्ष करीत असलेल्या या संस्थेला सीरंगनच्या माध्यमाने संपर्क करण्याची एक संधी मिळाली आणि त्याच्याचकडून सडैयनसारख्या लोकांशीदेखील संपर्क साधला गेला. आज हे लोक आपल्या समस्या सोडविण्यासाठी स्वत: त्यांच्याकडे येत आहेत, ही एक प्रकारची जागृतीच आहे आणि हीच प्रेरक शक्ती त्यांच्या समस्या सोडविण्यास साहायक होईल.

आपलं डोकं खुर्चीला मागे टेकवून, डोळे बंद करून वेलूसामीने विचारले, ''तुम्हा लोकांत एवढी सामाजिक बंधनं आणि नियम आहेत, तर बाहेरचा माणूस तुमच्या आप्तेष्टांत येऊन तुमच्यावर असे अन्याय कसा करू शकतो?''

“जेव्हा पर्वतावरील लोक आपला माल खांद्यावर वाहून खाली उतरतात, तेव्हा ते प्रत्येक लहान गोष्टीला मोठी समजून घाबरतात; कारण त्यांना आपला माल बाजारातच विकायचा असतो. तेथेच आपल्या गरजेचे सामानदेखील त्यांना खरेदी करायचे असते. जर खालच्या लोकांनी काही धोकेबाजी केली, तर पर्वतावरील लोक आपल्या घरी जिवंत जाऊ शकणार नाहीत.” वेल्लयन मोठ्या उतावीळपणे म्हणाला.

“जर बाजार वर भरला, तर खालच्या लोकांच्या तावडीतून तुम्ही वाचू शकता, हेच म्हणायचं आहे ना!”

“हो, साहेब.”

“तर तुम्ही सर्वजण मिळून बाजार वर का भरवीत नाही?”

“यासाठी कोणताच मार्ग दिसत नाही, साहेब.”

“आम्ही जबाबदारी घेतो. तुम्हा लोकांना जी काही मदत पाहिजे, आम्ही करूत.”

“पंख येण्यापूर्वीच पक्ष्याला घरट्यातून उडायचं असेल, तर ते खालीच पडणार. त्याचप्रमाणे आम्हीदेखील विचार न करता काम केले, तर डोकी फुटतील; परंतु तुम्ही मदत केली, तर आम्हाला कशाची भीती? सडैयन आणि सीरंगनला तुरुंगातून येऊद्या, मग आम्ही असा एखादा उपाय शोधूत.”

वेल्लयनच्या मनातील उदासी ओळखून वेलूसामी म्हणाले, “ठीक आहे, त्यांना येऊद्या. जेथून सुई जाईल तेथूनच दोरादेखील जाईल.” नंतर शांतपणे म्हणाले, “बर चला, अजीस सायबूला भेटून येऊत.” आणि ते दोघे अजीस सायबूच्या घराकडे निघाले.

घराच्या चौकटीजवळ असलेल्या काळ्या दगडाच्या मोठ्या चबुतऱ्यावर मोठ्या लोडला टेकून सायबू आरामात बसले होते. त्यांचे गुंड आपला पंचा काखेत दाबून, दोन्ही हातांची घडी करून राक्षसाप्रमाणे उभे होते.

वेलूसामीचे सावकाराच्या घरी येणे अद्‌भुत गोष्ट होती. त्यांना पाहताच सायबू बेचैन का झाले, माहीत नाही. त्यांना घाम सुटू लागला. सावकाराची नृशंसता आणि अशा साधारण गोष्टी त्याचे काय बिघडवू शकणार? जेव्हा जनतेचे राज्य येईल, तेव्हा पाहता येईल. आमचे जे नियम-कायदे आहेत, त्याचे कोण काय करू शकेल? अशाप्रकारे तो स्वत:च्या मनाचं समाधान करीत होता. सुकलेला घसा खाकरून पितळेच्या थुंकदानीत थुंकून निश्चयाने, परंतु अस्वस्थ होऊन तो म्हणाला, “नेताजी! या! असे म्हणतात की, आभाळ गरजल्याशिवाय कुत्र्याची छत्री उगवत नाही. पूर्वसूचना न देता तुमचं येणं...” आणि अर्धवट राहिलेले वाक्य गिळून वरपांगी हसून त्याने वेलूसामीला समोरच्या आसनावर बसण्याचा इशारा केला.

“केवळ ढग नाही गरजले...” असे म्हणून वेलूसामीने मागे वळून पाहिलं,

तर वेल्लयन तेथे नव्हता. 'अरे कुठे गेलास?' ते गोंधळले. बिचारे, हे लोक किती असुरक्षित आहेत. कदाचित आजपर्यंत त्यांना हिम्मत देणारे मिळाले नसावेत. सर्वच अनोळख्या व्यक्तींवर अविश्वास! झाडाच्या आंब्यापेक्षा पदरात बांधलेल्या जंगली फळांवर त्यांचा अधिक विश्वास आहे.

वेल्लयन बाहेरच थांबला होता. त्याला वाटले, मी जर सावकाराचे पैसे उधार घेतले नसते, तर त्याने माझ्या बायकोला त्याच्या घरी का आणले असते? मी येथे यायला नको होतं. मी अन्याय केला आहे. तो विचारात पडला. पर्वतावर राहणाऱ्या लोकांपैकी कुणीच अशा प्रकारे सावकाराशी वैर विकत घेतलं नाही. हे तर महापाप आहे. माझं हे दुष्कृत्य संपूर्ण गावाला उद्ध्वस्त करेल. कर्जदाराला योग्य मार्ग सुचत नाही. सावकाराचे घर पाहताच वेलुसामी सोबत आला आहे, हे कदाचित तो विसरला असावा. वेलुसामीने तेथे उभा असलेल्या एका गुंडाला सांगितले, "जा, बाहेर एक सद्गृहस्थ उभे आहेत, त्यांना सांग, मी आत बोलावले आहे."

वेल्लयन भीत-भीतच आत आला. माहीत नाही, आणखी कोणती शिक्षा होईल. गप्प बसलो असतो, तर बरं झालं असतं. विनाकारण संकट विकत घेतलं. कुणास ठाऊक, ते वेलूसामीचे म्हणणे ऐकतील की नाही, जर त्यांच्या म्हणण्याचा काही परिणाम झाला नाही, तर शरीर आणि मन मुरगाळण्यासारखी एखादी मोठी शिक्षा होईल. आधीच पोलिसांचा मार खाल्ल्यामुळे त्याला आत्तापर्यंत भीती वाटत होती. तो अनेक प्रकारे विचार करू लागला.

परंतु वेल्लयनला पाहाताच सायबूला वाटले की, कदाचित तो कर्जाची रक्कम कमी करण्यासाठी वेलूसामीला घेऊन आला आहे. ते डोक्यावरची टोपी काढून घामाने भिजलेल्या, टक्कल पडलेल्या डोक्यावर डावा हात फिरवीत वेलूसामीला म्हणाले, "नेताजींना कोणत्या कामाने येथे यावं लागलं?"

आपल्या शांत, पण तेजस्वी डोळ्यांनी त्याला पाहून वेलूसामी म्हणाले, "असं ऐकलं आहे की, तुम्ही वेल्लयनच्या कर्जाच्या रकमेच्या मोबदल्यात त्याच्या बायकोला गुंडाकरवी उचलून आणलं आहे. त्याच कारणासाठी आलो आहे."

मंद स्मित करीत उपरोध आणि तिरस्काराने सायबू म्हणाले, "ठाण्यात तक्रार नोंदविली. तेथे काही करता आलं नाही. आता तुमच्याकडे आला आहे का?"

"हो, तेथे न्याय मिळाला नाही. त्यामुळेच येथे आला आहे," वेलुसामी म्हणाले.

"तर मग तुम्ही..." बोलता बोलता सायबू मध्येच थांबले.

वेलुसामीने मोठ्याने विचारले, "तुम्ही विचाराल, मी न्यायाधीश आहे काय? हेच ना!! स्पष्ट सांगतो, कर्जाच्या रकमेच्या बदल्यात तुम्ही बाँड लिहून

घेता. जर उधारीची रक्कम वापस मिळाली नाही, तर न्यायालयात जाऊन वसूल करायला हवी; परंतु तुम्ही ते सोडून पैशांच्या बदल्यात कुणाच्या बायकोला उचलून आणता. हा कुठला न्याय आहे?''

त्याचं झणझणीत बोलणं ऐकून सायबू म्हणाले, ''अहो, त्याने काही सांगितलं आणि तुम्ही त्याची वकिली करण्यासाठी आलात. एक स्त्री पुरुषासोबत लग्न करते आणि पुन्हा पहिल्या नवऱ्याकडे परत जाते, तेव्हा तोदेखील तिला स्वीकारतो. अशी जात आहे यांची.'' ही गोष्ट त्यांनी अशा बेपवाईने सांगितली की, जणू वेल्लयनच्या पत्नीला, करूमाईला उचलून आणल्याने वेल्लयनची कोणतीच बदनामी झालेली नाही.

हे ऐकल्यावर अधिक रागाने लाल-लाल झालेल्या डोळ्यांनी सायबूला पाहत वेलुसामी म्हणाले, ''तुमच्याप्रमाणे बोलणे असभ्यतेचे होईल. तुम्ही वेल्लयनच्या पत्नीला त्याच्यासोबत पाठविणार की नाही?''

''पैशांची वसुली?''

''कोणत्या आधारावर तुम्ही पैसे दिलेत? त्याच सामर्थ्यावर ते वसूल करून घ्या.''

''असं त्याला सांगू द्या...'' असं सांगून सायबूने वेल्लयनकडे पाहिले. त्यांनी त्याच्याकडे पाहताच घुसळलेल्या दह्याप्रमाणे तो शक्तिहीन झाला.

वेलुसामीला वाटले की, याचे देखील उत्तर आपण स्वत:च द्यायला हवे. नसता वेल्लयनने जर मुख्य गोष्टच नाकारली, तर त्यांचा अपमान होईल. त्यामुळे वेलुसामी लगेचच म्हणाले, ''त्याच्यात एवढी हिंम्मत असती, तर मला येथे का यावे लागले असते? तुम्ही करूमाईला पाठविणार की नाही?''

सायबूला कळून चुकले की, त्यांचे काहीच चालणार नाही. ही कुणी सामान्य व्यक्ती नाही. एका शक्तिशाली संस्थेचे नेते आहेत ते. जर गोडी-गुलाबीने वागलो, तर कदाचित सर्व ठीक होईल, असा विचार करून ते म्हणाले, ''मी तर खरं सांगितलं. तुम्हाला वाईट वाटलं. ठीक आहे, तुम्ही चला. मी तिला पाठवतो. एवढ्या लहानशा गोष्टीसाठी तो तुम्हाला घेऊन आला.''

हे ऐकताच वेल्लयनला भीतीने घेरले. संपूर्ण शरीर घामाघूम झालं. त्याला वाटले, यांच्या बोलण्यावर विश्वास ठेवून वेलुसामी त्याला सोडून निघून गेले, तर...? त्याने दीनतेने त्यांच्याकडे पाहिले.

त्याची अवस्था न्यायसंगत होती. आजपर्यंत त्यांच्या बाजूने कुणी बोलले आहे, असे त्याने कधी ऐकले नव्हते. अशा स्थितीत त्याचे घाबरणे आणि भिणे साहजिकच होते. मोठ्याने परंतु निश्चयाने वेलुसामी म्हणाले, ''आताच पाठवावे

लागेल. नसता कायद्याने तुम्हाला शिक्षा होईल आणि त्यासाठी आमची संघटना मदत करेल.''

सायबू मनातल्या मनात घाबरले होते. ते कायद्याने चुकीचे काम करीत होते. जोपर्यंत बैल शिंग मारत नाही, तोपर्यंत माणूसच त्याचा मालक असतो. आता सायबूला आपल्या आत्मरक्षणासाठी विचार करावा लागेल. जर त्यांनी माघार घेतला, तर पर्वतवासीयांना दिल्या गेलेल्या कर्जाचा एक पैसादेखील त्यांना परत मिळणार नाही. त्याला मोठ्या चलाखीने वागावे लागेल.

जणू काही झालेच नाही, अशा सहजपणे सायबू म्हणाले, ''ए सुक्रन, करूमाईला पाठव. जर भाऊ स्वतःच येथे आले आहेत, तर आपण पैशांची चिंता का करायची?''

वेलुसामी आणि वेल्लयन करूमाईला घेऊन बाहेर आले.

वेल्लयन बायकोला घेऊन आला आहे. सावकाराला पैसे न देताच बायकोला सोडवून आणल्याची बातमी संपूर्ण गावात पसरली.

करूमाईला पाहण्यास आलेल्या नातलगांनी वेल्लयनला विचारले, ''कर्ज न चुकविता तू करूमाईला कसा घेऊन आलास?''

''लाल झेंड्याच्या संघटनेच्या लोकांनी तिची सुटका केली.'' त्या लोकांनी उत्सुकतेने पुन्हा विचारलं, ''त्यासाठी तू त्यांना किती पैसे दिलेस?''

''पैसे? त्या लोकांनी तर मला चहादेखील पाजला.''

''याच्यामुळे त्यांचा काय फायदा झाला आहे?''

''ते काही मला माहीत नाही. ते सर्वजण अशाच प्रकारे गरिबांची मदत करतात. सडैयन आणि सीरंगन याबाबतीत जाणतात. ते तुरुंगातून येताच त्यांना विचारू.''

पर्वतवासीयांना आपल्या अधिकाराच्या न्यायासाठीदेखील पैसे द्यावे लागतात. आपल्या गरजेच्या सुख-सोयींच्या वस्तूदेखील त्यांना गयावया करून मागितल्यावर मिळतात. अशा परिस्थितीत कुणी एकही पैसा न घेता, कोणतीही अपेक्षा न ठेवता मदत करतो, हे कसे शक्य आहे? हे समजून घ्यायलाच हवे. सडैयन तुरुंगातून सुटून येईपर्यंत त्यांना वाट पाहावीच लागेल. धीर धरावा लागेल.

◻◻◻

॥२३॥

सडैयन आणि सीरंगनला एक वर्षाची शिक्षा झाली; जणू तिरूमनचा उजवा हातच तुटला. मुलासोबत शेतीतील पिकाची रास काढण्यासाठी आणि शेतीची कामं

करण्यासाठी त्याला एक वर्ष वाट पाहावी लागेल. त्याच्या भाषेत सांगायचं झाले, तर धान्याच्या पुढच्या पेरणीपर्यंत तो येईल. अजून किती तरी काम करायचे आहे. धानाच्या ओंब्या साफ करून घरी आणाव्या लागतील. बाजरी, जव, सामै, भटनास, धने इत्यादींची कापणी करून ते घरी आणावं लागेल. कुटुंबाच्या गरजेसाठी शिल्लक राहो किंवा न राहो, बाजारात जाऊन ते सर्व विकावे लागेल. व्याजाचे पैसे देऊन जे राहतील, तेवढ्यावरच घरखर्च चालवावा लागेल. उन्हाळ्यात बाग साफ करून शिल्लक झाडांना पाणी घालावं लागेल. उन्हाळ्यात पाऊस आल्यावर गवत वगैरे उपटून काढावं लागेल. काडी-कचरा, रद्दी वस्तू गोळा करून पुढच्या पावसासाठी शेतीची मशागत करावी लागेल. आणखी रब्बीच्या पिकाची लावणदेखील करायची आहे. फळांचा हंगाम सुरू झाला तर अननस, केळी, फणस, संत्री, लिंबू आणि पेरू या फळांचं ओझं नेहमी बाजारात घेऊन जावं लागेल. त्यासाठी ते तोडून तयार ठेवावे लागतील. हे सर्व काम करण्यासाठी यावर्षी एक माणूस कमी आहे. त्या अतिरिक्त कामाचं ओझं तिरूमन आणि तिरूमीच सांभाळतील. 'पळणाऱ्या सापाला पायाने चेंगरण्याच्या' वयाचा असताना कामाचं हे ओझ फार नाही; परंतु कुटुंबाचा प्रमुख असून गरिबी आणि अभाव, दु:ख आणि वेदनेने त्रस्त झालेले शरीर आणि मन जर दुबळं झालं असेल तर कामाचे हे ओझं वाहणं फार मोठी शिक्षा आहे.

तुरुंगात जाऊन मुलाला भेटून येण्यासाठी तिरूमी तिरूमनला सारखा आग्रह करीत होती. तोदेखील येण्या-जाण्याच्या खर्चासाठी पैसे जमविण्याच्या चिंतेत आहे. काल त्याने आपल्या बागेतील फणसाच्या झाडाच्या बदल्यात कसे तरी पन्नास रुपये मिळविले होते. एकटा गेल्याने खर्च कमी होईल; परंतु सोबत म्हणून आणखी एक माणूस नेल्यास अधिक पैसे लागतील. त्याच्यासोबत जाण्यासाठी धर्मप्रमुख तयार झालेत. रस्त्यात खाण्यासाठी भात शिजवून पंचात बांधून पिशवीत ठेवला होता.

मुलाला सांगण्यासाठी तिरूमी पुन:पुन्हा त्याच त्या गोष्टी तिरूमनला सांगत होती. घरच्या बाबतीत चिंता करू नकोस. गाभण गेलेली गाय सकाळ-संध्याकाळ हंबरत राहते. तिची व्यवस्थित काळजी घेत आहोत. तो येण्यापूर्वीच सुदृढ वासरू जन्मेल. सडैयन करीत असल्याप्रमाणेच तेदेखील सकाळ-संध्याकाळ तिच्या दाढांची मालीश करून चारा खाऊ घालतात. पिडारीचा साखरपुडा झाला. ते पुढच्या महिन्यात लग्नासाठी घाई करीत आहेत. तुरुंगात असेपर्यंत त्याला व्यवस्थित खाऊन-पिऊन आपल्या शरीराची काळजी घ्यावी लागेल. इत्यादी, इत्यादी.''

सर्व ऐकून तिरूमन चुपचाप उभा होता. शेवटी मुलाच्या ममतेने तिला तिरूमनलादेखील कटू शब्दांत शिवी देण्यास भाग पाडलं होतं. ''केवळ मूल जन्मास घालून होत नाही, तर त्याचं जीवन सुधारण्यासाठी बापाला त्याची काळजी

घ्यावी लागते. ज्याच्यात अशी योग्यता नाही, त्याने मूलच होऊ देऊ नये,'' असे म्हणाल्यानंतर ती हमसून-हमसून रडू लागली. तिरूमनचीदेखील तीच स्थिती होती. मनावरचं ओझं आणखी सहन न करू शकल्याने दु:खामुळे त्याला उचक्या आणि खोकला फार येत होता; परंतु तो रडला नाही. तो ओठ दुमडून असंख्य अश्रू पिऊन उरलेले, अश्रू डोळ्यांतून थेंब-थेंब गाळीत होता.

शिमला मिर्चीसारखं असलेलं मोठं नाक साफ करीत, शेंडी सोडून केसांवर हात फिरवीत धर्मप्रमुख येत होते. त्यांना पाहताच तिरूमन आणि तिरूमी स्वत:ला सावरण्याचा प्रयत्न करीत होते; तरीदेखील धर्मप्रमुखाच्या नजरेतून ते वाचू शकले नाहीत. त्यांची स्थिती जाणण्यासाठी धर्मप्रमुखाला काही विशेष प्रयत्न करावा लागला नाही. त्यांना सांत्वना देण्यासाठी ते म्हणाले, ''फळ देणाऱ्या झाडालाच दगडाचा मार खावा लागतो. त्यामुळे ते झाड फळ देत नाही का? त्याचप्रमाणे संसारात सुख-दु:ख येतच असतात. त्यामुळे जगणं सोडता येतं का?''

त्यांच्या बोलण्याकडे दुर्लक्ष करून तिरूमी म्हणाली, ''मुलाला धीर देऊन या. आपल्या मेव्हण्याला नीट सांभाळून परत घेऊन या. त्यांच्यावर कुणी जादू-टोणा करू नये.'' दु:ख असूनदेखील तिने गंमत केली. संकटाच्या वेळी कितीही भांडलं, तरी जीवनातील सुख-दु:खाचे अनुभव आणि तारुण्यातील ते क्षण कुणी कसे विसरू शकेल? उन्मत्त क्षणी एकमेकांना साथ देण्याचे दिलेले वचन प्रलय म्हणून टाळता येते का? सुखाच्या क्षणाच्या त्या स्मृती आणि त्याची एखादी खूण... त्याला खोटं ठरवून दूर लोटू शकते का?

लिंबाच्या नवीन कोवळ्या पानांतून निघणाऱ्या गोड सुगंधित वाऱ्याचा दीर्घ श्वास घेऊन धर्मप्रमुखाने देखील एक वाह्यातपणा केला, ''कितीही जादूटोणा करू दे किंवा भुकटी टाकू दे, आमचा जावई तिच्या मागे जाणार नाही. तीच याच्या मागे येईल.'' जणू आपण खूप हसण्यासारखं बोललोत, म्हणून ते स्वत:च खदाखदा हसले.

''भाऊ, तुम्हाला तर नेहमीच थट्टामस्करीच सुचते.'' खोट्या रागाने बोलून तिरूमनने विषय बदलला, ''चला भाऊ, उशीर होत आहे.''

खाण्याची पुरचुंडी जाड काठीच्या टोकाला लटकवून ती काठी खांद्यावर घेऊन तिरूमनदेखील धर्मप्रमुखाच्या मागे-मागे जाऊ लागला.

दोघेही शहरात पोहोचले. मागच्या वेळी जेव्हा तो धर्मप्रमुखासोबत साक्ष देण्यासाठी शहरात आला होता, तेव्हा शहराचे व्यस्त जीवन आणि गडबड गोंधळ पाहून घाबरला होता. चित्रपटगृह, चहाचं दुकान आणि बस-लॉरींचं येणं-जाणं यांमुळे त्याला भीती वाटत होती. यावेळी तो तिकडे पाहणार नाही. चुकूनदेखील

त्या रस्त्याने जाणार नाही, असा विचार करून तो घरातून निघाला होता; परंतु शहरात प्रवेश करताच या तिन्ही गोष्टीने त्याला आपल्याकडे खेचले. विजेचा करंट लागल्याप्रमाणे त्याचं संपूर्ण शरीर थरथरू लागलं. धर्मप्रमुखाचा हात पकडून तो म्हणाला, ''भाऊ, मला भीती वाटते आहे. माझा हात पकडा, ती लोखंडी गाडी माझ्याकडेच पाहत येत आहे.''

त्याचा हात घट्ट पकडून धर्मप्रमुख त्याला तुरुंगाकडे घेऊन गेले. वाटेत पेट्रोल आणि डिझेलचा वास आणि शहरातील धूळ त्याच्या नाकपुड्यांत शिरली. त्यामुळे मळमळ बाहेर आल्यासारखं त्याला जाणवलं. दात गच्च दाबून, तोंड बंद करून, मानेला पीळ देऊन त्याने बाहेर येणाऱ्या उलटीला आतच दाबलं.

कसे तरी ते नजरकैदेच्या दालनात पोहचले. चार माणसांच्या उंचीएवढी दगडाची भिंत, ज्यावर काचेचे तुकडे लावले होते. ती भिंत दूरवर पसरलेली दिसत होती. ती पाहताच तिरूमनला भूत-पिशाच्याच्या कथेत वर्णन केलेल्या जादूच्या महालाची आठवण झाली.

तुरुंगासमोर लिंबाची सावली होती. तेथे लहान-थोर, स्त्री-पुरूष सर्वच एकत्र बसले होते. त्यांच्या हातातील पिशव्यांमध्ये पाव आणि फळं होती. कैद्यांना भेटण्यासाठी येणारे या दोन्ही वस्तू आणू शकत होते. हे माहीत झाल्यावर तिरूमनला देखील पाव विकत घेण्याची इच्छा झाली. धर्मप्रमुखांनी जवळच्या लहानशा दुकानातून पाव विकत आणला. गर्दीमध्ये एक-दोन बेवारशी कुत्री फिरून-फिरून मुलांनी फेकलेली उष्टी पानं चाटत होती. मोठ्या लोखंडी बंद दरवाजासमोर खाकी गणवेश घातलेला एक बंदूकधारी पहारेकरी दगडी पुतळ्याप्रमाणे उभा होता. थोड्या अंतरावर पत्र्याच्या शेडखाली एक माणूस कैद्यांना भेटण्यास येणाऱ्या लोकांची नावे-पत्ते विचारून त्यांना अर्ज लिहून त्याने एक रुपया वसूल केला. पहारेकऱ्याने सर्व अर्ज घेऊन त्या मोठ्या दरवाजाला असलेला लहान दरवाजा उघडला. त्यातून एकच माणूस आत जाऊ शकत होता.

हत्या करणाऱ्या आणि चोरून दारू करून विकणाऱ्या अपराध्यांची संख्या अधिक होती. हे त्यांना तेथे जमलेल्या लोकांच्या आप-आपसातील बोलण्यावरून माहीत झाले. घरट्यातून बाहेर पडणाऱ्या घुबडाप्रमाणे एक खाकी गणवेशधारी त्या अरूंद वाटेने बाहेर आला आणि म्हणाला, ''अर्ज देणारे सर्वच आत जाऊ शकतात.'' लोकांची गर्दी एकमेकांना धक्का देत दरवाजाजवळ पोहोचली. पहारेकऱ्याने बोलावताच आत गेलो नाही, तर कदाचित दरवाजा बंद होईल, या भीतीने ते सर्व धक्का-बुक्की करीत होते.

धर्मप्रमुख आणि तिरूमनदेखील त्यांच्या मागे-मागे गेले. आधी दरवाजातून

घुसून महालाप्रमाणे असलेल्या एका मोठ्या खोलीत गेले. नंतर डावीकडे असलेल्या एका खोलीत घुसले. त्या खोलीच्या भिंतीवर या लोकांकडे पाहत असल्याप्रमाणे, तोंडाचे बोळके झालेल्या, हसत असलेल्या, खांद्यावर पंचा ओढलेल्या, टक्कल पडलेल्या एका व्यक्तीचे चित्र होते. त्या चित्रातील साधेपणाने या लोकांना अजिबात आकर्षित केलं नाही. त्यांचं सर्व लक्ष आपल्या भेटणाऱ्या नातेवाइकांकडेच केंद्रित होतं. ते चित्र पाहून तिरूमनच्या मनात एक विचार आला आणि तो विचार करू लागला, ''हे म्हातारे बाबा कोण आहेत? कदाचित या इमारतीचे मालक आहेत! किंवा वाईट मार्गाने चालणाऱ्या या कैद्यांना खरा मार्ग दाखविणारा एखादा संत 'महात्मा'. जेव्हा लोकांनी पाठीमागून धक्का दिला, तेव्हा त्याच्या विचारात खंड पडला आणि तोदेखील त्या विचारांना तेथेच सोडून पुढे निघाला. त्या खोलीच्या उजवीकडे भिंतीकडच्या बाजूस सळया लावल्या होत्या. त्याच्याही सहा फूट दूर अंतरावर लोखंडी जाळी लावली होती. या बाजूस भेटणारे आणि त्या बाजूस कैदी उभे होते. भेटणारे अजूनदेखील एकमेकांना ढकलत होते. पुढचे लोक जाळीजवळ खाली जमिनीवर बसले. काही लोक त्यांच्यामध्ये असलेल्या थोड्याशा जागेत आपलं डोकं पुढे घुसवून उभे होते. जागा न मिळाल्याने तिरूमन आणि धर्मप्रमुख काही अंतरावर वेगवेगळे उभे होते.

एकमेकांचे बोलणे ऐकणे आणि ऐकवणे कठीण झाले होते. वीस-तीस लोकांचे एकाच वेळी बोलणे-वागणे हे बाजारातील गोंधळाप्रमाणे होते. कधी-कधी तर एकमेकांच्या ओठांच्या हालचालींच्या संकेतावरून आणि हातवारे पाहूनच त्याला काय म्हणायचे आहे, ते समजावे लागत होते.

तिरूमन त्या गर्दीत आपल्या मुलाला शोधत होता. ते दोघे त्याला ओळखू शकले नाहीत. तुरुंगाच्या गणवेशामुळे त्यांचा चेहरा-मोहराच बदलला होता. सडैयनने आधी आपल्या बापाला पाहिले. त्यांना पाहताच त्याने विचारले, ''येथे कसे काय आलात?''

तिरूमनच्या शेजारी उभा असलेला माणूस एकसारखा बोलत होता. त्याचं वय पन्नास असेल. त्याचे दात पडलेले होते. बोलताना त्याच्या तोंडातून थुंकी दवबिंदूप्रमाणे तिरूमनच्या चेहऱ्यावर पडत होती. त्याच्या तोंडातून घाणेरडा वासदेखील येत होता. त्याकडे लक्ष न देता मुलाला पाहून तिरूमनने विचारले, ''येथील जेवण चांगलं आहे काय?'' हे विचारताना त्याचा कंठ दाटून आला. त्याची ममता भाबडेपणाच्या प्रवाहात वाहत होती.

तो म्हणाला, ''हो, सर्व ठीक आहे.'' लोकांच्या गोंधळात त्याचा आवाज ऐकू आला नाही. तिरूमनने पुन्हा तेच विचारलं, तेव्हा सडैयनने मान हलविली.

तिरूमीने ज्या-ज्या गोष्टी सांगण्यास सांगितल्या होत्या, त्या सर्व गोष्टी त्याला आठवल्या नाहीत. मुलाला कैद्याच्या गणवेशात पाहताच त्याच्या पोटात

कालवाकालव होऊ लागली; जणू कुणीतरी राहून-राहून सुई बोचीत असावा. त्याच्या कपाळावर घामाचे थेंब जमले. तो मुलाला पाहत चुपचाप उभा राहिला.

धर्मप्रमुख मोठ्याने म्हणाले, "मुलाकडची मंडळी पिडारीच्या लग्नासाठी घाई करीत आहेत. काय करावं?"

लोखंडी गजामध्ये चेहरा फसवून सडैयन म्हणाला, "माझ्यासाठी थांबण्याची गरज नाही. लग्न लावून टाका."

तेव्हा तिरूमनला बायकोने सांगितलेल्या महत्त्वाच्या गोष्टी आठवल्या. धर्मप्रमुखाने विषय काढला नसता, तर त्याला काहीच आठवले नसते. थोडा वेळ तो आपल्या डोक्यात काही आठवत राहिला. बायकोने सांगितलेली आणखी एक गोष्ट त्याला आठवली. "काळ्या गायीला वासरू होईपर्यंत ते तिची चांगल्याप्रकारे देखरेख करीत आहेत. सडैयनप्रमाणेच ते तिला चोळून खाऊ-पिऊ घालीत आहेत. त्यामुळे त्याने तिची चिंता करू नये."

हे ऐकून सडैयनचा चेहरा खुलला. त्याने आपला आनंद हसून व्यक्त केला. तिरूमनच्या कपाळावरील घाम डोळ्यांत उतरल्यामुळे डोळ्यांची आग होऊ लागली. डोक्याचा पंचा काढून त्याने आपला चेहरा आणि डोळे चांगले पुसले. लहान मुलाप्रमाणे अश्रूंनी डबडबलेल्या डोळ्यांनी त्याने मुलाला पुन्हा विचारले, "येथे तुला कुणी मारत तर नाही?"

वडिलांचे वात्सल्य पाहून सडैयनचे डोळेदेखील भरून आले. ते दिसल्याने बाबांना आणखी वाईट वाटेल, असा विचार करून त्याने डोळे घट्ट बंद करून, अश्रू पिऊन नकारार्थी मान हलविली.

दोन्ही भागांच्यामध्ये उभा असलेला पहारेकरी म्हणाला, "वेळ संपली, आता निघा."

प्रत्येक भेटणाऱ्याला वाटतं होतं की, त्याला बरंच काही सांगायचं-ऐकायचं आहे; पण बोलणं संपण्यापूर्वीच त्यांच्यावर बंधन आलं. ते सर्व निराशेने परतू लागले.

"प्रकृतीची काळजी घे. घरची चिंता करू नकोस." प्रत्येकजण काहीतरी बोलून आपल्यासोबत आणलेल्या वस्तू पहारेकऱ्याच्या हाती सोपवून परत निघाले.

तिरूमन म्हणाला, "सीरंगनलादेखील पाव दे आणि माझ्यातर्फे राम-राम सांग." बोलून परत निघताना त्याला अचानक आणखी काही आठवले आणि तो ओरडून म्हणाला, "बेटा, आपल्या प्रकृतीची काळजी घे." आणि नंतर त्याचा निरोप घेऊन तिरूमन परत निघाला.

❑❑❑

।।२४।।

उद्या पिडारीचे लग्न आहे. तिरूमन आणि तिरूमी सारे बळ एकवटून लग्नाच्या तयारीस लागले होते. उद्या त्यांच्या जीवनातील अविस्मरणीय आनंदाचा दिवस आहे. वैवाहिक जीवनाची सुरुवात करणाऱ्या मुलीच्या भविष्याच्या बाबतीत विचार करून मन आनंदित असूनदेखील चेहरा उदास आणि कोमेजलेला होता. भाऊ आपल्या बहिणीचं लग्न पाहू शकत नाही; कदाचित हेच त्यांचं दु:ख होतं.

त्या दिवशी संध्याकाळी प्रत्येक घरातून एक माणूस तिरूमनच्या घरी मदत करण्यासाठी आला होता. वेल्लयन, आंडी, पेरियसामी, पोन्नाम्मा, तिचा नवरा काली या सर्वांच्या देखरेखीत काम सुरू झाले. गावात कुणाच्याही घरी लग्न असो, प्रत्येक घरातून एका माणसाला तेथे मदतीसाठी जावे लागते. यात कोणताही निष्काळजीपणा होता कामा नये. हे एक सामूहिक बंधन आहे. जातीची ही पद्धत प्रत्येकासाठी संरक्षण चक्र आहे.

घराबाहेर मांडव घालण्यासाठी काही लोक खड्डा खणत होते. कुणी बांबू गाडून मांडव घालत होते. काही लोक मांडवावर हिरवी पाने आच्छादून त्याची चटई विणत होते. कामाचा ताण आणि थकवा विसरण्यासाठी ते आप-आपसांत बोलतदेखील होते.

मांडव घालताना बांबूचे तुकडे बांधण्यासाठी केळीच्या देठाची साल काढून, ती तोंडात ठेवून, थुंकीने गोल फिरवून आंडीने कालीला पाहून विचारलं, ''काल तू तुझ्या मामाच्या मुलाला भेटण्यासाठी तुरुंगात गेला होतास. तेथे सडैयनलादेखील भेटून आलास का?''

कालीच्या मामाचा मुलगा दारूच्या चोरीच्या प्रकरणात सहा महिन्यांची शिक्षा भोगण्यासाठी सडैयन असलेल्या तुरुंगातच होता. मामाच्या मुलाची आणि सडैयनची भेट झाल्याचे त्याने सांगितले.

दोन्ही हाताला थुंकी लावून केळीच्या देठाची साल दोरीप्रमाणे वळून काली म्हणाला, ''सडैयनमध्ये एवढा बदल झाला आहे की, त्याला ओळखताच येत नव्हतं. तुरुंगातदेखील तो चिंता न करता हिमतीने बोलत होता. त्याची वागणूक आणि बोलणं नवीन वाटत होतं; परंतु माझ्या मामाचा मुलगा मला पाहताच गळा फाडून रडू लागला. तो म्हणाला, 'तुरुंगातील पोळीने पोट भरत नाही. ढेकूण आणि मच्छरांचा त्रास सहन होत नाही. घरची आठवण त्रास देते.' मला तर त्याची दया येत होती.

तोंडात दाबून ठेवलेली तंबाखूची पिंक थुंकून, आपली दाढी चोळीत वेल्लयनने विचारले, ''सडैयनने कुणाची चौकशी केली नाही का?''

काली म्हणाला, ''विचारलं होतं. आंडी, पेरियसामी आणि तुझ्याविषयी विचारलं आणि सर्वांना राम-राम सांगितला आहे.''

''करूमाईला परत आणल्याचे त्याला सांगितले?''

तो मोठ्या खेदाने म्हणाला, ''ते सांगायचं विसरलो.''

मोरपंखाप्रमाणे पसरलेल्या मिशीवर त्याने जीभ फिरविली. आपला मोठा उजवा कान हाताने ओढून चोळीत त्याने पुन्हा विचारले, ''सडैयनने आपल्या बहिणीच्या लग्नाविषयी काही सांगितलं का? लग्नाला येऊ न शकल्यामुळे तो दु:खी होता का?''

''लग्न ठरल्याचा त्याला आनंद झाला आहे. 'ते व्यवस्थित पार पडलं तर आपण न राहिल्याचं दु:खं का होईल?' अशाप्रकारे तो तर शिकल्या-सवरल्या माणसासारख बोलतो. त्याच्या बोलण्यात आश्चर्य आणि अभिमान होता.''

शेणाने सारवलेल्या ओल्या जमिनीचा सुगंध, मांडवावरील हिरव्या पानांचा वास, स्वयंपाकघरात अनेक खाद्यपदार्थांचा शिजण्याचा सुगंध आणि तेथे जमलेल्या लोकांच्या शरीरातून आणि कपड्यांतून येणारा वास. या सर्वांचा एकत्रित वास येणाऱ्या शुभमुहूर्ताचा सूचक होता.

पोन्नम्मा स्वयंपाकघरातून येऊन म्हणाली, ''चला, आधी सर्वजण जेवून घ्या.''

सर्व जेवण्यासाठी आले. नाचम्मा मातीच्या मडक्यातील रसम (चिंच आणि तिखट मसाले घालून उकळलेला पातळ द्रव पदार्थ) मध्ये मिसळलेला भात झाऱ्याने काढून-काढून केळीच्या पानावर वाढत होती. ज्याप्रमाणे कुत्रा जिभेने लपलप करीत खातो, त्याचप्रमाणे ते लोकदेखील तोंडाजवळ द्रोण पकडून खात होते. सर्व पुरुषांच्या द्रोणात रसम-भात वारंवार वाढणारी, कपाळावर आलेले केस मागे बांधून नाच्चाई म्हणाली, ''या सडकछाप, उडाणटप्पू कुत्र्यांनी सडैयनला तुरुंगात पाठविले. बिचारा बहिणीच्या लग्नालादेखील येऊ शकला नाही. ते सर्व निष्कारण मरतील.'' तिने त्यांना शिवी आणि शाप एकाच वेळी दिला. तिच्या डोळ्यांच्या कडेला अश्रू चमकू लागले.

भरभर खाल्ल्याने एका माणसाला ठसका लागला! मांडवावर पाने आच्छादणारा कोकलत म्हणाला, ''हो! चुपचाप घरी राहिला असता, तर त्याला कुणी पकडून नेलं असतं का? ये बैला, मला मार म्हणून वेडवाकडं बोलल्यावर कोणी का चूप बसेल? आतापासूनच या गोष्टी थांबविल्या नाहीत, तर पर्वतावरील रीतिनियम राहणार नाहीत. मग तर आपला विनाशच समजा.''

त्याच्या बोलण्यात सडैयनच्या वागणुकीची कटू टीका होती. टक्कल पडलेल्या व्यक्तीला, ज्याचे दात ओठाबाहेर आलेले होते, वाटलं की, या टीकेमुळे सडैयनच्या मित्रांवर कोणता परिणाम तर झाला नाही ना? चला, आपणदेखील आपलं मत सांगून

टाकावं. या आशयाने तो म्हणाला, "आमचा काळ गेला हो! आम्ही जे केलं नाही, ते हे तरुण करू इच्छितात. आम्ही यांना सहकार्य केलं नाही, तर काही हरकत नाही. कमीत कमी यांच्या कामात अडचणी जरी आणल्या नाहीत, तरी बरे होईल."

तिखट लागल्यामुळे नाकातून येणारा शेंबूड काढून तो आपल्या जांघेला पुसत करैक्कारन म्हणाला, "आम्ही काय वन-अधिकाऱ्यांशी अशाप्रकारे भांडून तुरुंगात गेलो आहोत? या तरुण मुलांप्रमाणे जर मूल-बाळ असणारे गेले असते, तर फळांचं ओझं उचलून बाजारात कोण घेऊन जाईल? आमच्या कामधंद्यांचं काय होईल? राजाला विरोध करून दुसरा माणूस राजा होऊ शकतो काय?"

धर्मप्रमुख, कउन्डन आणि करैक्कारन हे नेहमी लोकांना निर्णय देण्याचे कामच करतात. अशा प्रकारचे विद्रोही कार्य करून जरं ही मुलं भविष्यात त्यांचे अधिकार हिसकावून घेऊ लागली तर! या भीतीनेदेखील ते सडैयनच्या वागणुकीचा विरोध करीत होते. त्यासाठीच त्यांनी अशा प्रकारचं आत्मरक्षाकवच बांधलं होतं.

सडैयनच्या बाबतीत अशा गोष्टी ऐकून पोन्नम्माला फार राग आला. तिच्या चेहऱ्यावर दुःखाची छाया पसरली. डोळ्यांचं तेज कमी झालं. तिच्या मनात थोडंसं दुःख होतं. निराश होऊन ती म्हणाली, "असं म्हणतात की, शेळीचे पिल्लू भिजल्याने कोल्ह्याला त्याची चिंता वाटली. तुझे म्हणणे देखील असेच आहे. ज्याला गावातील सर्वांनाच वारंवार लुटायची सवय असेल, तर ती सवय कोण दूर करू शकतो? स्वतःला सरकारी माणूस असल्याचे ठामपणे सांगून सरकारी गणवेश धारण करणारी ही सर्व मंडळी पर्वतवासीयांचा पैसा आणि त्यांच्या स्त्रियांची इज्जत पाण्याप्रमाणे गिळंकृत करून आपला धाक बसविण्यासाठी येतात. तेव्हा तर तुम्ही सर्व चुपचाप पाहत राहता. तुम्ही काहीच करू शकला नाहीत. बिचारी ती मुलं स्वतः त्रास सहन करीत आहेत. त्या मुलांवर का बरे रागावता? त्यांच्यामुळे तुमची मिळकत होणार नाही, हीच भीती आहे ना?"

एका स्त्रीच्या तोंडून अशा गोष्टींची अपेक्षा नव्हती. अशा प्रकारे विचारण्याची हिम्मत पुरुषदेखील करू शकत नाहीत. ही स्त्री ते विचारते!! अशा गोष्टी तिच्या तोंडून कशा निघाल्या, याचे तिलाही नवल वाटले. तिच्या नवऱ्याला-कालीला देखील आश्चर्य वाटले. असं बोलू नये हो, असे त्याने स्वतः तिला सांगायला हवे होते.

ती गोष्ट बराच वेळ कुणी पचवू शकले नाहीत. सडैयनचे मित्र निश्चिंत आणि आनंदित झाले. करैक्कारनने आपल्या दाट भुवया वर ताणल्या आणि एक दीर्घ निश्वास घेऊन नजर खाली केली. काही बोलण्यासाठी त्याने तोंड उघडलं; परंतु या आवेशपूर्ण आव्हानाचा सामना न करू शकल्यामुळे त्याची मान लाजेने खाली झुकली.

हे सर्व ऐकत उभी असलेली करूमाई रागाने म्हणाली, "सावकार तुमची आई, बहीण, मुलगी, सून सर्वांनाच जनावरांप्रमाणे ओढून नेत आहे. तेव्हा त्याला अडवून कुणी काही विचारले? तो दुष्ट मला ओढून नेत होता. तेव्हा तुम्ही सर्व पुरुष स्त्रियांप्रमाणे चुपचाप पाहत होता. सडैयन जर नसता, तर मी आज आपल्या पतीच्या घरी परत येऊ शकले असते का? एका पर्वतवासी स्त्रीला एक शहरवासी ओढून घेऊन गेला, तेव्हा तुमची मर्यादा आणि परंपरा कुठे होती? तुमच्या पर्वतवासीयांच्या कायदेनियमांचे काय झाले?"

रात्र होत होती. लग्नाच्या कोलाहलाने घर भरले होते. सर्व नातलग आले होते. धुतलेले किंवा नवीन कपडे घालून ते इकडे-तिकडे फिरत होते. स्त्रियांच्या आणि मुलांच्या चालण्याचा आवाज रात्रीच्या झिंगराच्या आवाजाप्रमाणे येत होता.

ढोल वाजू लागला. डमरूचा आवाज ऐकू आला. शंख आणि सनईचा एकत्र आवाज एकाच वेळी निनादला. जुनी संस्कृती आणि परंपरेचे प्रतिनिधी असलेली ही वाद्ये सामाजिक बंधनांच्या शृंखलेची एक कडी होती. सर्वांप्रमाणे ते-देखील वेळेनुसार रीतीचे पालन करीत होते

लोकनाट्याचे आयोजन होते. हरिश्चंद्राची कथा, अभिमन्यूची कथा असंच काहीतरी होत होतं. त्यांच्या आवडीप्रमाणे विषय निवडला जात होता. मग लग्न असो, सण-उत्सव असो किंवा मृत्यू असो, सर्वच प्रसंगी लोकनाट्य व्हायचे. यात शृंगार रस महत्त्वाचा असायचा.

रात्रीच्या जेवणासाठी स्वयंपाक तयार झाला. तांदळाचा भात आणि चिंचेचा रसम, हेच त्यांचं विशेष जेवण होतं. पाहुण्यांना चंदन लावण्यात आलं. ते पंगतीत बसले. त्या लोकांनी आपल्यासोबत आणलेले लाकडाचे चार तुकडे जमिनीवर ठेवून त्याचा चौकोन तयार केला. भात आणि रसमचे पाणी वाहून जाऊ नये म्हणून त्या चौकोनावर पान ठेवून त्याच मधोमध छोटंसं आळं तयार केलं. त्यात भाताचे कण तरंगत होते.

जेवणाचं साहित्य टोपल्यामध्ये भरून त्यांच्यासमोर ठेवण्यात आलं. पाण्याने भरलेले तांबे ठेवण्यात आले. तिरूमन आणि तिरूमीने पाहुण्यांसमोर साष्टांग नमस्कार करून त्यांना जेवण करण्याचा आग्रह केला. प्रत्येक पंगतीच्या वेळी त्यांनी असेच केले. तेव्हाच सर्व आपल्यासमोर वाढलेल्या जेवणास हात लावतील. नसता अपमान समजून उठून निघून जातील.

जेवणानंतर हुडहुडी भरणाऱ्या थंडीत ते लोक घोंगडं ओढून, दोन्ही पायांच्यामध्ये हात दुमडून आणि त्यात आपलं डोक खुपसून बसल्या-बसल्या लोकनाट्याचा आनंद घेत होते. शृंगार आणि हास्य रसाने परिपूर्ण असलेली ती कथा ऐकून आणि पाहून थंडी विसरून ते सर्व आनंदाने हसत होते.

गावातील मंदिरात किंवा पुजाऱ्याच्या घरीच लग्न संपन्न व्हायचं. पहाटे शुभमुहूर्त पाहून वर आणि वधू मंदिरात गेले. पहाटेची थंडी आणि धुक्यासोबत ओल्या मातीचा वास आणि लिंबाच्या पाना-फुलांचा सुगंध यासोबत तेथे उपस्थित असलेल्या लोकांच्या शरीराचा वास हे सर्व माणसाचे मन विचलित करीत होते.

विवाहाच्या वेळी कउन्डन, करैक्कारन पुजारी, अय्यन पुजारी, तंडल ही सर्व मंडळी तेथे येतात. ही मंडळी विवाह-विधी संपन्न करतात. करैक्कारन कउन्डनला चंदन लावतो आणि तन्डल सर्वांना चंदन लावतो. गावाच्या बाहेर देवळाजवळच्या दोन वेगवेगळ्या घरात मुलगा आणि मुलगी राहतात. करैक्कारनच्या बऱ्याच जबाबदाऱ्या होत्या. वर-वधू दोघांनाही तोच चंदन लावेल, हार घालेल, कंकण बांधेल. लग्नाला मांडवात बसण्यापूर्वी दोन्हीकडचे करैक्कारन वर-वधूला उचलून मांडवाला तीन फेऱ्या घालून नंतर त्यांना मांडवात बसवतात. जेव्हा एक करैक्कारन मुलाला किंवा मुलीला उचलून आणतो, तेव्हा दुसरा काखेत चटई दाबून पाण्याचा तांब्या पकडून, त्याच्या मागे-मागे फेरी मारून येतो. हा त्यांचा अधिकार आहे. हा अधिकार त्यांच्यापासून कुणी हिरावून घेऊ शकत नाही. ही रीत परंपरेने पाळली जात आहे. प्रथेप्रमाणे त्या दोघांनी वर-वधूला उचलून आणले आणि त्यांना लाकडी पाटावर बसविले. नंतर मामाने गाणं म्हटलं,

'सहा-सहा डुकरांची टोळी
साठ डुकरांचं, शीर कापून
मडक्यात टाकून,
ठिबक्यांनी रांगोळी काढीत,
पुढे-पुढे जाणारी
अगं ये मुली,
थांब-थांब.'

प्रत्येक लग्नात हेच गाणं गायलं जातं.

मामासमोर एकदा साखरपुडा झाल्यावर मोठ्या बहिणीची मुलगी दुसऱ्याची झाली. आपली संपत्ती लुटताना पाहून त्याने लोकांकडे तक्रार केली. त्या लोकांनी निर्णय दिला. दंड म्हणून नव्हे, तर अधिकार समजून पैसे घेऊन मामाला दिले. ही प्रथा तेथेच संपली नाही. वर्षानुवर्षे चालत आली आहे. मामाचा अधिकार समजून त्याची प्रशंसा करतात. त्याला कुणीच विरोध करू शकला नाही. कुणाचीच हिम्मत झाली नाही. त्या दीर्घकाळाचे चिन्हदेखील दिसले नाहीत. अशा प्रकारे कउन्डन प्रथेनुसार तक्रार करतात. ते अधिकाराने मुलीच्या घरून पैसे आणून मामाला देतात.

उंच दगडी ओटा. त्यावर पाण्याचा तांब्या आणि चंदनाची डबी ठेवली

आहे. वर-वधू, दोन्ही घरचे लोक कउन्डनच्या पाया पडून नमस्कार करतात. लग्नाचा विधी पूर्ण करण्यासाठी हा मौन संकेत आहे. त्याचा अर्थ ते जाणतात. त्यामागे दडलेला उत्साह आणि उत्कंठादेखील त्यांना माहीत आहे.

करैक्कारन आपलं काम करीत होते. कउन्डनचे पाय पकडून ते म्हणाले, "भाऊ, आशीर्वाद द्या."

कउन्डनने आशीर्वाद दिला, "दीर्घायुषी व्हा."

उफाळून आलेल्या सामूहिक कर्तव्य भावना आणि परंपरागत पदवीचा अभिमान त्यांच्या चेहऱ्यावर झळकत होता.

करैक्कारनने कउन्डनला विचारले, "मंगळसूत्र घालू शकतो का?"

कउन्डनने अभिमानाने आणि प्रतिष्ठेने हात हलवून अनुमती दिली. करैक्कारनने मंगळसूत्र काढून कउन्डनच्या हातात दिले. नवरीच्या गळ्यात मंगळसूत्र घालण्याचा अधिकार कउन्डचा होता. वर तर केवळ दर्शक मात्रच होता. मंगळसूत्र घालण्याचा अधिकार त्याला नाही. तो आपली मागणी सर्वांसमोर सांगू शकत नाही. कित्येक युगापासून चालत आलेला हा सामाजिक निर्णय आहे.

वधू अद्याप मांडवात आलेली नाही. तिच्या मामाची परवानगी हवी आहे. मामाच्या परवानगीशिवाय करैक्कारन तिला उचलून लग्नमंडपात आणू शकत नाही. शेवटी मामाची आज्ञा मिळाली. "चांदीचं दुकान उघडून पुष्परथ घेऊन जा."

अडथळा दूर झाला. मामाने परवानगी दिली. आता मामाचा तिच्यावर कोणताच अधिकार राहिला नाही. तो अधिकार किंमत देऊन खरेदी केला गेला होता.

करैक्कारनने मंगळसूत्र उचलून कउन्डनच्या हातात दिले. तीन करैक्कारन मुलीच्या मागे जावून उभे राहिले. कउन्डनने मुलीच्या गळ्यात मंगळसूत्र बांधले. आता पिडारी विधिवत चक्रवर्ती करूमनची पत्नी झाली.

मंगळसूत्र घातल्यानंतर सर्व मुले घरी गेली. करैक्कारनने कउन्डनला चंदनाचा टिळा लावला. तंडलने पाहुण्यांना आणि इतरांना चंदनाचा टिळा लावला. जातीच्या प्रथेप्रमाणे पाहुण्यांचा सत्कार झाला. सर्वांत आधी कउन्डनने भेटवस्तू दिली. त्यानंतर सर्व पाहुण्यांनी आपल्या ऐपतीप्रमाणे आणि त्यांना त्यांच्या घरी झालेल्या शुभप्रसंगी देण्यात आलेल्या भेटवस्तूंप्रमाणे भेटवस्तू आणि पैसे वगैरे दिले.

कउन्डनच्या घरी तंडलच्या हातून टोपलीभर भात आणि नारळ पाठविण्यात आले. खाली अंथरलेल्या चटईचे सव्वा सहा रुपये देण्यात आले. कउन्डनच्या व्यवसायासाठी दिल्या गेलेली प्रतिष्ठेची ही भेट होती.

दुसऱ्या गावाहून आलेल्या आणि लग्नानंतर परतणाऱ्या पाहुण्यांना एक माप भात आणि भेट म्हणून नारळ व फळं देऊन त्याने निरोप दिला.

आता तिरूमन आपल्या गावातील लोकांचा सन्मान करेल. ही त्या लोकांनी लग्नप्रसंगी केलेल्या कामाचा स्वीकार केल्याची पद्धत आहे. आपल्या ऐपतीप्रमाणे ही भेट असेल. कमीत-कमी एक माप तांदूळ आणि शंभर रुपये द्यावे लागतील. गावातील लोक, गावातील घरांची संख्या मोजून ही भेट आपआपसांत वाटून घेतील.

तिरूमनने दोन-तीन टोपल्यांमध्ये एक माप तांदूळ आणि स्वयंपाकाचे आवश्यक सामान भरून ठेवले. त्यावर शंभर रुपये ठेवून तिरूमन आणि तिरूमीने गावकरी आणि धर्मप्रमुख यांच्यासमोर साष्टांग नमस्कार घातला. आपली भेट स्वीकारण्याची त्यांना विनंती केली. त्या रीतीनुसार गावकऱ्यांनी त्या वस्तू आप-आपसांत वाटून घेतल्या. नवदांपत्याला त्यांच्या घरी सोडून सर्व मंडळी आप-आपल्या घरी परतली. वैवाहिक जीवनातील सुरुवातीच्या आशा-आकांक्षांसोबत पिडारीच्या मनात एक भीतीदेखील होती. नवीन घर, नवीन वातावरण. ते लोक तिला कसे वागतील?

तिला पेज करता येते. भात आणि खिचडी करता येते. मीठ-पाणी आणि ताडाचा कच्चा गूळ यांत मका घालून मिठाई करता येते. शेतात जाऊन निंदणं, खुरपणं करू शकते. रोपांची लावण करणे आणि पिकांची कापणी करणे ती जाणते. बागेतील फळं जाळीच्या पिशवीत घालून ते ओझं खांद्यावर उचलून बाजारात जाऊ शकते. याव्यतिरिक्त सासरच्या लोकांची आणखी दुसरी अपेक्षा असेल तर? ते आपली इच्छा स्पष्टपणे सांगतील का?

प्रत्येक आई आणि मैत्रिणीप्रमाणे तिच्या आईने आणि मैत्रिणींनी तिला समजावून पाठविले होते. नवरा कसाही असला, तरी त्याच्या इच्छेप्रमाणे वाग. त्याची इच्छा आपली इच्छा समज. तो मालक आहे. कदाचित असंच काहीतरी पुरुष मंडळी वराला शिकवत असतील; परंतु हे उपदेश तिच्या इच्छेप्रमाणेच होते. ती तर केवळ एका पुरुषाच्या सोबतच जगून मरू इच्छिते. तिला असे जीवन जगता येईल काय? याचा अर्थ याचे महत्त्व ती आपल्या नवऱ्याला समजावू शकेल काय?

वाऱ्यामुळे डोलणाऱ्या धानाच्या ओंब्याप्रमाणे तिचं मनदेखील आनंदाने झुलत होतं. डोळे भरून आले.

ही मनातील तगमग होती की वेडेपणा होता?

❑❑❑

।।२५।।

सीरंगनला तुरुंगाच्या जीवनाची सवय झाली होती. सिलोनमध्ये चहाच्या बागेतील मजुरांच्या संघर्षात भाग घेऊन तो तुरुंगात गेला होता. सडैयनला हे नवीन

होते. पोलीस आणि तुरूंगाचं नाव घेताच थरथर कापणाऱ्या लोकांमध्येच तो वाढला होता. कुठल्या तरी आवेशात येऊन तो सीरंगनसोबत तुरुंगात आला होता.

त्याच्या कल्पनेच्या बाहेरच्या या जीवनात त्याला आधी काही दिवस फार त्रास सहन करावा लागला. ढेकूण, डास आणि बंद कालकोठडी व संडासच्या दुर्गंधीने त्याला मळमळत होतं. हे सर्व पाहून तो फार दु:खी, भयभीत आणि निराश झाला होता. या वातावरणाची त्याला जेवढी घृणा आणि भीती होती, तेवढ्याच संयमाने त्याने स्वत:ला या जीवनाची सवय लावून घेतली.

या सर्वांचे कारण त्यांची ड्युटी होती. स्वयंपाकघरातील लहानसहान काम आणि कैद्यांना जेवण वाढण्याचे काम त्यांना मिळाले होते. कैद्यांच्या जेवणासाठी सांबर तयार करण्याकरिता सडैयन आणि सीरंगन कांदे आणि हिरवी भाजी चिरत होते. हिरव्या भाजीत वाळलेली आणि पिवळी पडलेली पाने खूप होती. त्यात बारीक किडे वळवळत होते. सडैयनने ते सर्व बाजूला काढले.

जवळच वेंगन नावाचा कैदी काम करीत होता. त्याला चोरीच्या गुन्ह्यासाठी शिक्षा झाली होती. त्याच्या वरच्या ओठावर सुरीच्या जखमेची खूण होती. पांढऱ्या उंदराप्रमाणे दाट केस, डोळ्यांतील अर्धी बाहुली जणू वर घुसली असावी, अशी त्याची नजर होती. सडैयनला पाहून तो म्हणाला, ''अशा प्रकारे जर भाजी निवडली तर साहेब तुला दुसऱ्या कामासाठी पाठवतील आणि छडीचा मारदेखील खावा लागेल.''

हे ऐकून सडैयन घाबरला. म्हणाला, ''का? मी कोणता गुन्हा केला आहे?''

डोळे मिचकावून वेंगन म्हणाला, ''आणखी कोणता मोठा गुन्हा करायचा राहिला आहे? तू जी भाजी निवडून बाजूला केली आहे, त्या सडक्या पानात आणि किड्यांमध्येच सर्व शक्ती आहे.'' त्याने थट्टा केली.

सडैयनला तरीदेखील कळाले नाही. अडाण्याप्रमाणे म्हणाला, ''याला तर आमचे लोक हातदेखील लावणार नाहीत.'' नाराजी आणि लाचारी गिळल्याप्रमाणे वेंगन म्हणाला, ''ज्याला स्पर्श करताना आपल्याला किळस येते, ते येथे उचलावे लागेल. आपल्याला जे आवडत नाही, ते आवडते म्हणावे लागेल. अनिच्छेने का होईना, आनंदाचं सोंग करा. येथे जबरदस्तीने काम करवून घेतात; कारण हा तुरूंग आहे. तुझी सासुरवाडी नाही.''

त्याचं म्हणणं खरं होतं. ढेकूण आणि डास यांच्या चावण्याने होत असलेल्या असह्य वेदना सहन करणेदेखील तो शिकला होता. गर्मी आणि घामदेखील तो सहन करीत होता. पोटात उचमळण्यासारखा संडासचा दुर्गंध सहन केला ना! सडैयन म्हणाला, ''माझ्यासारख्या लोकांनादेखील या तुरुंगाने बदलून टाकले.''

कांदा कापल्याने नाक आणि डोळ्यांतून येणारं पाणी पुसून सीरंगन वेंगनला

म्हणाला, ''जेवण देण्यात येणाऱ्या संडासजवळच्या ब्लॉकमध्ये कुणीतरी उपोषण करीत आहे, असे ऐकले होते. भाऊ, काय भानगड आहे?''

इकडे-तिकडे पाहून वेंगन म्हणाला, ''एवढ्या मोठ्याने बोलू नकोस. एक मोठी गोष्ट आहे.'' बोलून तो गप्प बसला. या गप्प बसण्याचा अर्थ होता, या लोकांना येथील घटना सविस्तर सांगावी की गप्प बसावं!!

कपाळावर आलेले केस मागे सारून वेंगन म्हणाला, ''मी या तुरुंगात आठ वेळा आलो आहे. सुरुवातीला तर कुत्री, डुकरं यांना खाण्यासारखं जेवणदेखील कैद्यांना मिळत नव्हतं. प्रत्येक गोष्टीसाठी एवढे मारत होते की, काही विचारूच नका. या अन्यायाचा विरोध केल्यामुळे येथे किती तरी भांडणं झालीत. या सर्वांचे कारण होते,...'' मध्येच बोलणं थांबवून स्वयंपाकघरात सर्वत्र नजर फिरवित तो म्हणाला, ''येथे बरेचसे लोक दुसऱ्यांची तक्रार करून त्यांना फसवितात. येथे सावध राहावे लागते. बोलतानादेखील खबरदारी घ्यावी लागते. हो, तर मी म्हणत होतो....'' तो अर्धवट सोडलेलं बोलणं आठवत म्हणाला, ''हो, त्यांचं नाव कुमार आहे! ते कम्युनिस्ट आहेत. कुठल्यातरी कारखान्यात झालेल्या संपाच्या वेळी मारामारी झाली आणि एकाची हत्या झाली. त्या गटाचे नेते कुमार होते. या हत्याकांडात त्यांना जाणून-बुजून फसवून दहा वर्षं कैदेची शिक्षा झाली.'' सांगता-सांगता दुःखाने विव्हळत त्याने उडी मारली. बोलता-बोलता दुर्लक्ष झाल्यामुळे त्याच्या बोटात चाकू घुसला.

त्याच्या अचानक ओरडण्याने घाबरून उभे असलेल्या सीरंगन आणि सडैयनला पाहून वेंगन म्हणाला, ''घाबरू नका. थोडीशी जखम झाली आहे.'' जखम झालेलं बोट तोंडात ठेवून, ते चोखून, नंतर त्यावर कांद्याचा रस टाकत तो पुढे म्हणाला, ''आणखी दोन वर्षांनी ते तुरुंगातून सुटतील. या आठ वर्षांत त्यांना वेगवेगळ्या तुरुंगात पाठविण्यात आले. ते जेथे गेले, तेथे तुरूंग अधिकाऱ्यांच्या अन्यायाचा विरोध करून संघर्ष करीत राहिले. ते येथे आल्यानंतरच कैद्यांना माणसासारखे वागविण्यात येत आहे.'' असं बोलत तो घसा साफ करून स्वयंपाकघरातून पाणी पिऊन आला. त्यांचे बोलणे कुणी ऐकत तर नाही ना, हे पाहण्यासाठीच तो पाणी पिण्याचे निमित्त करून बाहेर गेला होता.

परत आल्यानंतर तो पुन्हा म्हणाला, ''या तुरुंगात जे कैदी आजीवन कारावासाची शिक्षा भोगत आहेत, त्यांचे अर्ज तेच लिहितात. येथे एका खोलीत दहा लोकांना कोंबतात. घोंगडीत ढेकूण आणि उवा असतात. भातात माती आणि खडे, सांबरमध्ये किडे आणि सडक्या भाज्या असतात. हे सर्व सुधारण्यासाठी ते उपोषण करतात. अशिक्षित कैद्यांना लिहायला-वाचायला शिकवितात. त्यांची पत्रं वाचून दाखवितात.

त्यांची उत्तरंदेखील लिहून देतात.'' मध्येच सडैयनने विचारले, ''ज्याला गुन्हेगार म्हणून तुरुंगात डांबून ठेवले आहे, ते असं सर्व करू शकतात काय?''

त्याची शंका न्यायसंगत होती. कोणताही गुन्हा न करतादेखील पर्वतावर पोलीस, वन-अधिकारी, सावकार यांच्या हातून मार खाणाऱ्यांना ही गोष्ट नवीन होती.

वेंगन अगदीच हळू आवाजात म्हणाला, ''तुझ्या विचारण्यातदेखील अर्थ आहे. आधी तर त्यांना या कामामुळे फार मारण्यात आलं होतं. एकदा तर एवढे मारले की, लोकांनी ते मेलेच समजून डॉक्टरांना बोलावून आणले. डॉक्टरांनी त्यांच्या जीवाला कोणताच धोका नसल्याचे सांगून त्यांच्यावर उपचार केले. जेव्हा त्यांच्या संघटनेतील लोकांना ही गोष्ट माहीत झाली तेव्हा बाहेर संप, मारामारी, दंगा सुरू झाला. तेव्हापासून तुरुंगाचे अधिकारी देखील त्यांना पाहून घाबरू लागले. नंतर येथील कैदीदेखील त्यांची प्रत्येक गोष्ट मान्य करून संघर्ष करू लागले.''

सडैयनने विचारले, ''ते अशा प्रकारे संघर्ष का करतात आणि मार का खातात?'' सडैयनच्या अडाणीपणावर वेंगन मनातल्या-मनात हसला. तो म्हणाला, ''जर एखाद्या अजाण मुलाला बैल मारण्यासाठी आला, तर तू काय करशील?''

''त्या बैलाला मारून मारून पळवून लावेन.''

''कदाचित तो बैल उलटून आपल्यालाही मारेल असा विचार न करता, न भिता तू त्या बैलाला का हाकलतोस? त्या मुलाला बैल मारो, न मारो, त्यामुळे तुझं काय नुकसान होतं?''

सडैयन आवेशाने म्हणाला, ''वा! आम्ही काय त्या मुलाला मरताना पाहू शकू? आपलं मूल नसूनदेखील असं संकट पाहून कुणी चूप बसू शकतो का? हे तर पाप आहे.''

''आता समजलं? तेदेखील तुरुंगातील आपल्या सोयी-गैरसोयींसाठीच संघर्ष करीत आहेत. येथे आपण सर्व मूक प्राणी आहोत. बाहेर आपण भलेही गुंड आणि डाकू असू देत; परंतु येथे तर खुंटीला बांधलेले बकरे आहोत. ते आपल्या सर्वांच्या चांगल्यासाठी आपला जीव धोक्यात घालून संघर्ष करतात.''

हे ऐकून सडैयनला फार आश्चर्य वाटले. तो थोडा वेळ छताकडे पाहत चुपचाप बसून राहिला. अचानक त्याने उत्सुकतेने आणि आवेगाने विचारले, ''मी त्यांना पाहू शकतो काय?''

आपली नजर खाली करून वेंगन म्हणाला, ''आम्हाला कुत्र्याचं जेवण देता. आमच्यासाठी जे जेवण तयार होतं, ते आम्हाला देण्यात यावं. यासाठी त्यांचा दोन दिवसांपासून भूकहरताळ सुरू आहे. जर त्यांचा भूकहरताळ दोन दिवसांत संपला नाही, तर आमरण उपोषण करण्याचा निश्चय तुरुंगातील सर्व कैद्यांनी केला आहे.

जर सर्व समाधानकारक झालं, तर ते या स्वयंपाकघराचे निरीक्षक होऊ शकतात. तेव्हा तू त्यांना पहा.''

त्याचवेळी त्यांच्या कामाची देखरेख करणारा कैदी वॉर्डन तेथे आला. त्याला पाहताच सर्व आपआपल्या कामाला लागले.

सडैयनच्या मनात अन्यायाविरुद्ध झगडण्यासाठी संघर्षाची ज्योत हळूहळू पेटू लागली. त्याचा मंद प्रकाश दिसू लागला.

❑❑❑

॥२६॥

त्या दिवशी सडैयन, सीरंगन आणि वेंगन नेहमीप्रमाणे स्वयंपाकासाठी भाजी चिरत होते. मोहरी आणि तांदूळ मिसळल्याप्रमाणे पांढरे-काळे केस, कापलेली मिशी, गोल चेहरा, सागवानाच्या लाकडाप्रमाणे मजबूत बुटकी शरीरयष्टी, हसरा चेहरा असणारा आणि कैद्यांचा गणवेश घातलेला एक माणूस तुरुंगाच्या अधिकाऱ्याला म्हणत होता, ''विटलेला वास येणारा भात आणि वळवळणारे किडे असलेली सडकी भाजी आम्हाला नको आहे.''

टोकदार मिशी असलेल्या त्या अधिकाऱ्याने आपल्या मिशीवर ताव मारून घमेंडीने, परंतु थोड भीतच म्हटले, ''उद्या सर्व व्यवस्था होईल. तुम्हाला आजच हवे आहे, तर कसे काय होईल?'' आणि बोलण्याचं टाळून ते पुढे निघून गेले.

तो कैदी वेंगनकडे वळून म्हणाला, ''नांगर आणि शेतकरी दुबळे असतील तर बैलदेखील साडू-मेव्हण्याचं नातं जोडतो, असा वाक्प्रचार आहे.'' लहान मुलाप्रमाणे हसून ते पुन्हा म्हणाले, ''आमच्या हातात चाबूक आहे, हे त्याला माहीत असायला हवे. तेव्हाच तो आपलं काम नीट करेल.'' याचा अर्थ त्यांनादेखील माहीत होता. त्यांच्या 'ऐक्याचा संघर्ष' नावाच्या चाबकाने अधिकाऱ्याचा अंहकार थोडा कमी करण्यास भाग पाडले होते.

सडैयन विचारात पडला. कदाचित हे 'ते' तर नाहीत? संघर्ष नावाचा चाबूक त्यांनीच वर उचलून धरला आहे. मग तर हे 'तेच' आहेत. त्यामुळे त्याला फार आनंद झाला. त्याने त्यांच्याकडे आनंदाने आणि उत्साहाने पाहिले.

वेंगनचे ऐकून त्याने त्यांच्याविषयी काय-काय कल्पना केल्या होत्या; परंतु त्याच्यासारख्याच कैद्याच्या गणवेशात त्यांना पाहून त्याचा उत्साह मावळला. अरे, हे तर आमच्यासारखेच आहेत. मला तर वाटलं होतं की, या तुरुंगाच्या अधिकाऱ्याला रागावणारे कोल्लीमलैच्या पोलिसांसारखे, रेंजर (वन-अधिकार) किंवा सावकाराप्रमाणे

असतील; परंतु तसे तर ते नाहीत. तो मनातल्या मनात बडबडला. अचानक त्याच्या मनात धैर्य आणि क्लेष संचारला. त्यांच्याशी बोलण्याची उत्सुकता होती; परंतु कसे बोलावे, याचा त्याला संकोच वाटत होता.

ते कोणताही उद्देश न ठेवता निश्चल, निष्कपट मनाने त्यांच्याजवळ येऊन बसले आणि वेंगनला विचारले, "हे दोघे भाऊ कोणत्या गावचे आहेत?" पुन्हा म्हणाले, "अरे, मी माझ्याबद्दल सांगितलं नाही. माझं नाव कुमार आहे." आधीच त्यांच्याविषयी जाणून कल्पनेने त्यांचं एक चित्र मनात तयार केलं होतं. त्यामुळे त्यांचं नाव ऐकून सडैयनला आश्चर्य वाटलं नाही.

"नेताजी!" तुरूंगात लोक त्यांना असेच संबोधतात. नेताजींना त्यांच्या नावाने बोलावताना वेंगनला अतिशय आनंद झाला. त्याने जीवनात कुणाबद्दलही एवढा आदर-सन्मान दाखविला नव्हता. मोठ्या प्रेमाने आणि आदराने वेंगन म्हणाला, "हे दोघे कोल्लीमलैवासी आहेत जी."

कोल्लीमलैवासी ऐकताच त्यांच्या मनात अपार उत्साह संचारला. शिक्षा आणि आर्थिकदृष्टीने फारच मागासलेल्या त्या लोकांच्या कल्याणासाठी त्यांनी बरेच प्रयत्न केले होते. जेव्हा ते तुरुंगाच्या बाहेर होते, तेव्हा त्यांचा बराचसा वेळ यांचा उद्धार करण्याच्या प्रयत्नात जात होता. त्यांच्या त्या प्रयत्नामुळेच नुकत्याच झालेल्या घटनांच्या बाबतीत त्यांना त्यांच्या सोबत्यांनी सांगितले होते.

हसरे डोळे मिटकावत ते म्हणाले, "कोल्लीमलैमध्ये राहणाऱ्या लोकांच्या मागण्या सरकारपर्यंत पोहोचविण्यासाठी मोर्चा निघाला होता. त्या संदर्भात तुला माहीत आहे काय?"

हे ऐकून सडैयन आणि सीरंगन आश्चर्यचकित झाले. यांना या गोष्टी कशा माहीत झाल्या? विचार करीत ते म्हणाले, "जी, माहीत आहे."

"अच्छा!" आश्चर्याने त्यांनी विचारले, "तुम्ही सडैयन आणि सीरंगनला ओळखता का?"

जणू आनंदाने त्यांचा रक्तप्रवाह थांबला. आश्चर्याने दिङ्मूढ होऊन ते दोघे असा विचार करू लागले की, अज्ञानाच्या अंधारात पडलेल्या त्या पर्वतीय भागाविषयी आणि घाबरलेल्या त्या लोकांविषयी यांना कसे माहीत झाले? पर्वतवसीयांचे दुःख जाणून घेण्याची आवश्यकता यांना का म्हणून होती?

आनंद आणि आश्चर्याच्या धक्क्यामुळे सुकलेल्या कंठाने थुंकी गिळून सडैयन म्हणाला, "मी आहे सडैयन आणि हा आहे सिलोन सीरंगन."

कुमारदेखील त्यांच्याप्रमाणेच आश्चर्यचकित झाले. नंतर आपल्या हसऱ्या डोळ्यांनी त्यांना पाहून म्हणाले, "वैद्य मरेपर्यंत सोडत नाही. ज्योतिषी मेल्यानंतर

देखील सोडत नाही,'' या वाक्प्रचाराप्रमाणे पर्वतवासी जंगलात असो की जेलमध्ये, राजकीय नेते त्यांना सोडत नाहीत. पाहिलंस?'' असे म्हणून ते मोठ्याने हसले.

आनंदाने ओघळणारे अश्रू दोन्ही हाताने पुसत कुमार म्हणाले, ''साथी वेलुसामीने तुमच्या मागण्यांची नोटीस दिल्यामुळे आणि पर्वतवासीयांच्या तर्फे तुम्ही मोर्च्यात सामील झाल्यामुळे, तुमचे नावदेखील माहीत झाले.''

हे ऐकून ते त्यांच्या फार जवळ आहेत आणि आता त्यांना कोणत्याच गोष्टींची चिंता करावी लागणार नाही, असे त्या दोघांना वाटले. त्यामुळे त्यांच्या मनात उत्साह संचारला.

कुमारने पुन्हा विचारले, ''तुम्ही कोणत्या कारणामुळे तुरुंगात आलात?''

दोघांनी विस्ताराने आपली कथा सांगितली. ऐकून तेदेखील विचलित झाले. स्वतंत्र भारतात असा एक वेगळा मानव समुदाय आहे. स्वातंत्र्याच्या नावावर त्यांच्या जीव-संपत्तीसोबत त्यांच्या आत्म्याचीदेखील हत्या होत आहे. व्होट आणि अधिकार सर्व नाममात्र देखावा आहे. यांचा उद्धार करण्याच्या नावावर राजकीय नेते आणि अधिकारी गिधाडाप्रमाणे यांना टोचून-टोचून स्वतः श्रीमंत होत आहेत. कडाक्याची थंडी आणि दुष्ट रानटी पशू याव्यतिरिक्त माणसांसोबतदेखील संघर्ष करावा लागत असेल, तर असले स्वातंत्र्य ते कसे काय पचवू शकतील? अर्ध्या रात्री मिळालेले स्वातंत्र्य गल्ल्यांमध्ये विकलं गेलं आहे काय? लाज आणि वेदनेमुळे त्याचं शरीर संकुचित झालं. अशा प्रकारे क्रांतिकारकांचा भाबडेपणा आणि कोमल भावना डोळ्यांत अश्रू आणतात. नाक साफ करून आणि अश्रू पुसून ते म्हणाले, ''मानवी जीवन एकदाच मिळते. ते जीवन सन्मानाने जगू शकलो नाही, तर मृत्यू स्वीकारण्यात अधिक सुख आहे.''

त्या पामरांचा शुद्ध विकाररहित शांत स्वभाव पाहून त्यांना चुकीचं वाटलं. त्यांनी विचारलं, ''माझं बोलणं तुम्हाला समजलं का?''

त्यांच्या प्रश्नाचे सरळ उत्तर न देता त्या दोघांनी त्यांना प्रश्न विचारला, ''आमचं जीवन कुत्र्यापेक्षाही वाईट आहे. त्यापासून सुटका होण्यासाठी काय करावे?''

कानाजवळ भिनभिनणाऱ्या माशीला उजव्या हाताने हाकलून कुमार म्हणाले, ''ज्यांच्याजवळ जगण्यासाठी काहीच नाही, जे अभावग्रस्त आहेत, त्या सर्वांना एक व्हावे लागेल. आश्रित आणि दिशाहीन लोकांना एक व्हावे लागेल.''

सडैयनच्या मनात मोठी शंका होती, ''उद्या जर सर्व पर्वतवासी एक झाले, तर आमच्यावर होणारा अन्याय संपेल का?''

नेताजी म्हणाले, ''सर्वांची एकी होणे, ही तर सुरुवात आहे. सर्वांची एकी का आवश्यक आहे? कशासाठी एक व्हायचे आहे? हे प्रश्न आधी समजून घ्या.''

ते समजणे एवढे कठीण आहे काय? यासाठी जगात एवढा त्रास आहे काय? त्रास भोगणाऱ्यांना एकीचं महत्त्व समजलं, तर त्यांचा त्रास दूर होईल काय? आधी विचारून तर घेऊ. "नेताजी, ते प्रश्न कसे समजू शकतील?"

"संघटनेत भरती होऊन."

"नंतर."

"संघटना तुम्हाला शिकवेल, मार्ग दाखवेल. तेथेच तुम्हाला नवीन जीवन मिळेल."

❑❑❑

।।२७।।

करूमन-पिडारीचं लग्न झालं. ते देवकार्य करून आले. नातलगांनी आमंत्रण देऊन जेऊ घातले. नवदांपत्याच्या लग्नाच्या सर्व रीती एक-एक करून संपन्न झाल्या. पिडारीने आपल्या नवीन घरात दांपत्यपुष्पाची पहिली पाकळी उघडली. दांपत्य जीवनाच्या सर्व पाकळ्या उघडून मनमोहक सुगंध पसरवायला हवा. हीच आई-वडिलांची इच्छा आहे. त्यांनी केलेल्या सत्कर्माचे आणि पूजेचे फळ!

त्या घरात ती नवीन होती. ते घर तिच्या घरासारखंच तयार केलं होतं. चूल, चुलीच्या वरच्या बाजूस सामान वगैरे ठेवण्यासाठी लाकड लावून मचानसारखं केलं होतं. ते एका खोलीसारखं होतं. तिच्या घराप्रमाणेच तेथे नेहमी धूर पसरलेला असायचा. आणि उष्णता राहायची. तशीच जमीन, तसंच खाली छत. अगदी तसंच घराच्या मधोमध तांदूळ आणि जव कुटण्यासाठी उखळ. माहेरी आणि सासरी फरक फक्त एकच होता, तेथे तिचे आई-वडील होते आणि येथे तिच्याबद्दल आत्मीयता बाळगणारे लोक होते. तिचे लाड करण्यासाठी त्यांचा जन्म झाला होता. हे लोक तिच्यावर प्रेम करू शकतात. प्रेम न करता भांडूदेखील शकतात. कधी-कधी प्रेम थोडं कमी-जास्त होईल. हे लोक रागावून शिव्या देऊ शकतात. त्या लोकांनी मारलं, तर त्यांचा हात दुखतो. मनात वेदना होतात. या लोकांनी रागावले, तर वातावरण तापेल. कान दुखतील. तेथे पाय आपटत चालले किंवा मोठ्याने हसले, तरीदेखील त्यांचे चेहरे प्रेमाने प्रफुल्लित होतील. येथे सांभाळून चालले आणि घाबरून राहिले तरी त्यांचे चेहरे कठोरच राहतील.

सर्व काही तिच्या घरासारखेच असूनदेखील कुठे काय ठेवले आहे, हे तिला माहीत नव्हते. जर काही गडबड झाली तर? काही पाडलं तर म्हणतील, उधळपट्टी करते. घर चालवण्यायोग्य नाही ही बाई. आधी घरातील सर्व वस्तू नीट पाहून

घेऊन, नंतर कोणतीही चूक न करता नीट काम करता येईल.

तिने पर्वतवासीयांच्या नियमांच्या विरुद्ध केवळ एका पुरुषाची पत्नी होऊन राहण्याची प्रतिज्ञा केली आहे. हे व्रत एकतर्फी असले, तरी तिची मनोकामना पूर्ण होणार नाही. तिच्या पतीलादेखील तिचा निर्णय पूर्ण करण्यासाठी साथ द्यावी लागेल. ती त्याला तृप्त ठेवेल; त्याच्या इच्छा पूर्ण करेल. ते कसे? प्रत्येक दिवशी त्याच्या हालचालीचे निरीक्षण करेल आणि त्याप्रमाणे स्वत: वागेल. आधी ती पक्ष्यांप्रमाणे स्वतंत्र होती. ती दुसऱ्यांच्या भावना जाणत नव्हती. केवळ स्वत:च्या भावनांना आणि इच्छांनाच ती महत्त्व देत होती. आता तसे होऊ शकत नाही. तशी आशादेखील करू नये. ती स्त्री आहे. माहेरून सासरी आली आहे. सर्व आशा-इच्छा दाबून ठेवाव्या लागलीत. त्या भावनांना येथे कोणतीच जागा नाही. मंगळसूत्र गळ्यात पडताच आपला स्वभाव आणि मनातील भावनांना मायाजाळाप्रमाणे बदलावे लागेल. या समाजाचा हाच निर्णय आहे. स्त्री जातीला शाप.

तिने या सर्व गोष्टींचा विचार केला. त्याला अनुरूप स्वत:ला बदलण्याचा प्रयत्न केला. संध्याकाळ होताच भात शिजवू लागली. स्वयंपाक करून तिला अंघोळ करायला हवी. कदाचित त्या दिवशी त्यांची पहिली रात्र होऊ शकते. आतापर्यंत घरात लग्नासाठी आलेल्या नातलगांची गर्दी होती. ती स्त्रियांसोबत झोपत होती. तिला पतीच्या सहवासाची इच्छा तर होती; परंतु तिने विचार केला की, 'एवढे नातलग असतानादेखील काल आलेली मुलगी निर्लज्जपणे आत जाऊन झोपते, हिचा नखरा तर पहा, निर्लज्ज कुठली?' अशा प्रकारे कदाचित ते तिला टोचून बोलतील.

स्वयंपाकाचे काम पूर्ण झाले. संपूर्ण शरीर घामाने ओलेचिंब झाले होते. धुरासोबत उकळणाऱ्या खाद्यपदार्थांचा एकत्र सुगंध, घरात केलेल्या वस्तूंचा वास, जणू हे सर्वच तिच्या शरीराला चिटकलं होतं. माठात पाणी गरम करून घरामागे भिंतीजवळ ठेवलं होतं. पाण्याजवळ खाट उभी करून त्यावर आपली साडी अंथरूण आडोसा तयार केला होता. खाली पडलेल्या दगडावर बसून केस बांधले. पत्र्याच्या डब्याने पाणी घेऊन ते शरीरावर ओतू लागली. तेल लावलेल्या शरीरावर गरम पाणी घसरत होते. तिने संपूर्ण शरीर हाताने घासून-घासून धुतले. आपल्या शरीरसौंदर्यावर ती स्वत:च मोहित झाली. पाण्यात भिजवलेली चिंच चांगली कुस्करून ती शरीरावर चोळून-धुऊन संध्याकाळच्या थंडीत गरम पाणी फार चांगलं वाटत होतं. मळ आणि घाम निघून जाऊन शरीर स्वच्छ झालं होतं. चोळीत झाकलेला छातीचा भाग आणि बाहू गोरे झाले होते. शरीराचे दुसरे उघडे भाग थोडे काळे दिसत होते.

खाटेच्या आडून एक आकृती तिला प्रेमाने न्याहाळून पाहत होती. अचानक

वर नजर गेली, तेव्हा अनोळखी समजून तिला ओरडावेसे वाटले. दुसऱ्याच क्षणी त्याची आकृती आपल्या हृदयाशी कवटाळून लाजेने मान खाली घालून म्हणाली, "अशा प्रकारे कुणी बघतं का? कुणी पाहिलं तर काय म्हणेल?" त्यात खोटा राग होता आणि प्रेमाची मनधरणी होती.

करूमनने पिडारीला अद्याप स्पर्श केला नव्हता. नैसर्गिक देणगी, त्या सौंदर्याची खाण, हे कोडे त्याने अजून सोडवलं नव्हतं. स्वत:च्या पौरूषत्वाबद्दल उत्सुकता आणि अधीरता, प्रेमाचे प्रोत्साहन आणि ऊब यांमुळे त्याला तिला जवळ घ्यावेसे वाटले. त्याचा हात दूर करीत ती म्हणाली, "तुमच्या शरीरातून घाण वास येत आहे. गरम पाणी आहे. अंघोळ करून या."

तिचे म्हणणे योग्य होते. तिच्यासाठी त्याने घासून-घासून अंघोळ केली. स्त्रीच्या शरीराचा नैसर्गिक सुगंध येत होता. त्याचंदेखील कर्तव्य आहे. ती त्याच्या बाहुपाशात पहिल्यांदाच असेल. ती वेश्या नाही. ती वेश्या असती तर त्याला तिच्या भावनांची पर्वा नसती. ती त्याची पत्नी आहे. तिच्या प्रेमासाठी त्याचं मन व्याकूळ आहे. तिच्या कोमल भावना जपण्याची त्याला इच्छा आहे. तिच्या प्रेमळ आलिंगनासाठी त्याचं शरीर उत्सुक आहे.

त्याने तिचे म्हणणे मान्य केले. त्याची एकच अट होती: अंघोळीच्या वेळी पिडारी त्याच्या शरीराला साबण लावून त्याचे शरीर घासून देईल. पत्नीचे हे कर्तव्य आहे. हे काम करण्यास पिडारीला संकोच वाटला; परंतु तो म्हणाला, "ही तर अट नाही, एक विनंती आहे. मानावी लागेल." तिच्या पतीचेच शरीर! आज रात्री किंवा आतादेखील तो तिला आलिंगन देऊन आपल्या बाहुपाशात घेऊ शकत होता. हो, पुरुष असे करू शकतात; परंतु मुलींसाठी तर हे काम मासळीचा काटा गिळण्यासारखं कठीण आहे.

ती चुपचाप विचार करीत राहिली. तिचे बाबा अंघोळ करताना तिची आई त्यांची पाठ घासून द्यायची किंवा हाता-पायाला साबण लावून चोळून साफ करताना तिने आईला पाहिले आहे. हे सर्व बाहेर अंगणातच होत होते. कधी कुणी आले, तरीदेखील आई त्यांच्यासोबत बोलतच आपले हे काम करीत राहायची.

करूमनची मागणी टाळणे योग्य नाही; परंतु अजूनदेखील मनात संकोच होता. आतापर्यंत एकदादेखील त्याने स्पर्श केला नव्हता. संपूर्ण गावाला माहीत आहे की, त्यांचा शारीरिक-संबंध अजून झालेला नाही. संकोच आणि लाज मनाच्या पडद्याआड लपवून ती आत निघून गेली. गरम पाणी उचलून बाहेर आणलं. करूमन आपल्या खांद्यावरील पंचा बाजूला ठेवून दगडावर जाऊन बसला. माठातील गरम पाणी घेऊन तिने त्याच्या अंगावर घातले. संध्याकाळच्या थंडीच्या वेळी गरम

पाणी शरीराला सुखद वाटत होतं. शरीरावरून वाफ निघून सारखी पसरली. त्याचे म्हणणे तिने टाळले नाही. चुपचाप शालीनतेने आपल्या कामास लागली; तेव्हा अंगणामध्ये चार लोकांना दिसेल, अशा मोकळ्या जागेत त्याच्या शरीराला स्पर्श करून घासण्यास-चोळण्यास तिला संकोच वाटत होता. कशा प्रकारे स्वतःची सुटका करून घेता येईल, याच विचारात ती होती. तिला योग्य कारण मिळाले. तांदूळ शिजण्यासाठी तिने चुलीवर ठेवले होते. ते बराच वेळ चुलीवर राहिले, तर जळून वास येऊ लागेल.

जणू लाजवंतीच्या पानाप्रमाणे तिच्या गालावर लालिमा पसरावी, भुवया आणि कानाजवळ उवा वळवळत असाव्या, या जाणिवेतून ती म्हणाली, "चुलीवर भात शिजत आहे; जळून जाईल. मला भातदेखील शिजवता येत नाही, असे पहिल्या दिवशीच आईला वाटू नये.''

तिचे म्हणणे खरे होते. पहिल्या दिवशीच सासूच्या शिव्या खाऊ नये. सासूच्या वर्चस्वाखाली अडकलेली सून आणि काळ्या अस्वलाच्या पंज्यात फसलेला माणूस स्मशानातच जाईल. अशी तिची बदनाम होऊ नये. ती त्याच्या सुख-दुःखात आयुष्यभर साथ देणारी आहे. करूमनचं मन तिच्याबद्दल पाझरलं. करूमनला तिची दया आली. पाण्याच्या तांब्यासहित तिचा हात पकडून कुरवाळीत तो म्हणाला, "तू फार लबाड आहेस. रात्री बघून घेईन जा.'' त्याचा श्वास उबदार होता. स्पर्शात शृंगार होता. ती जिंकली. तिचा पती तिला समजून घेतो. हीच तर तिची इच्छा होती. तिची प्रार्थना सफल झाली. तिचं मन चमेलीच्या मांडवासारखं प्रफुल्लित झालं आणि विचार मधाचे कारंजे.

ती घरात आली. एरंडीच्या तेलाचा दिवा लावून ठेवला. घरातील सर्व अंधार दूर करण्याच्या प्रयत्नात दिव्याची ज्योत थरथरत होती.

सासू, सासरे आले. लाकडाची मोळी आणून छताच्या कोपऱ्यात ठेवली. विस्कटलेले केस आणि थकलेल्या डोळ्यांखाली एवढे खोल खळगे होते की त्यात वाटीभर भात मावेल. ते सकाळी बाजरीची पेज पिऊन गेले होते. संध्याकाळपर्यंत श्रम केल्यामुळे त्या मानवीयंत्रात शक्ती उरली नव्हती.

ते थकून-भागून घरी परतले होते. गरम पाण्याने अंघोळ केली तर थकवा दूर होईल, असा विचार करून पिडारीने पाणी गरम करण्यासाठी चुलीवर ठेवले. ही गोष्ट ती त्यांना सांगू इच्छित होती. एका लहान मुलाप्रमाणे कोणत्या चाली-रीती न जाणता ती सरळ त्यांच्याजवळ जाऊन म्हणाली, "गरम पाणी ठेवलं आहे. जा, अंघोळ करून या.''

त्यांना या गोष्टीची अपेक्षा नव्हती. घरी येताच सासऱ्याच्या गरजेची काळजी

घेते. नकळत सासऱ्याच्या मनात तिच्याबद्दल तिरस्कार निर्माण झाला. मुलगा तीन वर्षांचा असताना त्याचे लग्न तरुण मुलीसोबत लावून त्या सूनेचा ते उपभोग घेतहोते. कदाचित त्या सुखात अडथळा आल्याने हिच्याबद्दल तिरस्कार निर्माण झाला असावा किंवा मुलाने तरूण होताच त्या मुलीला सोडले आणि पिडारीसोबत लग्न करून तिला घरी आणले; कदाचित हेदेखील तिरस्काराचे कारण असू शकते. काही का असेना, आजच्या परिस्थितीत त्याच्या मनात तिच्याबद्दल तिरस्कार निर्माण झाला.

दोघांनी एकमेकांची पाठ घासली. अंग चोळून गरम पाण्याने स्नान केले. पिडारी हे सर्वच पाहत होती. आपल्या पतीची इच्छा तिला आठवली. हे तर म्हातारे अनुभवी आहेत. मुलांप्रमाणे असलेल्या त्यांच्या वागणुकीकडे ना कुणाचं लक्ष जाईल, ना कुणी त्यात कोणता दोष काढतील.

करूमन अंघोळ करून चुलीजवळ बसल्या-बसल्या पिडारीला छेडत होता. आई-वडील आंघोळ करून तेच मळके, दुर्गंध असलेले कपडे घालून बाहेर चबुतऱ्यावर येऊन बसले. रोजच्या सवयीप्रमाणे आज त्यांचे पाय घरात पडले नाहीत. घरात तरूण मुलगा आणि सून बसले होते. कालच लग्न झाले आहे. आई-वडिलांना त्यांच्या भावना चांगल्या समजत होत्या. त्यांनीदेखील आपल्या तारूण्याच्या सावलीत आरामात सुख उपभोगलं आहे. त्या उबेत त्यांचं संपूर्ण शरीर पोळलं आहे. त्या सुखाचा दुष्ट उद्वेग आणि असह्य वेदनेत जळून ते शांत झाले आहेत. त्या न भागणाऱ्या तहानेला वश होऊन, थकून आजदेखील त्यांच्या नसांमध्ये तोच लाव्हा अचानक वाहतो आहे आणि कधी-कधी त्यांना लाचार बनवितो. त्या भावना, त्या आठवणी ते कसे विसरू शकतील?

करूमनच्या उत्तेजनापूर्ण छेडछाडीपासून आपली सुटका करून घेऊन, दोन्ही हाताने आपला चेहरा पुसून, विस्कटलेले केस बांधून पिडारी बाहेर आली आणि त्या दोघांना विचारले, "ताटात भात आणू?" त्यांना न विचारताच भात आणून देण्याची तिची इच्छा होती; परंतु त्यांनी याचा चुकीचा अर्थ लावू नये, याची तिला भीती होती.

"हो, जेवण आण. खाऊन पडूत," सासू म्हणाली.

त्या उत्तराने पिडारीला आनंद झाला. सासू बडबडत नाही; परंतु आवाजात थोडा रूक्षपणा आहे. दिवसभर कष्ट करून थकून कंटाळली आहे. हा कंटाळा आणि कठोरपणा नेहमीसाठी नाही. तो दूर होईल.

तिने तुटक्या-फुटक्या ॲल्युमिनियमच्या ताटात गरम-गरम भात वाढून त्यावर हिरवी भाजी टाकून त्या दोघांसमोर आणून ठेवली. रात्रीच्या थंडीत गरम-

गरम जेवण पोटात जाताच पोटातील आग कमी होऊ लागली. त्यांना जेवण आवडले की नाही, हे ती चुपचाप पाहत राहिली. ते काही चूक काढतील काय, चवीत काही फरक आहे काय? आधी वाढलेला भात त्यांनी खाल्ला. तिने दुसऱ्यांदा भात वाढून त्यावर रसम घातला. त्या घरात केवळ एकच भाजी किंवा सांबर केले जात होते. ते खाऊन ते तृप्त होत होते.

जेवण झाल्यावर भांडे घासून म्हातारा-म्हातारी शेळ्यांना बांधण्यासाठी समोर असलेल्या आडोशाकडे जाऊ लागले. सासू-सासऱ्यांनी न मागताच पिडारीने पान, सुपारी आणि तंबाखू त्यांच्यापुढे आणून ठेवले. ते घेऊन सासू शांतपणे म्हणाली, "आता आम्हाला काही नको. तू जाऊन जेवण कर." आणि ते दोघे शेळ्या बांधण्याच्या खोलीत जाऊन, काथ्यांनी विणलेल्या खाटेवर काहीही अंथरूण न घालता, घोंगडं ओढून आडवे-तिरपे झोपले.

तोंडात साचलेली तंबाखूची पिंक खाटे खाली थुंकून सासू बडबडली, "त्या मुलीसोबत मुलाचा निभाव लागला नाही. कमीत कमी या मुलीसोबत राहून सुखी राहिला तर बरं होईल." एवढ्या थोड्याशा वेळातच तिच्या पतीचा घोरण्याचा आवाज वातावरणात घुमू लागला. तीदेखील झोपली.

पतीला जेवण देण्यासाठी पिडारीने ताट उचलले. करूमन म्हणाला, "आजचा दिवस कोणता आहे, माहीत आहे ना! केळीच्या पानावर जेवणे आणि कुणाच्या तरी बाहुपाशात झोपणे, असं वडीलधाऱ्यांनी म्हटलं आहे. हे घे, येताना मी बगिच्यातून पानं तोडून आणली आहेत." असं म्हणून केळीचं पान समोर ठेवून तो बसला. तांब्यातील पाणी पानावर शिंपडून ते स्वच्छ केले. पिडारीने पानावर भात वाढून त्यावर रसम ओतलं. तो तिला पाहत राहिला.

ती पूर्वेकडे तोंड करून, त्याच्या उजव्या हाताकडे वळून तिरपी बसली होती. दिव्याचा प्रकाश पिडारीच्या उजव्या गालावर पसरला होता. डावा गाल प्रकाश नसल्यामुळे काळा दिसत होता. उजव्या गालावर, ओठांवर, भुवयांवर आणि डोळ्यांमध्ये तारुण्याची धुंदी दुधाच्या सायीप्रमाणे दिसत होती. तो जेवण विसरून चुपचाप बसला होता. रसम पानावरून वाहून जमिनीची तहान भागवत होता. रसम आणि भात कालवीत पिडारी म्हणाली, "पानात भात आहे, माझ्या चेहऱ्यावर नाही." बाहेर बसलेले सासू-सासरे यांनी ऐकू नये म्हणून ती हळू आवाजात म्हणाली. हे बोलताना जणू तिच्या संपूर्ण अंगावर छोटे-छोटे किडे वळवळून गोंधळ करीत होते; परंतु एक मुलगी आपल्या प्रणयभावना एवढ्या सहजपणे प्रगट करू शकते का? असं झालं तर त्या दांपत्य संबंधात प्रतीक्षा, व्यथा, गोड वेदना, तळमळ, बेचैनी, तीव्र इच्छा काहीच उरणार नाही!

तिने कालवलेला रसम भाताचा एक घास त्याने खाऊन पाहिला. जिभेला पाणी सुटू लागले. तोंड सुगंधित झाले. डोळे मिचकावत तो म्हणाला, ''छान आहे.''

मूर्खासारखे तिने विचारले, ''काय छान आहे?''

प्रणयाच्या तीव्रतेने नसा उत्तेजित झाल्या आणि घसा सुकला. तो म्हणाला, ''तू छान आहेस.''

हे ऐकून पिडारीला हेवा वाटला. असे प्रेम नेहमी राहायला हवे; परंतु ती इच्छा तिने बोलून दाखविली नाही. तिच्या मनात एक खोटी तक्रार होती. तिला त्याची थोडी गम्मत करायची होती. तोंड फुगवून खोट्या रागाने ती म्हणाली, ''मी केलेला स्वयंपाक आवडला नाही. मग मी कशी चांगली वाटेल?''

तो घाबरला. आपल्या तोंडातील घासाची चवच त्याला जाणवली नाही. त्याच्या सर्व भावना, लक्ष तिच्या स्पर्शासाठी आसुसलेलं होतं. तिच्या या प्रश्नाने तो अस्वस्थ झाला. तो तिच्या बोलण्याचा अर्थ समजून घेण्याचा प्रयत्न करीत होता. त्याने चुपचाप आणखी चार-पाच घास खाल्ले, तेव्हा त्याला जेवणाची चव समजली. पर्वतवासी मुलीच्या हातचे जेवण एवढे रूचकर कसे होऊ शकते? हे त्याला पहिल्यांदा समजले. तो तिच्याकडे पाहून म्हणाला, ''रसम छान आहे. मी पहिला घास तर असा गिळला, जणू मातीचा गोळा खात आहे. माझं सर्व लक्ष तुझ्याकडे होतं. रागावू नकोस.'' हाताने कपाळ चोळून आपल्या भावना लपवत तो दीनतेने म्हणाला.

त्याची अवस्था पिडारीला माहीत होती. ती तर त्याची परीक्षा घेत होती. बिचारा खरोखरच घाबरला. तिला समजून चुकले. आयुष्यभर असंच प्रेम आणि भीती राहिली; तर जीवन सुखकारक होईल तरीदेखील खोटा राग दाखवित ती म्हणाली, ''लक्ष माझ्याकडेही नाही आणि जेवणाकडेही नाही. कोणत्या तरी रांडेकडे आहे.'' असं सांगताना तिला हसू आलं. तरीदेखील ती मान खाली घालून पायाच्या बोटाचे नख कोरल्याप्रमाणे आपलं हसू लपवत राहिली.

आपल्या वागणुकीमुळे ती खरोखरच नाराज झाली, म्हणून करूमन दुःखी झाला. 'तो कोणत्याही परिस्थितीत तिचा विश्वासघात करणार नाही', अशी त्याने शपथ घेतली. 'कोणत्याही संकटप्रसंगी तो तिची साथ सोडणार नाही. ती त्याच्यावर विश्वास ठेवू शकते', असे त्याने तिला वारंवार सांगितले.

''पुरुषाला बुद्धी अर्धी असते. त्यामुळेच तर तो समोर असलेलं सोनं सोडून कल्पनेत सोनं शोधत असतो. माझं लक्ष दुसरीकडेच गेलं होतं. पिडारी, रागावू नकोस!'' तो दीनतेने म्हणाला.

रागावली असती तरच त्याचे बोलणे तिने नाकारले असते ना! तिचं दबलेलं

हसू फटाक्याप्रमाणे फुटलं. सासू-सासऱ्यांनी ऐकलं तर? याचीदेखील तिला भीती होती; परंतु त्याची काही शक्यताच नव्हती. त्यांच्या घोरण्याचे संगीत ऐकू येत होतं. त्याला पाहून ती म्हणाली, ''मी तर सहजच म्हणाले होते. मी येथे पहिल्यांदाच स्वयंपाक केला आहे. ते खाऊन स्वयंपाक कसा झाला ते तुम्ही सांगाल, म्हणून माझं मन बेचैन होत होतं ना!'' बोलता-बोलता तिचे डोळे भरून आले.

थोडा वेळ भान हरपल्याने आणि उन्मत्त झाल्याने त्याला काय-काय ऐकावं लागलं होतं. तो पश्चात्ताप करू लागला. पानामध्ये असलेला भात चुपचाप खात राहिला. त्याचं मौन पाहून पिडारी अस्वस्थ झाली. अश्रूभरल्या डोळ्यांनी त्याला पाहून म्हणाली, ''मी तुमचं मन दुखवलं ना! तुम्ही मला मारा; परंतु माझ्यावर नाराज होऊ नका.'' आणि नंतर हमसून-हमसून रडू लागली.

कारण नसताना निरर्थक गोष्टीसाठी दोघेही लहान मुलांप्रमाणे रूसले, एकमेकांवर रागावले. त्याने तिला जवळ ओढले. ''आल्याच्या रसममध्ये एवढी चव असते, हे तर आजच माहीत झालं. तू हे कसं, कुठे शिकलीस?'' त्याचा प्रश्न योग्य होता. हे ऐकून तिचं मन पाझरलं.

ती मोठ्या अभिमानाने आपल्या कला-कौशल्याचं वर्णन करू लागली. ''सिलोनचे भाऊ माहीत आहे ना! तेच, जे माझ्या भावासोबत तुरुंगात आहेत, त्यांनीच शिकवलं. टमाट्याची भाजी, भेंडीचा सांबर, मांस-मासळी शिजवणे, सर्व त्या भावानेच शिकवलं!'' असं बोलून तिने पान चाटून बोटेदेखील चाटली. ''सिलोनचे भाऊ स्वयंपाक करण्यात फार पटाईत आहेत.'' मोठ्या अभिमानाने सांगत पान बाहेर फेकून हात-तोंड धुवून दार बंद करून ती आत आली.

मोगऱ्याची फुले आणि चमेलीने सजलेला शयनकक्ष, मखमलीचे मऊ-मऊ अंथरूण, गुलाबाच्या पाकळ्यांनी सजलेली गादी, मन मोहून टाकणारा उदबत्तीचा वास, अत्तरदाणी, मधमिश्रित दूध, अनेक प्रकारची फळं-यांसारख्या सुख देणाऱ्या वस्तू त्यांच्या मधुचंद्राच्या रात्री उपलब्ध नव्हत्या; तर ओल्या काथ्याच्या खाटेवर फाटलेल्या पोत्यांचं अंथरूण होतं. त्यावर लग्नातलं लाल किनारीचं धोतर अंथरलं होतं. हाच त्यांचा राजसी पलंग होता. हीच त्यांची मधुचंद्राची, पहिल्या रात्रीची झोपण्याची जागा होती.

खाटेजवळ संकोच करणारी, लाजरी पिडारी नव्हती. दुधाच्या ग्लासासोबत तिचे ओठ थरथरले नाहीत. स्वयंपाकाची मडकी झाकून ती पतीजवळ आली.

''मी कोठे झोपू?'' लहान मुलाच्या निरागस हसण्याप्रमाणे हसत तिने विचारले. बंदिस्त भावना उफाळून आल्या. बांधात सामावलेल्या पावसाचा पूर बंधनमुक्त झाला. तारुण्याच्या सागरातून उत्साहाच्या लाटा उचंबळून आल्या. करूमनने

पिडारीला उचलून खाटेवर झोपवलं. तोदेखील झोपला. त्या अंधारलेल्या झोपडीत दोन आत्म्यांच्या संगमाने, अलिंगनाने त्या खाटेनेदेखील कर्र-कर्र आवाज करीत दीर्घ श्वास घेतला.

❑❑❑

।।२८।।

पूर्ण सजा भोगून सीरंगन आणि सडैयन तुरुंगातून सुटले. तुरुंगातून बाहेर आल्यावर ते सरळ लाल झेंड्याच्या संघटनेकडे गेले. काखेत लपवून आणलेले कुमारचे पत्र काढून सडैयनने ते आपल्या खिशात ठेवले. कुमारने त्यांच्यासोबत वेलुसामीला देण्यासाठी पत्र दिले होते. तुरुंगात सर्व कैदी त्यांना आदराने नेता म्हणत होते. त्यामुळे यांनादेखील तीच सवय लागली होती.

दोघेही संघाच्या कार्यालयात गेले. ज्यांच्या शोधात ते गेले होते, ते तेथे नव्हते. तेथे गेल्यावर सीरंगनने एका व्यक्तीस विचारले, ''वेलुसामी कुठे आहेत?'' मुंगसाप्रमाणे लांब तोंड असलेला तो काळा सद्‌गृहस्थ बिडीचा झुरका घेत म्हणाला, ''येतील, नाष्टा करण्यासाठी गेले आहेत.''

समोर पडलेले वर्तमानपत्र उचलून अक्षरांची जुळवाजुळव करून सडैयन ते वाचू लागला. ती बातमी वाचून तो विजेच्या झटक्याप्रमाणे रोमांचित झाला. ज्याप्रमाणे भुकेला माणूस भराभर जेवण तोंडात कोंबतो, त्याप्रमाणे भराभर बातम्या वाचून त्याला आनंद होऊ लागला. सीरंगनला मनातून आनंद होत होता. सडैयन तर त्याचा शिष्य आहे. त्या मातीत जन्मलेला! त्याच्यासारखे दोघे-चौघे जर जागृत झाले, तर पर्वतवासीयांमध्ये जागरूकता निर्माण करू शकतो. सीरंगनसारख्या बाहेरून आलेल्या लोकांनी कितीही प्रयत्न केले, तरीदेखील ते प्रयत्न कमळाच्या पानावरील दवबिंदूप्रमाणेच होते. तुरुंगातील अनुभवांनी सडैयनला बऱ्याच गोष्टी शिकविल्या होत्या.

कॉलर मागे सरकवून सदऱ्याने वारा घेत सीरंगन म्हणाला, ''योग्य दिशेने विचार करणाऱ्यांना तुरुंगाची सजा किती फायदेशीर असते, बघितलंस? तू पर्वतावरच राहिला असतास तर एवढं ज्ञान मिळविण्यासाठी आणि लिहिणं-वाचणं शिकण्यासाठी कित्येक वर्षं लागले असते. या जीवनसंघर्षात अशी थोडीशी विश्रांती मिळणं किती कठीण आहे?'' त्याचवेळी वेलुसामी आत आले. त्या दोघांनी उठून नमस्कार केला. नेहमी येणाऱ्यांच्या नमस्काराला उत्तर दिल्याप्रमाणे त्यांना न पाहता मान हलवून ते आत आपल्या खुर्चीवर जाऊन बसले. नंतर त्यांनी मान वर करून या दोघांना पाहिलं; तेव्हा आश्चर्याने म्हणाले, ''अरे, तुम्ही? येथे कसे आलात? साथी

कुमार जेव्हा मला निरोप पाठवायचे, तेव्हा नेहमीच तुम्हा दोघांविषयी देखील लिहीत होते. तुम्ही नाष्टा केलात का?''

त्यांनी होकार दर्शविला. त्यांचे आतिथ्य पाहून ते सद्गत् झाले. प्रत्येक माणसाचा हे किती आदर करतात? आमच्या प्रत्येक कामामध्ये आई-वडिलांप्रमाणे रूची घेतात. आमचा यांच्याशी काय संबंध आहे? आई-वडील केवळ आपल्या मुलांवर प्रेम करतात. हे तर संपूर्ण विश्वावर प्रेम करतात. अशा प्रकारे त्यांच्या विचारांना पंख फुटले होते. ''ठीक आहे. मग चहा पिऊत.'' नंतर तेथे बसलेल्या एका सद्गृहस्थाला ते म्हणाले, ''मित्रा, चार चहा आणण्यासाठी सांगा.''

सडैयनने खिशातून कुमारचे पत्र काढून दिले. ते घेऊन वेलुसामीने विचारले, ''हे सुरक्षितपणे येथे कसे आणले?''

''आम्हीदेखील संकटांचा सामना करून कोणतेही काम व्यवस्थित करू शकतो,'' सडैयन अभिमानाने म्हणाला. ''हे पत्र दुमडून मी माझ्या काखेत ठेवले होते.''

''कुमारने तुम्हाला चांगलं प्रशिक्षण दिलं आहे,'' असं म्हणून चहाचा पेला त्यांना देऊन तेदेखील चहा पिऊ लागले. त्यांनी कुमारने पाठविलेले पत्र वाचले. वाचता-वाचता त्यांच्या चेहऱ्यावर हळूहळू सूर्योदयाच्या वेळच्या सूर्याप्रमाणे आनंद झळकू लागला.

त्या पत्रात त्यांनी आपल्याविषयी काही लिहिले आहे काय? हे जाणण्यासाठी ते उत्सुक होते; परंतु कसे विचारावे? किती तरी रहस्यमय गोष्टी असतील. कुमारसोबत वर्षभर राहिल्यामुळे अनुभवांनी ते बऱ्याचशा गोष्टी शिकले होते. दुसऱ्यासमोर कसे वागावे, कसे बोलावे हे सर्व ते त्यांच्याकडून शिकले होते.

कुमारचा अभिप्राय जाणून घेऊन वेलुसामी म्हणाले, ''तुमची फार स्तुती केली आहे. तुमची सेवा पर्वतवासीयांसाठी फार फायदेशीर राहील, असे लिहिले आहे.''

त्या दोघांचे डोळे भरून आले. या लोकांना मागासलेल्या लोकांच्या उद्धाराची आणि कल्याणाची किती चिंता आहे? त्यांच्या बोलण्यावरून त्यांचे कुटुंब, उद्योग आणि मिळकतीच्या बाबतीत काहीच संकेत मिळत नाही. संन्याशाप्रमाणे स्वत:ला विसरून दुसऱ्यांच्या हिताची चिंताच हे करीत राहतात. यांचे मन आषाढ महिन्यातील वाऱ्याप्रमाणे चंचल आहे. चेहऱ्यावरील घाम पुसून वेलुसामी म्हणाले, ''वेल्लयन आणि पेरियसामीदेखील येथे आले होते.'' सडैयनने मध्येच चिंतेने विचारले, ''वेल्लयनने आपल्या पत्नीला सोडवून आणलं आहे काय?''

सडैयनची उत्सुकता पाहून वेलुसामी म्हणाले, ''हो, सोडवून आणलं.'' आणि त्यांनी संपूर्ण हकिगत सांगितली. वेल्लयनची असहाय्य अवस्था पाहून आम्ही त्याची मदत करण्याचे ठरविले. एक दिवस मी वेल्लयनसोबत सावकार

सायबूला भेटण्यास गेलो. आधी तर तो मोठ्या तोऱ्यात वागला. हे सांगितल्यानंतर खोकलून घसा साफ करून खुर्चीवर असलेला टॉवेल उचलून त्यांनी तोंड आणि गळ्याजवळील भाग पुसला व ते पुन्हा म्हणाले, "माझ्याबद्दल सायबूला माहीत आहे. मी म्हणालो, 'कर्जाच्या बदल्यात तू करारपत्र लिहून घेतले आहेस. पैसे मिळाले नाहीत, तर तू कायद्याप्रमाणे न्यायालयात जायला हवे. पैशाच्या बदल्यात कुटुंबातील एका स्त्रीला उचलून आणणे कोणत्या कायद्यात लिहिले आहे? तू जर त्या स्त्रीला सन्मानाने तिच्या पतीसोबत पाठविले नाहीस, तर पोलीसठाण्यात तुझ्यावर स्त्री अपहरणाची केस करूत. अशा प्रकारे त्याला भीती दाखविली. त्याला अशी अपेक्षा नव्हती. त्याने मला समजावण्याचा अनेक प्रकारे प्रयत्न केला; परंतु मी आपल्या निश्चयावर ठाम राहिलो. शेवटी त्याने करूमाईला पाठवून दिलेच."

हे ऐकून सडैयन रोमांचित झाला. आपली अवस्था विसरून तो आनंदाने स्वत:शीच बडबडू लागला, "कोंगाई देवी, तुझ्या शक्तीने जादू केली."

वेलुसामी मोठ्याने हसून म्हणाले, "संघटनेचे लोक गेल्यानंतरच कोंगाई देवीने आपली शक्ती दाखविली, असे समजावे काय?" त्याचे मन दुखावू नये म्हणून त्यांनी सहजच विचारले. त्याचा आशय समजून सडैयन ओशाळला. तो लाजून म्हणाला, "जरी तुम्ही कोंबड्यासाठी पिंजरा तयार करून त्याला काळजीपूर्वक सांभाळलं, तरीदेखील तो पिंजरा उघडताच त्या घराच्या छतावरच रात्री झोपेल, असे अनुभवी माणसं म्हणतात. सर्वांची आपली-आपली सवय असते."

सडैयनच्या हजरजबाबीपणाने वेलुसामीला आकर्षित केले. हे त्याने ठरवून दिलेले उत्तर नव्हते, तर जीवनातील अनुभवांचा सार होता. वेलुसामी पुढे म्हणाले, "करूमाईला सोडवून आणल्याची बातमी जंगलातील धुक्याच्या हवेत मिसळून पर्वतावर पसरली. त्या घटनेने त्या लोकांच्या मनात आमच्याविषयी चांगल्या भावनांना जन्म दिला आहे." हे ऐकून सीरंगनला आनंद झाला.

पर्वतावरील नीतीनियमांच्या विरुद्ध काम करणारा म्हणून त्यानेच पहिल्यांदा पोलीसठाण्यात मार खाल्ला होता. वनविभागाद्वारे अन्यायाने वसूल करण्यात येणारी कराची रक्कम देण्यास त्यानेच पहिल्यांदा नकार दिला होता आणि तोच आधी तुरुंगात गेला होता. तो तसे का वागला? स्वार्थी लोकांच्या विळख्यातून या लोकांना सोडवून जागृत करण्यासाठीच ना! क्रांतीचे ते बीज या भूमीत उगवून त्याचा वृक्ष झाल्यास ते फायदेशीर राहील, हीच त्याची इच्छा होती. त्याची इच्छा वाया गेली नाही. त्याला मोठे आश्वासन मिळाले.

टेबलावर दोन्ही हात टेकवून उजव्या हाताच्या बोटाने टेबलावर थाप देत तो म्हणाला, "तर असं म्हणा की, पर्वतवासीयांचं संवेदनशून्य मन धडकूं लागलं आहे."

"हो, ज्या दिवशी तुम्ही पर्वतवासीयांच्या मागण्यांसाठी मिरवणुकीत सामील होण्यासाठी म्हणून खाली आलात, त्याच दिवशी मुक्या पर्वतवासीयांच्या दबलेल्या आत्म्यात संवेदनशक्तीचा संचार झाला. त्यांच्यात चेतना आली. त्या स्पंदनाची जीवननाडी तुम्ही आहात."

त्यांच्या या शब्दांनी त्यांच्या जीवनाला प्रतिष्ठा मिळाली. सीरंगनला आनंद झाला. या शब्दांमध्ये थोडे सत्य असूनदेखील ते स्पंदन कार्यान्वित होऊन, त्या स्पंदनाचे रूपांतर कृतीत होऊन जिंकल्यावरच त्यांच्या प्रतिष्ठेला पूर्णत्व प्राप्त होईल. ते कार्य पूर्ण होईल काय? जोपर्यंत अन्यायाविरुद्ध झगडण्याची भावना कृतीत येत नाही, तोपर्यंत ती प्रतिष्ठा अपूर्णच राहील.

त्यांच्या आकांक्षा व्यर्थ जाणार नाहीत. ते दोघे आपले कर्तव्य तन-मन लावून पूर्ण करतील, यावर विश्वास ठेवला जाऊ शकतो. धगधगणाऱ्या त्यांच्या हृदयात कुमारच्या संपर्काने ज्वाला भडकवली. ती ज्वाला ते प्रज्वलित ठेवतील; विझू देणार नाहीत. सीरंगनने या गोष्टीची शपथ घेतली.

त्या दबलेल्या आत्म्यांचे अहित होऊ देणार नाही. त्यांना उत्तरोत्तर जागृत करण्यात ते आपली शक्ती लावतील. वेलुसामींनादेखील तेच हवे होते. कुमारसामीच्या पत्रातदेखील तीच इच्छा होती. अशा प्रकारच्या सेवा कुणाकडून विनयाने किंवा जबरदस्तीने मिळविता येत नाहीत. हे तर एक समर्पण आहे, त्याग आहे, आत्मयज्ञ आहे. यासाठी एका संन्याशाचे वैराग्य आणि विद्वानाचे संशोधन या दोन्हीची सांगड असलेली मानसिक शक्ती लागते.

त्यांची प्रतिज्ञा ऐकून वेलुसामीने मनातल्यामनात त्यांना मिठी मारून आपल्या हार्दिक शुभेच्छा दिल्या. ते म्हणाले, "आधी पर्वतवासीयांमध्ये आत्मविश्वास जागृत करावा लागेल. यासाठी वर बाजार भरविणे हे पहिलं पाऊल आहे. यामुळे त्यांच्या मनातील अर्धी भीती दूर होईल. काहीही झाले तरी विकण्यासाठी माल खाली आणावाच लागेल, या घमेंडीत सावकार मनमानी करीत आहेत. डोक्यावर उचलून आणलेले ओझे मातीमोल किमतीत विकून परतावे लागेल; यामुळेच व्यापारी मेलेल्या शेळीची बोली लावल्याप्रमाणे त्यांच्या मालाची अर्धी किंमत मागत होते. या गोष्टी तुम्ही त्यांना समजावून सांगा. हस्ताक्षराची मोहीम चालवा. जिल्हाधिकाऱ्यांकडे निवेदन द्यावे लागेल. बाजार पर्वतावर भरविण्याचे महत्त्व समजवावे लागेल."

ही न्यायसंगत मागणी होती. लोकांना ही मागणी अवश्य समजू शकेल. खाली बाजार भरत असल्याने येणाऱ्या अडचणी आणि त्रास त्यांनी भोगला होता. त्या दुःखी-कष्टी गोष्टींची आठवण होताच पर्वतवासीयांना त्यांचे म्हणणे नक्कीच समजेल.

भावुकतेने आणि उद्वेगाने सडैयन म्हणाला, "आम्ही पहिलं काम हेच

करू. आता आम्ही अनाथ नाही. आम्हाला विश्वास देण्यासाठी आणि मार्ग दाखविण्यासाठी एक ताकद आमच्यासोबत आहे.''

वेलुसामीने त्यांना काही योजना सांगितल्या. लोकांशी कसा संपर्क साधायचा, ते सांगितले. काही पुस्तके आणि नियतकालिके देऊन ते म्हणाले, ''सर्वांनी एकत्र बसून वाचा आणि लोकांनाही समजावून सांगा.''

त्यांचा निरोप घेऊन ते दोघे निघाले. नवे विचार, नव्या जबाबदारीचं ओझं आणि दाट चिंता घेऊन ते निश्चयी पावलांनी पुढे निघाले.

❑❑❑

।।२९।।

सडैयन आणि सीरंगन तुरुंगातून सुटून गावी आले. तेच गार वारं, खळखळ वाहणारा पर्वतावरील तोच झरा, पिकलेल्या अननसाचा आणि फणसाचा तोच वास! डास आणि ढेकणांच्या त्रासापासून सुटका झाल्याचा आनंद. त्यामुळे तन-मन प्रसन्न झालं. बाहेर फिरायला जाण्याच्या निमित्ताने सडैयन बगिच्यात गेला. कपडे काढून केवळ लंगोटीवर तो तेथे बसला. लोण्याप्रमाणे पडणाऱ्या धुक्यात आणि थंडीत त्याने मनसोक्त श्वास घेतला. ज्याप्रमाणे भूक लागलेला माणूस चवीने जेवण न घेता घाईघाईने खातो, त्याचप्रमाणे सडैयन मोकळ्या हवेत श्वास घेऊन खूश झाला. धुकं असलेलं पर्वतावरील ते गार वारं त्याच्या शरीराशी चाळा करीत होतं. त्याच्या हळुवार स्पर्शाने त्याला आपलं मरगळलेले शरीर तरतरीत झाल्यासारखं वाटलं. या मातीत किती सुंगध आहे? ही माती उचलून खाण्याची त्याला इच्छा झाली. या मातीत लोळत पडून तेथेच झोपावेसे त्याला वाटले. प्रत्येकाला आपली जन्मभूमी किती प्रिय आणि आपलीशी वाटते. प्रेम आणि आपआपसांतील संबंध ती वाढविते. तिच्यापासून दूर जाण्यास अडविते.

अचानक त्याच्या आईने नाव घेऊन त्याला बोलावले. तो लगेचच घरी पोहोचला. नातलग आणि गावातील लोक त्याला पाहण्यासाठी येत होते. एका म्हाताऱ्याने विचारले, ''केव्हा आलास रे?'' नंतर नाकातील घाण काढून छताच्या गवताला पुसत म्हणाले, ''मला तर तू आल्याची बातमीच मिळाली नव्हती. जेव्हा जालचिंतूची बायको सकाळी विस्तव घेण्यास आली, तेव्हा तिने सांगितले.''

कावळ्याच्या घरट्याप्रमाणे बांधलेली शेंडी सोडून ती पुन्हा बांधत कंटाळून आणि तिरस्काराने तिरूमन म्हणाला, ''काल संध्याकाळी आला.''

सडैयनला पाहून तो तुरुंगात गेल्याबद्दल म्हाताऱ्याने आपला अभिप्राय

सांगितला, “घरात कोणत्या गोष्टींची कमतरता आहे? खाण्या-पिण्यास नाही काय? परंतु त्याचं नशीबच तसं असेल, तर कोण काय करेल?”

आपला राग व्यक्त करीत तिरूमन म्हणाला, “रस्त्याच्या मधोमध अचानक खाली पडला, तर नशीब म्हणता येईल; परंतु रस्त्याच्या कडेने पळताना जर कुणी उलट डोक्यावर पडला तर काय म्हणावे?”

म्हातारे बाबादेखील या तरुणांच्या वागणुकीने समाधानी नव्हते. या लोकांमुळे पर्वतावरील शांतता नष्ट होऊ शकते, याचीच त्यांना चिंता होती. पावसाने दिलेलं पाणी आहे, जमिनीने दिलेलं धान्य आहे. आपण आपले काम करीत राहिलो, तर कोणतं संकट का बरं येईल? अधिक मिळविण्याची इच्छा असेल, तर असे-तसे काम करावे लागते. अडचणीत पडावे लागते. तरीदेखील तुरुंगात त्रास सहन करून आलेल्या मुलासोबत अशा गोष्टी बोलू शकतो का? मनाला न पटतादेखील सांत्वनेसाठी काही तरी बोलावेच लागेल. ते पुन्हा म्हणाले, “लहान आहे. साप आणि दोरीतील फरक त्याला काय माहीत? हे वयच असे आहे. एकदा संसार सुरू झाला, तर सर्व काही सुरळीत होईल.”

तेव्हा एक म्हातारी, जी सडैयनची नातलग होती, त्याच्याजवळ येऊन बसली आणि सडैयनला सजा देणाऱ्यांना शिव्या-शाप देऊ लागली. तिचं डोकं सारखं हलत होतं. म्हातारपणामुळे तिच्या गळ्याजवळचे मांस शहामृगाप्रमाणे लोंबकळत होते. आपल्या थरथरत्या हाताने सडैयनचं डोकं आणि पाठ कुरवाळून ती म्हणाली, “बघा, किती रोड आणि वाळला आहे. हे शीतलामाई, याने तर कधी कुणाचे वाईट केले नाही.”

दूरच्या गावावरून आलेले नातेवाईक शेणाने लिपलेल्या बांबूच्या टोपलीत ओला कपडा पसरवून, त्यात भात ठेवून, मातीच्या गाडग्यात चिंचेचे पाणी किंवा एखादी भाजी घेऊन आलेत. पिडारीदेखील आपला भाऊ तुरुंगातून सुटून आल्याची बातमी ऐकून तांदळाचा भात आणि कोंबड्याची भाजी शिजवून ते टोपलीत ठेवून आपल्या पतीसोबत माहेरी आली. घरामध्ये टोपली ठेवून ती सडैनच्या गळ्यात पडून खूप रडली आणि आक्रोश करू लागली.

“शीसमाच्या लाकडासारखं
तेलाने मालीश केलेलं शरीर
माझा आपला जवळचा!
आला आहे या स्थितीत
वाळलेला, अशक्त-सडपातळ
अरे देवा, याची दशा कशी झाली?”

तेथे असलेल्यांनी तिला समजावलं. ते म्हणाले, ''अगं, मेला तर नाही ना!! रोडच झाला आहे ना! डुकराची पिल्लं मारून, शिजवून भावाला खाऊ घाल. आठ दिवसांत धट्टा-कट्टा होईल.'' आणि त्यांनी भाऊ-बहिणीला एकमेकांपासून दूर केलं.

कुटुंबात कोणतीही चांगली-वाईट घटना घडल्यानंतर नातलग धावून येतात, सांत्वन करतात, सोबत जेवण तयार करून आणतात. ही सर्व त्या लोकांची सवय आहे. हे त्यांचे मूळ संस्कार आहेत. हे संस्कार बाहेरील आक्रमणापासून त्यांचे रक्षण करतात. अज्ञानी आणि असाहाय्य लोकांसाठी हेच आत्मबल आहे.

सांत्वना देण्याचा आणि कुशलक्षेम विचारण्याचा कार्यक्रम दिवसभर चालू होता. रात्र झाली. सडैयन जेवण करून जंगलातील खोलीत निघून गेला. रीतीप्रमाणे त्या दिवशी संध्याकाळी त्याचे सर्व मित्र-वेल्लयन, काली, पेरियसामी, आंडी त्याला भेटण्यासाठी आले होते; परंतु काहीच बोलणे झाले नव्हते. त्यावेळी बोलत बसणे, हे शिष्टाचाराला अनुसरून नव्हते. सडैयन ज्यावेळी जंगलातील खोलीत गेला, त्यावेळी तेथे ते सर्व त्याची वाट पाहत होते.

खोलीच्या पूर्वेकडील कोपऱ्यात मातीच्या ढिगाऱ्यावर मशाल गाडली होती. खोलीत पाला-पाचोळा पसरवून पोते अंथरूण ठेवले होते. सर्व मित्र घोंगडी ओढून बसले होते. सडैयन आत येऊन मऊ, नरम गवतावर बसला आणि म्हणाला, ''पर्वतावरील या नैसर्गिक सुगंधाचा अनुभव घेऊन एक वर्ष झालं. माणूस आपलं खाणं-पिणंदेखील एक दिवसासाठी विसरू शकतो; परंतु ही माती आणि हा सुगंध यापासून सगळं होणं तेवढं सोप्पं नाही.'' आणि तो भाबडा झाला. नैसर्गिक माती, वातावरण, या विशेष वातावरणात वाढलेली झाडं, वेली यांचा सुगंध हे माणसाला त्या मातीशी किती बांधून ठेवतात, तिच्याशी कसं नातं जुळतं.

डोक्यात चावणारी ऊ खाजवीत पेरियसामीने विचारले, ''तुरूंग कसा असतो?''

सडैयन म्हणाला,''भित्र्यांसाठी ते यातनाघर आहे आणि हिंमतवाल्यांसाठी शाळा.''

त्याच्या बोलण्याचा अर्थ कुणालाच कळाला नाही. आंडीने विचारले, ''भित्रा म्हणतोस, हिंमतवान म्हणतोस, काहीच समजले नाही.''

दोन्ही हात घासून, ऊब निर्माण करून, ती चेहऱ्यावर चोळून सडैयन म्हणाला, ''लाल झेंड्याच्या संघटनेचे नेते वेलुसामीला तुम्ही ओळखताच. त्यांच्यासारखे जनतेचे सेवक तुरुंगात जातात. ते कोणत्याच गोष्टीची चिंता करीत नाहीत. ढेकणं चावतात, जेवण चांगले नाही, झोपण्याची व्यवस्था नाही, माझी मालमत्ता आणि माझ्या कुटुंबाचे काय झाले या गोष्टींकडे ते लक्ष देत नाहीत. जेवण चांगले नाही, घाण आहे, तर ते ठीक करण्यासाठी तेथेही संघर्ष करतात. ज्याप्रमाणे बाहेर जनता

आपल्यासाठी संघर्ष करते, त्याप्रमाणे तुरुंगात सर्व कैद्यांच्या चांगल्यासाठी ते संघर्ष करतात; तेव्हा त्यांच्यासाठी तुरुंगदेखील कर्मभूमी आहे आणि हिमतीने संघर्ष करण्याची जागा आहे. आमच्यासारखे जे कोणताही उद्देश न ठेवता तुरुंगात जातात, त्यांच्यासाठी तर तुरुंग नरकच आहे.''

पाय पसरून, भिंतीला पाठ टेकवत वेल्लयनने विचारले, ''तुझ्यासाठी तुरुंग कसा होता?''

''आधी तर मला तो नरकासारखाच वाटला. इतर लोकांप्रमाणे गप्प बसायला हवे होते. विनाकारण भांडण विकत घेऊन तुरुंगात आलो, असा विचार करून चिंता वाटत होती. वेलुसामीचे सोबती कुमार हे मजूर संघाच्या खटल्यात अडकून सजा मिळाल्याने तेथे कैदेत होते. कैद्यांना चांगले जेवण मिळत नव्हते, तर त्यांनी भूक-हरताळ केला. तुरुंग अधिकाऱ्यांनी अखेर तडजोड केली. त्यांना स्वयंपाकघराचा प्रबंधक आणि निरीक्षक करण्यात आले. माझी आणि सीरंगनची स्वयंपाक-घरात नेमणूक होती; तेव्हा त्यांना भेटण्याची, सोबत बसण्याची संधी मिळाली. आम्ही कोल्लीमल्लैनिवासी आहोत, असे सांगताच त्यांनी विचारले होते, 'तुम्ही सडैयन आणि सीरंगनला ओळखता का?' आम्हाला फार आश्चर्य वाटले. आम्ही विचारलं, 'ते कोण आहेत?' तर म्हणाले, 'पर्वतावरील लोकांच्या मागण्यांसाठी जेव्हा मिरवणूक निघाली, तेव्हा ते दोघे त्या मिरवणुकीत सामील झाले होते.' आम्ही विचारले– 'तुम्ही येथे आत राहून तुम्हाला हे सर्व कसं माहीत झालं?' तर म्हणाले, 'त्या बाबतीत एक नोटीस गुप्त पद्धतीने येथे आली होती. ती मी वाचली.' तेव्हा आम्ही त्यांना आपली ओळख दिली. मग तर बस! त्या दिवसापासून ते आम्हाला आमच्या आई-वडिलांप्रमाणे लिहिणं-वाचणं शिकवू लागले. वर्तमानपत्र वाचण्यास सांगून राजकारणाचा धडा शिकविला. आमच्या चिंता दूर केल्या. त्यामुळे तुरुंगातील एक वर्ष, एक महिन्याप्रमाणे संपलं. अशा जीवनातील एक वर्ष काय, नऊ वर्षंदेखील तुरुंगातील राहू शकतो.'' सांगून झाल्यावर पाय पसरून आरामात सडैयन पुन्हा म्हणाला, ''आम्ही तर दगडाला, जंगली झुडपांना पाहून घाबरत होतो. त्यांनी आमच्या मनात साहस आणि आत्मविश्वास निर्माण केला. आमच्यात एका हिम्मतवानाची इच्छाशक्ती निर्माण केली.''

तेव्हा खोकलत, पेटती मशाल घेऊन सीरंगन तेथे आला. बाहेर धुराप्रमाणे धुकं पसरलं होतं. कुठेतरी दूर कुठल्या तरी झऱ्याचा कलकल असा आवाज ऐकू येत होता.

सीरंगन मशाल बाहेर ठेवून आत येऊन बसला. वेल्लयनकडे पाहून सीरंगनने विचारलं, ''काय भाऊ, तुम्ही सर्व मला विसरलात? येताना मलादेखील बोलवायचं

होतं.''

''बोलावण्याचा विचार होता; परंतु कालच तू सासुरवाडीवरून आला आहेस. वाटलं, तुला थोडी विश्रांती हवी. त्यामुळे आम्ही निघून आलोत.''

''छान हो! करूमाई कशी आहे?''

वेल्लयन हसत आनंदाने म्हणाला, ''तुम्ही तुरुंगात गेल्यानंतर काही दिवसांनी आपले नेते वेलुसामीला सांगून तिला घेऊन आलो. ''पैसे दिले नाहीत. नंतर देईन. सायबूने अनेक बहाणे केले; परंतु आमच्या नेत्याच्या बोलण्याला घाबरून तिला पाठवून दिलं. आमच्या नेत्याचा सर्वांवर एवढा प्रभाव आहे.''

''येताना आम्ही संघटनेच्या कार्यालयात गेलो होतो. नेताजींनी आम्हाला सर्व हकिकत सांगितली.''

वेल्लयनने उत्सुकतेने विचारलं, ''आणखी काही सांगितलं नाही काय?''

सीरंगन म्हणाला, ''हो, सांगितलं. नेताजींनी तुम्हाला सांगितलं आहे की, जर तुमच्यात थोडीदेखील हिम्मत असेल, तर खाली भरणारा बाजार पर्वतावर भरविण्यास सुरू करा आणि लोकांनी त्यांना सांगितलं आहे की, आमचे दोन्ही सोबती तुरुंगातून सुटून आल्यावर ते हे काम करतील.''

डोक्यात वळवळणारी ऊ मारून आणि पसरवलेले पाय मुडपून वेल्लयन म्हणाला, ''हो, त्यांनी सांगितलेली गोष्ट एवढी सोपी नाही. मला फार भीती वाटली म्हणून सांगून टाकलं की, तुम्ही आल्यावर पाहूत.'' बोलणं मध्येच थांबवून सडैयन म्हणाला, ''ठीक आहे, आता आम्ही आलोत. बोला, काय करायचं?'' वेल्लयन म्हणाला, ''तुम्ही जे म्हणाल, ते आम्ही करूत.''

''तुमच्या बोलण्यावरून तुम्ही आधीच कोणता तरी निश्चय केला आहे, असे दिसते.''

''हो. कर्जाचा पूर्ण पैसा न चुकविता मी संघटनेच्या मदतीने करूमाईला घेऊन आलो, हे ऐकून गावकऱ्यांना फार आश्चर्य वाटले. सावकाराने पूर्ण पैसे घेतल्याशिवाय कधी कोणत्या स्त्रीला सोडलं आहे का? त्यामुळे संघटनेच्या लोकांवर गावकऱ्यांचा विश्वास बसला. मी, आंडी, पेरियसामी सर्वच तुम्हा दोघांच्या येण्याची वाट पाहात होतो,'' वेल्लयन म्हणाला.

आंडी बसल्याबसल्या डुलक्या घेत होता. त्याच्या घोरण्याचा आवाज हळुवारपणे येत होता. हे पाहून पेरियसामीला त्याला उठवावेसे वाटले; परंतु सीरंगनने त्याला अडविले.

तो म्हणाला, ''झोपू दे, बिचारा बाजारात जाऊन आला असेल. त्यामुळे थकला आहे.'' पुन्हा पुढे म्हणाला, ''आम्हाला लोकांच्या सर्व समस्या सोडवाव्या

लागतील. जर शंका असेल, तर संघटनेच्या लोकांना विचारूत. जनावरांसाठी कर्ज घेणाऱ्यांना उद्या जनावरांसोबत जनावरांच्या दवाखान्यात येण्यास सांगितले आहे. तेथे काय चालले आहे, ते आपणदेखील जाऊन पाहू.''

मशालीचा प्रकाश हळूहळू मंद पडत होता. तोंड उघडून जांभई देत सडैयन म्हणाला, ''झोप येत आहे. चला झोपूत.'' असे म्हणत घोंगडं ओढून तो गवतावर पहुडला. बसल्या-बसल्या डुलक्या घेणाऱ्या आंडीला थोपटत त्याला झोपण्यासाठी सांगून सर्वजण झोपले. मध्यरात्र झाल्याची सूचना देत कुठून तरी तोट्टरका पक्ष्याने आपल्या कंठातून घंटाध्वनी काढला.

◻◻◻

॥३०॥

पर्वतावर बाजार भरविणे एवढे सोपे काम आहे काय? या पर्वतावर जेव्हापासून माणसाचं अस्तित्व आहे, तेव्हापासून आजपर्यंत जे झालं नाही, ते काम आज संघटनेचे लोक करतील काय? त्यांची नावं ऐकून कुणी घाबरतील का? माहीत नाही, कुणा-कुणाला मार खावा लागेल? कुणास ठाऊक, किती स्त्रिया विधवा होतील?

बाजारात आणलेल्या मालासाठी थोडी अधिक किंमत मागितल्यावर त्या लोकांनी कसे मारले होते; एक-दोन नाही, कितीतरी घटना घडल्या. बोलण्याची शक्ती असती, तर कदाचित या बाजारानेदेखील एक महाकाव्य सांगितले असते. त्याला काव्य कसे म्हणावे? हे तर अश्रू आणि रक्ताने भरलेल्या दुःखी जीवनाचे प्रतिबिंब आहे.

आमच्या वडीलधाऱ्यांनी असा प्रयत्न केला नसेल काय? मग त्यांना यश का मिळाले नाही? अशा प्रयत्नांच्या बाबतीत एखादी दंतकथा किंवा परंपरागत कथा आहे काय? अशा घटनेचे तर कोणतेच चिन्ह नाही.

सरकार किती तरी काम करते. हे काम का केले नाही? पर्वत चिरून रस्ता तयार करणाऱ्या सरकारला पर्वतावर बाजार भरविणे अशी कोणती मोठी गोष्टी आहे? हे त्यांना का सुचले नाही? रस्ता तयार करण्यासाठी किती पैसा लागला असेल? बाजार भरविण्यासाठी पैशांची गरज नाही. जर गरज असेल, तर आम्ही देवूत. पर्वतवासीयांसाठी कोट्यावधी रुपये खर्च करून त्यांचा उद्धार करण्याचे बोलणाऱ्यांना तर ही गोष्ट केवळ कागदावर लिखापढी करणे आहे. तर मग सरकार हे का करू शकले नाही? कदाचित यामध्ये कोणती तरी फार मोठी समस्या आणि रहस्य दडलं असेल.

पर्वतावर बाजार भरविण्यासाठी, लोकांच्या सह्या घेऊन निवेदन देण्यासाठी सीरंगनसोबत जाताना सडैयनच्या मनात अनेक प्रश्न निर्माण झाले. या लोकांच्या

सह्या घेताना कितीतरी प्रश्नांना आणि शंकांना सामोरे जावे लागले होते. लोकांच्या प्रश्नांमध्ये शंका होती आणि अविश्वासही होता.

निवेदन पोत्यात गुंडाळून ते जाळीच्या पिशवीत ठेवून ती पिशवी बांबूच्या काठीच्या टोकाला लटकवून काठीचे दुसरे टोक खांद्यावर घेऊन सडैयन सीरंगनच्या मागोमाग चालला होता. वाटेत खाण्यासाठी घेतलेली शिदोरीची पोटली घेऊन सीरंगन पुढे-पुढे जात होता. पर्वतावरून उतारावर उतरताना त्याला वाटलं की, ती पायवाट त्यांना काही सांगते आहे. त्यांच्या पायांचे दुखणे दूर करण्यासाठी जणू ती शेकत आहे. पक्षी आपल्या किलबिलाटाने जणू त्यांना गाऊन निरोप देत आहेत.

वयात आल्यापासून ती पायवाट त्यांच्या ओळखीची होती. ती वाट त्या लोकांच्या आत्म्यासारखी होती; परंतु आजपर्यंत त्याला ही गोष्ट जाणवली नव्हती. आज तो त्या लोकांच्या आशा-आकांक्षांचं ओझं घेऊन चालत होता. त्यांच्या हृदयाचं स्पंदन प्रतिबिंबित करणारा तो प्रतिनिधी होता. या पायवाटेला या गोष्टी माहीत आहेत काय?

ते दोघे उतारावरून उतरून झऱ्याजवळ येऊन बसले. पर्वतावरून खाली उतरून गावात जाऊ इच्छिणारे लोक खाली उतरताच या झऱ्याजवळ येतात. दोन्ही पाय पाण्यात ठेवून आपला थकवा दूर करतात आणि सोबत आणलेली शिदोरी सोडून आपली भूक शमवितात.

आपल्या गार पाण्याच्या स्पर्शाने तो झरा थकलेल्या लोकांचा थकवा दूर करतो. गार पाण्याच्या स्पर्शाचा तो हळुवारपणा, गारवा आणि सुख त्यांना उत्साह आणि विश्वास देते. यामुळे त्यांना आपल्या गरजांची पूर्तता करण्यास मदत मिळते.

आपले पाय त्या झऱ्याच्या पाण्याने धुऊन, त्या दोघांनी शिदोरी सोडून जेवण केले. त्यांना चालत आल्याचा थकवा नव्हता. ते संघटनेच्या कार्यालयात पोहोचले. असे ठरले होते की, ते लोक गावकऱ्यांनी सह्या केलेले निवेदन घेऊन तेथे येतील आणि वेलुसामीसोबत उपजिल्हाधिकाऱ्यास भेटण्यास जातील.

त्यांची वाट पाहत असलेले वेलुसामी त्यांना पाहताच म्हणाले, ''मित्रांनो, या, तुमचीच वाट पाहत होतो. तुमचं काम झाल्यावर मला आणखी एका कामासाठी जायचे आहे. तुम्ही जेवलात की नाही?''

''आम्ही जेवण केलं आहे.'' वेलुसामी म्हणाले, ''ठीक आहे. चहा पिऊन निघूत.'' असे बोलून त्यांनी जवळ बसलेल्या सद्गृहस्थाला तीन चहा आणण्यास सांगून सडैयनकडे पाहिले. पर्वतावरील संस्काराला अनुरूप सडैयनने निवेदन त्या जाळीच्या पिशवीत ठेवले होते आणि ती पिशवी बांबूच्या काठीच्या टोकाला बांधून खांद्यावर लटकवली होती. ते आनंदाने सडैयनला म्हणाले, ''सह्यांची मोहीम कशी राहिली?''

निश्चयाने आणि शांतपणे, लहान मुलाप्रमाणे असलेल्या हसऱ्या, काळ्या

डोळ्यांनी हसत सीरंगन म्हणाला, ''धुक्याने भरलेल्या श्रावण महिन्यातील हुडहुडी भरणाऱ्या थंडीत, कमरेपर्यंत चिखलात उतरून शेतीची मशागत करणे सोपे आहे; परंतु या पर्वतवासीयांना एखादी नवीन गोष्ट समजावणं सोपं नाही.''

हसून वेलुसामी म्हणाले, ''काही हरकत नाही. त्यांचे जीवन कष्टमय आणि कठीण आहे. आम्हाला जर ते बदलायचे असेल, तर आधी त्यांना आमच्या योग्यतेची माहिती असायला हवी. हे काम एका दिवसात होणार नाही. एक तपदेखील लागू शकते. त्यांची मनं जिकणं एका सच्चा राजकीय पक्षाचा विजय आहे.''

चहा येताच त्यांना देऊन तेदेखील चहाचा घोट घेत राहिले.

''आता तुमच्या परीक्षेची वेळ आलेली आहे. अनैतिक-असभ्य वातावरणात आपल्या मुलांचे संगोपन करून त्याला चारित्र्यसंपन्न करणे किती कठीण आहे? त्याचप्रमाणे या लोकांमध्ये क्रांतीचे बी रोवावे लागेल. यांना जागृत करावे लागेल. यांना बदलायला हवे. तुम्हाला स्वतःला त्यांच्या अनुरूप घडवावे लागेल. एका संन्याशाच्या वैराग्याप्रमाणे हा एक यज्ञ आहे.'' बोलता-बोलता थंड झालेला चहा पाण्याप्रमाणे एकदम पिऊन ते म्हणाले, ''बघा तरी, कामाचं बोलायचं सोडून काय-काय बोलतो आहे...'' आणि ते उठून उभे राहिले.

तिघेही उपजिल्हाधिकाऱ्यांच्या कार्यालयात गेले. ते कोणत्यातरी कामासाठी बाहेरगावी गेल्याचे कळल्यावर ते तिघे मागे असलेल्या तहसीलदाराच्या कार्यालयात जाऊन त्यांना भेटले. वयापूर्वीच आलेलं म्हातारपण, उष्णतेमुळे आलेला थकवा, समोरचे दात पडल्यामुळे थोडा वाकडा झालेला चेहरा. त्यांनी वेलुसामीला येण्याचे कारण विचारले आणि निवेदन घेऊन वाचू लागले. थोड्या वेळानंतर वेलुसामीला ते म्हणाले, ''मी नुकताच येथे आलो आहे. मी तुम्हाला ओळखत नाही; परंतु तुमची माहिती आणि या निवेदनात लिहिलेल्या मागण्या वाचून तुम्हाला समजू शकतो. वाईट वाटणार नसेल, तर एक सांगू?'' थोडं थांबून त्यांनी वेलुसामीकडे पाहिले. वेलुसामी त्यांच्या बोलण्याचा आशय समजू शकले नाहीत; तरीदेखील राजकारणातील अनुभवाने ते अशी विनयपूर्ण अस्वीकृती समजू शकत होते. त्या कटू अनुभवांच्या आधारावर ते म्हणाले, ''समाजसेवेचे व्रत घेतल्यानंतर वाईट वाटण्याचा प्रश्नच उद्भवत नाही. त्यामुळे काय फायदा होईल? तुम्ही तुमच्या कर्तव्याने बांधलेले आहात; त्यामुळे काहीही सांगू शकता. आम्हीदेखील आमच्या मार्गाने जाऊ शकतो.''

त्यांच्या मागण्यांविषयी सहानुभूती दाखवून आपल्या चेहऱ्यावर आणि आवाजात मृदुता आणून ते म्हणाले, ''या नोकरीत आम्हाला काय अधिकार आहेत हो? शासन करणारा राजकीय पक्ष येतो. ते आम्हाला न विचारता काहीच न करण्याचा आदेश देतात. ते म्हणतात, 'आमच्या माध्यमाने ते जनतेपर्यंत पोहचले, तरच

जनता आणि ते आम्हाला इज्जत देतील.' सत्ताधारी पक्ष म्हणतो, 'विरोधी पक्षाचे ऐकून जर तुम्ही काही केलंत, तर तुमच्या आतड्या बाहेर काढूत.' असे म्हणणारे जनतेच्या हिताचे कोणते काम करू शकतील? नाही. पैसे कमविण्याचे एक साधन म्हणून ते सत्तेचा उपयोग करतात. मी हे सर्व बोलू नये, तरीदेखील मनाला पटत नाही. महाशय, तुम्ही मोठ्या आशेने आलात आणि जर आम्ही काही करू शकलो नाहीत, तर तुम्ही आमची निर्भत्सना कराल. त्यामुळे सांगावे लागत आहे.''

त्यांच्या स्पष्टीकरणाचा वेलुसामीवर काहीच परिणाम झाला नाही. ते म्हणाले, 'अशा प्रकारे निवेदन देऊन आमचे काम होईल, यावर आमचादेखील विश्वास नाही; परंतु जनता विश्वास ठेवते. त्यांना त्या मिथ्या भ्रमापासून दूर करावे लागेल. त्यामुळे स्वच्छ मनाने आम्ही आपले कर्तव्य पार पाडत आहोत.''

''ठीक आहे, पुन्हा कधीतरी आपण भेटूत.'' बोलून ते उठून उभे राहिले.

बाहेर आल्यानंतर सडैयन आश्चर्याने आणि अविश्वासाने म्हणाला, ''सर, तहसीलदार असे म्हणताहेत, तर बाजार वर भरविता येणार नाही का?''

त्याचा अज्ञानी आणि अनुभवरहित प्रश्न ऐकून वेलुसामी म्हणाले, ''जनतेला काहीच असाध्य नाही. जीवनातील अनुभव तुझ्या या शंकेचे उत्तर देईल. थोडा धीर धर.'' नंतर रूमालाने घाम पुसून म्हणाले, ''पर्वतावर पोहोचल्यावर तेथे बाजार भरविण्यासाठी संघर्ष करण्याची तयारी करून मला निरोप पाठव. मी येईन. यासाठी संघटना सर्व मदत करेल.'' असे सांगून ते म्हणाले, ''मला आणखी एक काम आहे. तुम्ही चला.''

सडैयन आणि सीरंगन पर्वतावरील गावाकडे जाण्यास निघाले.

❑❑❑

।।३१।।

त्या दिवशी संघटेच्या लोकांना एक काम होते. पर्वतावासीयांना फायदेशीर किमतीत दिले गेलेले बैल, शेळ्या, डुकरं इत्यादी जनावरांची तपासणी करण्यासाठी अधिकारी वर्ग आला आहे. त्यामुळे ज्या लोकांनी कर्ज घेतले आहे, ते सर्व आपल्या गुरा-ढोरांना घेऊन दवाखान्यात आले आहेत. आतापर्यंत तर हीच पद्धत होती, की डॉक्टर अधिकाऱ्यांना एक-दोन ठिकाणी जनावरं दाखवून परत पाठवीत होते. जेव्हा अधिकारी डॉक्टरांना विचारायचे की, 'सर्व जनावरांना एकाच ठिकाणी आणता येत नाही का?' तेव्हा उत्तर मिळायचे की, 'दूरवर कित्येक मैल पसरलेल्या पर्वतमय प्रदेशातून जनावरांना आणणे शक्य नाही.' हे खरे देखील होते; परंतु ज्या अधिकाऱ्याने

कर्ज दिले होते, त्यांची बदली झाली होती. नवीन अधिकारी आपल्या मिळकतीचा मार्ग शोधत होते. त्यामुळे ते अशी जबरदस्ती करत होते. कर्ज घेणाऱ्याच्या डोक्यावर कर्जाचं ओझं पडलेलं असतं. त्यामुळे अधिकाऱ्यांनी एक सवलत दिली होती. कर्ज घेणाऱ्यांजवळ जर म्हातारे, मरतुकडे, कसलेही जनावर असेल किंवा जनावरांप्रमाणे एखाद्या चतुश्पादाला आणून दाखविले, तरी पुरेसे होते. स्वत:जवळ नसेल, तर दुसऱ्याचे जनावर आपले सांगून आणून दाखविणेदेखील पुरेसे होते. त्यांनी दिलेल्या कर्जाने घेतलेले जनावर आहे, असा शिक्कामोर्तब ते लावीत होते आणि त्यांना परत पाठवत होते. नवीन आलेले अधिकारी आपल्या फायद्यासाठी नवीन अटींचा वापर करीत होते. जुन्या धूर्त अधिकाऱ्यांच्या अनुभवाने त्यांच्यात लोभाचे, लालचेचे बी रोवले होते. त्याचं पीक ते कर्ज घेणाऱ्यांच्या खिशातून काढणार होते. अशा पिकाची कापणी थांबविण्यासाठी धर्म आणि न्यायाचे बी रोवण्याच्या संकल्पाने संघटनेचे लोक आले आहेत.

सकाळचे दहा वाजल्यानंतरदेखील धुक्याने आकाशात सूर्यकिरणांना अडवून धरले होते. अंधाऱ्या रात्री आगीमुळे जळणाऱ्या वाळलेल्या गवतातून पांढऱ्या धुरातून निघणाऱ्या अंधूकशा प्रकाशामुळे धुक्याने भरलेला तो दिवस होता. बागेतून आणि शेतातून दरवळणारा सुगंध, ओल्या मातीचा स्वादिष्ट मधुर सुगंध आणि गार वारा यांमुळे नसा उत्तेजित झाल्या होत्या. अंधारात असलेले भुंगे गळा फाडून-फाडून गुणगुणत होते. उन्हाळा संपून दक्षिण-पश्चिमेकडचा मोसमी पाऊस सुरू झाल्यामुळे त्यांच्यात तहान भागताच झाडाच्या खोडाला चिकटून मरण्याची क्रूरता दाखवत होते. त्यांचा मृत्यूच माणसाला पावसाची पूर्वसूचना देत असतो. पर्वतावरील तारुण्य आणि ऋतू एकमेकांवर मोहित होऊन मीलन होण्याचा हा काळ!

सडैयन आपले मित्र सिलोन सीरंगन, कलस वेल्लयन, पेरियसामी, आंडी यांच्यासोबत जनावरांच्या दवाखान्यात जाऊन पोहोचला. त्यावेळी तेथे शंभरपेक्षाही अधिक लोक जमले होते; परंतु चतुष्पाद प्राण्यांची संख्या फार कमी होती. सडैयन, आपल्या मित्रांसोबत एका बाजूस बसला. तेथूनच ते घटनांची तपासणी करतील. असे ठरवण्यात आले होते की, जेव्हा त्याचा बाप तिरूमन अधिकाऱ्यांच्यासमोर हजर होईल, तेव्हापर्यंतच्या घटनांच्या आधारावर ते सुरक्षिततेचा बंदोबस्त करतील.

तेल न लावलेलं कोरडं डोकं, शेळीच्या दुधाचा चिकटपणा आणि भटनासच्या वासाने भरलेले केस, आजारामुळे वाढलेल्या दाढीचा चेहरा, खोल गेलेले दु:खी डोळे, फाटलेला ठिगळं लावलेला कपडा, कमरेला लंगोट, खांद्यावर घेतलेलं घोंगडं, या सर्वांचा संगम असलेले असे होते त्याचे मळकट घाणेरडे व्यक्तिमत्त्व! हेच होतं तेथे जमलेलं माणसांचं खरं– स्वस्त स्वरूप!

दवाखान्याच्या बाहेर ठेवलेल्या खुर्चीवर अधिकारी डॉक्टर येऊन बसले. तपासणीसाठी येणारे अधिकारी काही कारणास्तव येऊ शकले नाहीत. मूल नसलेल्या घरात म्हाताऱ्याच्या हसण्या-खिदळण्याप्रमाणे डॉक्टरची पाचही बोटं तुपात! कानापर्यंत पसरलेली मिशीच्या कोरीप्रमाणे केशरचना, चिनी जादूगाराप्रमाणे ओठांच्या कोपऱ्यावरून खाली वळलेली पीळदार मिशी, रानटी डुकराप्रमाणे विस्कटलेले केस, गुबगुबीत गाल, उलट-सुलट विचित्र चित्रं छापलेला सदरा. रस्त्यावरची धूळ, घाण आणि चिखलाचा स्वाद घेत जाणारी सैल पँट, ओठांमध्ये सिगारेट. त्या पर्वतवासीयांकडून संबोधित केल्या जाणारा जनावरांचा हा डॉक्टर. परंपरागत लाच घेणारा सांसर्गिक रोग.

कठोर आणि गंभीर स्वरात अहंकाराने, परंतु नरमाईचा नकली मुखवटा ओढून डॉक्टराने आपल्या पुढे ठेवलेले एक जाड रजिस्टर उघडून हाक मारली, 'अनिविट्टू काली'. त्यांचा आवाज असा होता, जणू मातीने भरलेल्या रेतीवर कुणी तरी बोटांच्या पेरावर चालत होते.

काटेरी मुकुटाप्रमाणे मागे शेंडी बांधून, सडक्या-वाळक्या वांग्याप्रमाणे सुरकुत्या पडलेल्या चेहऱ्याने केवळ लंगोट नेसून, घोंगडं ओढून, अनिविट्टू काली अधिकाऱ्या-समोर हजर झाला. कैद्याला पाहणाऱ्या शिपायाप्रमाणे अधिकारी डॉक्टरने त्याला पाहिले. त्या नजरेत कपट होते. त्यांनी विचारले, "तुझं नाव अनिविट्टू काली आहे का?"

चार सशक्त कुत्र्यांनी वेढलेला सडपातळ अशक्त आजारी कुत्रा ज्याप्रमाणे आपली शेपटी मागच्या पायांमध्ये दाबून उभा राहतो, त्याप्रमाणे अनिविट्टू हाताची घडी करून हळू आवाजात म्हणाला, "हो साहेब."

"तुझं जनावर आणलं आहेस काय?"

अशा प्रश्नाची त्यास अपेक्षा होती आणि त्याचे उत्तरदेखील तयार होते; परंतु या उत्तराच्या विक्रीसाठी त्याला स्वत:ला मोठी किंमत चुकवावी लागेल, या विचाराने तो अस्वस्थ होता. भयभीत डोळ्यांनी विनंतीच्या स्वरात तो म्हणाला, "नाही मालक."

"का, काय कारण आहे?"

त्यांच्या आवाजात अधिकार होता. त्यांच्या आज्ञेचे उल्लंघन केल्याचा राग-देखील होता. कालीकडे स्वत:ची गाय नव्हती. नातलगाची गाय दाखवून कर्जाची रक्कम एक हजार पाचशे रुपये होत होती. अर्धी रक्कम सवलतीची होती आणि अर्धी त्याला कर्जात मिळत होती. सवलतीची रक्कम अधिकारी आणि इतर लोक गिळंकृत करीत होते. केवळ कर्जाची रक्कम त्यांना दिली जात होती. त्याने सवलतीची रक्कम त्यांना भेट चढविली आणि कर्जाचे पैसे घेतले. जे कर्तव्य अधिकाऱ्याला प्रामाणिकपणे निभवायचे होते, ते दंडाच्या रूपात कालीवर थोपविण्यात

आले. यामुळे गाय नसतानादेखील गायीच्या नावावर कर्ज दाखविले म्हणजे गाय विकली गेली. आता तो गाय दाखवू शकत नाही. गाय देणारे ते अधिकारी ही गोष्ट जाणत होते; परंतु या नवीन अधिकाऱ्याला कसे समजवावे? त्याने एक नवीन युक्ती काढली. ''गाय चरण्यास गेली आहे. जंगलातून शोधून आणू शकलो नाही.''

तो खरं बोलत नाही, हे अधिकाऱ्याला माहीत होते. आजच्या कामकाजातील पहिल्या माणसानेच असे उत्तर दिले, तर... त्याला असेच सोडता कामा नये. माझ्या बोलण्यातील आग त्यांच्या सर्व चुकीच्या चालींना भस्म करेल, असा विचार करून अधिकारी म्हणाले, ''अरे, तुझी एवढी हिम्मत की, मला उत्तर देतोस? दोन दिवसांत गाय आणून दाखविली नाहीस, तर पोलिसाच्या स्वाधीन करेन. सावधान!'' अशा प्रकारे ते रागावून म्हणाले, ''घे, यात सही करून जा. यात असे लिहिले आहे की, जर मी दोन दिवसांत जनावर आणून दाखविले नाही, तर तुम्ही जी कारवाई कराल ती मला मान्य असेल.'' अशी चुकीची माहिती देऊन त्याच्या मनात भीती निर्माण केली.

यामुळे तो हादरला. सर्व नसा ताठरल्या; जणू कुणी तरी त्या नसा मुरगाळीत आहे. जर तो तेथे एकटाच असता, तर तेथेच त्यांच्या पायांवर विनवण्या करीत पडला असता. तुम्ही काहीही करा; परंतु पोलिसाला बोलावू नका, अशी विनंती केली असती. त्याने त्यांच्याशी वेगळे भेटून त्यांची प्रत्येक मागणी पूर्ण करण्याचे आश्वासन देऊन या कटकटीपासून वाचण्याचा निर्णय घेतला. त्या निश्चयाने तो म्हणाला, ''ठीक आहे मालक...'' आणि तो बाजूला झाला.

अधिकाऱ्याला सर्व कळत होतं. दहापैकी पाच माणसं जनावरं न घेता कर्ज घेणाऱ्यांपैकी होते. उरलेल्या पाचपैकी चार, गायीच्या नावावर एका मरतुकड्या जनावराचे मालक होते, हेदेखील त्यांना माहीत होते. त्यांना या कामाचा काही तरी फायदा व्हायलाच हवा. या कारणास्तव त्यांनी असं घट्ट जाळं विणलं होतं.

अधिकाऱ्याने त्या लोकांचे नाव वाचले, ज्यांनी पशुसंरक्षण आणि अभिवृद्धीच्या अंतर्गत कर्ज घेतले होते. दहापैकी केवळ एकच जनावर चांगल्या स्थितीत होते. अधिकाऱ्याने आपल्या ब्रह्मास्त्राने प्रत्येकाला घाबरवून त्यांच्याकडून सह्या करून घेतल्या. प्रत्येकजण त्यांना स्वतंत्रपणे भेटून भेट चढवेल. याचे संकेत त्यांच्या तोंडून निघालेल्या 'जी, मालक' या शब्दांतून मिळत होते.

नम्रता आणि शिस्त असलेल्या त्या वातावरणाने अधिकारी फारच समाधानी होते. चुकूनसुद्धा कुणाच्याही तोंडून विरोधात शब्द निघाले नाहीत. ज्याप्रमाणे उत्सुक जन्मदात्री गर्भावस्थेपासून मुलाच्या जन्मापर्यंत आपल्या कोमल हातांनी मुलाला कुरवाळते, त्याचप्रमाणे कपाळावर आलेल्या बटांवर आपला हात फिरवीत अधिकाऱ्याने आवाज दिला. ''तिरूमन.''

आजारपणामुळे अशक्त झालेला तिरूमन थकलेल्या पावलांनी हळू चालत आला. जीवनातील अनुभवांनी झालेल्या घावांमुळे सुरकुत्या पडलेला चेहरा, दु:खी नजरेने त्याने अधिकाऱ्यासमोर विनयाने हात जोडले; जणू अधिकाऱ्याने त्याची अवस्था जाणली असावी. ते टोचून बोलत म्हणाले, "तुझ्याजवळदेखील गाय नाही का बरं?"

लाजिरवाण्या स्वरात तिरूमन म्हणाला, "नाही मालक."

बापाची दीनता पाहून सडैयनला लाज वाटली. आपल्या या नवीन जागृत विचारांमुळेच आज तो निर्णय घेऊ शकला होता; परंतु थोड्याच वेळात त्याचे विचार किती चुकीचे आहेत, याची आठवण त्याला तुरुंगात कुमारसामीने सांगितलेल्या गोष्टींनी करून दिली.

गर्वाने हसत अधिकारी विचारीत होते. "गाय नसतानादेखील कर्ज घेण्याची तुझी केस आहे ना?"

अधिकाऱ्याच्या त्या प्रश्नाने जणू त्याच्या हृदयावर तलवारीने घाव केला. त्याने तर आपली मरतुकडी गाय दाखवून कर्ज घेतले होते. दुसऱ्याची गाय दाखवून त्याने धोका दिला नव्हता. नाराजीने आणि उद्वेगाने, परंतु घाबरून आणि विनयाने तो म्हणाला, "माझी गाय विषाच्या प्रभावाने मेली."

"तेव्हा डॉक्टरला दाखवून प्रमाणपत्र घेतले होते का?"

त्या बिचाऱ्याला या गोष्टी माहीत नव्हत्या. अशावेळी काय करायला हवे, हे देखील त्याला कुणी सांगितले नव्हते. या लोकांनी जरी अशी पूर्वसूचना दिली असती, तरीदेखील या अधिकाऱ्यांना भेटणे एवढे सोपे नव्हते. ते तर महिन्यातून एकदा आपला पगार घेण्यासाठी येतात. याखेरीज सवलत देण्यात येणाऱ्या 'कर्ज मेळाव्यात' ते कधी-कधी दर्शन देऊन जातात.

थांबून-थांबून द्विधेने तिरूमन म्हणाला, "नाही मालक."

सवयीप्रमाणे अधिकारी म्हणाला, "तू ती गाय विकली का नाही? कमीत कमी मेल्याचे प्रमाणपत्र तरी घ्यायचे होते."

तिरूमनचे डोळे आकसले. भयभीत होऊन अधिकाऱ्याकडे पाहून तो म्हणाला, "मला हे सर्व माहीत नव्हतं, मालक."

अरे, असं सांगून तर हा माणूस सर्व दोष अधिकाऱ्यावर थोपवेल. अधिकाऱ्याच्या भुवया ताणून आकसल्या. कपाळावर सुरकुत्या, डोळेदेखील आकसून ते म्हणाले, "ते तुझं काम होतं. आमची जबाबदारी नाही. कर्ज आणि सवलतीची रक्कम मिळून एक हजार पाचशे रुपये व्याजासहित द्यावे लागतील."

तो गरीब आहे. आधीच त्याच्या हृदयात कित्येक संकटांचे घाव अमीट होऊन त्याला दु:खी करीत होते. केवळ सातशे पन्नास रुपये त्याच्या हातात मिळाले

होते. सवलतीचे पैसे त्याला मिळाले नव्हते. आता ती रक्कमदेखील कर्जाच्या रकमेत मिसळून परत करावी लागेल. हे कसे शक्य आहे? परंतु असा न्याय विचारण्याची हिम्मत त्याच्यात कधी आली नव्हती. कोणताही अत्याचार मान झुकवून स्वीकारण्याची त्याची सवय होती. यामुळे जीवन पूर्णपणे बरबाद झाल्यावर-देखील ते आपलं मत सांगू शकत नव्हते. त्याचं वेगळं केलं गेलेलं जीवन, संरक्षण नसलेलं वातवरण! जगाच्या विकासाची ज्ञानज्योत तेथपर्यंत पोहोचली नव्हती. दुसऱ्यांच्या आश्रयाने जगण्याची असाहाय्य स्थिती, या सर्व गोष्टींनी त्यांना भेकड केले होते. क्रौर्य सहन करण्यासाठी भित्रे बनविले होते.

वेदनेने तिरूमनच्या शरीराची आग होऊ लागली. त्याच्या डोळ्यांतून ज्वालांच्या लहरी उठू लागल्या. उफाळून येणारे रडू थांबवून तो म्हणाला, "मालक, गाय मेल्याचं सांगितलं नाही, क्षमा करा. या गरिबाचे रक्षण करा." त्याने विनवण्या केल्या, क्षमायाचना केली.

अधिकारी म्हणाले, "हे माझ्या हातात नाही. मोठे साहेब याचा निर्णय घेतील. घे, यात सही कर."

योग्य संधीची वाट पाहत बसलेला सडैयन हरणावर झडप घालणाऱ्या वाघाप्रमाणे आपल्या जागेवरून झटकन उठला आणि क्रोध व आवेगाने म्हणाला, "त्यात सही करू नकोस. या अन्यायाच्या विनाशाचा आपल्याला सामना करायचा आहे."

अचानक आलेल्या या आवाजाने अधिकारी गडबडले. अधिकारीच नव्हे, तर तेथे जमलेल्या पर्वतवासीयांच्या हृदयाचादेखील थरकाप उडाला. जेव्हापासून त्या पर्वतावर माणसांच्या पाऊलखुणा उमटल्या आहेत, तेव्हापासून पर्वतवासीयांमधून असा आवाज कधी निघाला नव्हता. असा आवाज तर त्यांनी कधी ऐकला नाही. या तरुणामध्ये एवढे साहस कुठून आले? याचा विजय होईल का? याचे परिणाम त्याला माहीत नाहीत का? काही का होईना, ते रोमांचित झाले. मन प्रसन्न झाले. युगानुयुगे दबलेल्या त्यांच्या भावनांचा ध्वनी पसरला. त्याच्या आवाजाने त्यांच्या भावनांना स्पर्श करून चेतना निर्माण केली. कुणास ठाऊक, काय होईल? ही भीती आणि दहशतीमुळे त्यांची दृष्टी सहानुभूतीने सडैयनकडे लागली होती. स्वप्नातदेखील अशा आक्रमणाची अपेक्षा नसल्याने अधिकारी त्या आघातातून हळूच बाहेर पडले. उपहास आणि कठोर नजरेने त्याला पाहिले आणि त्याला न्याहाळत राहिले. त्यांच्या अंदाजाच्या मोजमापात तो कुठेच बसत नव्हता, तो एक कोडंच असल्याप्रमाणे वाटत होता. हळू; परंतु रूबाबदार आवाजात त्यांनी विचारले, "तू कोण आहेस रे विचारणारा?"

या प्रश्नाने जणू दुष्ट बैलाची शेपूट पिरगाळून त्याला क्रोधित केले असावे; परंतु टोचून बोलत सडैयनने उलट प्रश्न केला, "तू कोण आहेस बे, अशा प्रकारे बोलणारा?"

एखाद्याच्या डोळ्याला बैलाची शेपटी जोराने लागली, तर ज्या वेदना होतात, तशाच तडफडीने अधिकारी अवाक् झाला; जणू डोक्याला आग लागली आणि त्यांचं संपूर्ण शरीर जळू लागलं. अधिकाराचा उद्धटपणा आणि अहंकारासोबत जणू सावरीचे झाडच उन्मळून पडले असावे. पूर्वीप्रमाणे अहंकाराने बोलण्यास जीभ संकोच करीत होती. आता अशा प्रकारचा अपमान ते सहन करू शकत नाहीत. त्यांच्या प्रतिष्ठेला दिलेलं हे आव्हान होतं. त्यांना कोणत्याही परिस्थितीत स्वत:च्या प्रतिष्ठेचं रक्षण करावं लागेल. अधिकाऱ्याने सडैयनला विचारले, ''तुझा या गोष्टीशी काय संबंध आहे?''

''मी यांचा मुलगा आहे. पर्वतावरील लोकदेखील माणसं आहेत, हे खालून येणारा कुणीच समजून घेत नाही. कर्ज देणारे, आमचा माल घेणारे, आमची दिशाभूल करणारे, येथे येणारे अधिकारीदेखील आम्हाला माणूस समजत नाहीत. आम्हालाच हा प्रश्न सोडवावा लागेल. तो प्रश्न सोडविण्याशी माझा संबंध आहे.''

या पोराच्या डोक्यात काहीतरी वळवळत आहे, हे ओळखून अधिकारी म्हणाले, ''कोणत्याच भानगडीशी माझं काहीच घेणं-देणं नाही. तू माझ्या कामात का बरं विनाकारण व्यत्यय आणतोस?''

अधिकाऱ्याच्या प्रश्नाने त्याला आणखीनच बळ मिळालं. ते अशा प्रकारे बोलण्याची दिशा बदलतील, अशी त्याला आशा नव्हती. त्याला आपलं मत सांगण्यासाठी संधी मिळाली. ''आम्हा लोकांच्या विकासासाठी दिल्या जाणाऱ्या कर्जाचा बहुतेक हिस्सा तुम्ही साहेबलोक आपआपसांत वाटून खाता. जनावरांच्या खरेदीसाठी दिल्या जात असलेल्या कर्जाची रक्कम तुम्ही हडपता आणि कर्ज आमच्या माथी थोपता. यात तुम्ही लोक कोणताही सरळ मार्ग स्वीकारत नाही. मग एवढं ढोंग आणि प्रदर्शन का?''

अधिकाऱ्याने मान खाली घातली. त्यांच्याकडे कोणताच न्याय नव्हता; परंतु ते नवीन होते. ते स्वत:च्या बाबतीत बोलू शकतात. येथील जुन्या गोष्टींशी त्यांचा काहीच संबंध नाही. गुरांच्या तपासणीसाठी लोक येत आहेत. यासाठी या लोकांना बोलावले आहे. संबंधित अधिकारी न आल्यामुळे त्यांचा अहवाल पाठविण्यासाठी हे साहेब आले आहेत. त्यांना तपासणीचा अहवाल वर पाठवायचा आहे. त्याच आधारावर ते लोकांना विचारीत होते. शेवटी त्यांनी एक गोष्ट सांगितली, ''काही का असेना, कर्ज घेण्याच्या बदल्यात सर्वांनी सह्या केल्या आहेत. सवलतीची रक्कम घेऊन ज्या पशूची खरेदी केली गेलेली आहे, तो पशू आम्ही कधीही विचारूत. तो आणून दाखववा लागेल. ही त्यांची जबाबदारी आहे. ही गोष्ट ते नाकारू शकत नाहीत.'' सडैयनला वाटलं, त्यांच्या बोलण्यात सत्य आहे. हे तर न्यायसंगत आहे. तरीदेखील जे पैसे त्यांना दिलेच नाहीत, ते पैसे ते कुठून परत करतील? ही

समस्या कशी सोडवावी लागेल? अवघड काम आहे. यासाठी किती लोक तयार होतील? यामुळे येणाऱ्या संकटाचा सामना करण्याचे मनोधैर्य कुणाजवळ आहे?

सडैयनने अधिकाऱ्याला पाहून विचारले, ''ज्याला स्वत:चं मूलच नाही, तो मुलाचा बाप कसा होऊ शकतो? हे कोण मान्य करेल? जो पैसा आम्ही घेतलाच नाही, त्याचे आम्ही कसे कर्जदार झालोत? या समस्येच्या मुक्तीचा मार्ग शोधावा, अशी आमची इच्छा आहे.''

अविश्वास आणि विरक्तीने अधिकारी म्हणाले, ''तसे लिहिण्यात माझी कसलीच हरकत नाही; परंतु याचे परिणाम उलट होतील.'' जणू या लोकांच्या भल्यासाठी ते चिंतित आहेत आणि कुणीतरी हे काम त्यांच्याकडून जबरदस्तीने करून घेत आहे आणि त्याच्या परिणामाची या अधिकाऱ्याला चिंता आहे.

अधिकारी खोलीत जाताच लोक लहान-लहान गटांत विभागून आप-आपसांत बोलू लागले.

केस पांढरे झालेला एक आजारी माणूस म्हणाला, ''या पोरांचे म्हणणे ऐकले, तर आमच्या धंद्याचे नुकसान होईल. डॉक्टरच्या हाता-पाया पडून जे द्यायचे आहे, ते त्याला देऊन तडजोड करणेच योग्य राहील.''

सुरकुत्या पडलेला आणि बारीक डोळ्यांचा एक माणूस म्हणाला, ''नदीचे पाणी रहाटाने काढून ते थांबवू शकतो काय? कलियुग आहे. कुणाला काय बोलावे, याचा कोणताच नियम, विचार नाही. त्यावेळी तर कउन्डन आणि धर्मकर्ता जे सांगतील, ती दगडावरची रेघ होती आणि कोणत्याही समस्येशिवाय गावात शांतता होती. आता तर ज्याचं जितकं मोठं तोंड, तितक्याच मोठ्या गोष्टी तो करतो.''

देवीचे व्रण असलेला तिसरा माणूस म्हणाला, ''ठीक आहे, जे कर्ज घेतले, ते फेडूत. जे पैसे घेतलेच नाहीत, ते का म्हणून फेडायचे? हे विचारण्यात काय गुन्हा आहे? तुमचं काय म्हणणं आहे? जे पैसे घेतलेच नाहीत, तेदेखील द्यावे का?''

''उलट प्रश्न विचारून काय करू शकतो? सवलतीची रक्कम जरी सोडली तरीदेखील शेकडा चार रु. व्याजदराने कर्ज मिळते ना? हे कमी आहे काय? सावकार तर शंभर रुपये, ऐंशी रुपये घेतो. नको ते बोलून मिळणारे कर्ज का थांबविता?'' चपटे नाक आणि दबलेल्या गालाचा चवथा माणूस म्हणाला. अशा-प्रकारे प्रत्येकजण आपआपले मत मांडत होता.

काही लोकांनी सडैयनला साथ देण्याचे ठरविले आणि काहींनी विचार केला, विनाकारण या भांडणात का पडावे? नेहमीप्रमाणे जे द्यायचे आहे, ते देऊन पाठीमागचा त्रास सोडवूत आणि काही लोक शेवटपर्यंत चूप राहून नंतर निर्णय घेऊ इच्छित होते. काही का असेना, सडैयनच्या आवाजाने पर्वतवासीयांच्या मनात विश्वासाची

ज्योत पेटविली. आता सर्वांची दृष्टी आणि विश्वास त्याच्यावरच टिकून होता.

आपले काही मित्र आणि गावातील लोकांसोबत सडैयन आत्मविश्वासाने तेथून निघाला. याचवेळी काही जण अधिकाऱ्याला स्वतंत्रपणे भेटून रीतीप्रमाणे त्यांना भेट देण्याचे आश्वासन देऊन या कटकटीपासून त्यांची सोडवणूक करण्याची विनंती करीत होते.

सभा संपल्यानंतर जाताना मनात साहस असूनदेखील वास्तविक जीवनातील विषम परिस्थिती त्यांना दुबळे करीत होती. मनात अविश्वास होता. सडैयन मित्रांना म्हणाला, "उद्या नेताजी वेलुसामी येत आहेत. आजूबाजूच्या गावांतून आणखी अधिक माणसांना आणण्याची व्यवस्था करावी लागेल."

हातातील पंचा उत्साहाने झटकून वेल्लयनने विचारले, "वाहवा-वाहवा, नेताजी कोणत्या कामासाठी येत आहेत?"

आपण विसरलेल्या गोष्टीची जणू त्याने आठवण करून दिली. सडैयन म्हणाला, "हो, आणखी एक गोष्ट सांगायची आहे. ती म्हणजे केव्हा आणि कुठे मीटिंग होईल. उद्या रात्री पेज पिऊन सर्वांना माझ्या खोलीत येण्यास सांगा. आपण खाली भरणारा बाजार वर मक्याच्या शेतात कसा भरवू शकूत, यावर विचार करूत."

'हो-हो', म्हणून सर्वजण निघाले.

❑❑❑

।।३२।।

पिडारीचा सासरा वारला. व्याही तिरूमनला निरोप पाठविण्यात आला. निरोप ऐकताच तिरूमी म्हणाली, "सकाळी एकटा कावळा छतावर बसून जर ओरडला, तर मग कुणी तरी नातलग येईल किंवा मृत्यूची बातमी येईल. दोन-तीन दिवसांपासून कावळा ओरडत होता. त्यामुळे अशा बातमीची मला शंका होती. आमच्या नातलगात एकाचा मृत्यू झालाच."

अगदी घरात मृत्यू झाल्यासारखी निस्तब्धता! थांबलेल्या श्वासासारखी थोडा वेळ मृत्यूची शांतता! तोंडात साचलेल्या तंबाखूची लाळ थुंकून, डोक्यावरील केसांवर डावा हात फिरवीत, जणू एखादी हातातून सुटलेली वस्तू शोधण्याच्या तत्परतेने तिरूमन म्हणाला, "तो तर ठणठणीत होता. आजारी-बिजारी असल्याचा तर कोणताच निरोप नव्हता."

लोण्याच्या कणांप्रमाणे धुकं सापाच्या फुत्कारासारखं उस्... स्... स् असा आवाज करीत झाडाच्या पानां-पानांतून टपकत होतं. तोट्टरका पक्षी घंटाध्वनीप्रमाणे

वेळेची सूचना देत होता.

निस्तेज शरीर आणि पिवळे डोळे असलेला, मृत्यूची ही बातमी आणणारा हा माणूस आपल्या दाट केसांच्या हातांनी चेहरा चोळून, भेगा पडलेल्या ओठावर जीभ फेरीत, ती ओली करून म्हणाला, ''रात्री भात खाऊन झोपला होता. सकाळी पाहिलं तर शरीरात प्राण नव्हता.''

भुवया उंचावून काही तरी विचार करीत तिरूमीने विचारले, ''दुसरं काही तरी कारण घडलं काय?''

असं काही झालं असेल, तर पिडारीला ते लज्जास्पद होईल. याचा अर्थ पिडारी आपल्या सासऱ्याच्या इच्छेप्रमाणे वागत नव्हती असा होईल. अशावेळी आई-वडिलांच्या मानमर्यादेला झळ पोहचेल ना!

तसं काही नाही, हे समजावण्याच्या नजरेने तो म्हणाला, ''नाही, असं काही नाही. आपआपलं नशीब आहे.''

ते पोचल्यानंतरच अंतिम संस्कार होतील. उद्या महिन्याचा शेवटचा दिवस आहे. त्यामुळे अंतिम क्रिया आजच व्हायला हवी आणि म्हणून दुपार होण्यापूर्वीच त्यांना तेथे पोहचले पाहिजे.

तिरूमनच्या व्याह्याच्या मृत्यूची बातमी संपूर्ण गावाला माहीत होण्यासाठी डफली वाजविण्यात आली. फटाके आणि आतिषबाजी सोडण्यात आले. हे सर्व शेतात किंवा बाग-बगिच्यात काम करणाऱ्यांना बोलविण्याचा संकेत होता.

गावात एखाद्याचा मृत्यू झाला, तर कामावर कुणीच जात नाही. अंतिम संस्कारापर्यंत सोबत राहावे लागते. बाहेरगावाहून येणारे नातलग आपल्या सोबत बऱ्याच गावकऱ्यांनादेखील घेऊन येतात. नातेवाईक नवीन कपडे आणतात आणि सोबत येणारे पंचा किंवा धोतर आणतात. नवीन कपडे शवासोबत कबरीत किंवा स्मशानात जातात. इतर कपडे सांभाळून ठेवले जातात आणि ज्यांनी जे कपडे आणले, ते त्यांच्या घरी मृत्यू झाल्यावर त्यांना परत नेऊन देण्यात येतात.

सडैयनने आपल्या बापाला सांगितले की, 'त्याला संघटनेच्या कामासाठी बाहेर जायचे आहे. त्यामुळे तो येऊ शकत नाही.' तिरूमी आणि तिरूमनला त्याच्या न येण्याचे वाईट वाटत होते; परंतु ही वेळ वाद घालण्याची नव्हती. त्यामुळे ते मनातल्या मनात खिन्न झाले.

तिरूमन गावकऱ्यांसोबत नवीन कपडे घेऊन पिडारीच्या सासरी पोहोचला. तेथे लोक त्यांचीच वाट पाहत होते; कारण शवाचा दाह संस्कार आणि क्रियाकर्म त्याच दिवशी करायचे होते.

आई-वडिलांना पाहून पिडारी हंबरडा फोडून रडू लागली. तिच्या मनाला

सासऱ्याच्या मृत्यूच्या दु:खापेक्षा येणाऱ्यांचे मर्मभेदक बोलणे अधिक बोचत होते. खरोखरच तिच्या सासऱ्याचा मृत्यू नैसर्गिक आणि स्वाभाविक होता. हृदयाची गती थांबल्याने तो मेला असावा. डोळ्यांसमोर दोन-चार दिवस खाटेवर राहून आजाराने मरण्याऐवजी अचानक मेल्याने अशाप्रकारे अनेक प्रकारच्या समजुती करून घेणे, ही-देखील एक प्रथा झाली होती. अशाच प्रकारची बदनामी पिडारीच्या माथीदेखील थोपली गेली होती.

सजविलेल्या रथासारख्या गाडीत प्रेत घेऊन जाऊन दफन केले गेले. स्मशानात सर्व लोक थकल्या-भागल्यांसारखे उभे होते.

खोल गेलेले, भाजून साल काढलेल्या वांग्यासारखे कोरडे, लाल डोळे, कोल्ह्याप्रमाणे लांब-छोट्या चेहऱ्याचे गावातील वडीलधारे गृहस्थ म्हणाले, "आम्ही प्रेत दफन करून ते सडण्यापासून वाचविले. आता मांस शिजवून हातात द्यावे लागेल."

"तुम्ही म्हणता आहात, तर द्यायला हवे." मृताचा नातलग निर्विकार स्वरात थकून म्हणाला. मृत्यूनंतर कमीत-कमी तीन दिवसांनंतरच उत्तरक्रिया करायला हवी; परंतु जर देवळात उत्सव असेल किंवा महिन्याचा शेवटचा दिवस असेल, तर त्याच दिवशी क्रियाकर्म संपन्न करावे लागते.

महिन्याचा शेवटचा दिवस असल्यामुळे आजच क्रियाकर्म करूत. नसता पुढचे दोन महिने करू शकत नाही. तिसऱ्या महिन्यातच करावे लागेल. प्रेताला अग्नी देणारा क्रियाकर्म पार पाडल्याशिवाय बाहेर जाऊ शकत नाही. तीन महिने कामावर जाऊ शकत नाही. कोणत्याही चांगल्या-वाईट कामात सहभागी न होता घरात बसून राहणे हे शिक्षा भोगण्यासारखे आहे.

मरणाऱ्याचा नातलग म्हणाला, "आजच क्रियाकर्म करूत."

सर्व मंडळी घरी परतली. क्रियाकर्म संपन्न करण्यासाठी खिचडी शिजविण्यास सांगितले गेले. गावातील घरांची मोजणी करून प्रत्येक घरातून एक रुपया आणि एक माप तांदूळ वसूल करून त्या घरी आणून देण्यात आले. असे करणे ही या पर्वतावरील लोकांची पिढ्यान्‌पिढ्यांची पद्धत आहे. अचानक घडणाऱ्या अशा घटनांसाठी आणि त्यानंतरच्या कार्यात गरीब कुटुंबाना मदत व्हावी, अशी यामागची सहकार्याची भावना आहे.

एकीकडे आलेल्या लोकांसाठी जेवण आणि दुसरीकडे क्रिया करणाऱ्यांसाठी खिचडी शिजत होती.

दुखवट्यासाठी आलेले लोक बाहेर बसून आपआपले अनुभव विस्ताराने सांगत होते. चिमणीच्या घरट्याप्रमाणे शेंडी बांधलेल्या, पानाच्या पिंकेने रंगलेले

दात असलेल्या, सुजलेल्या गाठीप्रमाणे दाढा वर आलेल्या एका माणसाने तिरूमनला विचारले, ''बहिणीच्या घरच्या मौतीत भाऊ दिसला नाही?'' आणि सडैयनच्या अनुपस्थितीची आठवण करून दिली.

मुलगा न आल्याचे दु:ख तिरूमनलादेखील होते आणि या माणसाने तर तोंड उघडून विचारलं आहे. मुलगा न आल्याचे दु:ख व मुलीचा सासरा गेल्याचे दु:ख या दुहेरी चिंतेमुळे आलेले अश्रू पुसत तो म्हणाला, ''जनावरांची देखरेख करण्यासाठी कुणी नाही. त्यामुळे त्याला तेथेच थांबविले.''

त्याच्या चेहऱ्यावरून तो खोटं बोलत असल्याचे दिसत होते आणि त्याचे मन आत्मग्लानीने पीडित होते. कुटुंबाचं कोणतंही काम मुलगा करत नाही. कमीत-कमी अशावेळी कुटुंबाच्या प्रतिष्ठेचं रक्षण तर तो करू शकला असता.

गर्दीमधून आवाज आला, ''पूजेसाठी या.''

मधल्या घरात मृत व्यक्तीचे जुने कपडे घडी करून ठेवण्यात आले होते. समोर खिचडीचा भोग, धूप, उदबत्ती लावली गेली. नमस्कार केला गेला. नंतर पाण्याने धुतलेल्या खड्ड्यात भोग टाकून हात धुतले.

कर्कश आवाजात तो माणूस पुन्हा निर्विकारपणे म्हणाला, ''डोक्याला बांधण्यासाठी धोतर देणारे या.''

तिरूमनचा जावई डोक्यावर धोतराची पगडी बांधेल. करूमनचा बाप मेला आहे. नात्यातील मामाच त्याच्या डोक्यावर पगडी बांधेल. तिरूमनने नवीन धोतर, केशवपन केलेल्या डोक्यावर बांधण्यासाठी पंचा आणि पैसे दिले. हे सर्व कर्मकांड लवकर संपविण्यासाठी लोक आतुर होते. सर्व मंडळी भुकेने व्याकूळ होत होती.

जांभई देऊन, बोटाने टिचकी वाजवत एका वयस्कर म्हाताऱ्याने घराबाहेर उंबरठ्यावर येऊन करूमन आणि नात्यातील मामाला बोलावले. नंतर पंचामध्ये पैसे बांधून तो पंचा डोक्यावर पगडीप्रमाणे बांधून ते तिघेही एकमेकांचा हात धरून उभे राहिले. प्रथेनुसार म्हाताऱ्याने सांत्वनेचे गाणे गायले. हे गाणं केव्हा, कुणी गायले, कुणालाच माहीत नाही; परंतु हे गाणं सर्वांनाच माहीत आहे. मृतात्म्यासाठी हे गाणं कित्येक वर्षांपासून गायलं जात आहे. त्याचा अर्थ आणि त्यातील तत्त्व त्यांना माहीत नाही; परंतु हे गाणं गाताना त्यांना मोठा आवेश येतो. मोडलेल्या बासरीतून निघालेले बेसूर स्वर आणि लयीप्रमाणे म्हातारा आपल्या भसाड्या आवाजात पहिली ओळ गायचा.

'निर्दयी डोकेदुखी
थट्टेखोर ताप
जादूटोणा केला, ज्योतिषी पाहिला

परंतु शब्द अर्धवटच राहिले!
खड्ड्यात उडी मारली
पंचांग पाहिले
पंचांग पाहणारा मुलगा
अर्धे अक्षर वाचून थांबला!
पुरूष जातीसाठी
बाजाराची सोबत
लोकांची सोबत
स्त्री जातीसाठी
कंदमुळांची सोबत
लाकडाची सोबत!
नदी खोदली, झरा फुटला,
हजारो रुपयांचे धानाचे पीक,
त्यात एक खोटा निघाला.'

गाणं संपताच तिघांनी 'अरे, अरे, अरे' म्हणून जमिनीवर माथा टेकला. हे कर्मकांडदेखील संपले. क्रियाकर्म करणारा करूमन नैवेद्यासमोर बसून जेवण करू लागला, तेव्हा सर्वांनी पंगतीत बसून आपली भूक शमविली.

संध्याकाळ होत होती. तिरूमी आणि तिरूमन मुलगी आणि जावयाचा निरोप घेऊन आपल्या गावी परतले.

❑❑❑

।।३३।।

पौर्णिमेची रात्र. गार वारं. थोडंसं धुकं. गवताने आच्छादलेल्या छताच्या त्या खोलीत बरीच गर्दी होती. खोलीच्या मध्यभागी पत्र्याच्या डब्यात घासलेट टाकून वात पेटविली होती. दिव्याजवळ अंथरलेल्या घोंगड्यावर नेताजी वेलुसामी विराजमान झाले होते. घासलेटचा धूर, घोंगड्यांचा वास, जंगल आणि शेतीतून परतलेल्या लोकांच्या शरीरातून निघणारा मातीचा सुगंध, सर्वांच्या श्वासात सामावून मन अस्वस्थ करत होते.

पर्वतावर कितीतरी सभा झाल्यात. उत्सवपर्वात देवाला भोग, दुष्काळ पडल्यावर देवाला पावसाचा भोग, शिकारीसाठी प्रयाणपूजा, गुन्ह्याचा निर्णय देताना, निवडणुकीत मत टाकण्यासाठी किंवा वनअधिकाऱ्याने गावातील लोकांवर दंड आकारला, तर त्याच्या वसुलीसाठी अशाप्रकारे विविध कार्यांसाठी ते एकत्र आले

आहेत; परंतु आजची सभा त्या प्रकारची नाही, असे ते म्हणतात.

त्यांना देशातील घडामोडींसंबंधी सांगितले जाईल. हा एक स्वतंत्र देश आहे, हे त्यांना सांगितले जाईल. कुणालाही घाबरून गुलामीचे जीवन जगण्याची गरज नाही, असा विश्वास त्यांना दिला जाईल. पोलीस आणि वनअधिकाऱ्यांना विनाकारण घाबरण्याची गरज नाही, हे त्यांच्या मनावर बिंबवण्यात येईल; जेणेकरून त्यांच्यात हिम्मत येईल.

या सभेसाठी पर्वतावरील सर्व भागांतून लोक आले आहेत. वेलुसामीने सडैयनला विचारले, ''आता सभा सुरू करावी काय?'' आणि त्यांनी त्यालाच सभा सुरू करण्यास सांगितले.

कपाळावर आलेल्या बटा उजव्या हाताने बाजूला करून, घसा साफ करून सडैयन म्हणाला, ''आमच्या संघटनेचे नेते, साथी वेलुसामी आम्हाला सांगतील की, आतापर्यंत आम्हाला कसे मूर्ख करण्यात आले. कशा प्रकारे आम्हाला धोका दिला गेला आणि आता आम्हाला आपल्या सुख-सोयींसाठी काय-काय करावे लागेल?'' अशा प्रकारे अडखळत-अडखळत तो बोलला. एवढ्याने त्याचा गळा सुकला होता. तेवढ्या थंडीतदेखील त्याला घाम फुटला होता; जणू जंगलात वन-अधिकारी समोर आल्याप्रमाणे त्याचं हृदय वेगाने धडधडू लागलं आणि हात-पाय थरथरू लागले. त्यांच्यापैकी कित्येक लोकांना 'साथी' या शब्दाचा अर्थ समजला नाही. कलेक्टर, गव्हर्नर, मंत्री, हेड-इन्स्पेक्टर असे शब्द त्यांनी ऐकले आहेत. कदाचित 'साथी' ही देखील अशीच कोणती तरी पदवी असावी, अशी कल्पना त्यांनी केली.

सडपातळ अंगयष्टी, चपटा चेहरा आणि काळ्या भटनासच्या रंगासारखा रामसामी थोडं का-कू करीत आणि द्विधाग्रस्त मनाने म्हणाला, ''माझं बोलणं ऐकून नाराज होऊ नका जी. तुम्ही 'साथी' म्हणालात, ती कोणती नोकरी आहे जी?''

हे ऐकून वेलुसामीला वाईट वाटले. हे लोक किती अज्ञानाच्या अंधकारात आहेत? स्वातंत्र्याचा एक किरणदेखील या लोकांवर पडलेला नाही. या विचाराने ते अस्वस्थ झाले. ते म्हणाले, ''आधी तुम्हाला 'साथी'चा अर्थ समजायला हवा. बरं झालं, तुम्ही विचारलं. आपण नातलग म्हणतो ना. प्रत्येकाचे नातलग या गावात किंवा जगात दहा-वीसच असतील. जर कुणाला मित्र असेल, तर एकमेकांच्या मनातील गोष्ट ओलांडून कष्ट करणाऱ्या सर्व लोकांना एकत्र जोडणारं हे एक नातं आहे. हे नातं नातलग आणि मित्रांपेक्षाही वरचं आहे.''

त्यांना शब्दाचा अर्थ पूर्ण समजला नसला, तरी तो शब्द त्यांच्यावर अधिकार गाजवून त्यांना गुलाम करणाऱ्या अधिकाऱ्यासारखा नाही, हे त्यांना समजले.

वेलुसामी त्यांना काही गोष्टी सांगू इच्छित होते. कशा प्रकारे सांगितल्यावर त्यांना

समजेल, याचा ते थोडा विचार करीत राहिले. देशात घडणाऱ्या घडामोडीं- संबंधी ते अज्ञानी आहेत. त्यांचे व्यक्तिमत्त्व मातीप्रमाणे आहे. त्या मातीला जसा आकार द्याल, तसंच त्यांचं स्वरूप राहील. ते शब्द शोधून-शोधून बोलू लागले. ''आपला देश स्वतंत्र झाला आहे. इंग्रजसाहेब निघून गेले. आपण दिलेल्या मतांमुळे येणारे लोकच शासन करतील. आपली इच्छा असेल, तर आपण त्यांना ठेवू शकतो. नसेल तर बदलू शकतो. एवढा अधिकार आपल्या हातात आहे; परंतु देश तसा आहे का? गावातील चार लोक जे सांगतात, त्यांच्या सांगण्याप्रमाणे आपण वागतो. गावात तलाव खोदूत, देऊळ बांधूत असे सांगितल्यावर आपण त्यावर विश्वास ठेवतो. प्रत्येकाला दोन रुपये आणि एक वेळचे जेवण देण्याचे सांगितल्यावर आपण त्यांना आपले मत देतो. त्यामुळे स्वातंत्र्य मिळूनदेखील सरकार आमच्या काहीच कामाचे नाही. सर्व सुख-सोयी आहेत; परंतु आपण त्यांचा उपभोग घेऊ शकत नाही.''

थोडं थांबून त्यांनी घसा साफ केला आणि याच निमित्ताने त्यांचे बोलणे त्यांना समजत आहे की नाही याचा अंदाज ते घेत राहिले. काही पेंगत होते. इतर लक्षपूर्वक ऐकत होते. त्यांच्याकडे पाहून त्यांनी विचारले, ''माझं बोलणं तुम्हाला समजत आहे ना? झोपणाऱ्यांना पाहून मला शंका येत आहे.''

तेव्हा सर्वांनी आपल्या आजूबाजूच्या लोकांना पाहिले. त्यांना हलवून म्हणाले, ''अरे येथे का आला आहात? झोपण्यासाठी आलात का?''

झोपणारे जागे झाले. लाजिरवाणे होऊन म्हणाले, ''आम्ही सर्वजण सोबत बाजारात गेलो होतो. थकल्यामुळे डोळा लागला.'' आणि ते डोळे व चेहरा चांगला पुसून मान वर करून बसले.

वेलुसामी पुढे म्हणाले, ''आमची मते घेऊन जे मंत्री झाले, ते लोकांना सांगतात, 'आम्ही पर्वतावरील लोकांसाठी सडक केली, दवाखाना उघडला, फळ-झाडांची रोपे विनामूल्य दिली, गाय-बैल अर्ध्या किमतीत दिले. कमी व्याजाने कर्ज दिले, नोकरी दिली.' असे सर्व मंत्री सांगत आहेत. हे सर्व सत्य आहे काय? पर्वतवासी पिढ्यान्‌पिढ्या ज्या जमिनीवर शेती करून जगत आहेत, त्या जमिनीवर वनविकास करण्याचे कारण सांगून ती जमीन का बरं ते हिरावून घेतात? तुमची जमीन बळकावून जर ते म्हणत असतील की, आम्ही तुमच्यासाठी एवढ्या साऱ्या चांगल्या गोष्टी केल्या आहेत, तर या बोलण्यात काय अर्थ आहे? म्हणजे एके ठिकाणी मान दाबायची आणि त्यावेळी म्हणायचे की, आम्ही तुमचे हात-पाय मोकळे सोडलेले आहे. असे बोलण्यात त्यांचा काय आशय आहे?

''कर्जाचा हप्ता वेळेवर न दिल्यावर तोच सावकार तुमच्या घरच्या लेकी-सुनांना उचलून नेतो. हा अन्याय संपूर्ण जगाला माहीत आहे; तरीदेखील हे सरकार

त्यांच्यावर कोणतीच कारवाई करीत नाही. पोलीस, वनअधिकारी आणि अधिकारी त्यांना आपल्या मनासारखी वस्तू मिळाली नाही, तर ते पर्वतवासीयांना शांततेने जगू देतात काय? हेच स्वातंत्र्य आहे काय? हेच त्यांचं जीवन आहे काय? या योजना, कामाच्या संधी, विकास इत्यादी अधिकाऱ्यांची आणि शासनकर्त्यांची अवडंबर पूर्ण भूक शमवितात; परंतु तुमच्या पोटाची खरी भूक मिटविण्यासाठी काहीच नाही.'' भावुक होऊन आवेशाने वेलुसामी गरजले.

या भाषणाने ज्यांच्या मनाला स्पर्श केला, त्यांना सहज समजू लागले. क्रौर्य आणि मोठमोठी संकटे सहन करून त्यांचं मन बधिर झालं होतं. आता या गोष्टी त्यांच्या मनात सुईप्रमाणे बोचू लागल्या. ते अस्वस्थ झाले. सावध होऊन त्यांनी वेलुसामीकडे बारकाईने लक्षपूर्वक पाहिले. वेलुसामी पुढे म्हणाले, ''जर पर्वतावरील लोकांचे रक्षण आणि उद्धार करण्यासाठी सरकारने अवतार घेतला आहे, असे सरकारला वाटत असेल, तर येथील पीक आणि फळं विकण्यासाठी ते येथे बाजार का बरे भरवीत नाहीत? गाढवाप्रमाणे ओझं उचलून पर्वतवासीयांना दहा-पंधरा मैल खाली उतरून का जावे लागते? आपल्या श्रमाने उत्पन्न केलेल्या या वस्तू वाहून नेण्यासाठी त्यांना काही जास्तीची मजुरी मिळते काय? ही शेती आणि लेकी-सुनांचे अपहरण करणाऱ्या सरकारी लोकांना या बाबी का माहीत होत नाहीत? हे सरकार आणि तिचे अधिकारी आमच्या रक्षणासाठी नाहीत, याची जाणीव तुम्हाला आहे काय? जमीन-मालमत्ता असणाऱ्या लोकांचे रक्षण करून आणि त्यांची मदत करून मिळणाऱ्या त्या सुखांच्या सावलीत स्वत: आराम करण्यासाठी सरकार आहे. लक्षात ठेवा, त्रासात जगणाऱ्यांनी आणि श्रम करणाऱ्यांनी जर एक होऊन एकमेकांसाठी त्याग केला नाही, तर तुम्हाला चांगले दिवस येणार नाहीत.'' अशा प्रकारे क्रोध आणि आवेशाने या लोकांबद्दल सहानुभूती दाखवीत त्यांनी आपले विचार त्यांच्यासमोर मांडले.

सुरुवातीला त्यांचे बोलणे न समजल्याने झोपलेलेदेखील आपल्या जीवनासंबंधीच्या गोष्टी ऐकून खूप क्रोधित झाले. अशा प्रकारच्या गोष्टी त्यांनी कधी ऐकल्या नव्हत्या.

उंच, मांजरीसारखे डोळे असणारा, गोबऱ्या गालाचा मरूदन म्हणाला, ''हे सत्य आम्हाला कुणी सांगितले नाही. तुम्ही येऊन सांगितले असते, तरीदेखील आम्हाला ते पटले नसते. पैसे न देता तुम्ही वेल्लयनच्या बायकोला सावकाराकडून सोडवून आणल्याचे वेल्लयन आणि पेरियसामीने आम्हाला सांगितले, हेच तुमच्यावर विश्वास ठेवण्याचे मूळ कारण आहे.''

भुरे, कुरळे केस, चपटे नाक आणि सुक्या लाकडाप्रमाणे बारीक हात-पाय असलेला चेल्लन म्हणाला, '' 'गवत असलेल्या मोकळ्या रानात चरत असलेला बैल,

नांगराला जोडलेल्या बैलाला कधी समजू शकणार नाही,' अशी म्हण आहे. याच दृष्टीने जमिनीचे मालक आम्हाला पाहतात. ज्याच्या नशिबात दाळ-भातदेखील नाही, तो बाजारात जाऊन देवाला अर्पण करण्यासाठी कोंबडा विकत घेऊ शकतो काय?''

वेलुसामी म्हणाले, ''ज्यांना अपचनामुळे आंबट ढेकऱ्या येतात, त्यांना उपाशी असणाऱ्या माणसाच्या कोरड्या ढेकरांचा त्रास समजत नाही. त्यांच्या अपचनाचे कारणदेखील आमची भूक आणि आमची गरिबी आहे. अपचन होणारे कमी आहेत; परंतु उपासमार होणारे कोट्यवधींच्या संख्येत आहेत. जर उपाशी असलेले एक होऊन विचार करू लागले, तर अपचन होणाऱ्यांना पळून जावे लागेल.''

फणसाच्या बियांप्रमाणे बाहेर आलेले डोळे, नाकाच्या शेंड्यावर तीळ आणि केळीच्या पानाप्रमाणे रूंद छाती असलेला रामन म्हणाला, ''कर्जाची परतफेड न केल्यामुळे लेकी-सुनांना उचलून नेणाऱ्या सावकाराचे आम्ही काहीच वाकडे करू शकलो नाही आणि या अपचन होणाऱ्या लोकांना आम्ही काय पळवून लावणार? वा, गुळणी केल्याने हलून कुणाचा दात कधी पडला आहे काय?''

शेळीच्या दाढीप्रमाणे छोटी दाढी आणि गवताच्या काडीसारखे केस असणाऱ्या रासूने नाकातून आवाज काढला, ''सावकाराने करूमाईला उचलून नेले; तेव्हा आम्ही त्याला काहीच विचारले नाही; परंतु नेताजी जाताच त्याने तिला कसे सोडले? पर्वतापेक्षाही उंच पर्वताचे शिखर असते, ही गोष्ट आपण विसरायला नको.'' अशा प्रकारे त्याने रामनला उत्तर दिले.

कित्येक वर्षांचा अनुभव, कठीण श्रममय जीवनाच्या यातना, आधार नसलेल्या जीवनातील भित्रेपणा आणि गुलामीच्या भावनेमुळे या लोकांचा स्वाभिमान आणि आत्मविश्वास संपलेला आहे. समाजाचा विकास व परिवर्तन आणि नवीन विचारसरणी त्यांच्या कानांपर्यंत पोहोचलेली नाही. सर्व लोक देवाची इच्छा आहे, असा विचार करून क्रौर्य आणि गरिबी चुपचाप समाधानाने स्वीकार करून, दु:खाचे अश्रू वाहत होते.

वेलुसामीने त्यांच्या शंकानिवारण करण्याचा मार्ग पुढे समजावून सांगितला, ''कर्जाची रक्कम ठरलेल्या वेळी न दिल्यास जर तुमच्या बहिणी-मुलींचे अपहरण करण्यास ते आले, तर चारजण मिळून त्यांना सडेतोड उत्तर द्या. 'तुझ्या कर्जासाठी बाँड लिहून दिला आहे. कायद्यानुसार कोर्टात जा. मुलीवर हात टाकलास, तर परिणाम वाईट होईल.' आणि तेव्हा बघा, तुमच्याजवळ कोणी फिरणार नाही.''

''तुमचं म्हणणं योग्य आहे. आम्ही त्यांना त्यांच्या तोंडावर विचारू शकतो; परंतु आम्हाला तेथेच जाऊन त्यांनाच आमचा माल विकायचा आहे. काहीही म्हटले तरी, आपल्या गल्लीत कुत्रादेखील वाघ असतो. आपल्या गावातील वाघ दुसऱ्या गावात मांजरच असतो,'' पेरियसामी म्हणाला.

त्यांचे म्हणणे काही प्रमाणात खरे होते; तरीदेखील ते त्यांचे म्हणणे पूर्णपणे मान्य करू शकत नाहीत.

वेलुसामीने विचारले, ‘‘खाली भरणारा बाजार वर भरविल्याने सर्व समस्यांचा अंत होईल काय?’’ नंतर ते पुढे म्हणाले, ‘‘पर्वतावर बाजार भरल्याने तुमच्या सर्व कष्टांचा अंत होणार नाही; परंतु कोणताही छोटासा प्रयत्न मोठे काम पुढे नेण्यासाठी बळ आणि विश्वास देईल. बाजार वर भरविला, तर ते काम तुमच्या ऐक्याचे आणि आत्मविश्वासाचे पहिले बी रोवल्यासारखे होईल. आपल्या ध्येयाच्या प्राप्तीसाठी सतत त्याग करण्याचे मनोबल प्राप्त होईल.’’

‘‘आधी बाजार वर भरविण्यासाठी तुम्हाला संघर्ष करावा लागेल. नंतर आपल्या कष्टाने जे भाग्य फळफळेल, ते हिसकावून घेण्यासाठी वनअधिकारी येणार नाहीत, याची काळजी घेऊन त्यांना अडवावे लागेल. तुमच्या या मागण्यांसाठी आमचे पूर्ण सहकार्य राहील. आम्ही तुमच्या पुढे राहूत.’’ वेलुसामीने आपले म्हणणे पूर्ण केले.

सुजलेला चेहरा आणि वाळलेल्या ताडाच्या बियांप्रमाणे चिपकलेले केस असलेला आणि कुणीतरी दान दिलेला फाटका, जुना कोट घातलेला एक म्हातारा म्हणाला, ‘‘भाऊ, माझ्या बोलण्याचा राग मानू नका. आपला कामधंदा सोडून रात्रंदिवस फिरता. तुम्हाला पगार कोण देतो? यामुळे तुम्हाला किती मिळकत होते?’’

त्या म्हाताऱ्याचे बोलणे ऐकून तेथे बसलेले सर्वच अस्वस्थ झाले. हा म्हातारा असाच आहे. कुठेही गेला, तरी आपले तोंड बंद करून चूप बसणार नाही. ते आपआपसांत कुजबुजू लागले.

हे ओळखून वेलुसामी म्हणाले, ‘‘बाबांच्या विचारण्यात काही चूक नाही. माझ्याबाबतीत ज्या काही शंका आहेत, त्या सर्व दूर झाल्या, तरच तुमचा माझ्यावर विश्वास बसेल. सडैयन, सीरंगन, आंडी, वेल्लयन, पेरियसामी या सर्वांनी आमच्याविषयी आणि आमच्या ध्येयाविषयी जाणून घेतले आहे. यामुळेच हे लोकदेखील तुमच्यासाठी काम करीत आहेत. बाहेर आम्हाला कुणी पैसा किंवा पगार देत नाहीत. तुम्ही लोकांनी दिलेले दान आणि संघटनेत भरती झालेल्या लोकांनी दिलेली वर्गणी, हाच आमचा पगार आहे. आम्ही जनतेसाठी कष्ट का सहन करतो? कारण गरीब, साध्यासुध्या लोकांना चांगले दिवस यायला हवेत. त्यांना सर्व सुख-सोयी मिळायला हव्यात, अशी आमची सदिच्छा आहे. यात आमचा काही फायदा नाही. सरकार जी चूक करते, त्याबद्दल आम्ही त्यांना विचारतो, तेव्हा आम्हाला मिळतो मार आणि तुरूंगाची सजा. तुम्हाला एक उदाहरण सांगतो, जेव्हा सावकार वेल्लयनच्या बायकोला उचलून घेऊन गेला, तेव्हा सिलोन सीरंगनने वेल्लयनसाठी पोलीस-ठाण्यात तक्रार

नोंदविली. त्यासाठी ठाण्यात मारदेखील खाल्ला. का? त्यामुळे सीरंगनला काही पैसे मिळाले का? असा अन्याय पाहून तो गप्प कसा राहू शकत होता? हाच तर त्याचा चांगला स्वभाव आहे आणि त्याच्या मनात चांगले विचार होते. असे सुचवता येईल की, तुम्हाला सर्वांना संघटनेत भरती व्हायला हवे. अशाप्रकारे संघर्ष करण्याचा निश्चय करून आम्ही येथे एकत्र जमलो आहोत. इतर लोक का आले नाहीत? येथे केवळ पन्नास-साठ लोकच आले आहेत. तुम्हा लोकांमुळे तर सर्व पर्वतवासीयांचे कल्याण होईल. तुम्ही लोकच पुढे येऊन या संकटांचा सामना कराल. हेच आमचे ध्येय आहे आणि आम्ही अशी सेवा करतो.''

म्हाताऱ्या बाबाच्या बोलण्याने जे नाराज झाले होते, त्यांच्या मनातदेखील ही शंका होती. वेलुसामीने केलेल्या या स्पष्टीकरणामुळे सर्व गोष्टी स्पष्ट झाल्या. ते जे काम करणार होते आणि त्यांना जो मार्ग दाखवीत होते, त्यांच्या प्रामाणिकपणामुळे या लोकांची चिंता दूर झाली.

आपले चपटे नाक रगडून साफ करून चेल्लन म्हणाला, ''थोडं-थोडं आमच्या लक्षात येत आहे. चुन्याच्या भट्टीजवळ उभा असलेला गाढव भट्टीचा चुनादेखील घाण करू शकतो. नकळतच आम्ही तुमच्या नि:स्वार्थ त्यागाबद्दल शंका घेतली. चुकलं असेल तर क्षमा करा.''

वेलुसामीला आश्चर्य वाटले. बोलताना प्रत्येकवेळी म्हणी आणि वाक्प्रचारांचा वापर करणाऱ्या या लोकांच्या जीवनात किती सामर्थ्य आहे? जीवनाच्या अनुभवांची जिवंत अभिव्यक्ती येथे आहे. यांना थोडं लौकिक ज्ञान मिळालं, तर जग उलथं-पालथं करतील. त्यांच्या मनात कुतूहल आणि भावुकता निर्माण झाली.

''अनुभवच प्रत्येकाचा शिक्षक आहे. तुम्ही पहिल्यांदाच संघटनेची स्थापना करून आपल्या समस्या घेऊन आंदोलन करीत आहात. यासाठी अधिकाऱ्यांना भेटून निर्भयपणे व्यवहाराचे बोलावे लागेल. तो अनुभव तुम्हाला कित्येक गोष्टी शिकवेल. अनुभव आणि राजकारणाचे ज्ञान यामुळे तुम्ही स्वत: हजारो लोकांना शिकवू शकता. सर्वांना संघटनेत भरती करून टाका. युद्ध करण्यासाठी आता एक टोळी तयार करा. ती टोळी पर्वतावर बाजार भरविण्यासाठी, वनरक्षकांकडून जमिनीचे राखण करण्यासाठी ज्या योजना तयार करायच्या आहेत, त्याचे मार्गदर्शन करेल.''

हे ऐकून ते आपआपसांत आपआपले मत सांगू लागले. शेवटी वेल्लयन म्हणाला, ''सीलोन सीरंगन अध्यक्ष, सडैयन सेक्रेटरी होऊन सर्वांना मार्गदर्शन करतील.'' याला संमती देऊन सर्वांनी शिटी वाजविली.

कार्यकारिणीत कोण-कोण सदस्य राहतील? हा प्रश्न निर्माण होताच. वेलुसामी म्हणाले, ''येथे आलेले सर्वच सदस्य राहातील. प्रत्येक गावात संघटना

नसल्यामुळे हेच ठीक राहील. या सर्वांना एक-एक काम देऊन त्यांच्यावर जबाबदारी सोपवायला हवी.''

ही योजनादेखील सर्वांनी उत्साहाने स्वीकारली.

अर्ध्या रात्री सभा संपली. सर्व मंडळी उत्साह, उद्‌वेग, धैर्य आणि आत्मविश्वासाने आपआपल्या घरी गेली.

❑❑❑

।।३४।।

सडैयनच्या व्यवहारामुळे त्याचे आई-वडील नाराज होते. आपल्या घराचे राखण करण्यासाठी गवताची ताटीदेखील नाही आणि हा दुसऱ्याच्या घरी दार लावण्यास जात आहे. त्याला कित्येकदा एक-एकट्याने समजावले; परंतु तो ऐकण्याच्या स्थितीत नव्हता. आता कुटुंबातील सर्व मंडळींनी एकत्र येऊन त्याला समजावण्याचा निश्चय केला. त्यांनी पिडारीलादेखील येण्यासाठी सांगितले. तांदळाचा भात करून, टोपलीत केळीचे पान ठेवून, त्यावर भात टाकून, त्यावर ओला कपडा झाकून, दुसऱ्या हातात एक कोंबडी पकडून पिडारी माहेरी आली.

घराच्या पूर्वेकडील चतुबऱ्यावर सडैयन बसला होता. समोरच्या चबुतऱ्यावर तिरूमन आणि पिडारी बसले होते. तिरूमी घराच्या दरवाज्यात बसली होती. तिचे डोळे तोंडल्याप्रमाणे लाल का झाले होते, कुणास ठाऊक?

कुटुंबाच्या जबाबदारीच्या ओझ्याने त्रासलेले आणि थकलेले डोळे, गरिबीच्या वेदनेमुळे आलेली म्हातारपणाची दाट सावली तिरूमनच्या चेहऱ्यावर होती. मुलाकडे पाहून तो म्हणाला, ''व्याह्याच्या प्रेतयात्रेत तू यायला हवे होते. शुभकार्यात गेला नाहीस, तरी दुखवट्याच्या प्रसंगी तू जायला हवे होते. तुला तेथे न आलेले पाहून विचारणाऱ्यांना मी उत्तर देऊ शकलो नाही. जेथे आपली मुलगी लग्न करून दिलेली आहे, तेथे एका पर्वतवासीयाच्या प्रतिष्ठेला कसलीही आच लागता कामा नये. ही काय लहान गोष्ट आहे?''

सडैयन आपले तोंड उंदराप्रमाणे आकसून गप्प बसला होता. हे मौन त्याच्या वयाला शोभत नव्हते. वडिलांच्या बोलण्यामुळे त्याला वाटले की, तो फार लहान आणि स्वस्त झाला आहे. वडिलांच्या प्रश्नाचे उत्तर देणे गरजेचे नाही, असा विचार करून तो म्हणाला, ''कुणी नातलग मेला, तर सर्वांनी जाणे महत्त्वाचे आहे काय? माझं तर लग्नदेखील झालेलं नाही. अविवाहित मुलगा गेला नाही, तर कुणी काहीच म्हणणार नाहीत.''

त्याचे म्हणणे खरे असले, तरीदेखील असे कोणते काम आले की, ज्यामुळे तो आला नाही? बहिणीची प्रतिष्ठा राखण्यापेक्षा अधिक कोणती मोठी गोष्ट आहे? गावाची सेवा? मुंग्या आणि किड्या-मुंगळ्यांपासून त्याचे रक्षण करून आई-वडिलांनी त्याला वाढविले आहे. त्यांच्यासाठी त्याचे हेच कर्तव्य आहे का?

तिरूमनच्या मनात आगीचा डोंब उसळत होता. दु:ख आणि वेदना मन होरपळत होत्या. तरीदेखील त्या योग्यप्रकारे प्रकट न करू शकल्याने नाराजीने आणि बारकाईने मुलाकडे पाहून तो म्हणाला, "असे कोणते काम आले आहे रे? तुला विचारणारा कुणी नाही, म्हणून तुझ्यात एवढी हिम्मत आली आहे आणि उलट-सुलट काम करतो आहेस?"

सडैयनला बापाचे म्हणणे कळत होते. तो मनात येणाऱ्या भावना थांबवून पायाने जमीन उकरत राहिला. सडैयनच्या मौनामुळे तिरूमनला आणखीच चेव आला. त्याच्या मनात द्वेष आणि राग दाट ढगाप्रमाणे उसळत होता.

तिरूमन म्हणाला, "आपल्या कुटुंबाची अवस्था पहा. तुझे अशा प्रकारे भटकणे योग्य आहे काय? तुझ्या वयाचे पर्वतीय तरुण आपले काम आणि शेती करून चूप बसतात. तू अशा प्रकारे वागलास, तर कर्जाची रक्कम आम्ही कशी चुकवू? आणि चरितार्थ कसा भागवू शकू?"

तिरूमनच्या दृष्टीने त्याचे विचार, याचना सर्व योग्य होते. कष्टाची कमाई खाणाऱ्यांनी काम केले नाही, तर कुटुंबाची स्थिती गडबडून जाईल. तिरूमन बोलत होता आणि तिरूमीचे डोळे अश्रू ढाळीत होते. ते पाहून सडैयन बेचैन झाला. त्याचे डोळेदेखील भरून आले. त्याचा दुबळेपणा आई-वडिलांना जाणवला, तर ते त्याच्यावर आणखी बंधने लादतील. या भीतीने त्याने मान खाली घालून भुवया पुसल्याप्रमाणे आपले अश्रू पुसले आणि म्हणाला, "आपल्यालाच कष्ट आहेत का? संपूर्ण देशच दु:खी आहे. या देशाचा आजार दूर झाला, तर आपला त्रासदेखील दूर होईल. आजाराने रोज-रोज त्रास सहन करण्यापेक्षा, आजार दूर करण्यासाठी औषध तयार करण्यात आपली बुद्धी लावणे अधिक चांगले आहे. हीच माझी इच्छा आहे." बोलता-बोलता त्याला स्वत:लाच आश्चर्य वाटले की, तो एवढे सर्व कसे बोलून गेला? अशा प्रकारे बोलण्यास शिकविणाऱ्या त्या नि:स्वार्थ सेवकांच्या आठवणीने त्याचे मन भरून आले.

त्याला मिळालेले समाधान ते समजू शकले नाहीत. तेवढे ज्ञान त्यांना नाही. ते केवळ आपल्या कुटुंबाचे हित जाणतात. आपल्या कुटुंबाचे पोषण कसे करावे, हेच त्यांना माहीत आहे. आपल्या इच्छेविरुद्ध त्याचे बोलणे ऐकून निर्माण होणारा कोपाग्नी मनातच ठेवून तिरूमन म्हणाला, "तू सावकाराला मारण्यास सांगतो,

वन-रक्षकांना मारण्यास सांगतो, पोलिसांशी वैर घेण्यास सांगतो. या सर्वांचा विरोध करण्यासाठी तुझ्याजवळ फौज आहे काय? सैन्य आहे काय? तू सावकाराला विरोध केला, तर तो आमच्या दारात येऊन म्हणेल, 'माझे पैसे परत कर.' मी काय उत्तर देऊ? तुझ्या आईला त्यांनी जाणून-बुजून ओढत नेले, तर मी काय करू शकतो? माझ्यावर पोलीस आणि वनअधिकाऱ्यांनी खोटा आरोप लावून मला तुरुगांत पाठविले, तर मी या वयात सहन करू शकेन काय?'' बोलता-बोलता त्याचा कंठ दाटून आला, जणू उचकी लागली असावी. डोळ्यांतून अश्रू वाहत होते. त्याची असमर्थता आणि विनंतीमुळे पिडारी आणि तिरूमीला काळजी वाटू लागली. त्या चुपचाप मुसमुसून रडू लागल्या.

तिरूमनच्या भिण्याचे कारण होते, समाजाच्या विरोधात विद्रोह करणारे कुटुंब म्हणून सडैयनच्या कुटुंबावर आणखी संकटं येऊ शकतील. सडैयनच्या मनालादेखील हीच गोष्ट त्रास देत होती; परंतु जनतेचा एकत्र संघर्ष त्यांना थांबवेल. यासाठी जनतेची फौज उभी करण्यासाठी त्याला काही त्रास झेलावा लागेल.

तेथील तणावाच्या, भावुकतेच्या स्थितीपासून स्वत:ला मुक्त करून सडैयन म्हणाला,

''आपण दगड मारून एका कावळ्याला पळवून लावतो; परंतु तेच जर पन्नास-शंभर झाले, तर आपण पळून जातो. आता आम्ही जो विरोध करू, तो कुणाचा वैयक्तिक विरोध नाही. आज आम्हाला कायद्याने जो अधिकार मिळाला आहे, त्या अधिकाराच्या विरोधकांचा आम्ही सामना करीत आहोत. यासाठी दहापैकी दोन पर्वतवासी पुढे आलेत, तर त्याने काहीच होणार नाही. यासाठी प्रत्येकास पुढे यावे लागेलच ना?''

रडल्यामुळे नाकातून येणारी घाण छातीला बांधलेल्या साडीला पुसून, नाक साफ करून पिडारी म्हणाली, ''आपण काय फार श्रीमंत आहोत, ज्यामुळे आपल्या बोलावण्याने सर्व येतील? आई-बाबांना त्यांच्या म्हातारपणी कष्ट न देता सुखी ठेव भाऊ!'' आणि ती मोठ्याने रडू लागली.

अशा द्विधाजनक स्थितीने त्याला आणखीच दु:खी केले. मला जर थोडी शिकवण मिळाली नसती, तर माझे विचार आणि जीवनदेखील याचप्रकारे राहिले असते. यांचे कसे सांत्वन करू? कसे समजावू? नकळत चेहऱ्यावर उमटलेले दु:खी भाव पुसण्यासाठी त्याने डोक्याला बांधलेला पंचा सोडून दोन्ही हाताने चेहरा चांगला पुसून तो म्हणाला,

''आई-बाबांना मी काहीच त्रास देणार नाही. माझ्याने जेवढे होईल तेवढे जंगल, शेतीचे काम एका दिवसातच करून टाकेन.'' असे त्याने दृढ निश्चयाने

सांगितले आणि तेथे आणखी बसल्याने मन अशांत होईल, असा विचार करून तो बाहेर निघून गेला.

ते त्याला जाताना पाहत राहिले. त्यांच्या मौनात किती दाट दु:ख होते? ते वर येऊन, उसळून, ऊतू जाऊन, फाटून पसरण्यात आतुर असलेलं दु:खाचं उद्वेलन होतं.

❑❑❑

।।३५।।

त्या दिवशी भल्या पहाटे केरांकाट्टुपट्टी गावाच्या पटांगणात खूप गर्दी झाली होती. बरेचसे लोक पर्वत पायथ्याच्या गावातील होते. काही पर्वतावर राहणारे होते. खालच्या गावातून आलेल्या लोकांच्या हातात काठ्या, सुरे आणि बर्च्या होत्या. ही मंडळी जंगलात शिकार करून थकल्याप्रमाणे बसली होती. ते सर्वजण पर्वतवासीयांच्या ओळखीचे होते. याच समूहात पर्वतवासीयांकडून मोठ्या बाजारात मालावर कर वसूल करणारे दलाल होते. तेच जंगलातील चिंचेच्या झाडांचे भागीदार होते. त्यांना पाहताच वाघ-चित्त्याला पाहून घाबरल्याप्रमाणे पर्वतवासी थरथरत असत. या समूहाचा स्वभावदेखील रानटी पशूसारखाच होता. त्यांच्यापैकी काहीजण पर्वतावरील लोकांना कर्जदेखील देत होते. काहीजण बाजारात त्यांचा माल खरेदी करणारे दलाल होते. पर्वतावरील लोकांचा आर्थिक स्रोत याच लोकांच्या हातात होता. या दलालांच्या तावडीत एकदा फसल्यानंतर पुन्हा बाहेर पडणे कठीण आहे. या लोकांचा डोळा चुकवून पर्वतवासी कोठे जाऊसुद्धा शकत नाहीत. बाजार तर त्यांच्या पोटा-पाण्याच्या उद्योगाच्या श्वासाप्रमाणे आहे. तेथेच ते आपला सर्व माल आणून विकत होते. तेथेच त्यांना आपल्या गरजेच्या वस्तू किंमत देऊन खरेदी कराव्या लागतात. त्या समूहाच्या भुकेसाठी हा बाजार अक्षयपात्रासारखा आहे. यांच्याशिवाय दुसरी कोणतीही व्यक्ती किंवा कोणताही समूह बाजारात येऊन बोली लावू शकत नाही.

बाजारातील दलालांचा प्रमुख मोट्टैयन होता. तो बाजारात बसविलेल्या संगमरवराच्या दगडावर येऊन बसला. त्या चबुतऱ्यावर बसून धर्मप्रमुख नीतीचे पालन करीत होते. आता त्या चबुतऱ्यावर मोट्टैयन बसला आहे. गावचे धर्मप्रमुख आणि काही मंडळी सेवेसाठी तोंड बंद करून त्यांच्यासमोर उभी होती.

बारीक कापलेले केस, पिळदार मिशा, क्रौर्य असलेले लाल डोळे, प्रत्येक क्षणी मिशांवर ताव देत खाकरून घमेंडीने मोट्टैयन धर्मप्रमुखाकडे पाहून अंहकाराने

आणि बेपर्वाइने म्हणाला, "अरे, ए धर्मप्रमुखा, चूप का आहेस? आपल्या माणसांना बोलावून आण. केवळ एवढेच आले आहेत. जा, सर्वांना बोलावून आणण्यास सांग. पर्वतावरील सर्वांना येऊन पाहू दे."

धर्मप्रमुखाने तेथे उभ्या असलेल्या काही लोकांना इकडे-तिकडे पाठवून इतर लोकांनादेखील बोलावून आणण्यास सांगितले. त्यांना अधिक काही समजवायचे नाही. मोट्टैयनचे नाव घेताच गुळगुळीत शिळादेखील सरकून आपोआप येईल, हे सर्वांनाच माहीत आहे.

मिशावर सरकवून, पुन्हा खाकरून मोट्टैयनने धर्मप्रमुखास आपल्याजवळ येण्याचा संकेत केला.

"बघा, यावेळी चिंचेला योग्यप्रकारे फळ धरलेले नाही. त्यामुळे दंडाच्या रकमेसोबत भागीदारीची रक्कमदेखील द्यावी लागेल."

हा एक भयंकर दंड आहे. कधीतरी कुणी एक मूठभर चिंच तोडली होती. तो पकडला गेला. दंड वसूल केला गेला. त्यानंतर असा आदेश दिला गेला की, ते वारंवार जंगलात येऊन आपल्या झाडांची राखण करू शकत नाहीत. त्यामुळे गावातील सर्वांनी मिळून एक मोठी रक्कम वसूल करून त्यांना देत राहावी. कळत-नकळत ज्या चोऱ्या होतात, त्यासाठी ही नुकसान-भरपाईची रक्कम आहे. नुकसान भरपाईची रक्कम दोनशे रुपये असेल, असा निर्णय सांगून ते नियमितपणे ती रक्कम वसूल करीत आले आहेत. या समूहाच्या निर्णयाविरुद्ध आवाज उठविण्याचा किंवा त्या निर्णयाला नकार देण्याचा अधिकार कुणाला आहे? एवढे साहस कुणामध्ये आहे? जर कुणी काही म्हटले, तर तेथेच त्याची हाडे मोडली जातील.

हळूहळू लोक गोळा होऊ लागले. सडैयन आपल्या मित्रांसोबत येऊन मोट्टैयन बसलेल्या चबुतऱ्यामागे थोड्या अंतरावर आडोशाला बसला. तो आपल्या मित्रांसोबत वाद-विवाद करीत होता. हा प्रश्न कसा सोडवावा? आपल्याला या लोकांमध्ये कशाप्रकारे वागावे लागेल? ...अशाप्रकारे आपआपसांत सल्ला-मसलत करून ते निर्णय घेऊ इच्छित होते. लिंबाच्या काडीने दात घासताना तोंडात साचलेले घाण पाणी थुंकून, ओठावर पसरलेल्या लिंबाच्या काडीच्या तुकड्यांवर जीभ फिरवून पेरियसामी म्हणाला, "अशा अन्यायासाठी कोणता तरी मार्ग काढावा लागेल. जो चिंचेची चोरी करतो, त्याला पकडून दंडाची रक्कम भरण्यास लावावी. यासाठी संपूर्ण गावाने यांना सूनमुखाचे धन का द्यावे?"

तमासगिराप्रमाणे शेंडी बांधलेला, आजारपणामुळे आणि नियमितपणे हजामत न केल्यामुळे दाढी वाढलेली असलेला, चेहऱ्याच्या दोन भुवयांमध्ये कपाळावर जखमेचा लांब डाग असलेला चिन्नमुत्तू म्हणाला, "मेंढीला सहज दगड मारल्याप्रमाणे

पर्वतावरील लोकांनादेखील त्रास देऊ शकूत, असे त्यांना वाटते. आता असा अन्याय चालणार नाही, हे आपण त्यांना सांगायला हवे.''

शरीरावर पांढरे डाग, भुवयांमध्ये ताठरलेल्या नसा, ओठांच्या बाहेर निघालेले दात असलेला चेल्लन म्हणाला, ''मांजरीच्या गळ्यात घंटी कुणी बांधावी? याचाच विचार करतो आहोत. आपण जर त्यांच्या विरोधात झेंडा उचलला, तर पर्वतावरील सर्व लोक एक होतील. आपल्या संघटनेचे नाव होईल. संघटनादेखील मजबूत होईल.''

सडैयनच्या चहूबाजूस उभे असलेले त्याचे मित्र मोट्टैयनचा विरोध करण्याच्या बाजूने होते. केवळ सीरंगन गप्प होता. आपल्या गावंढळ पद्धतीने ते म्हणाले, ''चिंचेसाठी दंड आणि हप्त्याची रक्कम द्यायची नाही. यासाठी पहिला आवाज आपण उठविला, तर संपूर्ण पर्वतावर त्याचा प्रतिध्वनी उमटेल. त्यामुळे संघटना आणखीच मजबूत होईल, असा काही लोकांचा सल्ला होता.'' सडैयन आणि सीरंगनचे विचार यापेक्षा वेगळे होते. बाजार पर्वतावर भरत नाही. बाजार पर्वताच्या पायथ्याशी भरतो; ज्याच्यावर मोट्टैयन आणि त्याच्या सोबत्यांचा पूर्ण दबाव आहे. माल खरेदी करणारे व्यापारी आणि पर्वतावरील लोकांना माल विकणारे व्यापारी हे सर्व त्यांच्या नियंत्रणात आहेत. व्याजाने कर्ज देणारेदेखील त्यांच्या हातात होते. अशा प्रकारे संबंधित लोक सर्व दृष्टीने पर्वतावरील लोकांचे जीवन नियंत्रणात ठेवणाऱ्या रक्तवाहिन्यांप्रमाणे होते. या लोकांच्या दादागिरीला तोंड देण्यासाठी म्हणून बाजार वर भरवावा लागेल. तेथेच ते आपला माल विकतील आणि तेथूनच आवश्यक वस्तू खरेदी करू शकतील, यासाठी अनुकूल वातावरण निर्माण करावे लागेल. अशा प्रकारे विस्तृत योजनेशिवाय या स्वार्थी लोकांच्या क्रूरतेपासून स्वतंत्र होणे अशक्य आहे.

सडैयन ओठांवर जीभ फिरवून म्हणाला, ''पर्वतावर बाजार भरविणे ही एक अशी काठी आहे, जी पर्वतवासीयांना धाक-दडपशा दाखवणाऱ्या शक्तीला तोडू शकते. प्रत्येक गोष्टीसाठी खाली गेलो आणि त्यांच्यावर अवलंबून राहिलो, तर ते आपला गैरफायदा घेत राहतील आणि आपल्याला एकमेकांपासून वेगळे करीत राहतील. त्यांच्या स्वार्थीपणाचा विरोध करणाऱ्यास ते चिरडत राहतील. या अन्यायामुळे जनतेत जो असंतोष निर्माण झाला आहे, त्या रागाचा फायदा घेऊन बाजार वर भरविण्याची व्यवस्था जोपर्यंत आपण करणार नाही, तोपर्यंत अशा, बेलगाम, उद्धट अत्याचारांचे बळी आपण होत राहूत. दुसरा कुठलाच मार्ग नाही.''

सडैयन आणि सीरंगनचे हे म्हणणे त्यांना पटले. लोकांमध्ये शांतता राखण्याचा त्यांनी निश्चय केला. यामुळे निर्माण होणारा असंतोष आणि अस्वस्थतेचा आपण योग्य उपयोग करूत. अशा प्रकारचा निर्णय घेऊन ते पटांगणात जाऊन गर्दीत मिसळले.

पटांगणात जमलेले बहुतेक लोक मोट्टैयनला पाहून विनयाने हात जोडत होते. जड ओझं वाहून नेणाऱ्या या पर्वतवासीयांचे मनोबल मोट्टैयनला माहीत आहे. बाजाराच्या फाटकाजवळ झाडाच्या सावलीत घालून ठेवलेल्या अंथरूणावर बेपर्वाईने आपले पाय पसरून चिरूट पित असलेल्या त्या अवतारी पुरुषाला, पर्वतावरून ओझं वाहून आणणारे लोक थांबून-थांबून नमस्कार करून बाजारात जात होते. अशा प्रकारे त्याला ओळखणारे सर्वच त्याचा आदर करीत होते. तो स्नेह-विरहित उपहासाने हसत होता. ते हास्य ही त्याची एक वेगळीच ओळख होती. इतरांपेक्षा तो स्वत:ला श्रेष्ठ मानत होता. स्वत:ला मोठे समजण्याच्या मूर्खपणाने त्याच्या मनात घर केले होते. सकाळच्या गार वाऱ्याचा आनंद घेत आपआपसांत हळू आवाजात कुजबूज करीत असलेल्या लोकांना पाहून तो म्हणाला, ''अरे ऐका, मला एवढेच सांगायचे आहे की, यावेळी पाऊस झाला नाही. त्यामुळे मागच्या वर्षीपेक्षा या वर्षी चिंचेची नुकसान भरपाई दुप्पट द्यावी लागेल.'' जणू कुणी राजा आपल्या प्रजेला आदेश देत असावा.

यावर्षी पावसाअभावी पीक वाळले होते. त्यामुळे या संकटातून कसं पार पडावं, याच विचारात ते होते. खरं तर या लोकांनी कोरडा दुष्काळ पडल्यामुळे राजाकडे तक्रार करायला हवी होती; परंतु येथे तर उलट होत होते. भागीदारीत दिलेल्या चिंचेच्या झाडाला जर फळं धरली नाहीत, तर आपल्या स्वार्थासाठी कुणा तिसऱ्याकडून तो नुकसान भरपाई करू इच्छितो. सडैयन आणि त्याच्या मित्रांचे मन मोट्टैयनला आदर देणाऱ्या लोकांच्या विरोधात विद्रोहाचा आवाज उठवू इच्छिते; परंतु शब्द तोंडाबाहेर निघण्यास घाबरत होते. काय माहीत, याचा परिणाम वाईट झाला तर कुठे जाऊत? असे त्यांना वाटले.

तोंड उघडून कुणीच काही बोलले नाही; कारण हे असे होणारच असल्याचे लोकांना माहीत होते.

मोट्टैयन पुन्हा धर्मप्रमुखाकडे पाहून म्हणाला, ''ठीक आहे, आम्ही चलतो. तू रक्कम वसूल करून पुढच्या बाजाराच्या दिवशी घेऊन ये. कुणी काही म्हटले, तर मला सांग. आम्ही त्याला शिक्षा करूत...'' असं बोलून तो उठला. त्याच्या फौजेने तेथे ठेवलेली सर्व फळे उचलली आणि ती खात ते जाऊ लागले.

त्या जागेच्या ज्वाळेने तापलेल्या सर्वांनी कपाळावरचा आणि चेहऱ्यावरचा घाम पुसला आणि ते वेगवेगळ्या गटांमध्ये विभागले जाऊन आपआपसांत गप्पागोष्टी करू लागले. त्यांच्यात सडैयन आणि त्याचे मित्रदेखील होते. नेहमीप्रमाणे आज त्यांच्यात भीती नव्हती आणि विनय नव्हता; तर न्यायाच्या आशेच्या बदल्यात मिळालेल्या घावाने ते उत्तेजित झाले होते.

❑❑❑

।।३६।।

त्या दिवशी मजूर संघाच्या कामासाठी सडैयन बाहेर गेला होता आणि रात्री बऱ्याच उशिरा घरी परतला होता. त्यामुळे तो जंगलातील खोलीत न जाता घराबाहेरच चबुतऱ्यावर झोपला होता. सकाळी सर्व उठल्यानंतरदेखील तो डोक्यापासून पायापर्यंत कपडा ओढून झोपून होता. सकाळच्या थंडीने त्याला उठू दिले नाही. मन उठ म्हणत होते; परंतु पापण्या जड होत्या. झोप पूर्ण न झाल्यामुळे त्याला ना उठावेसे वाटत होते, ना झोपण्याची इच्छा होती; तरी देखील तो पडून राहिला.

घरामध्ये बाबा आईला काही सांगत होते. पोरगा... मुलगा... हे शब्द त्याच्या कानात झोपेच्या गुंगीत वारंवार पडत होते. तो एकाग्रतेने त्यांचे बोलणे ऐकू लागला.

"आता मुलगा आपल्याला खाऊ-पिऊ घालेल, ही आशाच सोडून टाक. रात्र-रात्र कुठे भटकत असतो, कुणास ठाऊक? सावकार, बाजाराचे दलाल आणि सरकारच्या विरोधातदेखील बोलत फिरत असतो. त्याचा असा व्यवहार कुटुंबाचा विनाश करेल. आपला त्याच्याशी संबंध नाही, असे सांगितल्याने संकट टळू शकते." एवढे बोलता-बोलता त्याचा आवाज थरथरू लागला.

"पांढरा उंदीर शिकाऱ्याचा विरोध करू शकतो काय? त्याचप्रमाणे याचा सरकारला विरोध करणे आहे. कुणास ठाऊक, यामुळे किती कुटुंबे नष्ट होतील? किती कुटुंबे छाती बडवून, आक्रोश करून रडतील? बापाचे म्हणणे ऐकण्याचा काळ गेला. आता काही म्हटले, तर आयुष्यभर वैर मिळेल. त्याच्या आईनेच त्याला समजावून पाहावे."

सकाळच्या मंद-मंद मधुर वाऱ्यातदेखील सडैयनला घाम फुटला. मन कासावीस झालं. न्याहारी जंगलात पाठविण्यास सांगून तिरूमन निघून गेला. तिरुमीला मनसोक्त रडावेसे वाटले. किती नवस केल्यानंतर सडैयनचा जन्म झाला होता! त्याच्या जन्माच्या दिवशी भाद्रपद महिन्यात किती भयंकर पाऊस पडला होता. ती तीन दिवस प्रसववेदनेने तडफडत होती. सुई बोचल्याप्रमाणे गारं वारं. पर्वतावरचे ओले तुषार. सामान्य माणसालादेखील आगीसमोर बसून ऊब घ्यावीशी वाटत होती. अशावेळी कुणी प्रसववेदनेने तडफडत असेल, तर ते किती जीवघेणे असते? प्रसव झाल्यानंतर तिचं शरीर गार पडलं होतं आणि ती बेशुद्ध पडली होती. सर्वांना वाटलं की ती मेली. सुइणीने नाडी पाहून तिचा श्वास चालू असल्याचे सांगितले. एरंडीचे तेल गरम करण्यास सांगितले आणि डोक्यापासून

पायापर्यंत चांगली मालीश केली. खाटेखाली ठेवलेल्या शेगडीतील पेटलेल्या निखाऱ्यांवर लिंबाची साल टाकून धूर निर्माण केला. हळूहळू तिरूमी शुद्धीवर आली. अशाप्रकारे त्याच्या जन्माच्या वेळी तिला किती तरी त्रास सहन करावा लागला होता. एवढेच नव्हे, तर मुलावर खूप प्रेम असल्यामुळे तिने आपले संपूर्ण आयुष्य एका पतीसोबत घालविले. पर्वतावरील जनजीवनात पतीव्रता असणे, हे वाळलेल्या झाडापासून तंतू काढण्यासारखे कठीण असते. पतीपासून विभक्त होण्याचे कितीतरी प्रसंग तिच्या जीवनात आले. त्या सर्व प्रसंगांचा सामना करून, सर्व अडथळे पार करून ती मनाने स्थिर राहिली, केवळ आपल्या मुलासाठी. नसता मुलगा आईविना पोरका झाला असता आणि उनाडक्या करीत रस्त्यावर फिरत राहिला असता. सावत्र आईचा त्रास आणि धाकदपटशा त्याला सहन करावा लागला असता आणि आईच्या प्रेमासाठी भुकेला राहिला असता. घडलेल्या या सर्व घटना आज तिला आठवत होत्या.

तिच्या मनात आतापर्यंत त्याच्याबद्दल जी वात्सल्याची भावना होती, त्या भावनेमध्ये जणू परकेपणा आला होता; जणू तो त्यांच्यापासून अलिप्त होऊन दूर-दूर जात आहे. ती मनातल्या-मनात रडत होती. पूर्वीप्रमाणे आपल्या वात्सल्याच्या आधारावर मुलाला अधिकाराने रागावण्यास किंवा आदराने सांगण्यास तिचे मन कचरत होते.

शरीराचे गाठोडे करून, घोंगडं ओढून सडैयन बसला होता. त्याच्या उठण्याची वाट पाहत तिरूमी उंबरठ्यावर उभी होती. तिच्या तोंडातून शब्दही निघत नव्हता. मौनाचं ओझं होतं. ती बोलू इच्छित होती; परंतु ती बोलल्याने तिचा लाडका मुलगा हातातून निसटेल, अशी भीती तिला वाटली. मन दुःखी असल्यामुळे डोळ्यांत आलेल्या अश्रूंचे ओझे! तिच्या भावना तो समजू शकत होता. तिच्या भावना अज्ञानाच्या पुस्तकातील ओळींमधला भित्रेपणा होता. दुःखी होऊन त्याला सुधारता येत नाही. त्याला समजून घेणे म्हणजे विंचवाचे डंख मारल्याप्रमाणे वेदनेचा अनुभव घेऊन ज्ञान प्राप्त करणे.

नेहमीप्रमाणे वात्सल्यामुळे आलेले पापण्यांवरचे अश्रू पुसून अनिच्छेने सडैयनकडे पाहत तिरूमी म्हणाली, "किती दिवस असा फिरत राहशील? आपल्या गावाचा आणि या जगाचा विरोध करण्यासाठी तुझ्याजवळ राज्य आहे काय? नाही बेटा, माझं ऐक. फक्त आपल्या कामाशी संबंध ठेव, एवढेच."

तेच ते शब्द, पुनः पुन्हा तेच ते आळवणे! नेहमी पापण्या जड होणे आणि अश्रूंचं ओझं. निःस्वार्थ वात्सल्य! कुटुंबात प्रत्येक आईला आपल्या मुलाबद्दल हेच दुःख असतं. नकळतच आईच्या प्रेमात विसावून क्षणांत पापण्यांवर आलेले अश्रू

दोन्ही हातांनी पुसून सडैयन म्हणाला, "आयुष्यभर मुंग्या आणि उंदरांना पाहून घाबरून मरण्यापेक्षा त्यांचा सामना करून मरणे बरे. मनाला शांती तरी मिळेल. एकवेळ अशी येईल की, आजच्या या उपद्व्यापामुळे सर्व लोक निर्धास्त जगतील. तू का घाबरतेस आई? मी चोरी करण्यास जात नाही; जुगार खेळण्यास जात नाही. त्रास सहन करणाऱ्यांचे डोळे उघडण्यासाठी जात आहे. अंधारात खितपत पडलेला जेव्हा प्रकाश पाहिला तेव्हा तो पुन्हा अंधारावर प्रेम करेल काय?

तिला त्याचे उत्तर देता आले नाही. आईची ममता अश्रूंच्या रूपात वाहू लागली. त्यात विरक्तीचे दु:ख होते की गौरवाचे संभाषण?

❏❏❏

||३७||

सडैयन, सीरंगन आणि त्याचे मित्र पर्वताचा कोपरान्कोपरा शोधून आले. त्यांच्या पावलांना अपरिचित असा कोणताच कोपरा किंवा माती नव्हती. त्यांना केवळ माणसंच दिसत नव्हती, तर या माणसांचे किती तरी प्रश्न दिसत होते. किती तरी तक्रारी. अनेक शंका, आशा-आकांक्षा होत्या. जेव्हापासून ते पर्वतावर वास्तव्य करू लागले होते, तेव्हापासून आपले प्रश्न सोडविण्यासाठी ते कुणाला तरी पहिल्यांदा विचारीत आहेत. अशी एक नवीन दृष्टीदेखील त्यांना आता मिळाली आहे. संघटनेतील मंडळींचा सारखा उपदेश, प्रश्नांच्या मागचा संघर्ष! या कारणांमुळे पर्वतीय भागातील बहुतेक गावांतून काही लोक संघटनेचे सदस्य झाले. काही लोक यांपासून अलिप्त राहिलेत; परंतु सर्वांना प्रभावित करणाऱ्या समस्या आणि आंदोलनात भाग घेण्यास ते तयार झाले.

पायथ्याशी भरणारा बाजार वर भरवायला हवा. हा प्रश्न त्यांनी पर्वतवासीयांच्या एका समस्येच्या रूपात मांडला आहे. याच्या समर्थनात-विरोधात या लोकांमध्ये आपआपसांत वादविवाद सुरू झाला आहे. या वादविवादाने त्यांच्या विचारात पहिल्यांदा ठिणगी उत्पन्न केली आहे. सरकारच्या मदतीशिवाय आपल्या प्रयत्नांनी पर्वतावर बाजार भरविण्याचा निश्चय करून सडैयनने पर्वतीय भागातील सर्व प्रमुख लोकांची एक बैठक बोलावली आहे. त्यांच्यासाठी खाण्या-पिण्याची व्यवस्था करायची आहे. संघटनेतील सर्व मंडळी कामास लागली आहेत. पर्वतावर कोणतीही बैठक किंवा पंचायत असो, बैठक बोलवणारे गाव घरांची मोजणी करून त्याप्रमाणे धान्य वसूल करून येणाऱ्यांच्या खाण्या-पिण्याची व्यवस्था करतात. जेथे हॉटेल किंवा ढाबा नसतो, तेथे अशी व्यवस्था केली जाते. या प्रथेप्रमाणे सडैयनच्या गावकऱ्यांनी

अन्नधान्य दिले. संघटनेतील आणि गावातील लोक मिळून स्वयंपाकाच्या तयारीस लागले होते. हे त्यांचे परंपरागत संस्कार होते. कोणत्या कामासाठी आणि का बरं धान्य हवे? असा प्रश्न कधी विचारला जात नव्हता.

गावाच्या मध्यभागी पटांगणात पर्वतावरील सर्व भागांतून आलेल्या लोकांची गर्दी जमली होती. पटांगणात उभे असलेले चाफ्याचे झाड आपल्या फुलांनी हवा सुगंधित करीत होते. हवेत सुगंध दरवळत होता. त्याचसोबत चाफ्याच्या फुलांच्या सुगंधात, घोंगड्यांचा तेलकट, मळकट, घाणेरडा वास एकत्र होऊन आंबट दह्यासारखा येत होता. बैठक दुपार होण्यापूर्वी संपली, तर सर्व मंडळी आपआपल्या गावी अंधार होण्यापूर्वी पोहोचू शकतील.

नियमाप्रमाणे धर्मप्रमुखाची बसण्याची जागा रिकामी होती. लोकांनी सडैयन, सीरंगन आणि गावच्या नियमाप्रमाणे धर्मप्रमुखाला मंचावर येऊन बसण्यास सांगितले. या सभेचे आयोजन संघटनेने केलेले आहे, असे सांगून धर्मप्रमुख बसण्यास टाळू इच्छित होते; परंतु गावकऱ्यांनी ऐकले नाही. संघटनेतील लोक आम्हाला मार्ग दाखवत आहेत. आपण सर्व एक होऊन राहिलोत, तरच काम होईल. हे त्यांचं स्वत:चं काम थोडंच आहे? अशाप्रकारे आग्रह केल्यावर धर्मप्रमुखाला मान्य करावेच लागले; तरीदेखील एक छोटीशी भीती त्याचं मन कुरतडत होती. बाजार वर भरविण्याचा प्रयत्न जर यशस्वी झाला नाही, तर समोरच्यांची वाईट अवस्था होईल. ते स्वत: नेतृत्व करीत नाहीत, तरीदेखील संघटनेच्या लोकांसोबत मंचावर बसणे म्हणजे त्यांचादेखील संघटनेशी संबंध आहे, असा त्याचा अर्थ होईल. एकीकडे मनाची ही अवस्था आणि दुसरीकडे गावातील लोकांचे म्हणणे ऐकले नाही, तर परंपरेने मिळालेला गावच्या चांगल्या-वाईट कार्याचा न्यायनिवाडा करण्याचा 'सन्मान', अर्थात धर्मप्रमुखाची पदवी हातातून निसटून जाण्याची भीती होती. यापैकी पहिल्यापेक्षा दुसरा, अर्थात मानमर्यादेचा प्रश्न अधिक महत्त्वाचा होता. काहीही झाले तरी मान-मर्यादेचे रक्षण करण्यासाठी ते अनिच्छेनेच का होईना, मंचावर जाऊन बसले.

बाजार वर भरविण्याच्या गरजेवर भर देऊन सडैयनने विस्ताराने आपली बाजू मांडली. 'यासाठी सर्वांचे सहकार्य हवे आहे. नसता आमचे प्रयत्न आणि कार्य अशक्य आहे' हेदेखील त्याने पुन:-पुन्हा सांगितले. ''आमचे प्रयत्न तोडण्यासाठी अनेक प्रकारच्या अडचणी येतील. लालूच देतील, भीती दाखवतील; परंतु आपल्याला न डगमगता दृढ राहायला हवे. घाबरू नका. लालूच दाखविली, तर त्यात फसू नका. प्रत्येक गोष्टीसाठी तयार राहावे लागेल. यावरच आपले यश अवलंबून आहे. जीवनात सुख मिळविण्यासाठी पैसेवाल्यांपासून, सरकारी अधिकाऱ्यांपासून आणि यातना व शोषण करणाऱ्यांपासून स्वत:चा बचाव स्वत:च करावा लागेल; तेव्हाच

या देशातील जनतेला शोषणाला विरोध करता येईल. संघर्ष करण्यासाठी जनतेला ऐक्याचे सामर्थ्य आणि मनोबल मिळेल. काही गोष्टी लोकांना समजल्या नाहीत; परंतु बाजार वर भरविण्याचे तात्पर्य, कारण आणि अडचणी सर्वांना समजत होत्या. न सांगता देखील ते या गोष्टी समजू शकत होते.

सडैयनचे भाषण ऐकून थकलेल्या चेहऱ्याने बाहेर निघालेल्या पानाच्या पिंकेने रंगलेला गुंटूरवासी पोन्नन म्हणाला, "जेव्हापासून पर्वतावर माणसाचा जन्म झाला आहे, तेव्हापासून कित्येक पिढ्यांपासून बाजार पर्वताच्या पायथ्याशीच भरत आहे. कित्येक वर्षांपासून जे काम केले नाही, ते आता करू शकूत काय?"

सुरूवातीलाच विघ्न! बाजार वर भरविण्यासाठीचा एक चांगला निर्णय घेतला जाईल, असा ज्यांनी विचार केला होता, ते द्विधेत पडले. अशा लोकांसाठी आपण का त्रास घेतो आहोत, असा विचार करून संघटनेतील लोक निरुत्साही झाले; परंतु सडैयन आणि सीरंगन हसत म्हणाले, "ज्यांच्या मनात जे येईल ते बोलून टाका. आम्ही त्यांना समजावून सांगूत. कोणतीही गोष्ट समजून काम केल्याने त्यात त्यांचे मन लागेल." अशाप्रकारे त्यांच्या विचारांनादेखील त्यांनी महत्त्व दिले.

त्यांची सहनशीलता पाहून लोक दंग झाले. साधारणत: गावच्या सभेत कुणी काही विचारले, तर त्याला धमकावून गप्प बसविले जाते. 'अबे, चूप बस. मोठा आला आम्हाला सांगणारा; जणू जगातल्या सर्व गोष्टी तूच शिकून आला आहेस.' अशाप्रकारे त्याला गप्प बसविले जायचे. येथे असे नाही. ते आम्हाला आमच्या शंका विचारीत आहेत. समजावून देऊन आमचे समाधानदेखील करतील.

सडैयन घसा साफ करून स्पष्ट आवाजात, सोप्या भाषेत म्हणाला, "आमच्या बाबांच्या काळात शर्ट-कोट होता का? कमरेला लंगोट आणि खांद्यावर घोंगडं होतं का? आता हे सर्व कपडे कसे आलेत? आधी जनावर किंवा माणसं आजारी पडल्यावर पर्वताच्या पायथ्याशी जावे लागत होते. आता तो दवाखाना कसा वर आणण्यात आला? आमच्यासाठी थोड्या सुख-सोयींची व्यवस्था करणे सरकारचे काम आहे; कारण आपण टॅक्स देतो. त्याच्या बदल्यात ते आपल्यासाठी हे सर्व करतील. केले नाही तर त्यासाठी जोर लावावा लागेल. त्याचा पाठपुरावा करावा लागेल, तेव्हाच आपले काम होईल. त्याचप्रमाणे आपण बाजार भरविण्यासाठी हे सर्व करीत आहेत." तो आरामात, शांतपणे म्हणाला.

हे लक्षपूर्वक ऐकून अरियूर गावचा रामसामी म्हणाला, "बाजार वर भरविण्यासाठी आपल्याजवळ कोणती शक्ती आहे? सरकारचे काम आपल्याला करायचे असेल तर ते कसे होईल?"

वाळलेली गवताची बारीक काडी दाताने चावीत, आपल्या हसऱ्या डोळ्यांनी

तेजस्वी नजरेने दृष्टिक्षेप टाकीत सीरंगन म्हणाला, ''हत्तीला आपल्या शक्तीचा अंदाज नसतो. त्याचप्रमाणे तुम्हाला आपली शक्ती माहीत नाही. जंगली जनावरांचा संचार असलेल्या या पर्वतावर मलेरियाचे काळे डास भरपूर आहेत. येथे कडाक्याच्या थंडीत निसर्गाच्या विषमतेशी झगडून आपल्या कष्टाने कितीतरी प्रकारची फळे आणि सुगंधित वस्तूचे उत्पादन करून ते खाली वसलेल्या लोकांना आपण नेऊन देतो. यासाठी किती शक्ती लागते. ही शक्ती साधारण आहे काय? यापेक्षा अधिक आणखी काय हवे आहे? आपली शक्ती ओळखा. आम्ही तुम्हाला जाणीव करून देतो. तुम्ही आमच्या मागे या.''

आजपर्यंत ते ज्या गोष्टींचा विचारदेखील करू शकले नाहीत, तेच सत्य त्यांच्या विचारात रातकिड्यांप्रमाणे चमकले. अभिमानाने त्यांच्या रक्तवाहिन्यांमध्ये उत्साहाच्या लहरी उसळू लागल्या. त्यांच्यात असलेल्या सामर्थ्यालादेखील स्वीकृती मिळत आहे. प्रेक्षकांत त्या गावच्या पंचायतीचा पूर्वीचा प्रमुख आणि बाजारातील दलालांचा गुंड तंबी वडयनदेखील बसला होता. पर्वतावर बाजार भरविण्याचा प्रयत्न होत आहे, हे जाणताच दलालांनी गावातील दोन-चार लोकांना आपल्याकडे वळविले होते. त्यांच्यामार्फत पर्वतावर बाजार भरविण्याची त्यांची योजना आणि प्रयत्न धुळीस मिळवून लोकांना दुबळे करण्याचीच त्यांची योजना होती. तंबी वडयन त्यांचे नेतृत्व करीत होता.

लोकांनी संघटनेतील लोकांचे समर्थन केले आणि बोलाचाली यशस्वी होताना पाहून अंतिम निर्णयावर पोहोचण्यापूर्वी, हा निर्णय हाणून पाडण्याच्या गरजेने तंबी वडयन म्हणाला, ''बाजार वर भरविणे एवढे सोपे आहे काय? सरकारने दिलेल्या लिलावाच्या सूचनेच्या मुदतीपूर्वी बाजार भरविण्याचा विचार केला, तर बाजारात बोली लावणारे तुम्हाला असेच सोडतील काय? तो बाजार सोडून वर भरलेल्या बाजारात कोण येईल? या गोष्टींचा विचार केल्याशिवाय, पर्वतावर बाजार भरविण्याचे सांगून जर तुम्ही वर बाजार भरवू शकला नाहीत, तर हे पर्वतवासी पर्वत पायथ्याशी जाऊन जिवंत वर परत येऊ शकतील काय? या गोष्टींचा विचार न करता काम कराल, तर आम्हाला आणखी त्रास सहन करावा लागेल.'' अशा प्रकारे त्याने लोकांच्या मनात भीती निर्माण केली.

या भीतीने काही लोकांना लगेचच जखडले. काही लोकांचे मन अस्वस्थ झाले. युगानुयुगे होत असलेल्या शोषणामुळे जी भीती निर्माण झाली होती, तिचे डाग न मिटणारे होते. त्याची आठवण होताच त्यांची विचार करण्याची शक्ती, काम करण्याचा उत्साह सर्व काही नष्ट झाले.

सडैयन आणि सीरंगनने त्यांना अनेक प्रकारे समजावून निश्चिंत करण्याचा

प्रयत्न केला; परंतु पूर्वनियोजित योजनेप्रमाणे वडयनच्या माणसांनी सडैयनच्या, सीरंगनच्या लोकांचे मनोबल तोडले. एका छोट्याशा सबल सेनेपुढे एक मोठी सेना, जी आक्रमणासाठी तयार नव्हती, ती पराभूत झाली. मूठभर लोकांच्या दुर्भावनेने बहुसंख्याकांच्या उच्च ध्येयाला अस्ताव्यस्त केले.

अशा चिंताग्रस्त स्थितीत मंचावर सडैयनसोबत बसलेले धर्मप्रमुख म्हणाले, ''मी देखील हेच सांगणार होतो. तंबी वडयनने तेच सांगितले. मातीत वळवळणारा किडा मोठ्या झाडाला मुळापासून उखडून खाली पाडू शकतो काय? चला, निघूत.'' ते झटकन उठले; जणू या योजनेचे ते पहिले विरोधक होते आणि लोकांना ते हीच गोष्ट सांगू इच्छित होते आणि ते मंचावरून उतरून निघून गेले.

लोकदेखील काही विचार करून थांबत-थांबत निघून गेले.

◻◻◻

॥३८॥

सडैयनने संघटनेचे व्यवस्थापक आणि सदस्यांची एक बैठक बोलावली होती. बाजार वर भरविण्याचा प्रयत्न जर यशस्वी झाला, तर त्यातून कित्येक प्रश्नांचा उलगडा होईल. ही बैठक कशी यशस्वी करावी? यामध्ये कोण-कोणत्या अडचणी येतील? त्या अडचणी कशा दूर कराव्यात? हे सडैयनने बैठकीत वाद-विवादाच्या सुरुवातीस सांगितले.

त्याचे म्हणणे योग्य होते. संकट येण्यापूर्वीच त्यापासून संरक्षण करण्याचा विचार करणे यातच शहाणपणा आहे. चर्चा केल्यानंतर घेतला गेलेले निर्णय आणि चर्चा न करता थोपवला गेलेला कमकुवत निर्णय, याचा परिणाम नंतर केल्या गेलेल्या कामाच्या यश-अपयशावरून समजेल.

मंडळी चर्चा करण्यासाठी तयार होती. नाक, हात स्वच्छ करून, विस्कटलेले केस बाजूला सारून आपल्या तेजस्वी डोळ्यांनी पाहत आंडी म्हणाला, ''बाजार पर्वतावर भरविण्याच्या विरोधात आवाज उठविणारे सर्वच दलालांचे गुंड होते. त्यांना आपल्या बैठकीत बोलवायला नको होते.''

आंडीचा स्वभाव जाणणाऱ्या लोकांना त्याच्या बोलण्याचे आश्चर्य वाटले आणि हसू आले; कारण सर्वजण त्याला 'शिळा भात' म्हणून संबोधित होते. लहानपणी त्याला गरम ताजा भात आणि शिळा भात यांतील फरक किंवा चव या बाबतीत काहीच कळत नव्हते. सर्वच बाबतीत तो असाच होता.

हसऱ्या डोळ्यांचे, मोरपंखासारख्या छोट्या मिशा असलेले पेरियसामी म्हणाले,

"तंबी वडयनने पाचव्या सेनेचे काम केले; तरीदेखील आपले शत्रू काय करणार आहेत हे आपण सहज जाणले. त्यामुळे सर्व भागांतील लोकांना बोलावून बैठक घेतल्याने काहीच नुकसान झाले नाही. त्यांना न बोलावता आपण जर काही विचार-विनिमय केला असता, तर आपल्याला त्यांचे रहस्य माहीत झाले नसते आणि आपण विनाकारण कटकटीत फसलो असतो, यावर विचार करणेच योग्य होईल."

अशा प्रकारे विषयासंबंधीची संपूर्ण माहिती देणाऱ्या त्या सद्‌गृहस्थाची त्यांना शंका आली. शत्रूचा माणूस आपल्या संघटनेत काम करीत असल्याची शंका त्यांना आली. चिंतन आणि अनुभवांची कमतरता असल्याने त्यांना अशा प्रकारे वर-वर विचार करण्यास भाग पाडले होते.

काळी मिशी, मानेवर आणि कपाळावर ताठरलेल्या नसांच्या गाठी असलेले सावळ्या रंगाचे प्रौढ वरदान म्हणाले, "आता तर आमच्या व्यवसायावरदेखील संकट आले आहे. तुमच्याजवळ त्याचे काय उत्तर आहे? वनअधिकाऱ्याने तेव्हा आम्हा लोकांकडून कागदावर ज्या सह्या घेतल्या होत्या, त्या दाखवून आता तो आमचा जमिनीवरचा मालकी हक्क काढून घेत आहे आणि तशी नोटीस त्याने दिली आहे."

त्याचे म्हणणे विचार करण्याजोगे होते. पर्वतवासीयांना जमिनीचे अधिकार पत्र देण्याचे सांगून अधिकाऱ्यांनी इंग्रजीत लिहिलेल्या एका फॉर्मवर सर्वांच्या सह्या घेतल्या होत्या. मूलत: ते अधिकारपत्र देण्यासाठी लिहिलेले आवेदनपत्र नव्हते. 'आता आम्ही ज्या जमिनीवर शेती करीत आहोत, ती जमीन सोडून बाहेर जाण्यास आम्ही तयार आहोत', असे त्या फॉर्ममध्ये लिहिलेले आहे. त्यामुळे ते पर्वतावरील प्रत्येक गावात येऊन अशी नोटीस देत होते. सुरुवातीस तिन्नूर गावात नोटीस दिली आहे. याचा परिणाम फार वाईट होईल. यामुळे जमिनीपासून दुरावणाऱ्यांची संख्या वाढेल. ज्यांच्या जमिनी काढून घेतल्या जाणार नाहीत, ते बोटांवर मोजता येतील एवढे राहतील. याचा अर्थ अशा लोकांजवळ जमीनच नाही.

उमललेल्या विलायचीच्या फुलाप्रमाणे पांढरे ओठ असणारा, भीतीने तिरपी नजर करून थुंकी गिळताना, वर-खाली होणाऱ्या गळ्याच्या नसांची गाठ असलेला अरप्पली नावाचा एक प्रौढ म्हणाला, "वनअधिकाऱ्यांनी आमच्या गावात ओळखीसाठी झेंडा रोवला आहे. गावच्या कऊंडरने प्रति एकराच्या हिशोबाने सर्वांकडून पैसे वसूल करण्यास सांगितले आहे. ठोक रक्कम देऊन समस्या सोडवूत, हे देखील त्यांनी सांगितले आहे. आम्ही अशाप्रकारे किती वर्षं रडत राहावे?"

एक-दोन पिढ्यांपेक्षा अधिक काळ झाला, तेव्हापासून हे पर्वतवासी अधिकारपत्रा-शिवाय सरकारच्या या ओसाड जमिनीवर शेती करीत आहेत. प्रत्येकाच्या जमिनीवर

फणस, पेरू, लिंबू इत्यादींची झाडं आणि वृक्ष मोठी झाली आहेत. बदली होऊन आलेला प्रत्येक रेव्हेन्यू अधिकारी मुनिमासोबत संगनमत करून पर्वतवासीयांना सांगतो, "अद्याप तुमच्या जमिनीचे अधिकारपत्र झाले नाही. पैसे दिलेत, तर तुमची जमीन तुमच्या नावावर होऊ शकते. नसता तुमची जमीन दुसऱ्या कुणाला तरी दिली जाईल." अशा प्रकारे धाकदपटशा करून ते पैसे वसूल करीत होते. प्रत्येक रेव्हेन्यू इन्स्पेक्टर बदली होऊन येताच हेच सांगायचा; जणू त्याच वर्षी सरकारच्या ओसाड जमिनीवर हे लोक पहिल्यांदा शेती करीत आहेत आणि त्या जमिनीची ते नियमाप्रमाणे रजिस्ट्री करू इच्छितात. अशा प्रकारे त्यांना त्या जमिनीवर शेती करण्याचे सर्टिफिकेट कधीही दिले गेले नाही. सरकारच्या नीतिनियमांप्रमाणे त्या खोट्या रजिस्ट्रीचे काम ते टाळत राहिले.

पर्वतावर बाजार भरविणे आणि जमीन हातातून निघून जाणे, या समस्यांच्या बाबतीत वारंवार प्रश्न विचारून त्या सभेतील लोक उत्तेजित होत होते. या दोन्ही समस्या अत्यावश्यक आणि ताबडतोब सोडवायच्या आहेत. पहिल्या समस्येसाठी शोषणकर्त्यांच्या विरोधात आंदोलन! दुसऱ्या समस्येसाठी सरकारच्या बेजबाबदार व्यवस्थेच्या विरोधात आंदोलन! आपण मनापासून एकत्र येऊन संघर्ष केला, तर पहिली समस्या सुटू शकते. दुसरी समस्या आहे, सरकारच्या विरोधात सतत संघर्ष करणे! गरीब लोकांच्या सोयीप्रमाणे कायदा आणि नियम होईपर्यंत गप्प बसता कामा नये.

सर्वांनी आपले विचार व्यवस्थितपणे व्यक्त केले. ते ऐकल्यानंतर सडैयन आणि सीरंगन थोड्या अंतरावर दूर जाऊन आपआपसात विचारविनिमय करून परत आले. लोक निर्णय ऐकण्यास आतुर होते.

विखुरलेले केस व्यवस्थित करून, सुकलेल्या ओठांवर जीभ फिरवून, ती ओली करीत, तेजस्वी डोळ्यांनी त्यांना पाहून सडैयन म्हणाला, "तुमचे प्रश्न आम्ही लक्षपूर्वक ऐकले. आधी बाजार वर भरवूत. नंतर जमिनीच्या हस्तांतराच्या अधिकारपत्रासाठी संघर्ष करूत; कारण जमिनीसाठीचा संघर्ष हा सतत चालणारा संघर्ष आहे. ज्या जमिनीचा मालकी हक्क आपल्याकडे नाही, ती सरकारची जमीन आहे. सरकारचा अर्थ आहे सरकारचे वेगवेगळे विभाग. हे विभाग वेगवेगळ्या ठिकाणी आहेत. पर्वतावरील ज्या जमिनीचे अधिकारपत्र नाही, ती सर्व वन-विभागाची आणि भूमी-राजस्व विभागाची होईल. ज्याची स्वत:ची जमीन नाही, त्याने त्या जमिनीवर नांगर चालविणे आणि आपली समजून शेती करणे, हे कायद्याने चुकीचे आहे. हे न जाणून घेता तुम्ही पीक घेतले, तर येणाऱ्या अधिकाऱ्याचे म्हणणे ऐकावे लागेल. ज्या जमिनीवर शेती केली जात आहे, ती या लोकांपासून हिरावून

घेऊ नये, या जमिनीचे अधिकारपत्र या लोकांना देण्यात यावे, अशा प्रकारे आपण सरकारला सांगितले तर सरकारला कायद्यात सुधारणा करावी लागेल. यासाठी एक मोठे आंदोलन करावे लागेल.'' सांगताना सडैयन थोडा थांबला; जणू त्याला त्यांचा होकार हवा आहे. त्या लोकांनी मान हलवून आपला होकार दर्शविला. तो पुढे म्हणाला, ''आपल्या शेतमजूर संघाच्या ज्या समित्या आहेत, त्यांना पर्वतावर बाजार भरविण्यासाठी संघर्ष करावा लागेल. मक्याच्या शेताजवळची जमीन, जी आमच्या कमिटी मेंबरची आहे, त्या जागेचा बाजारासाठी आधी उपयोग करूत. नंतर ती जमीन पैसे देऊन बाजारासाठी खरेदी करूत, असा निर्णय घेतला आहे.''

हे ऐकताच लोकांनी डोक्यावरील पंचा उचलून फिरवत सहमती दिली.

''हो, असेच होईल, असेच होईल.''

आनंदाने आणि उत्साहाने सडैयन पुढे म्हणाला, ''बाजाराच्या दिवशी कुणी आपला माल पर्वत पायथ्याशी घेऊन जाणार नाही, याकडे लक्ष ठेवावे लागेल. आपल्या बाजारात हा माल पोहोचायला हवा. कदाचित व्यापारी भीतीने सुरुवातीला दोन-तीन वेळेस बाजारात येणार नाहीत. यासाठी आपल्याला संघटनेतर्फे सर्वांकडून दहा हजार रुपये जमवायला हवेत. ज्यामुळे आपल्या बाजारात येणारा आपला माल आपणच खरेदी करून तो माल आपण स्वत:च बाहेरच्या बाजारात विकण्याची व्यवस्था करू शकूत. माल विकण्याची व्यवस्था खालचे आपल्या संघटनेचे सोबती करतील, असे त्यांनी सांगितले आहे.'' हे ऐकताच सर्वांनी आनंदाने जयघोष केला.

त्या थंडगार वातावरणातदेखील उद्वेग आणि भावुकतेमुळे सडैयनचे मन जड झाले होते. त्याच्या कपाळावर आणि मानेवर घाम सुटला. घाम पुसत तो म्हणाला, ''गावात दहा हजार रुपये गोळा करण्याचे काम वाटून देण्यात येईल. ही मंडळी रुपये वसूल करून देतील.'' सर्वांनी त्याचे म्हणणे मान्य केले.

त्या पर्वतावर मानवी संघर्षाच्या इतिहासात पहिल्यांदाच एका सर्वमान्य ध्येयासाठी संघर्ष केल्याप्रमाणे, एकत्र येऊन प्रयत्न करण्याच्या त्यांच्या ध्यासाने हे सिद्ध करून दाखविले की, ऐक्याने ते सर्व काही साध्य करू शकतात आणि या कामाच्या नेतृत्वासाठी सडैयनची निवड केली गेली आहे. त्यामुळे त्यालादेखील या निष्कपट लोकांच्या विश्वासास पात्र होण्यासाठी म्हणून आपली जबाबदारी योग्यप्रकारे निभवावी लागेल. या चिंतेने सडैयनला प्रेरित केले. त्याचे डोळे भरून आले. आपला दुबळेपणा न दिसू देता त्याने आपले डोळे अशा प्रकारे चोळले की, जणू धूळ गेली आहे. तो पुढे म्हणाला, ''पुढच्या पंधराव्या दिवशी आपला बाजार पर्वतावर भरेल. तोपर्यंत आपली संघटना तुम्हाला मार्गदर्शन करेल. बाहेरून येणाऱ्या कोणत्याही खोट्या बातमीला किंवा धमकीला घाबरण्याची गरज नाही. यशस्वीपणे

बाजार वर भरेल. या पंधरा दिवसांत आपण रात्रंदिवस मेहनत केली, तर यश निश्चित आहे, हे तुम्ही सर्वजण आजच लिहून घेऊन जा.''

सडैयनचे बोलणे संपल्यावर त्या सर्वांनी टाळ्या वाजवून आपला आनंद आणि समर्थन व्यक्त केले.

नव्या उमेदीने आणि उत्साहाने, कर्तव्याच्या भावनेने उत्तेजित होऊन, चेहऱ्यावर ठाम निश्चय आणि वैराग्याच्या भावनेने ते सर्व आपआपल्या गावी पोहोचले.

❑❑❑

।।३९।।

एक पावसाळी रात्र. वादळी वारा छताला आणि झाडा-झुडपांच्या फांद्यावर आपटून जमिनीकडे वाहत रागाने गरजत आला. सुकलेल्या जमिनीवर पावसाचे थेंब टप-टप पडत होते. जमिनीची तहान भागत होती. मनसोक्त पाणी पिऊन जमिनीने दीर्घ श्वास घेतला, तेव्हा मातीचा वास मनाला स्पर्श करून गेला. पावसाच्या त्या रात्री तंबी वडयन, मोट्टैयन आणि त्याचे गुंड सोबती हे तंबी वडयनच्या जंगलातील खोलीत मशालीच्या प्रकाशात बसले होते. पर्वतावर बाजार भरविण्याची योजना कशाही प्रकारे हाणून पाडण्याच्या उद्देशाने त्या लोकांनी योजना आखली. पर्वतावर राहणाऱ्या तंबी वडयनने मोट्टैयनला मदत करण्याचे वचन दिले.

वाळलेल्या गवतावर घोंगडं अंथरूण, पूर्वेकडे तोंड करून, भिंतीला टेकून बसलेला वडयन चिडून म्हणाला, "बाजार वर भरविणे थांबवायचे असेल, तर आधी सडैयनला संपवावे लागेल. तो संपला तर समोर येऊन काम करणारा कुणी राहणार नाही. याला मोकळे सोडले, तर 'बोकड गेला तर काय झाले, शेळीचे पिल्लू आले,'– यासारखी गोष्ट होईल.''

बाहेर वाऱ्याचा वेग कमी झाला होता; परंतु मुसळधार पावसाचा आवाज होत होता. निस्तब्ध रात्री पावसाचे संगीत माणसाच्या भावना उत्तेजित करीत होते.

तंबी वडयनचे बोलणे ऐकताच मोट्टैयनच्या मनात भय आणि दहशतीचे साप लोळू लागले. उजव्या हाताचे बोट कानात घालून कान खाजवून तो म्हणाला, "त्याला संपवणे अवघड नाही. आम्हाला विरोध करणाऱ्यांसाठी शेवटची शिक्षा तीच आहे.'' पुन्हा थोडं थांबून, कानात खाजवून, आतील मळ काढून तो डाव्या तळहातावर ठेवून चोळून तो म्हणाला, "तो काही लहानसहान सामान्य पर्वतीय माणूस नाही. त्याच्या पाठीशी एक संपूर्ण आंदोलन उभे आहे. ते कोणत्याही शक्तीचा, पोलिसांच्या सामना करण्यासदेखील घाबरणार नाहीत. आपण जो विचार

करीत आहोत, ते जर माझ्यावरच उलटलं तर?'' मशालीच्या प्रकाशात त्याच्या मनातील भीती त्याच्या गालावर स्पष्ट दिसत होती.

मनातील असंतोष व्यक्त करताना वडयनचे पांढरे दात प्रकाशात चमकले. भिंतीच्या आधाराने बसलेला वडयन पाय पसरून ते हलवीत म्हणाला, ''हे काम तुम्हीच केले आहे, याचा पुरावा नष्ट केला तर?''

पाऊस थांबल्यामुळे बाहेर नि:स्तब्धता होती. अध्ये-मध्ये छतावरून टपकणाऱ्या पाण्याच्या थेंबांची लय शांतता भंग करीत होती. आपला उजवा डोळा चोळून, मान वळवून जांभई घेत मोट्टैयन म्हणाला, ''यावेळी असे काम केले तर माझ्यावरच शंका घेतील. नाही, वेळ आणि संधी आल्यावरच त्या बाबतीत विचार करूत.''

हे ऐकून वडयनच्या भुवया आकसल्या. असमाधानाने हसून आणि शांतपणे, परंतु आश्चर्यचकित होऊन तो म्हणाला, ''मग असं करूत, बाप-लेकांमधली वैर आणखी वाढविण्यासाठी आपण तिरूमनच्या बागेतील फळांनी डोलणारी झाडं उखडून फेकूत. सडैयनच्या सोबत्यांना खूप मारूत; परंतु ते मरणार नाहीत याची खबरदारी घेऊत. तेव्हा ते लोक सडैयनला सोडून पळून जातील. याशिवाय दुसरा कुठलाच उपाय सुचत नाही.''

मोट्टैयनला ही योजना बरी वाटली. आधी त्यांची इच्छाशक्तीच संपवावी लागेल. ते कसे करावे, याचा आधी विचार करायला हवा. हे काम आज रात्री करू शकूत का? पाऊस झाल्यामुळे ते बागेतील आपल्या पायांच्या खुणा ओळखतील. त्याचे मन डळमळू लागलं.

आपले डोळे थोडा वेळ बंद करून सवयीनुसार अस्वस्थ होऊन तो म्हणाला, ''तुझं म्हणणं ठीक आहे; पण आज पाऊस झाला आहे. पायांच्या खुणा आपली ओळख पटवून देतील.''

या बोलण्यात बराच अर्थ आहे. विचार करीत कपाळावर आलेल्या बटा मागे करून वडयन म्हणाला, ''जुन्या-फाटक्या पोत्यांचे तुकडे पायांना गुंडाळून गेल्याने कुणी ओळखू शकणार नाही. पावसात कुणी बाहेरदेखील निघणार नाही.''

फडफडणारे डोळे, काळा चेहरा आणि लहान पावलांच्या कट्टैयनला पाहून मोट्टैयन म्हणाला, ''हे कसे राहील? वडयनच्या सांगण्याप्रमाणे करावे का?''

तोंडात आलेली थुंकी गिळून, शरीर हलवून-डुलवून, इकडे-तिकडे खाजवून कट्टैयन म्हणाला, ''ठीक आहे. असंच करूत.''

मोट्टैयन आपल्या गुंड सोबत्यांसोबत खोलीतून बाहेर आला. पाऊस थांबला होता. ढग दूर सरकले होते. आकाश स्वच्छ होते. पौर्णिमेचे दिवस होते; परंतु आकाशात चांदणे नव्हते; पण तेथे मक्याच्या दाण्याप्रमाणे पसरलेल्या ताऱ्यांची

गर्दी होती. चहूकडे अंधार होता. केवळ ताऱ्यांच्या प्रकाशाकडे थोडा प्रकाश होता.

मोट्टैयन वडयनला म्हणाला, "तू पुढे चल."

पोत्याचे तुकडे पायाला गुंडाळून काठीने जमीन चाचपडत, कुष्ठरोग्याप्रमाणे पाय फरफटत ते सर्व चालू लागले. या लोकांच्या चालण्यामुळे पायवाटेच्या दोन्ही बाजूच्या झुडपांमधून पाणी झडू लागले. कुठेतरी उंचावरून पावसाचे पाणी खळखळ करीत वाहत होते.

वडयन मोट्टैयनला म्हणाला, "तू का येत आहेस? तेथे खोलीतच राहायचे होते. का त्रास घेतलास?"

चिखलात घसरणाऱ्या पायांना काठीच्या आधाराने अडवून मोट्टैयन म्हणाला, "कुत्रे नसलेल्या गावाचे नुकसान होत असते. राखण नसलेल्या शेतात चोरी होणारच. त्याप्रमाणेच आपली कहाणी आहे ना?"

ते तिरूमनच्या शेतात येऊन पोहोचले. खोलीला कुलूप लावले होते. तेथे कुणी नव्हते. दाराच्या साखळीला हात लावीत कट्टैयन म्हणाला, "कदाचित या कुत्र्यांना सुगावा लागला असावा. त्यामुळे साले दुसरीकडे झोपलेत." सडैयन आणि त्याच्या मित्रांना तेथे न पाहून तो म्हणाला.

"ठीक आहे, बेवारस कुत्रा कुठे जाईल? नंतर पाहून घेऊत." एकीकडे हात दाखवून तो म्हणाला, "या केळीच्या झाडांना कापून फेकून द्या."

ओल्या झाडांच्या बुडाला चाकूचा मार सपासप पडत होता. हाताला लिंबाच्या झाडाचा काटा बोचल्याने तो ओरडला, "बाप रे, काटा बोचला."

दुसऱ्याने पेरूचे झाड कापताच त्याच्या डोक्यावर टपटप पेरू पडले. एक पेरू चाखीत तो म्हणाला, "वा! किती गोड फळं आहेत. कुणास ठाऊक, किती वर्षांच्या कष्टाचे फळ आहे!"

आकाशात तारे असणाऱ्या रात्री कापून टाकलेल्या केळीच्या झाडाच्या घडाला हात लावून एक म्हणाला, "ओह, किती मऊ आहेत! बाळाला स्पर्श केल्याप्रमाणे मऊ आहेत. आपण स्वत: असा विचार करतो, तर त्याचा सांभाळ करणाऱ्याला कसे वाटेल?"

एका तासात तिरूमनच्या बागेचा सत्यानाश झाला. त्याच्या जगण्याचा आधार उद्ध्वस्त केला गेला. चुपचाप कोणतीही खूण, कोणताही सुगावा न ठेवता ते सर्व अंधारात नाहीसे झाले.

❑❑❑

।।४०।।

या विनाशाचा सडैयनवर कोणताच परिणाम झाला नाही. त्याच्या नेतृत्वाखाली संघटनेतील मंडळी पर्वतावर बाजार भरविण्याच्या तयारीस लागलेले पाहून बाजारातील दलालांच्या मनात जळफळाट झाला. बाजार भरण्याची तारीख निश्चित झाली होती आणि पर्वतावरील गावांची मोजणी करून त्याप्रमाणे पैसे वसूल केले जात होते. कोणकोणत्या गावांत कोण पैसे वसुलीचे काम करीत आहे, - हे वडमनकडून जाणून घेऊन त्या दलालांनी बागेत घुसून फळांची झाडे तोडली, केळीचे घड तोडून टाकले. लिंबू आणि पेरूची लहान झाडं रात्रीत कुस्करून टाकली. प्रत्येक गावाची जबाबादारी घेऊन काम करणारा समोर आल्यावर त्याला जीवे मारण्याची त्यांची योजना होती; परंतु त्यांच्या हाती कुणीच लागला नाही. या गोष्टीची शंका आल्यानेच सडैयन आणि त्याचे सोबती, नेहमीच्या झोपण्याच्या जागी न जाता प्रत्येक रात्री झोपण्याची जागा बदलत होते. सडैयनच्या बागेचीच सर्वांत वाईट अवस्था होती.

ते दलाल एवढे करून चूप बसले नाहीत. बाजारात माल आणणाऱ्यांचा माल हिसकावून घेऊन तो माल स्वत:च व्यापाऱ्यांना विकून पैसे स्वत:च्या गाठीस बांधले. त्यांनी माल वाहून आणण्याची जाळीदार पिशवी, टोपली आणि शरीरावर ओढलेलं घोंगडंदेखील सोडलं नाही. ते देखील हिसकावून घेतलं. जे तोंड उघडून बडबडले, त्यांना खूप मारलं. काही लोकांना मार लागला. रक्तबंबाळ झाले, हाडं-देखील मोडली. वर बाजार भरविण्याच्या योजनेपासून जे अलिप्त होते, तेदेखील जेव्हा व्यथित झाले, तेव्हा मनातल्या मनात संघटनेच्या लोकांना शिव्या-शाप देऊ लागले. चार उनाड, उडाणटपू, माथेफिरू मुलांमुळे आपणा सर्वांना मार खावा लागत आहे. यांनी बाजार वर भरविल्यामुळे आपण कामधंदा न करता पाय पसरून बसणार आहोत काय? शिकारी कुत्र्यांनी घेरलेल्या सशाप्रमाणे ते सर्व भीतीने अर्धमेले झालेले होते. त्यांना क्षमा केल्याप्रमाणे दलाल म्हणाले, "वर बाजारात कुणी गेला, तर त्याची धडगत नाही. उधार घेतलेले पैसे ताबडतोब द्यावे लागतील. नसता चिंचेच्या वसुलीसाठी जसे येतो तसे येऊत. हात-पाय तोडून खाली उचलून आणूत. कुणी काहीच करू शकत नाही. जा." आणि त्यांना परत पाठविले.

एवढेच नव्हे, तर बाजार भरविण्यासाठी असलेल्या घोषणेची नोटीस भिंतीवर लावण्यासाठी आणि जाहिरात वाटण्यासाठी जे लोक खाली गेले होते, त्यांना पकडून खूप मारले. त्यांना बांधून ठेवले गेले आणि दंडाची रक्कमदेखील वसूल केली. सर्व व्यापाऱ्यांना बोलावून त्यांच्यापैकी कुणी वर जाऊ नये, अशी धमकी दिली. त्यांच्या आज्ञेचे जर कोणी उल्लंघन केले आणि वर जाऊन, माल आणला,

तर अर्ध्या वाटेत सामान जप्त केले जाईल, असा फतवा काढला.

हे काम नक्कीच होईल. कोणताच व्यापारी अशा आदेशाचे उल्लंघन करणार नाही. संघटनेच्या लोकांनीच सर्व माल खरेदी करून तो शहरात नेऊन विकण्याचे ठरविले तर अर्ध्या वाटेत त्यांच्या लॉऱ्या थांबवून सर्व माल नष्ट करण्याची त्यांची योजना होती. त्यांनी आपल्या निर्णयाची खुलेआम घोषणादेखील केली.

संघटनेच्या लोकांनी जसे ठरविले होते, तशी स्थिती नव्हती. बाजार वर भरण्यासाठी त्यांना लोकांचे समर्थन मिळाले. त्यासाठी पैसेदेखील वसूल झाले; परंतु या दलालांची धमकी आणि आव्हान याचा सामना कशा प्रकारे करावा? यापासून रक्षण कसे करावे? यात त्यांचा पराभव झाला, तर तोंड लपवून कुठेतरी पळून जावे लागेल. पर्वतावरील लोकांना पुन्हा अन्याय, अत्याचार आणि दंड हे सर्व सहन करावे लागेल. किड्या-मुंग्यांप्रमाणे ते पायाखाली तुडविले जातील. त्यांची बाजू घेऊन कुणी सरकारी अधिकारी किंवा पोलीस मदतीसाठी येणार नाही. सर्व विरोधी शक्तींचा सामना करून काम पुढे नेण्याची शक्ती त्यांना कुठून मिळेल? पोलिसांनी सडैयनला एक-दोनदा बोलावून आपल्या अल्पबुद्धीची आणि कर्तव्यहीनतेची जाणीव करून दिली. "अशा कटकटीत का अडकतोस? त्यांना वाटले तर ते तुला कुठलाही धागादोरा न ठेवता संपवतील. काही पुरावा मिळाला, तरच आम्ही शोध करू शकूत ना!"

अशा गुंडागिरीचा सामना करणे पर्वतवासीयांना सोपे नव्हते. विश्वास आणि साहसाने काम करणाऱ्या संघटनेच्या काही मंडळींचे मनोधैर्य खचले आणि त्यांना अविश्वासाने घेरले. शत्रूच्या आक्रमणापासून आपले रक्षण करण्यासाठी सर्व बाजूंनी अस्त्र-शस्त्रांनी सुसज्जित राहावे लागेल. संघटनेचे मार्गदर्शन घेऊन वर बाजार भरवण्याची सर्व तयारी झाली होती; परंतु पर्वतावर भरणाऱ्या बाजारात माल खरेदी करून तो खाली शहरात घेऊन जाण्यासाठी कोणताच सुरक्षित मार्ग नव्हता. त्या सर्वांना हीच चिंता भेडसावत होती. ही समस्या सोडविण्यासाठी त्यांनी सडैयन आणि सीरंगनला वेलुसामीकडे पाठविले.

दोघांनी मिळून वेलुसामीला सर्व हकिगत सांगितली. त्यांच्या स्वरात भीती आणि चिंतेचे कवच होते. वेलुसामीने ही बाब फार सहजपणे घेतली. अशा कितीतरी प्रश्नांचा सामना त्यांनी केला असेल आणि त्यावर उपायदेखील शोधले असतील; परंतु या लोकांचा हा पहिलाच अनुभव होता. नवीन ओळख होती. वेलुसामीने त्यांची ही गंभीर समस्या निर्विकारपणे, सहजपणे घेतली. म्हणून त्यांना आधी वाईट वाटलं; परंतु नंतर ते प्रश्न कशा पद्धतीने सोडवितात आणि त्यांच्या मनात ज्वालामुखीचा लाव्हा किती आहे, हे त्यांना समजलं.

वेलुसामीने आपला स्वच्छ, सपाट चेहरा पंचाने पुसून त्यांच्याकडे अशा प्रकारे पाहिले की, जणू ते म्हणताहेत, घाबरण्याचे काही कारण नाही.

"याचादेखील नक्कीच उपाय शोधूत. जबाबदारी आमची आहे,'' असे सांगून एका पित्याप्रमाणे त्यांना आश्वासन दिले. चहा मागवून त्यांना पाजला आणि नंतर ते त्यांना उपजिल्हाधिकाऱ्याच्या कार्यालयात घेऊन गेले. तेथे बरीच गर्दी होती. वेलुसामीने आपले ओळखपत्र चपराशाच्या हाताने आत पाठविले. थोड्या वेळाने उपजिल्हाधिकाऱ्याने त्यांना आत बोलावले.

पन्नासच्या वर वय, कापसाप्रमाणे पांढरे केस, सौम्य, स्नेहपूर्ण दयादृष्टी, खादीचा जाड कपड्याचा अर्ध्या बाहीचा सदरा, पांढरी पँट. ही त्यांची ओळख होती. सकाळी पाच वाजता उठून स्वत: कपडे धुवून सुकवणे, हे त्यांचे पहिले काम होते. दुसऱ्यांकडून काम करवून घेण्याचा अधिकार असूनदेखील आपले काम स्वत: करण्याचे स्वावलंबन त्यांच्यात होते. अनावश्यक बडेजाव आणि थाटामाटाची त्यांना घृणा होती. कार्यालयाच्या कामाव्यतिरिक्त आपल्या खाजगी कामासाठी बाहेरगावी जाताना बसमध्ये जाण्याचा साधेपणा! ते वेलुसामीचा आदर करीत होते. त्यांच्याप्रमाणेच साधासुदा खादीचा सदरा, जो बिनाइस्त्रीचा, धुवून सुकवलेल्या सुरकुत्यासहित होता. पाठीवर आणि खांद्यावर रफू केलेला कॉलर असलेला सदरा. नेहमी दुसऱ्यांच्या कामासाठी इकडे-तिकडे जाण्याचा स्वभाव. आपल्या बाबतीत किंवा आपल्या सुख-सोयींच्या बाबतीत विचार न करण्याची प्रवृत्ती! त्यांची प्रगल्भ विचारसरणी आणि सात्त्विक जीवनाचा प्रतीक होता, त्यांचा चेहरा! त्यामुळे वेलुसामी येण्याची बातमी ऐकताच त्यांनी आधी त्यांचे स्वागत केले. त्यांना माहीत आहे की, ते दु:खी-कष्टी लोकांची तक्रार घेऊनच आले असतील. त्यावर कोणता उपाय शोधल्यामुळे त्यांचे समाधान होईल. ते कोणत्याही कार्यात पवित्र भावनेने स्वत:ला पूर्णपणे झोकून देतात. त्यामुळे जेव्हा ते कोणती समस्या घेऊन येतात, तेव्हा ते त्यांची मदत अवश्य करतात आणि त्यांना व्यक्तिश: सल्लादेखील देतात.

वेलुसामीला पाहताच त्यांनी मैत्रीपूर्ण हसत त्यांचे स्वागत करून त्यांना बसण्यास सांगितले. सडैयन आणि सीरंगनलादेखील बसण्यास सांगितले. वेलुसामीने आपले येण्याचे कारण सांगितले, "जर जिल्हाधिकाऱ्यांनी मध्यस्थी केली नाही, तर दंगा होण्याची शक्यता आहे. कित्येक लोक मारले जातील. तुम्ही सुरक्षिततेसाठी पोलिसांची फौज पाठवा.' अशा प्रकारे एका खऱ्या क्रांतिकारकाप्रमाणे उत्तेजित स्वरात ते म्हणाले.

वेलुस्वामीचे सर्व बोलणे ऐकल्यावर जिल्हाधिकारी आपल्या केसांवर हात फिरवीत चुपचाप विचार करीत राहिले. नंतर जणू अचानक काही आठवल्याप्रमाणे

ते म्हणाले, ''आधी एकदा पर्वतावरील लोकांनी पर्वतावर बाजार भरविण्यासंबंधी आवेदनपत्र आणि त्यासाठी सर्वांच्या संमतीचे एक पत्र पाठविले होते ना?'' नंतर स्वत:च म्हणाले, ''परंतु आम्ही काहीच कारवाई करू शकलो नाही; कारण यात प्रशासकीय समस्या आणि कायदेशीर डावपेचदेखील आहेत.'' असे बोलून ते निरागस मुलाप्रमाणे निश्चल, निष्कपट हसून वेलुसामीला पाहत राहिले. हे ऐकून वेलुसामीला आपल्या भाबडेपणाची आणि उद्वेगाची लाज वाटली; परंतु प्रशासनासमोर खऱ्या आंदोलनकर्त्याप्रमाणे वागल्यामुळे ते आपल्याला समजून घेतील, असा विचार करून त्यांनी स्वत:ची समजूत घातली. सवयीने लाचार आणि सततच्या संघर्षामुळे त्यांना तसे वागण्यास भाग पाडले होते; परंतु हे जिल्हाधिकारी तसे नाहीत, पर्वतवासीयांचे कष्ट त्यांना समजतात, हे त्यांना माहीत होते.

वेलुसामी डोळे किलकिले करून हसत म्हणाले, ''सर, तुम्ही जे करू इच्छित होता, ते आम्ही केले आहे; परंतु त्यांच्या गुंडगिरीपासून आमचे संरक्षण करण्यासाठी तुम्ही आम्हाला संरक्षण कसं देणार?''

आरामात खुर्चीवर पसरून, दोन्ही हात टेबलावर ठेवून, थोडे पुढे वाकून ते म्हणाले, ''किड्याप्रमाणे कुचलल्या गेलेल्या या पर्वतीय लोकांसाठी तुम्ही तन-मनाने समर्पित आहात. कर्तव्यभावनेने न का असेना, एक माणूस म्हणून तरी मला माझे काम करायला हवे ना! जर मी एवढेदेखील केले नाही, तर तुमच्यासारख्या त्यागी मंडळींच्या सेवेची अवहेलना होईल. याचा परिणाम स्वार्थी आणि शोषण करणाऱ्यांना प्रोत्साहन मिळेल.'' बोलताना कपाळावर आलेले केस मागे सारून पुन्हा घोर चिंतेत मग्न झाले. थोड्या वेळानंतर जणू त्यांना समस्येचे स्पष्ट उत्तर मिळाले असावे. ते म्हणाले, ''जर माझ्या बोलण्यास तुमची काहीच हरकत होत नसेल, तर असे करा, माझ्या अध्यक्षतेखाली बाजार भरणार आहे, अशी सर्वांना सूचना द्या.'' त्यांच्या बोलण्याचा अर्थ वेलुसामी समजले. त्यांच्या अध्यक्षतेमुळे विरोधकांची गुंडगिरी कमी होईल. खोट्या अफवा आणि बेकार गोष्टींचे तोंड बंद होईल.

एका अधिकाऱ्याच्या धाकाने प्रश्न न सोडवता, माणुसकी असलेल्या सरकारी नोकराच्या योग्यतेने ते समस्येपर्यंत पोहोचत होते. हे पाहून वेलुसामीचे मन द्रवले. ते विनयाने आणि कृतज्ञतेने म्हणाले, ''ही समस्या सोडविण्यासाठी तुम्ही स्वत: बाजाराचे उद्घाटन करणे ही आमच्यासाठी अभिमानाची बाब आहे. तुमच्या निर्णयामुळे पर्वतवासी या कामाबद्दल तुमचे आयुष्यभर कृतज्ञ राहतील.''

हे ऐकून जिल्हाधिकारी म्हणाले, ''अहो, तुम्ही कोणत्या लाभाच्या आशेने जनतेची सेवा करीत आहात? मग मी त्यांच्यापासून का अपेक्षा ठेवू? असो, जाऊ द्या. मी बुधवारी सकाळी तेथे येईन. तुम्ही मंडळी निर्भय होऊन जा.'' बोलताना

त्यांना दुसरे काम आठवले. हात जोडून त्यांना निरोप दिला. ते तिघे त्यांचे आभार मानून परत निघाले.

❑❑❑

।।४१।।

जंगलातील आपल्या खोलीत तिरूमन आणि तिरूमी उदास बसले होते. त्यांच्या जीवनात कित्येक दुःखद घटना घडल्या होत्या. त्या संकटांना त्यांनी झेललं देखील आहे; परंतु यावेळी त्यांच्यावर जे संकट आले आहे त्यासारखं दुःख कधीच झालं नाही; जणू ते पाणी नसलेल्या हिरव्या भाजीपाल्याप्रमाणे कोमजले होते.

त्यांच्या कष्टाच्या घामाने पोसलेली फळांची बाग उद्ध्वस्त झाली होती. एक-दोन नाही, तर त्यांच्या अनेक वर्षांच्या मेहनतीचे ते फळ होते. मुलाचे पालनपोषण करून मोठं करावं आणि पैसे कमविण्याचे वय झाल्यावर जर त्याचा मृत्यू झाला, तर त्यापेक्षा मोठं दुःख आणखी कोणतं असू शकतं?

जेव्हा तिरूमन या घटनेसंबंधी विचार करायचा, तो दुःखी व्हायचा; जणू कुणी तरी त्याच्या आतड्यात मिरची भरली असावी. तिरूमीदेखील अशाच वेदनेने तळमळत होती. एक अननस पडलं, तर ती व्याकूळ होत होती; परंतु संपूर्ण बागच उद्ध्वस्त झाली, तर तिची काय अवस्था झाली असेल? तरीदेखील ती तिरुमनपेक्षा अधिक संयमी होती. या विनाशाचे कारण तिच्या मुलाचे कुकर्मच आहे, हे तिला ठाऊक होतं.

मुक्याप्रमाणे तिचं मनं रडत होतं. दुःखाच्या ओझ्याने ती दबली जात होती. तिचं संपूर्ण शरीर असं दुखत होतं, जणू जंगली पशूने केलेल्या आक्रमणामुळे शरीर घायाळ झालं असावं; परंतु ती हे चुपचाप सहन करीत होती. जर तिने आपले दुःख चुकूनदेखील व्यक्त केले असते, तर तिरूमनला मुलावर राग काढण्याचा मार्ग मिळाला असता. तिच्या मूर्खपणामुळे त्याच्या रागाने तिचे कौटुंबिक सुख आणि प्रेमदेखील जळून खाक झाले असते. हीच गोष्ट मनात ठेवून ती ना दगडाप्रमाणे कठोर राहू शकली, ना पाण्याप्रमाणे तरल. उठता-बसता कसे तरी स्वतःला सांभाळत होती.

आपले दुःखी डोळे आणि पापण्या पटापट झाकून दाटलेल्या कंठाने तिरूमन म्हणाला, ''जर ज्योतिषाने माझा मुलगा असा निघेल हे सांगितले असते, तर तो पाळण्यात झोपला असताना मी त्याला गळा दाबून मारले असते.'' डोळ्यांतील अश्रू पुसून त्याने शपथ घेतली. ''आता तो माझा मुलगा म्हणून या

घरात घुसू शकणार नाही. जेव्हा ती बाग उद्ध्वस्त झाली, तेव्हाच तो देखील संपला, असे मी समजेन.''

सूर्याचा प्रकाश लपविण्यासाठी थंडीचं धुकं पर्वताच्या शिखरांवर आणि दऱ्यांमध्ये पसरून बागेतून सूँ-सूँ वाहू लागलं. हुडहुडी भरणाऱ्या थंडीत गार पाण्याने अंघोळ करून, टॉवेलने अंग पुसल्यानंतर जो आनंद मिळतो, तोच आनंद या धुक्यामुळे मिळत होता; परंतु त्या दोन्हींमध्ये कोणतीच चेतना नव्हती. शरीरामध्ये तर रागाचा क्रोधाग्नी भडकत होता.

उदासीनतेमुळे आणि मुलाच्या या अशा कामगिरीमुळे तिरूमीच्या डोळ्यांत नकळत अश्रू वाहू लागले. तिने ते दोन्ही हातांनी पुसले. नंतर गवताच्या काडीने जमिनीवर रेघोट्या काढीत ती म्हणाली, ''अहो, आपण काय या जमीन-जायजादीचा उपभोग घेणार आहोत? आपल्याला तर बस दोन घोट पेज मिळाली तरी पुरे. आयुष्य जाईल. बरं-वाईट कसा का असेना, आपला मुलगाच आपल्याला पाहील. आपण मेल्यावर अग्नी देईल किंवा माती टाकेल. विनाकारण त्याच्याशी वैर घेऊन आपल्याला कोणते राज्य मिळणार आहे?''

मुलगा कितीही उद्धट, निरूपयोगी आणि उनाड असला, तरी एका आईचं मन अशाच प्रकारे विचार करेल, असेच बोलेल. हा तर मातृत्वाचा स्वाभाविक गुण आहे.

तिरूमन थोडा वेळ गप्प बसला. त्याच्या मनात मुलाविषयी राग निर्माण झाला होता. हा राग तो आपल्या पत्नीवर काढणार नाही. शेवटी तीच तर त्याच्या जीवन-संगीताचा आधार आहे. संगीताचा मूळ स्वरच जर बेसूर झाला, तर ते सूर पुन्हा मधुर करता येत नाहीत. याचे एक कारण म्हातारपणदेखील होते.

तिरूमनच्या पित्याने आपल्या पत्नीच्या मांडीवर डोकं ठेवून शेवटचा श्वास घेतला होता. कोणतीही हालचाल न करता तो काही महिने खाटेवर पडून होता. वेळी-अवेळी त्याचे मलमूत्र साफ करून तहान मुलाप्रमाणे त्याच्या आईने त्याची काळजी घेतली होती. तिरूमन मदत करण्यासाठी जवळ जायचा, तर ते ओरडायचे, ''जवळ येऊ नकोस रे! तू जवळ आलास तर मलमूत्र शरीरातून बाहेर येत नाही. जा, आपल्या आईला पाठवून दे.'' एवढे घनिष्ठ होते त्यांचे संबंध! एकमेकांविषयी एवढे प्रेम होते. आता त्याला तेच सर्व आठवत होते. अंतिम समयी त्याचीदेखील अशीच अवस्था झाली तर! उतरत्या वयात त्याचादेखील तिरूमीसोबत तसाच घनिष्ट संबंध राहायला हवा. आतापासूनच असा संबंध निभवावा लागेल. थंडीमुळे नरम झालेल्या तंबाखूच्या पानाचे तुकडे कबुतराचे पाय तोडल्याप्रमाणे तिरूमनने दाताने कटाकट तोडले आणि ते तोंडात दाबून तो म्हणाला, ''मुलगा म्हातारपणी खाऊ-पिऊ घालेल की नाही, माहीत नाही. त्यापूर्वीच हे सावकार आपल्याला

झाडाप्रमाणे कापून फेकतील. काय होईल, कुणास ठाऊक?'' आपल्या बोलण्याचा मनातल्या मनात मनात विचार करून तो म्हणाला, ''आम्हाला एकदम जिवानिशी मारले तर त्यांचे भले होईल. हात-पाय तोडून निकामी केले, तर हिंडणे-फिरणे बंद होईल. काय करूत?''

तिरूमीच्या मनातदेखील हीच भीती होती; परंतु आपल्या पतीप्रमाणे ती तेवढ्या सहजपणे आपल्या मनातील गोष्ट सांगेल का? आपली साडी घट्ट आवळून बांधून आणि भूरभूरपणाने केस हाताने नीट व्यवस्थित करून ती म्हणाली, ''त्याचे ग्रह चांगले नाहीत, तर तो काय करेल? साडेसाती तर त्याचा पिच्छा सोडत नाही. शनी दूर होताच सर्व ठीक होईल. तोपर्यंत तो असाच राहील. आपल्याला त्याच्याप्रमाणेच वागावे लागेल.

तोदेखील जुन्या प्रथांच्या मागे जाणाराच होता आणि आपल्या प्रत्येक कामात जुन्या प्रथांचे पालन करीत होता. तो चुकल्यावरदेखील त्याचा समाज त्याला नियमांचे पालन संयमाने करण्याची जाणीव करून देत होता; परंतु बायकोच्या सांगण्यावर त्याचा विश्वास नाही, असे नाही; पण तिचे सांगणे तो पचवू शकत नव्हता.

लोण्याच्या कणाप्रमाणे त्वचेवर पडलेले हिमकण हाताने बाजूला करून तो म्हणाला, ''शनि मागे लागला, तर तो काय शेण खाणार आहे? की डोक्याने चालणार आहे? आपण चांगले वागलो आणि तरीदेखील संकट आले तर वेगळी गोष्ट आहे; परंतु 'ये बैल, मला मार' असे म्हणून स्वत:हून संकटाला आमंत्रण दिले, तर ते कसे सहन करावे?''

त्याच्या भावना उचंबळून येत होत्या. मनातील खळबळ व्याकूळतेने बाहेर येण्यासाठी बेचैन होत होती. कुणी कुणाला दोष द्यावा?

समजावण्याच्या उद्देशाने तिरूमी म्हणाली, ''पोराला व्यवहार कळत नाही. सर्व आपोआप सुरळीत होईल. तोपर्यंत आपल्याला थोड्या धीरानेच काम घ्यावे लागेल.''

तळहात नाकावर रगडत तिरूमन म्हणाला, ''व्याही वारल्यावर आपल्या बहिणीची मान-मर्यादा ध्यानात ठेवून दुखवट्याच्या घरी भाऊजींना नवीन धोतर द्यायचे होते ना? दिले त्याने? चार लोकांसमोर आमची मान खाली झुकली होती ना?''

तिरूमीदेखील त्याच्या मताशी सहमत होती. सासरी मुलीला जो मान-अपमान होतो, त्याचे दु:ख आईशिवाय दुसरं कोण जाणू शकतं? तेदेखील तिने सहन केले. वर-वर समाधान करीत म्हणाली, 'ठीक आहे, तो जर विवाहित राहून, मुलाबाळांचा बाप असून आला नसता, तर आपली प्रतिष्ठा कमी झाली असती, हे मला मान्य आहे. आता तर तो एकटा आहे. त्याला कुणी काही म्हणू शकत नाहीत.''

तिरूमन थोडा वेळ शांत बसून होता. कदाचित त्याचं मन कोणत्या तरी

गोष्टीवर केंद्रित झाले असावे. तो जे काही सांगायचा, त्याची बायको त्याच्याविरुद्ध बोलायची. तो तिच्यासोबत तर्क करू शकत नाही. त्यामुळे दोघांमध्ये अबोला होऊ शकतो. त्याची तशी इच्छा नव्हती. आता त्याच्या जीवनाचा एकमात्र आधार तिरूमीच आहे. कोणत्याही परिस्थितीत तो तिला गमावू इच्छित नव्हता.

तिरूमनचे मौन पाहून, विचलित होऊन, त्या थंडीतदेखील चेहऱ्यावर आलेले घामाचे थेंब पुसून ती म्हणाली, ''अरे, त्याच्याविषयी विचार करून-करून तू वेडा होत आहेस. आपले हात-पाय तर कुणी तोडले नाहीत? जोपर्यंत ताकत आहे, कष्ट करून पेज पिऊत. मेलोत तर गाववाले खड्डा खणून पुरतील. आता कोणत्या सोन्याच्या ताटात जेवण देत आहे आपला मुलगा?'' अशाप्रकारे ती त्याचे सांत्वन करीत राहिली.

तरीदेखील तिरूमनच्या मनातील ज्वाळा शांत झाली नाही. कुठे जावे? मन कसे शांत करावे? जे नातेवाईक त्याच्यासारख्या परिस्थितीत जगत आहेत, त्या सर्वांची मुलं कशाप्रकारे गुजराण करीत आहेत; कमीत कमी त्यांना पाहून तरी हा काही शिकला असता. त्याच्या समोर त्याला कुणीच काही म्हणणार नाही; परंतु त्याच्या मागे अशा गोष्टी होतीलच.

त्याच्या डोळ्यांतून अश्रू ओघळू लागले आणि तो बडबडला, ''दैवासमोर कुणाचं काय चालतं? मरण्यापूर्वी जी-जी संकटं येतील, ती भोगावीच लागतील.''

आपल्या निरूद्देश दूरदृष्टीत त्याला एक आकृती दिसली. म्हातारपणामुळे आकृती स्पष्ट दिसत नव्हती. जवळ आल्यावर सर्व स्पष्ट झाले. त्याचा मुलगा सडैयनच होता.

हळूहळू शांत होत असलेला त्याचा राग पुन्हा उफाळून येऊ लागला. अश्रू वाहणाऱ्या डोळ्यांतून आग वाहू लागली. पांढरी बुभुळं लाल झाली.

यावेळी त्याच्या येण्याने तिरूमी द्विधेत पडली. आता कुणी बोलावले? त्यालादेखील येथील स्थिती माहीत आहे. तिचं मातृ-हृदय दोघांच्यामध्ये फसून तडफडत होतं.

सरळ येताना आई-वडिलांच्या चेहऱ्यावरचा राग आणि मौन पाहून त्याचे पाय थबकले होते. त्याच्या नजरेत उद्ध्वस्त झालेली बाग काट्याप्रमाणे बोचली. तो खोलीच्या मागच्या बाजूस एका वाळलेल्या झाडाच्या फांदीवर बसला.

वाऱ्याचा एक मोठा झोका मोडलेल्या फांद्यांना हलवून आवाज करीत निघून गेला. काठीच्या माराने कोमेजलेल्या लिंबू, पेरू आणि इतर फळांचा सुगंध नाकपुड्यांमध्ये सामावला. यामुळे त्यांना आणखीच वाईट वाटू लागलं.

सडैयनच्या येण्याने तिरूमनला आणखीच राग येऊ लागला, तर तिरूमीचे मन भीतीने आणखीच तळमळू लागलं. तेथील स्थिती पाहून सडैयनला चुपचाप

उठून जावेसे वाटले होते. आपण गेल्याने स्थिती बिघडणार नाही, असाच त्याने विचार केला.

दोघांच्या दुर्भाग्याच्या स्थितीचे निरीक्षण करून ती स्थिती सुधारण्याचा प्रयत्न करण्यासाठी तिरूमी म्हणाली, "चुलीसाठी लाकडं तोडून आणते" आणि चाकू उचलून मागच्या बाजूस निघाली. तेथे तिचा मुलगा सडैयन गवताच्या काडीने डोक खाजवीत विचार करीत बसला होता.

खाकरत ती मुलासमोर जाऊन उभी राहिली. त्याने घाबरतच आईकडे पाहिले; जणू दोघेही एकमेकांना अनोळखी होते. नवीन ओळख झालेले ज्याप्रमाणे बोलण्याची सुरुवात करण्यासाठी विचार करतात, त्याचप्रमाणे ते दोघे संकोचाने उभे राहिले.

दुःख आणि शोकाने तिरूमी म्हणाली, "बघितलेस का रे, बाग कशी उद्ध्वस्त झाली? आम्हाला पेज देणारी हंडी फुटली रे..." ती रडू शकली नाही. रडण्यावर बंधन होते. त्यामुळे राहून-राहून अश्रू वाहत होते.

आधी आई रडल्यावर तोदेखील लहान मुलाप्रमाणे हमसून-हमसून रडत होता; परंतु आता त्याला रडू आले नाही. कुणास ठाऊक, ते अश्रू कसे सुकले?

जणू आईच्या मांडीला तोंड चिपकले असावे. त्याने टॉवेलने चेहरा चांगला पुसला आणि म्हणाला, "वादळ-वाऱ्यात बाग उद्ध्वस्त झाली, असे समजा. या वाईट कामासाठी त्यांना एक दिवस उत्तर द्यावेच लागेल."

तिरूमीला हसू आले. ते याला उत्तर देतील? उंदीर हत्तीचे पाय उपटू शकेल?

ओल्या पापण्या आणि गाल पुसून ती म्हणाली, "आपणहून मरण आलं असतं, तर मनाला पटलं असतं; परंतु कुणी हत्या केली, तर मनाचं समाधान होऊ शकेल काय?"

वाऱ्याने डोळ्यांवर आलेल्या बटा मागे करून सडैयन म्हणाला, "सावकाराचा माणूस एकाच्या बायकोला आमच्या डोळ्यांदेखतच ओढत घेऊन गेला, त्यापेक्षा मोठं संकट तर नाही आमचं? वाइटाचा विरोध करताना संकट तर येणार. जेव्हा आणखी दहा लोक विरोध करतील, तेव्हा सर्व ठीक होईल. तोपर्यंत सहन करावेच लागेल."

चुलीत जाळण्यासारखे वाळक्या लाकडांचे बारीक-बारीक तुकडे कापत जणू तिने काम करण्याचे नाटक केले. ती तर मुलासोबत बोलण्यासाठी आली होती. त्यामुळे तिचं लक्ष कधी-कधी दुसरीकडे जात होतं.

माय-लेकाचं बोलणं वाऱ्यासोबत तिरूमनच्या कानी पडलं. तोदेखील उठून खोलीच्या मागच्या बाजूस आला. एका जाड लाकडाचे दोन तुकडे करीत तिरूमी सांगत होती, "दहाचे अकरा झाले तर ठीक आहे; परंतु येथे तर दहा मिळून एकाचा बळी देत आहेत ना?"

आईसोबत तर्क करताना त्याला संकोच वाटत होता. तोंडातून काही उलट-सुलट निघालं तर! आपल्या मुलाच्या हिताशिवाय तिला काहीच माहीत नाही. तिला दु:ख होऊ नये म्हणून थोड्या शांतपणे तो म्हणाला, “आई, या गोष्टी आता तुला समजणार नाहीत. आई, काही दिवसांनी तुला समजेल. बाबांना...” बोलता-बोलता एक कठोर ओरडणे ऐकू आले. तो तिरूमनचा आवाज होता.

टोचून बोलत आणि सूड घेत तो म्हणाला, “तू कुणाला समजावतो आहेस रे? या घरात जोपर्यंत भाकरी खात राहशील, सर्वांना शिकवत राहशील?”

त्याच्या मनातील दु:ख जाणून तिरूमी म्हणाली, “ठीक आहे, ही लाकडं उचला. घरी जाऊत. राग शांत झाल्यावर आरामात बोलूत.”

तिच्या बोलण्याकडे दुर्लक्ष करून तिरूमन म्हणाला, “अरे, आता तू कधी घरी आलास किंवा इकडे आलास, तर बघ! तुझी...” बोलता-बोलता त्याच्यावर हात उगारून तुटून पडला, तेव्हा तिरूमीने झेप घेऊन लगेचच नवऱ्याचा हात पकडला.

“वेडा आहेस काय? पाण्यावर काठी मारल्याने पाणी वेगळं सरळं होतं काय? चल...” आणि त्याला पकडून दुसरीकडे घेऊन गेली.

बापाचा राग समजून सडैयन चुपचाप उठला आणि अनाथ मुलाप्रमाणे निघून गेला. भूक आणि बापाचा राग सहन करीत एकटा जात असलेल्या मुलाला पाहून तिरूमीचं मन व्याकूळ झालं. रडत म्हणाली, “दहा महिने पोटात ठेवून जन्म देणाऱ्या आईलाच माहीत आहे. पंख कापलेल्या चिमणीच्या पिलाप्रमाणेच जात आहे बिचारा...पाहिलेस?” तिचे बोलणे आणि रडणे त्याच्या कानांत शिरले नाही. तिरूमन सरळ उठून निघून गेला.

❑❑❑

।।४२।।

दिवस निघताच पर्वतावर नवीन बाजाराचे उद्‌घाटन होईल. कॉम्रेड वेलुसामी काल रात्रीच आलेत. सडैयन, सीरंगन, पेरियसामी, वेल्लयन आणि आंडी हे मागील एक महिन्यापासून रात्रंदिवस मेहनत करून नवीन बाजार भरविण्याचा उपक्रम राबवत आहेत. त्या सर्वांना कामाची विभागणी करून देण्यात आली होती. त्या सर्वांनी आपापल्या वाट्याचे काम चांगल्याप्रकारे केले आहे. केवळ साज-सजावटीचे कामच राहिले आहे, जे रात्री सुरू करून दिवस उगवण्यापूर्वी संपवायचे होते.

कुणावर कोणते काम सोपविले आहे? काम व्यवस्थित होत आहे का? आम जनतेकडून किती पैसे वसूल केलेत? किती खर्च झाला आहे? या सर्व

बाबींचा जमाखर्च बाजारासाठी नेमलेली संघर्ष समिती ठेवेल; तसेच यासंबंधी निर्माण झालेल्या समस्यांचे निराकरणही ही समिती करेल. या सर्व समित्यांची अध्यक्ष नेता वेलुसामी करीत आहेत.

निधी गोळा करण्याची आणि बाजारासाठी जमीन खरेदी करण्याची जबाबदारी सडैयन आणि सीरंगनची होती. वेल्लयन जाहिराती आणि पेरियसामी प्रचार पाहील. साज-सजावट आणि उद्‌घाटनासंबंधी दुसरे काम आंडीच्या हिश्श्याला आले होते. विश्रांती न घेता सतत काम केल्याने, सर्व कामं निर्विघ्नपणे पूर्ण झाल्यामुळे सडैयन अभिमानाने म्हणाला, ''निधीच्या रूपात पंधरा हजार रुपये वसूल झाले आहेत. चार हजार रुपयांत जमीन खरेदी केली आहे. जाहिरात आणि सजावटीसाठी दोन हजार रुपये दिले आहेत. बाकी नऊ हजार रुपये शिल्लक आहेत.'' त्याचा चेहरा प्रसन्न होता.

आपल्या मनातील आनंद आणि उत्साह प्रगट करून वेलुसामी म्हणाले, ''शाबास! तुझे काम कौतुकास्पद आहे.''

पर्वतावरील लोकांमध्ये जागृतीचे बी रोवण्याचे श्रेय सीरंगनला होते. त्याच आनंदाने तो म्हणाला, ''आपले काम एवढे सोपे नव्हते. हो, आम्ही निधी गोळा करण्यासाठी गेलोत, तर सर्वांनी आमचे उत्साहाने स्वागत केले; परंतु त्यांची विनंती ऐकून आम्हीदेखील घाबरलो.'' ते म्हणाले, ''भाऊ, जेव्हा खाली बाजार भरत होता, तेव्हा आम्हाला किती कष्ट आणि दंड भरावा लागत होता, हे तर तुम्ही जाणताच. येथे बाजार भरविण्याच्या प्रयत्नात जर अयशस्वी झालात, तर आम्हा सर्वांना एखाद्या दुसऱ्या पर्वतावर जाऊन वस्ती करावी लागेल. त्यामुळे झोपलेल्या सांडाला जागे न करणेच योग्य आहे. हे सांगून ते सर्व खूप रडले.'' सांगताना आपले डोळे चोळून ते पुसत सीरंगन पुढे म्हणाला, ''त्यांची भीती खरी होती. आमची माणसं जेव्हा खाली गेली, तेव्हा त्यांना तेथील लोक मारझोड करायचे. जर कुणी वर येऊन येथील लोकांकडून एक-दोन वस्तू खरेदी करून नेल्या, तर ते खाली जाताच त्यांचे सामान हिसकावून घेऊन त्यांना पिटाळून लावले जात होते.'' तेव्हा सडैयन मध्येच बोलला, ''हे सर्व तर आम्ही वेलुसामीला आधीच सांगितले आहे. त्यामुळेच तर जिल्हाधिकाऱ्यांच्या हस्ते उद्‌घाटन करण्याचे ठरले आहे. तू तर असे सांगतो आहेस की, जणू त्यांना काही माहीतच नाही.''

सडैयनच्या विचारांत एवढी प्रगल्भता पाहून वेलुसा प्रसन्नतेने म्हणाले, ''काही हरकत नाही, ते पुन्हा आठवण करून देत आहेत. सीरंगनने म्हटल्याप्रमाणे तुम्ही जे काम आपल्या जबाबदारीवर घेतले आहे, ते फार कठीण आहे आणि एवढा निधी गोळा करणे काही सोपे काम नाही.''

हे ऐकून सडैयनला एक गोष्ट आठवली, जी तो सांगण्यास विसरला होता.

म्हणाला, ''आम्ही आधी योजना आखूनच एवढे पैसे वसूल केले आहेत. आता पेरू तोडण्याचा मोसम आहे. भीतीमुळे व्यापारी एक-दोन वेळेस बाजारात आले नाहीत, तरीदेखील आम्ही कमिटीतील लोक फळे खरेदी करून जनतेत विश्वास निर्माण करूत. पेरू लवकर सडणारं फळ आहे. पुढच्या बाजाराला तोडूत, असे करता येत नाही. त्यामुळे ही योजना आखली आहे.''

या लोकांच्या कार्यपद्धतीत किती दूरदृष्टी आणि सावधपणा आहे! खाकी गणवेश पाहून भिणारे, जीपचा आवाज ऐकून घाबरणारे हे लोक एवढ्या मोठ्या योजनादेखील आखू शकतात का? आयुष्यातील अनुभव माणसाला कसा परिपक्व करतो? तोच माणसाच्या जीवनाचा श्रेष्ठ शिक्षक आहे. हा अनुभव या लोकांच्यामध्ये फार मोठा आहे. या लोकांना मूळ उद्देश समजावून दिला की बस! फार झाले. उत्साहाने वेलुसामी रोमांचित झाले. पेरियसामी, वेल्लयन, आंडी या सर्वांनी आपआपले काम यशस्वीपणे आळी-पाळीने पूर्ण केल्याचा अहवाल दिला.

उद्घाटनासंबंधी सर्व काम पूर्ण झाले. या आनंदाने वेलुसामी म्हणाले, ''चला, आपली सभा संपवून आता थोडा आराम करूत.'' आणि ते तेथेच पाय पसरून पडले. लगेचच ते निद्रेच्या स्वाधीन झाले. सर्व एकाच लयीत श्वास घेत होते.

सकाळ झाली. धुकं नव्हतं, मोरपंखासारखा सुरम्य हिरवागार निसर्ग! बाजार भरणाऱ्या पटांगणात स्त्री-पुरूष, मुलं सर्वच गोळा होत होते. पेरू, केळी, लिंबू, संत्री हा माल आणून ठेवण्यात आला. सर्व वस्तू सजवून ठेवण्यात आल्या. बाजाराचे उद्घाटन बघण्यासाठी लोकांची गर्दी होती. बऱ्याच लोकांनी आपल्या वस्तू विकण्यासाठी आणल्या नाहीत. त्यांच्या मनात भीती होती. हा बाजार येथे नेहमीसाठी राहील का? ही शंका त्यांच्या मनात भीती निर्माण करीत होती. ही शंका त्यांना भेडसावत होती. आपल्या वस्तू विकण्यासाठी कोण-कोण तेथे आले आहेत, हे जाणून घेण्यासाठी दलालांनी आपली माणसं पाठविली असतील. जर बाजार नेहमी भरणार नसेल, तर हे लोक जवळ आलेल्या संकटापासून वाचतील काय?

हिरव्या पानांनी सजलेला छोटासा मंडप. मंडपाला फुलं आणि बारीक शेंडे इकडे-तिकडे लावले होते. चार-पाच खुर्च्या, लाकडी मोठा टेबल, हेच व्यासपीठ होते. टेबलावर लाल केळी, डाग असलेली केळी, डाळिंब, संत्री, पेरू, अननस, फणस आणि मधाच्या बाटल्या होत्या.

बाजाराच्या सीमेवर फटाक्यांचा आवाज, पर्वतावरील लोकांच्या उत्साहपूर्ण घोषणा पर्वताच्या दऱ्या-खोऱ्यात गुंजल्या. साहाय्यक जिल्हाधिकारी येत आहेत. नेता वेलुसामी, सडैयन, सीरंगन हेदेखील त्यांच्यासोबत येत आहेत. सर्व मंडळी मंडपातील आसनांवर बसले.

उद्घाटन केल्याप्रमाणे वेलुसामी म्हणाले, ''या अंधारलेल्या पर्वत शिखरावर तुम्हा लोकांच्या प्रयत्नाने दिव्याचा प्रकाश पसरेल. हे ज्योतीबिंब पर्वताच्या कोपऱ्या-कोपऱ्यात पसरून अज्ञान, दहशत, भित्रेपणा आणि निराशा यांसारख्या भावनांना जाळून आशा, एकता आणि विश्वास यांचा प्रकाश पसरवेल. तुम्हा सर्वांना एक होऊन काम करायचे आहे. तीच तुमची शक्ती आहे. तेच तुमचं जीवन बळकट करेल.'' एवढे बोलून त्यांनी लोकांकडे पाहिले. छळ-कपट नसलेल्या त्या चेहऱ्यांवर तेथील त्रासापासून मुक्ती मिळण्यासाठी कुणाच्या तरी मदतीची आशा आणि इच्छा होती.

ते पुढे म्हणाले, ''दुष्ट, जंगली पंशूचा सामना करून, त्यांच्यापासून आपले रक्षण करणारे तुम्ही, आपल्या जीवनातील अडचणी दूर का करीत नाही? या कष्टांना पाहून का घाबरता? तुम्ही स्वत:च आपले वैरी आहात. तुम्हाला आपली ताकत समजली, तर सर्व बंधने तुटून पडतील.'' अशाप्रकारे सर्वांच्या हिताचे सांगून झाल्यावर त्यांनी, या शुभकामासाठी आलेल्या अधिकाऱ्याचा अधिक वेळ न घेता आपले भाषण संपविले. ''वर बाजार भरविण्यासाठी केलेले प्रयत्न आणि अडचणींची जाणीव ठेवून, माणुसकीच्या नात्याने स्वत: अध्यक्षता करण्यासाठी आलेले आमचे माननीय, आदरणीय साहायक जिल्हाधिकारीजींना मी प्रार्थना करतो की, त्यांनी या बाजाराचे उद्घाटन करावे.''

गर्दीमध्ये टाळ्यांचा कडकडाट! साहायक जिल्हाधिकाऱ्यांनी रिबीन कापून पर्वतावरील इतिहासात पहिल्या बाजाराचे उद्घाटन केले. विक्रीची सुरुवात करण्यासाठी त्यांनी टेबलावर ठेवलेली फळे आणि मध यांची किंमत देऊन ते स्वत: खरेदी केले. या सर्व वस्तू त्यांना भेटरूपाने देण्यासाठी ठेवल्या होत्या. त्यामुळे पूर्वयोजनेनुसार कमिटीच्या सदस्यांनी त्या वस्तू पैसे देऊन खरेदी केल्या.

खरेदी केलेल्या वस्तू ट्रकमध्ये ठेवण्यात आल्या. वाटेत दलाल कोणता अडथळा आणणार नाही, यासाठी साहायक जिल्हाधिकाऱ्याने सुरक्षिततेसाठी शिपाई पाठविले होते. ट्रक हळू-हळू पुढे निघाली. नववधूला सासरी पाठविल्याप्रमाणे त्या लोकांनी त्या गाडीला पाहिले. कोणताही अडथळा न येता ट्रक खाली पोहचेल, असा त्यांना विश्वास होता. भोळे-भाबडे लोक जर जागृत झाले, तर विजय निश्चित आहे. हा पर्वतच काय, या भूमीचादेखील ते कायापालट करू शकतात.

❏❏❏

।।४३।।

पहाटेची वेळ! गार वारं वाहात होतं. भिजलेल्या काटेरी रोपट्यांचा सुगंध!

ओल्या गवताचा वास. घरातून निघणारा धूर आणि स्वयंपाकाचा सुगंध! सर्वांचा एकत्रित वास इंद्रियांना जागृत करीत होता, जणू हळूवारपणे शेकत असावा.

आपल्या घराच्या चतुबऱ्यावर बसलेले धर्मप्रमुख पान चावून जवळ ठेवलेल्या मातीच्या मडक्यात पानाची पिंक थुंकत होते. गावचा रासन न्यायासाठी काहीतरी सांगत होता. धर्मप्रमुखाचे अधिकारपद अशा समस्यांचा निर्णय लावण्यासाठीच होते. त्यामुळेच तर ते परंपरेने त्या सन्माननीय हुद्द्याचे रक्षण करीत आले आहेत. ते सुरुवातीपासून शेवटपर्यंतची माहिती विचारीत होते. घडलेल्या घटनांचे वर्णन करून रासन म्हणाला, ''ही वीतभरची पोरं संघासंबंधी सांगून म्हणतात जर मुलगा-मुलगी राजी तर काय करेल काझी? यासाठी गावच्या सभेत कशासाठी जावे? हेच सांगत फिरत आहेत.''

धर्मप्रमुखाच्या मनात आधीच ही भीती होती. संघटनकर्त्यांचा विकास हा शेवटी सामाजिक परंपरेचे मूळ हलवून टाकेल, अशी त्यांना भीती होती. अज्ञानी आणि भित्रे लोक संघटनेतील लोकांच्या संगतीत आल्यानंतर निर्भीड आणि उत्साही होतील, अशीदेखील त्यांना भीती होती; परंतु कोणताही पुरावा नसताना विरोध कसा करावा, हाच पेच होता. न्यायाच्या या मागणीने त्यांना एक संधी दिली. या विचाराने त्यांना आनंद झाला; तरीदेखील ते स्वत: विरोध न करता गावकऱ्यांकडून विरोध करण्याची योजना सावधपणे आखीत होते.

त्याचवेळी अनपेक्षितपणे तिरूमन डोक्यापर्यंत घोंगडं ओढून तेथे पोहोचला. त्याच्या चेहऱ्यावर आजारी माणसाप्रमाणे दाढी वाढलेली होती. घोर चिंतेने त्याचा चेहरा दु:खी होता. जेव्हापासून त्याचा मुलगा संघाचे काम तन्मयतेने करतो आहे, तेव्हापासून ते फारच दु:खी झालेत; जणू या धरतीवर त्याच्या जगण्याला काही अर्थच उरला नाही.

तोंडात भरलेली पिंक थुंकदानीत थुंकून, मिरचीसारखे आपले मोठे नाक घोंगड्याने साफ करून धर्मप्रमुखाने त्याला विचारले, ''काय जावई बापू, पावसाची भुरभुर चालू असतानाच शेतावर जाऊन आलात काय?''

तिरूमनने घोंगड्यावर पडलेले थेंब झटकून, ते पुन्हा ओढून घेतलं. कंबरेला केवळ लंगोट होती. तो फार दुबळा झाला होता. चरबी नसल्यामुळे छातीची हाडं बाहेर निघाली होती. त्याच्या मनातील दु:ख त्यालाच माहीत होते. दु:खाचं ओझं उतरवत तो म्हणाला, ''लाकडाच्या तुकड्याशिवाय काय आहे? केळीची बाग तर त्यांनी उद्ध्वस्त केली.''

त्याला आणखी भडकवण्याच्या उद्देशाने धर्मप्रमुख म्हणाले, ''तुझा मुलगा संपूर्ण गावाला मदत करणारा झाला. मग ही छोटीशी बाग उद्ध्वस्त झाल्याने काय

होतं आहे?''

कठोरपणे आणि रागाने तिरूमन म्हणाला, ''मी त्याचा बाप नाही आणि तो माझा मुलगा नाही. भाऊ असं वेगळं झाल्यानंतर देखील त्याचा विषय का काढता?''

बंद ओठांनी खोटं हसून तिरप्या नजरेने त्याच्याकडे पाहत धर्मप्रमुख म्हणाले, ''अरे, काठीच्या माराने पाणी कधी वेगळे झाले आहे? तसेच बाप-लेकांचे भांडण आहे.''

''आता आणखी काय उरले आहे करायचे? चार लोकांचे बोलणे ऐकावे लागले. सर्व दुःख सहन केले. माहीत नाही, माझ्यासारखे किती लोकांचे कुटुंब असे आहे?'' बोलता-बोलता त्याचा कंठ दुःखाने दाटून आला. बोलणं थांबलं. मुलाच्या व्यवहाराने तो दुःखी आहे, हे स्पष्ट होते.

''अरे, तुला व्यवहार कळत नाही. जिल्हाधिकाऱ्याला बोलावून पर्वतावर बाजार भरविला ना? आता तर पर्वतावर त्याचंच म्हणणं ऐकतील.'' अशाप्रकारे जनतेमध्ये त्याचं नावरूप सहन न करू शकल्याच्या इर्ष्येने धर्मप्रमुख बडबडले.

क्रोध आणि विरक्तीने तिरूमन म्हणाला, ''उद्या जर सावकार येऊन म्हणाला की, आता तुम्हाला आमची गरज नाही. आमचं संपूर्ण कर्ज चुकतं करा, तर हे संघटनेचे लोक लगेचच आपल्या कमरेला बांधलेली रक्कम सोडून देतील काय? किंवा जिल्हाधिकारी येऊन मध्यस्थी करतील काय? आमच्या संकटसमयी उधार देणाऱ्यांशी आता यांनी वैर विकत घेतले आहे. आता चांगल्या-वाईट कामासाठी खाली जाणे-येणे देखील थांबेल.'' नंतर थोडं थांबून बाजाराच्या दलालांना आठवून म्हणाला, ''केळीची बाग उद्‌धवस्त केल्याप्रमाणे केव्हा ते झोपेतच आमची मान कापतील, कुणास ठाऊक...?''

आता याला आणखी चिडवू नये, असा विचार करून धर्मप्रमुख गप्प बसले. एवढ्या वेळात झालेल्या गोष्टींची पुनरावृत्ती न करण्याचा निश्चय करून आपल्या कामाविषयी बोलण्यासाठी तिरूमन म्हणाला, ''वनखात्याचे लोक गावच्या संपूर्ण जमिनीवर छोट्या-छोट्या लाकडी खुंट्या गाडून ही सूंपर्ण जमीन सरकारची असल्याचे सांगत आहेत. जेव्हा-जेव्हा त्यांचा खिसा रिकामा होतो, तेव्हा ते अशीच कुठली तरी युक्ती शोधतात आणि आम्हीदेखील हे सर्व पाहत आलो आहोत. भाऊ, नेहमीप्रमाणे घरांची मोजणी करून सर्वांकडून पैसे वसूल करून या समस्येचा निकाल लावा.''

हे ऐकून धर्मप्रमुखाच्या भुवया ताणल्या. म्हणाले, ''बाजार भरविण्यात यशस्वी होणे ही मोठी बाब नाही; परंतु या जमिनीची समस्या सोडविणे सोपे नाही. येथे कुणाची डाळ शिजणार नाही. आपल्याला तर झुकावेच लागेल.''

हे ऐकताच थर्मामीटरमध्ये ताप चढल्याप्रमाणे तिरूमनच्या भावना क्रोधाच्या उच्च शिखरावर पोहोचल्या. ओठ आणि नाकपुड्या फडफडू लागल्या. चेहऱ्यावर

अचानक उतरलेले रक्त दोन्ही हाताने चोळून तो म्हणाला, ''वनखात्यातील लोकांना बाजाराचा दलाल समजले का? पुढे आलोत तर गुडघे फुटतील. त्यांच्या तलवारींपुढे दुसरी तलवार चालू शकते का?''

आपले अधिकार काढून घेतलेले पाहून विरक्तीने आणि रीतेपणाने धर्मप्रमुख म्हणाले, ''बघूत काय होते ते?''

तिरूमन रडू लागला, ''काही होणार नाही. शिल्लक राहिलेली जमीन-देखील हातातून जाईल.'' हे ऐकून धर्मप्रमुख म्हणाले, ''जमीन जावो किंवा न जावो, युगानयुगे चालत आलेल्या या पर्वतावरील प्रथा आणि नियम हातातून निघून जातील. आधीसारखे नियमांचे बंधन असते तर वन-खात्यातील लोकांना देखील आंत येण्यास थांबविले असते. संघटनेतील ही मंडळी तर वनखात्यातील लोकांसोबत सामना करण्यासाठी वाट पाहत आहेत.''

तिरूमनला वाईट वाटले. जन्मापासूनच जमिनीसाठी सतत संघर्ष हा एका क्रमशः कथेप्रमाणे चालत आला आहे. पर्वतावरील सरकारी जमिनीवर जंगल जाळून शेती केली, तर सरकारी अधिकारी मध्ये येतात. गावातील मोठी मंडळी मिळून त्यांना पैसे देऊन हे संकट नेहमी टाळत आले आहेत. हा कित्येक वर्षांपासून चालत आलेला नियम आहे. तो आज पुन्हा सुरू झाला आहे.

परंतु आज स्थिती बदलली होती. कुणालाही पैसे देऊ नका, असे संघटनेतील मंडळी सांगत फिरत आहेत. त्यांचे म्हणणे ऐकावे का? त्याचा परिणाम फायदेशीर होईल काय? सरकारला विरोध करून सरकारी जमिनीवर कबजा करू शकूत काय? हे अशक्य आहे. याचा परिणाम दगडावर डोकं फोडण्याप्रमाणेच होईल. नेहमीप्रमाणे पैसे देऊन समस्या सोडविली जाऊ शकते. अशावेळी त्याची जोतलेली जमीन दुसऱ्या कुणाला देण्यात आल्यावरदेखील त्याला दुसऱ्या कुणाची तरी जमीन मिळेल.

संघटनेच्या योजनेनुसार वागलो, तर जमीन मिळण्याची शक्यता आहे काय? अशी अपेक्षा केली जाऊ शकते काय? जर जमिनीचा हक्क हवा असेल, तर त्याग करावा लागेल, असे ते म्हणताहेत. त्यासाठी त्यांच्या शरीरात ना शक्ती आहे, ना मनोधैर्य. तो तर फक्त एकाच गोष्टीचा विचार करू शकतो. कशाही प्रकारे पैसे देऊन या समस्येपासून सुटका व्हायला हवी. हीच गोष्ट त्याने आपल्या धर्मप्रमखाला सांगितली. ''जे लोक पैसे देण्यास तयार आहेत, त्यांच्याकडून पैसे घेऊन वन-खात्यातील मंडळींना खूश करून टाका. कित्येक वर्षांपासून तुम्हीच तर आमचे रक्षण करीत आहात.'' त्याने विनंती केली.

जर लवकर कोणता उपाय शोधला नाही, तर वडिलोपार्जित संपत्ती हातातून निघून जाईल. याचा तर तो विचारच करू शकत नाही. विनंतीने पुन्हा तो धर्मप्रमुखाला म्हणाला,

"तुम्हीच काही तरी करा. पर्वताच्या धर्माचे रक्षण करा.'' आणि तेथून तो निघाला.

▭▭▭

||४४||

सडैयनच्या जंगलातील खोलीसमोर संघटनेतील मंडळींची बैठक सुरू होती. पर्वतावरील लोक ज्या जमिनीवर शेती करीत होते, ती आपल्या हातात घेऊन त्यांना त्यांच्या जमिनीपासून काढून घेणाऱ्या वन-अधिकाऱ्यांचा अतिरेक थांबविण्याच्या संदर्भात ही बैठक होती.

यापूर्वी देखील अशा समस्या सोडविण्यासाठी पर्वतावरील लोक एकत्रित झाले आहेत; परंतु त्यांचा उद्देश काही वेगळा असायचा. त्या लोकांनी आपल्यावर झालेले अत्याचार किंवा शोषण याविषयी कधी विचार केला नाही. ते स्वत:ला नेहमी निकृष्ट दर्जाचे किंवा पापी जीव समजत होते. न्याय त्यांच्या बाजूने आहे, असा विचार करतानादेखील त्यांना संकोच वाटत होता. ते कोणत्याच कामाच्या लायक नाहीत, अशा हीन भावनेने त्यांच्या मनात घर केले होते.

जर एखादी समस्या निर्माण झाली, तर ती तेवढ्यापुरती सोडविण्याचा प्रयत्न ते करायचे; परंतु कायम स्वरूपाचा कोणता उपाय शोधत नव्हते. आपल्याजवळ जी कोणती वस्तू आहे, ती देऊन आपली सोडवणूक करणे हाच त्यांचा उद्देश होता; परंतु आज येथे जेवढे लोक आहेत, ते असे नाहीत. न्यायाला साथ देतात, प्रामाणिकपणासाठी संघर्ष करतात. अन्याय आणि अत्याचारासमोर मान झुकवत नाहीत. अत्याचार आणि हिंसेचे ते विरोधक आहेत.

बागेतून गार वारं येत होतं. विलायचीच्या रोपट्यांच्या नाजूक फांद्यांना विलायचीचे झुपके अशा तऱ्हेने लागले होते, जणू पायांच्या नसा झोका घेऊन एका जागी गोळा होतात. त्यांचा वास आणि पेरूंचा सुगंध सर्वत्र पसरून वातावरण मोहक होत होते.

बसके गाल, तपकिरी केस असलेला एक काना म्हणाला, "बाजार भरविण्यासाठी आम्ही प्रयत्न केला, तर अनेकांनी सहकार्य केले नाही. आता तेच लोक तीन-चार माणसांना वाहून नेता येईल, एवढ्या ओझ्याचे लिंबू, संत्री आणि पेरू आणून विकत आहेत.''

दुसरा, ज्याचे दात पुढे आले होते आणि कपाळावर डाग होता, म्हणाला, "या पर्वतवासीयांवर आपला रूबाब झाडणारे किती तरी गुंड त्याकाळी होते. धर्मप्रमुखदेखील असेच होते; परंतु सावकार किंवा दलालाच्या अन्यायाविरुद्ध आवाज उठविण्याची हिम्मत कुणातच नव्हती. या संघटनेतील लोकांना तर आम्ही काही

समजून घेतलेच नाही; परंतु या लोकांनी कितीतरी कर्तृत्व करून दाखविले, असे गुंटूननिवासी म्हणत होते.''

उंच कपाळ, डोक्यावर शेंडी, मोठे डोळे असलेला अरियान या लोकांचे बोलणे मोठ्या लक्षपूर्वक ऐकत होता. म्हणाला, ''तुम्हाला माहीत आहे का? मागच्या आठवड्यात बाजाराच्या दिवशी बालपुरू चक्रवर्ती, सावकाराला उधारीचा हप्ता देऊ शकला नाही. वसुलीसाठी पल्लन आला होता. त्याने हप्त्याच्या मोबदल्यात चक्रवर्तीच्या बहिणीला घेऊन जाण्याचे सांगितले, तर संपूर्ण गाव एक झाले. पल्लन काही म्हणाला असता, तर त्याला लोकांनी मारले असले...'' त्याचे बोलणे संपण्यापूर्वीच आश्चर्याने दुसऱ्याने विचारले, ''हे कसे होऊ शकते? सावकाराच्या गुंडाचा कोणत्या पर्वतवासीयाने कधी विरोध केला आहे काय? कुणी विरोध केला, तर त्याची काय दुर्दशा होते, हे तुम्हाला माहीत नाही का?''

तेथेच बसलेला चक्रवर्ती दौरे त्याला समजावीत म्हणाला, ''तुझं म्हणणं खरं आहे. बाजार वर भरल्यामुळे आता या लोकांवर सावकाराचा अधिकार चालत नाही. तोंड उघडल्यावर त्याला मारले असते. त्यामुळे तो नम्रपणे म्हणाला असता, कमीत कमी व्याजाचे पैसे तरी द्या, मालकाला मी माझ्या खिशातून देईन. पुढच्या वेळी हप्त्याचे पैसे द्या...''

अरियान म्हणाला, ''एवढेच नव्हे, तर 'तो एक पैसाही देणार नाही', असे चक्रवर्ती दौरेने सडेतोड उत्तर दिले. यावर 'म्हाताऱ्या सिंहावर उंदीरदेखील उड्या मारतो', म्हणत पल्लन निघून गेला.''

हे सर्व ऐकून आंडी म्हणाला, ''या सर्वांचे कारण संघटनाच आहे, समजलास ना? सुरुवातीस आम्ही संघटनेत सामील होण्यास सांगितले, तर आमच्याविषयी काय काय बोललास? स्वातंत्र्य मिळून साठ वर्षे झालीत, तरीदेखील आम्ही त्याचे महत्त्व समजू शकलो काय? या अंधाऱ्या जंगलात बसलेलो आम्ही, आपल्या स्वतंत्र देशाच्या सरकारचे, अधिकाऱ्यांचे आणि सावकारांचे गुलाम होऊनच जगत आहोत ना? आपल्यावर किती संकटं कोसळतात, सरकारला माहीत नाही काय? त्यांची माणसं आमची मतं घेऊन एम.एल.ए. आणि चेअरमन, एम.पी. झालेत ना? ते श्रीमंतांच्या बाजूने आहेत. त्यामुळे आमच्या कोणत्याही गोष्टींकडे ते लक्ष देत नाहीत.''

हे ऐकत सीरंगन आला आणि आश्चर्याने म्हणाला, ''अरे, आपला आंडी एवढे सर्व बोलत आहे? 'पती चतुर असेल, तर बायको छतावर चढून भांडण करेल, असे म्हणतात. जर तुम्ही लोक तयार झालात, तर कुणाचेच काही चालणार नाही.'' असे सांगत तो बैठकीमध्ये सडैयनजवळ जाऊन बसला. त्याचीच प्रतीक्षा होत होती. त्यामुळे सडैयन म्हणाला, ''बैठकीची सुरुवात करायची का? सर्व

मंडळी पुढे येऊन बसा, नंतर आजच्या विषयावर चर्चा करूत.''

हवेच्या झोकाप्रमाणे सर्वांचे आपआपसांतील बोलणे बंद झाले. नाक आकसून घसा साफ करीत सडैयन म्हणाला, ''उद्या वनविभागाचे लोक येऊन आपण कित्येक वर्षांपासून जोतत असलेली आपली जमीन सरकारची आहे, असं सांगून आपल्याकडून ते जमीन काढून घेतील. आम्ही काय करावे, तुम्ही सांगा.''

हे ऐकून आधी तर सर्व गप्प बसले. डोक्याच्या मध्यभागी शेंडी बांधलेला, अक्कडबाज मिशा असलेला एकजण म्हणाला, ''आमच्याकडून जमीन काढून घेऊन जर वनविभागाचे लोक चहाचे रोपे लावतील, तर आम्ही ते रातोरात उपटून जंगलात फेकून देऊत.''

त्याचा पहिला प्रस्ताव येताच चिंतेत पडलेल्या लोकांना उपाय सुचू लागला; जणू भरकटलेल्या व्यक्तीला मार्ग सापडला असावा. ते आपआपसांत कुजबुजू लागले.

जबड्याच्या खालच्या भागास असलेल्या खोल जखमेच्या खुणेवर हात फिरवत, फताड्या नाकाचा माणूस म्हणाला, ''हातातले सोडून पळत्याच्या मागे का लागावे? तो आमच्या जमिनीवर पाय ठेवताच आम्ही त्याचे पाय तोडण्यासाठी तलवार, चाकू घेऊन उभे राहिलोत, तर कुणाची हिंमत होईल आत येण्याची?''

घोड्यासारखे लांब तोंड आणि चपटे नाक असलेला म्हणाला, ''एवढेच का? जो अधिकारी याच्याशी संबंधित आहे, झुडपात लपून त्याला संपवूत. मग कोण पाय ठेवेल आपल्या शेतात?''

अशाप्रकारे अनेकांनी आपआपला अभिप्राय दिला. नेहमी दबावाखाली राहिल्याने आणि त्यांचे शोषण होत राहिल्याने त्यांच्या मनातील भावना अशाप्रकारे विकृत स्वरूपात प्रकट होत आहेत, याचाच विचार सडैयन करीत होता; तरीदेखील या लोकांमध्ये योग्यवेळी राजकीय जाणीव निर्माण करण्याचे महान कार्य करू शकतो, हा विचार त्याच्या मनात आला.

आतापर्यंत त्यांच्यावर कोणत्याही प्रकारच्या राजकारणाचा प्रभाव पडला नव्हता. आपला वैयक्तिक विरोध आणि क्रोध शांत करण्यासाठी ते बंदूक, चाकू, तलवार इत्यादींचा आधार घेत होते. यासाठी ते आपल्या सुखाचादेखील त्याग करीत होते. ते आपआपल्या विचारांत खूश राहत होते. त्यामुळे ते जे काही म्हणाले, त्याचे उत्तर विचारपूर्वक द्यावे लागेल. त्यांच्या अभिप्रायांविषयी विरोध किंवा निष्काळजीची जाणीव होताच, ते आपले शत्रू होतील.

त्यांच्या विचारांची काळजीपूर्वक चर्चा करून सडैयन म्हणाला, ''आधी एक उदाहरण देतो. तुमचे, तुमच्या नातलगासोबत शेतीच्या सीमेसाठी भांडण होते, तेव्हा तुमच्या नातलगाने तुमच्या मुलाला मारल्यानंतर तुम्ही वाकाल, असा जर

विचार केला, तर तुम्ही खरोखरच पराभव स्वीकाराल काय?'' आणि प्रश्नार्थक दृष्टीने त्यांच्याकडे पाहिले.

याचे उत्तर देत एक म्हणाला, ''हे कसे होईल जी? माझ्या मुलाला जर कोणी जीवानिशी मारले, आम्ही ती जमीन-जायजाद घेऊन काय करूत? त्याच्या करणीचा बदला घेऊत. दुप्पट रागाने त्याच्यावर आक्रमण करूत.''

त्याचे असे प्रतिकूल विचार ऐकून सडैयनला उत्तर देणे सोपे झाले. तो म्हणाला, ''तुमची जशी बदल्याची भावना आहे, तसाच विचार सरकारदेखील करेल. एक-दोन अधिकारी मेल्याने काय होते, यांचा विद्रोहच दाबून टाकूत, असा जर त्यांनी विचार केला, तर हे एक आव्हान आहे; कारण त्यांच्याजवळ मनुष्यबळ आहे, पोलीस आहेत, तुरुंग आहेत आणि कायदेशीर कारवाई करून ते आपल्याला शिक्षा करतील, तेव्हा आपला उद्देशदेखील निरर्थक होईल.''

तेव्हा एका व्यक्तीने विचारले, ''तर मग... आम्ही आपल्या जमिनीचे रक्षण कसे करावे?''

खांद्यावर असलेल्या टॉवेलने चेहरा चांगला पुसून सडैयन म्हणाला, ''तुम्ही सर्व अन्यायाला बळी पडला आहात. त्यामुळे सर्वांना एक व्हावे लागेल. जमीन सोडायची नाही. यासाठी संघर्ष करावा लागेल. स्त्रिया-मुले सर्व सामील होतील. मारतील-झोडतील, तुरुंगात पाठवतील, तरीदेखील सातत्याने संघर्ष करावा लागेल. शेवटी किती दिवस सरकार एका समुदायाला दबावाखाली ठेवू शकेल? ही समस्या जर सुटली नाही, तर संपूर्ण देशातील आपल्यासारख्या लोकांपर्यंत हा संदेश पोहचवूत आणि तेदेखील आपल्या सोबत उपोषण करतील. आपल्याला सहकार्य करतील. आपल्या मतामुळेच सरकार चालत आहे. त्यामुळे त्यांनादेखील आमच्या मदतीसाठी यावे लागेल. सध्या तरी आपण आपले उपोषण चालू ठेवू. नंतर दुसरे लोकदेखील आपल्यासोबत येतील, तेव्हा त्या महाशक्तीसमोर सरकारला वाकावेच लागेल. यासाठी तुमच्यात दृढ निश्चय, सहनशीलता आणि मनात साहस असायला हवा.'' नंतर थोडं थांबून खोकलत सडैयन म्हणाला, ''आपल्या संघर्षाचं पहिलं पाऊल आहे स्त्रिया, पुरूष आणि मुले धरणं धरून बसतील. नंतर सरकारची कृपादृष्टी पाहून पुढचा विचार करूत.'' सडैयनचं मत सर्वांना योग्य वाटलं.

गर्दीतून एक व्यक्ती म्हणाली, ''जो मूर्ख असतो, तो काहीही विचार न करता मारामारीवर येतो. बुद्धिमान म्हणेल, दहा लोकांना गोळा होऊ द्या, नंतर विचार करूत.''

हे ऐकून सर्व हसू लागले. एक म्हणाला, ''तुझे म्हणणे शंभर टक्के खरे आहे. अनुभवाचे बोलणे आहे.''

बैठक संपली. तुटलेल्या मधाच्या पोळ्यातून मधमाश्या जशा भिनभिनत इतस्तत: पसरतात, त्याचप्रमाणे मोठ्याने बोलत सर्व मंडळी तेथून पांगली.

❑❑❑

।।४५।।

पर्वतावर सुरू झालेला बाजार उत्तमप्रकारे भरू लागला. त्याची मुळे मजबूत होऊ लागली. याचा परिणाम म्हणून संघटनेला लोकांचे सहकार्य आणि विश्वास प्राप्त झाला. त्यांची नि:स्वार्थ सेवा आणि सतत चाललेले प्रयत्न यामुळे लोकांचे लक्ष त्यांच्याकडे आकर्षित झाले. यासाठी ते कोणताही त्याग करण्यास तयार झाले. त्यांना पहिल्यांदा स्वत:वर विश्वास वाटू लागला. आता त्यांच्यासमोर एक नवीन समस्या उभी राहिली. ही एक क्रमश: चालणारी कथा आहे, जी वेगाने उत्तमप्रकारे चालू आहे. जंगलाच्या वाट्याची जमीन उगवलेल्या पिकासहित सरकारच्या स्वाधीन करावी लागेल; असे झाले नाही तर पोलीस येऊन जबरदस्तीने त्यांना जमिनीवरून बाहेर काढतील.

जमीन सोडून कुणीही बाहेर जाऊ नये, असा प्रचार संघटनेतील लोक करीत होते. त्याचबरोबर त्यांनी हेदेखील समजावून सांगितले की, बाजार भरण्याच्या संघर्षाएवढे हे सोपे नाही. हे सरकारच्या चुकीच्या धोरणामुळे येणारे संकट आहे. त्यामुळे विरोध करणे फारच कठीण होईल. दडपशाहीचे धोरण स्वीकारले जाईल. त्यामुळे फारच धैर्याने सतत संघर्ष करावा लागेल. यासाठी धरणं देऊन बसावं लागेल, अटक करून घ्यावं लागेल. तुरुंगातदेखील जावं लागेल; परंतु या सर्व गोष्टींसाठी तयार राहिल्यावरच आमचा उद्देश पूर्ण होईल.

दुसऱ्या बाजूस याउलट प्रचार सुरू झाला होता. इतकी वर्षे पर्वतावर कोणतीच समस्या नव्हती का? कुणाची जमीन घेऊन त्यांना कधी असेच वाऱ्यावर सोडले आहे का? जोतलेली जमीन घेऊन त्यांना झाडी असलेले जंगल मोबदल्यात देऊन मदतच तर केली आहे ना? जर नियमानुसार अधिकाऱ्यांना लाच देऊन समस्या सोडविली जाऊ शकते; तर असा सरळ मार्ग सोडून या संघटनेतील लोकांचे ऐकून त्रास भोगावा लागेल आणि तुरुंगाची हवाच खावी लागेल. पूर्वीचे अधिकारी आणि दलालांच्या वेशात लपलेला धर्मप्रमुखांचा समूह हेच सांगत होता.

कित्येक वर्षांपासून त्यांच्या सांगण्याप्रमाणेच सर्व काही झाले आहे; परंतु आज सरकारच्या नापीक जमिनीवर शेती करणाऱ्यांना त्यांच्या जमिनीवरून काढून टाकण्याचा सरकारी आदेश आला आहे. यासाठी फसवाफसवी करून अधिकार-पत्रासाठी विनंतीपत्र असल्याचे खोटे-खोटे सांगून खोट्या फॉर्मवर जमिनीवरून

काढून टाकण्यासाठी सर्वांकडून सह्या घेतल्या जात होत्या.

जर संघटनेतील लोकांचा विरोध नसता, तर या अधिकाऱ्यांनी पैशांसोबत या लोकांच्या जमिनी एक-दोन महिन्यात हिरावून घेतल्या असत्या; परंतु आता ते आपल्या फौज-फाट्यासहित पैसे वसूल करू शकले नाहीत. आतादेखील ते घाबरलेल्या, भित्र्या लोकांना धमकावून पैसे वसूल करीतच होते. काही भागात संघटना आपली मुळं रोवून मजबूत झाली आहे. अशा भागातूनच आपले काम सुरू करावे, असा अधिकाऱ्यांनी निश्चय केला. संघटना आणखी जास्त शक्तिशाली झाल्यामुळे आधी सर्व प्रकारच्या सरकारी उपायांचा उपयोग करून या लोकांना क्रियाहीन करायला हवे; जसे दडपशाहीचे धोरण, जोर-जबरदस्ती, इत्यादी. अशी त्या लोकांनी योजना आखली होती. बाजार भरविण्याच्या यशाने हे गर्वाने फुगत आहेत. त्यांना हे दाखवून द्यायला हवे की, बाजार भरविण्यासारखे हे काम सोपे नाही; कारण हा सरकारी मामला आहे; तेव्हाच या लोकांची घमेंड कमी होईल, असा विचार करूनच त्याला अनुरूप योजना आखली जात होती.

संघटनेचे लोक जमीन वाचविण्यासाठी कोणत्याही प्रकारचा त्याग करण्यास तयार होते. जर पोलिसांच्या शक्तीचा उपयोग करून जमीन हिसकावून घेण्याचा प्रयत्न केला गेला, तर ते थांबवूत, तुरूंगात जाऊत, असा निश्चय केला होता. या समस्यांच्या गंभीरतेच्या अनुरूप कोणताच मार्ग निघाला नाही, तर ही समस्या संपूर्ण राज्याच्या प्रश्नाच्या रूपात उठवावी लागेल, असा संघटनेने निश्चय केला.

सर्वांत प्रथम वाषवंदी खेड्यातील किरंगादूच्या अधीन येणारी जमीन घेण्याचा निश्चय करून नांगरलेल्या जमिनीचा आणि बागेचा कबजा करण्यासाठी तेथे छोट्या-छोट्या लाकडी खुंट्या गाढल्या होत्या. सर्वांत आधी तिरूमनची जमीन घेणार आहेत. त्याचा मुलगा समूहाचा नेता आहे ना! आधी त्याची जमीन काढून घेतल्यानेच काम सोपे होईल. एवढेच नव्हे, बाप-लेकाचे आपआपसांत पटत नाही, ही संधी त्यांना अनुकूल राहील, असा त्यांनी विचार केला.

अधिकारी त्या जमिनी प्राप्त करून आधी त्या जमिनीत लावलेली झाडे कापतील, नंतर झोपड्यांची तोडफोड करतील. संघटनेचे लोक अन्यायाचा विरोध करतील आणि जे संकट ओढवेल, त्याचा सामना करतील.

त्या प्रसन्न सकाळची मादकता आणि नैसर्गिक सौंदर्य यांमुळे माणसांच्या भावना उचंबळून येत होत्या. तिरूमनचे समृद्ध शेत, बाग-बगिचे, खोली सर्व सरकारी जमिनीवर आहेत, अशी दवंडी पिटून झेंडा रोवून ठेवला आहे. आता त्या जमिनीवर त्याचा अधिकार नाही. ती त्याची संपत्ती नाही, सरकारची आहे.

पहिल्या दिवशीच तिरूमनने इकडून-तिकडून पैसे गोळा करून तीनशे

रुपये धर्मप्रमुखाला देऊन सांगितले होते की, हे पैसे देऊन त्याच्या शेतात रोवलेले झेंडे काढण्यात यावेत'; परंतु असे झाले नाही. ते त्यांनी मान्य केले नाही. आज वनविभागाचे लोक पोलीस संरक्षणासहित मजुरांना घेऊन आले होते. थोड्या अंतरावर सडैयनच्या नेतृत्वाखाली पाचशे लोकांची गर्दी उभी होती. ते बारकाईने स्थितीची पाहणी करीत आहेत. तिरूमन कशा पद्धतीने वागेल, कुणाला माहीत नाही. तो आपल्या मुलाचा आणि संघटनेच्या कामाचा विरोध करीत आला आहे. या स्थितीला जबाबदार संघटनेतील लोकच आहेत, असे तो समजतो.

अत्याधिक नशेमुळे, रक्तहीन, सुकलेल्या डुकरासारखा चेहरा आणि वाईटरित्या फुगलेले शरीर असलेले वनविभागाचे एक अधिकारी म्हणाले, ''तू ज्या जमिनीवर शेती करीत आहेस, ती सरकारची आहे. ही जमीन तू एवढे दिवस आपल्या कबजात ठेवली आहेस, ही गोष्ट मान्य करून तू फॉर्मवर सही केली आहे. आता तू या जमिनीवर पाय ठेवू शकत नाहीस.''

तिरूमनच्या वडिलांनी त्या जमिनीवर शेती केली होती. वयात आल्यापासून तिरूमनदेखील त्या जमिनीवर शेती करीत आला आहे. तर मग या जमिनीवर सरकारचा अधिकार कसा असू शकतो? आज-कालची ही गोष्ट नाही. तीन पिढ्यांपासून ही जमीन त्यांच्याकडे आहे. या जमिनीवर फणसाचे रोपटे कधी, कसे उगवले आणि त्याचे झाड झाले, हे त्याला माहीत नाही. तो तर त्या झाडाचे फळच तोडत आला आहे. त्याने लिंबू आणि संत्र्यांची रोपे लावली हाती. जमीन माणसाच्या गरजेसाठीच आहे ना! त्याने किती तरी वेगवेगळ्या प्रकारची फळझाडे लावली आहेत. यामुळे लोकांचा किती फायदा झाला आहे. पूर्वजांनी लावलेल्या या झाडांना तोडण्याचे बोलता! हे नष्ट करून तेलबियाणे लावण्याचे सांगता! हा किती मोठा विनोद आहे! किती रानटीपणा! जनतेच्या कराच्या पैशांनी ती झाडं दहा वर्षं सांभाळून तीनशे-चारशे रुपये टन या हिशोबाने विकण्याऐवजी कागदाचे कारखाने चालविणाऱ्या मालकांना दहा-वीसमध्ये देतील!

यातच देशाचे हित आहे असे म्हणतात. एका मालकाच्या लाभासाठी या लोकांचा बळी चढविला जात आहे. या लोकांच्या जगण्या-मरण्याची कुणाला चिंता नाही. या लोकांना असहाय करून, भूक-तहानेने भटकविण्यातच जणू त्यांना सुख मिळते. आता सरकारी आज्ञेचे निमित्त सांगून आपली इच्छा पूर्ण करण्यासाठी ते आले आहेत. सूईएवढे छिद्र मिळाले, तरी अधिकारी वर्ग उंटालादेखील त्यात घुसवितो. चूप बसूत का? ज्याला जसे वाटेल तसे करेल. डुकरांप्रामणे इकडे-तिकडे तोंड घालूत. हातापाया पडून कशाहीप्रकारे जमिनीची रक्षा करायला हवी, असा विचार करून तिरूमन दु:खी स्वरात म्हणाला, ''मालक, माझ्या वडील-

आजोबांच्या काळापासून ही जमीन माझ्याकडे आहे. ही सोडून कुठे जाऊ?''

अकड आणि रुबाब दाखवत अधिकारी म्हणाला, ''सरकारची आज्ञा आहे, आम्ही काय करू शकतो? अरे, उभे का आहात, झाडं कापून टाका.''

हे ऐकून तिरूमनच्या शरीराला थरकाप सुटला. या जमिनीतच तर त्याचं सुख आहे, जीवन आहे. आईच्या पोटातून बाहेर येताच या मातीने त्याला सर्व काही दिले. येथेच तो खेळला-बागडला. या मातीत लोळून, गडबडून रांगून, फिरून मोठा झाला आहे. आईचे दूध पिऊन, तिच्या मांडीवरून उतरून, हीच माती तोंडात घालून-घालून अमृताप्रमाणे चाखली आहे. जस-जसा तो मोठा झाला, त्याचं या मातीवरील प्रेम वाढत गेलं. तरुण होताच त्याने या मातीला कशा-कशा प्रकारे सजवलं आहे. त्याच्या घामाचे खत मिळाल्याने कोरडी जमीन किती सुपीक झाली आहे? त्याचे हात लागताच ती जागृत होते. त्याच्या आलिंगनाने ती प्रसन्न झाली आहे. नांगराने, फावड्याने तिची छाती उकरल्यावर ती त्याला आईप्रमाणे हृदयाशी धरत आली आहे. त्या मातीला कधी भूक लागते, कधी ती विरहाने उष्ण श्वास घेते, कधी गर्भवती होण्यासाठी तडफडते, कधी आराम आणि मन:शांती हवी असते. त्याला सर्व काही माहीत आहे. तिच्या कणाकणाशी तो परिचित आहे.

झाडांची पाने त्याच्या स्पर्शासाठी दररोज बेचैन असतात. झाडाची प्रत्येक फांदी तो कुरवाळतो. फुले आणि कच्ची फळे त्याच्या बोटांच्या उबेसाठी आतुर असतात. अशा परिवारापासून, त्याला कोणं वेगळे करू शकतो?

पाणी नसल्यामुळे कोमेजलेल्या वैशाख महिन्यातील मक्याच्या पिकाप्रमाणे तो अधिकाऱ्याच्या पायावर कोसळला, ''मालक, मी कुठे जाऊ? या म्हातारपणी या जमिनीपासून वेगळे होऊन भीक मागू का? नाही मालक! मी या मातीचं काय नुकसान केलं आहे? मालक, ही बाग उद्ध्वस्त करू नका.'' आणि गयावया करून तो रडू लागला.

अधिकारी कठोरपणे म्हणाले, ''हवे तेवढे रड, मी काहीच करू शकत नाही. सरकारी हुकूम आहे.''

मातीसोबत जगणाऱ्यालाच मातीचे महत्त्व माहीत असते. मातीसोबतच्या नात्याने, बंधनाने आई-वडिलांचा विसर पाडला. बहीण-भावापासून वेगळं व्हावं लागलं. बायको आणि मुलाशी वितुष्ट आलं. मातीशी एवढा घनिष्ट संबंध असलेल्या माणसाला तिच्यापासून वेगळे करणे सोपे नाही. एका शेतकऱ्याचं नातं-प्रेम सर्व काही मातीशीच जुळलेलं असतं.

मजुरांनी फणसाच्या झाडावर कुऱ्हाडीने प्रहार केला जणू झाडावर पडलेला प्रहार त्याच्या शरीरावर पडला असावा, तो तडफडला. भावनाहीन वेड्यासारखा तो

अधिकाऱ्याचे पाय सोडून उठून उभा राहिला. म्हणाला, "अरे, माझा जीव घेतल्यानंतरच तुम्ही ते झाड पाडू शकाल. दुसरा प्रहार त्या झाडावर पडला, तर येथे माझं शिर भूमीवर पडेल." तो आवेशाने ओरडत झाड तोडणाऱ्या मजुरांच्या समोर चाकू काढून उभा राहिला.

तिरूमन अशा पद्धतीने वागेल, असे कुणालाच वाटले नव्हते. त्याच्यात एवढी शक्ती कुठून आली? एवढी हिम्मत कुठून आली? त्याच्या मातीचा विनाश होत होता म्हणून? त्याने लावलेली बाग उद्ध्वस्त होत होती म्हणून? या अन्यायाच्या विरोधातच तर त्याचा मुलगा पर्वतावरील लोकांच्या भल्यासाठी संघर्ष करीत आहे. तिरूमनने या कारणामुळेच आपल्या मुलाशी वैर घेतले होते. कदाचित आत्ता हे सर्व त्याच्या लक्षात आले असावे.

सडैयन आणि त्याचे मित्र हे सर्व पाहत होते. ते तर या पर्वतावरील सर्वच लोकांच्या भल्यासाठी लढत होते. तिरूमनच्या सांगण्या-न सांगण्यानेदेखील त्यांनी आपलं काम केलं असतं. तरीदेखील ते घडलेल्या सर्व घटना आणि तिरूमनचे मन-परिवर्तन लक्षपूर्वक पाहत होते. माणसांच्या जीवनात येणाऱ्या अनुभवांचा प्रभावच त्याला विवेकसंपन्न बनवतो. शतकानुशतके त्यांच्या विचारात समावलेली रूढिवादिता, गुलामी आणि दडपणाखाली जगण्याचा भित्रेपणा या गोष्टी हे अनुभव नकळतच दूर करतात. काही लोकांना हे शिक्षणामुळे समजते. काही लोक जीवनातील कटू अनुभवांनी हे शिकतात. तिरूमनवरदेखील याचाच प्रभाव झाला आहे.

उन्मत्त हत्तीप्रमाणे तिरूमन चित्कारला. त्याच्या चेहऱ्यावरचा भाव पूर्णपणे बदलला आहे. त्याच्यात नम्रपणा नाही. अज्ञानाचा भाबडेपणा नाही. वाकून गयावया करण्याची लाचारी नाही; तर क्रौर्य आणि घोर आक्रमणाच्या परिणामांनी निर्माण झालेला मूर्खपणाचा आवेश आणि क्रोधाग्नी त्याच्या डोळ्यांमधून व्यक्त होत होता.

त्याच्याजवळ जाण्याची किंवा त्याची झाड तोडण्याची हिम्मत कुणातच नव्हती. सर्व स्तंभित झाले होते. श्वास थांबल्याप्रमाणे उद्वेगपूर्ण शांतता! अधिकारी-वर्गाची अहंकाराची अनियंत्रित अशी चुळबुळ.

पोलीस बंदूक रोखून तिरूमनजवळ आले. जबरदस्तीने त्याच्या हातातील मोठा चाकू हिसकावून घेऊन त्याच्या हातात बेडी घातली. खोळंबलेले हात कुदळीने झाडावर प्रहार करू लागले. आवेश आणि अहंकाराने तिरूमनच्या डोळ्यांतून आगेसारख्या ज्वाळा निघाल्या. पिल्लाला हिसकावून घेण्यासाठी तुटून पडणाऱ्या मांजरीप्रमाणे तिरूमनचे संपूर्ण शरीर तडफडत आहे. चेहरा वाकडा झालेला आहे. त्याने मोठी केलेली आवडती बाग उद्ध्वस्त होत होती. त्याच्या हातात बेडी आहे. त्याची नजर मुलाकडे जाते. पित्याचे वैराग्य मुलाला बोलवावे की नाही, यासाठी

द्वंद-युद्ध करीत आहे.

फणसाच्या झाडावर सतत प्रहार होत आहेत. हातकडीसहित बंधनं तोडून, झेप घेऊन तिरूमन कापलेल्या झाडाप्रमाणे झाडाच्या बुंध्यावर कोसळतो. कुऱ्हाडीचा प्रहार थांबतो. यावेळी पोलीस त्याला पकडून गाडीत चढविण्याचा प्रयत्न करतात. कुऱ्हाडीचा प्रहार पुन्हा झाडावर सुरू होतो.

पोट चिरताना ओरडणाऱ्या रेड्याप्रमाणे तिरूमन मुलाला पाहून ओरडला, "अरे, ही बाग तुझी संपत्ती आहे. आपल्या डोळ्यांदेखत ही उद्ध्वस्त होताना मी पाहू शकत नाही; तू देखील!" पोलिसाच्या एका धक्क्याने तो गाडीत जाऊन पडला.

जमिनीवरील हस्तक्षेप थांबविण्याचा निर्णय घेऊन सीरंगनच्या नेतृत्वाखाली धरणं देऊन बसण्याच्या निश्चयाने संघटनेच्या लोकांनी तिरूमनच्या शेतात प्रवेश केला.

हिमतीने आणि पुरुषार्थाने सीरंगन म्हणाला, "या जमिनीवरच नव्हे, तर संपूर्ण पर्वतावर कबजा करण्याची तुमची योजना आमचा जीव असेपर्यंत कधी पूर्ण होणार नाही. जे निर्माण करू शकत नाहीत, त्यांना नष्ट करण्याचादेखील अधिकार नाही. गवताची एक काडीदेखील येथून कुणी सरकवू शकत नाही." नंतर त्या मजुरांना पाहून तो म्हणाला, "कृपा करून तुम्ही या कामासाठी येऊ नका. ते लोक आमच्या हातानेच आमचे डोळे फोडू इच्छितात."

एवढ्या लोकांची गर्दी आणि त्यांचा आवेश पाहून ते मागे सरकू लागले. तेथे उभे असलेले अधिकारी आणि बंदुकीची शक्ती यापेक्षा जनतेची शक्ती अधिक आवेशात होती. अधिकाऱ्यांचा आदेश तेथे वाया गेला. बंदुकीची भीती कुणाला राहिली नव्हती. यापेक्षा अधिक काही करण्याचा अधिकार त्यांना नव्हता. थोडे रागावून, भीती दाखवून, धमकावून काम साधण्याचा त्यांनी विचार केला होता; परंतु परिस्थिती याच्या विपरीत होती. आता या अवस्थेत योग्य असा अतिरिक्त आदेश आणि शस्त्रधारी शिपायांच्या येण्यानेच काही होऊ शकेल.

"अरे, ही जमीन नेहमी तुमचीच राहील, असा स्वप्नात विचार करू नका. खुंट्या गाडलेल्या सीमेच्या आत घुसण्याचा कुणाला अधिकार नाही. ही सरकारची जमीन आहे." नंतर कर्मचाऱ्यांना पाहून ते म्हणाले, "जो कुणी नियमाचे उल्लंघन करेल, त्यांची पोलीस स्टेशनमध्ये येऊन तक्रार लिहा." असे सांगून काळवंडलेला, गंभीर नसलेला, सुस्त पडलेला चेहरा रूमालाने पुसत अधिकारी गाडीत चढला.

सडैयन आपल्या सोबत्यांना म्हणाला, "जेथे-जेथे झेंडे रोवलेले आहेत, ते उपटून फेका आणि सीमारेषा मिटवून टाका."

आदेशासाठी तत्पर असलेल्या शिपायांप्रमाणे त्या लोकांनी झेंडे फाडून, लाकडाच्या खुंट्या तोडून फेकल्या.

अधिकाऱ्याने आपल्या डोळ्यांदेखत आपल्या अधिकाराचा अनादर होताना पाहूनदेखील त्याकडे दुर्लक्ष करून गाडी पुढे नेण्यास सांगितले आणि मनातल्या मनात बडबडत राहिला, ''उद्या या शुरांची हिम्मत पाहून घेवूत. आम्ही थोडं जागरूक राहिलो असतो, तर हे डोक्यावर चढले नसते. चूक आमचीच आहे. जोपर्यंत एक प्रेत पडणार नाही, तोपर्यंत हे मानणारे नाहीत.''

आपल्या आणि दुसऱ्या शेतातून झेंडे उपटून फेकताना पाहून तिरूमनचं मन अभिमानाने फुगलं. हातातील बेड्या त्याला गवताप्रमाणे हलक्या वाटल्या. आपल्या मुलाने डोकं वर काढलं नसतं, तर आपली जमीन, या पर्वतवासीयांची जमीन त्यांनी अशाप्रकारे हिसकावून घेतली असती, ज्याप्रमाणे गिधाड कोंबडीला उचलून नेतो. त्याच्या डोळ्यांतून अश्रू ओघळू लागले. कुणास ठाऊक त्याला काय वाटले?

गाडी जात होती. त्याला वाटलं, पर्वत स्वत: आपलं तोंड उघडून उद्घोष करीत आहे.

'पीक देणारी ही जमीन आमची आहे
फळा-फुलांनी बहरलेली बाग आमची आहे
यांना तोडताना किंवा उद्ध्वस्त होताना
आम्ही पाहणार नाही
प्राण गूळ नाही आणि
सरकारदेखील शाश्वत नाही
संघटनेचाच विजय होईल
जनता जनार्दन राहील.'

त्या पर्वतावर पहिल्यांदा सत्याचा आवाज, धर्माच्या आवेशाचा उबदार श्वास, अस्मितेचा ध्वनिनाद, अधिकाराच्या लाटेवर स्वर होणारी प्रतिज्ञा- हे सर्व एकत्र मिळून ढगाप्रमाणे गरजले.

झोपणाऱ्यांना, पराभूत होणाऱ्यांना ते उठवतील. कुठे जावे, काय करावे इत्यादींचे मार्गदर्शन करून त्यांना जागृत करतील.